ಪಂಗುರುಪುಷ್ಪದ ಜೇನು
ಮತ್ತು ಇತರೆ ಮಲೆಯಾಳಿ ಕತೆಗಳು

AA000462

ಪಿ. ವತ್ಸಲಾ
ಅನುವಾದ : ಕೆ ಪ್ರಭಾಕರನ್

ಚಿಂತನ ಪುಸ್ತಕ

Panguru Pushpada Jenu mattu Itare Maleyali Kategalu :
A collection of Malayalam stories by P. Vatsala
translated by K Prabhakaran

ಪ್ರಥಮ ಮುದ್ರಣ : ಎಪ್ರಿಲ್ 2016
ISBN No. : 978-93-81187-39-5

ಪುಟಗಳು : **168+4**
ಬೆಲೆ : ರೂ. 130/–

Paper	:	Demi 1/8, 70GSM
Coverpage	:	Artboard 300GSM
Copies	:	1000
Cover Page Design	:	Udaya Gaonkar

ಲೇಖಕರು : ಕೆ. ಪ್ರಭಾಕರನ್
"ಕೃಷ್ಣಮ್ಮಾಳ್" ಗಣಪತಿ ದೇವಸ್ಥಾನದ ಹತ್ತಿರ,
ನಾಗರಾಜಪುರ ಬಡಾವಣೆ,
ಅಶೋಕನಗರ, ಶಿವಮೊಗ್ಗ, 577205

ಪ್ರಕಾಶಕರು : ಚಿಂತನ ಪುಸ್ತಕ
#405, 1ನೇ ಅಡ್ಡ ರಸ್ತೆ, ಡಾಲರ್ಸ್ ಕಾಲೋನಿ,
ಜೆ.ಪಿ.ನಗರ 4ನೇ ಫೇಸ್, ಬೆಂಗಳೂರು– 560078
Phone: 99022-49150
Web : chinthanapusthaka.wordpress.com
          chinthanapusthaka.blogspot.com
email : chinthana.pusthaka@gmail.com

ಮುದ್ರಣ: ಕ್ರಿಯಾ
#40/5, 2ನೇ ಬಿ ಮುಖ್ಯರಸ್ತೆ, 16 ನೇ ಅಡ್ಡರಸ್ತೆ,
ಸಂಪಂಗಿರಾಮನಗರ, ಬೆಂಗಳೂರು–560 027

ವಿತರಕರು: ಪುಸ್ತಕ ಪ್ರೀತಿ (ಕ್ರಿಯಾ ಮಾಧ್ಯಮ ಪ್ರೈ. ಲಿ.ನ ಘಟಕ)
4ನೇ ಅಡ್ಡರಸ್ತೆ, ಮಹಾಲಕ್ಷ್ಮಿ ಬಡಾವಣೆ
ಬೆಂಗಳೂರು – 560 079
email : pusthakapreethi@gmail.com
Phone: 9036082005, 080-23494488

ಮುನ್ನುಡಿ

ಡಾ. ನಾ. ಡಿಸೋಜ
ಸಾಗರ – 577 401

ಶ್ರೀಮತಿ ಪಿ. ವತ್ಸಲಾ ಕೇರಳದ ಪ್ರಖ್ಯಾತ ಲೇಖಕಿ, ಕತೆಗಾರ್ತಿ. ಅವರು ಮುನ್ನೂರಕ್ಕೂ ಹೆಚ್ಚು ಕತೆಗಳನ್ನ ಬರೆದಿದ್ದು ಸುಮಾರು ಮೂವತ್ತು ಕಥಾ ಸಂಕಲನಗಳನ್ನ ಹೊರತಂದಿದ್ದಾರೆ. ಈ ಕತೆಗಳಲ್ಲಿ 14 ಕತೆಗಳನ್ನ ಆರಿಸಿ ಕೆ. ಪ್ರಭಾಕರನ್ ಅವರು "ಪಂಗುರುಪುಷ್ಪದ ಜೇನು" ಅನ್ನುವ ಹೆಸರಿನಲ್ಲಿ ಕನ್ನಡಕ್ಕೆ ತಂದಿದ್ದಾರೆ. ಕೇರಳ ಕರ್ನಾಟಕದಿಂದ ತುಂಬಾ ದೂರವಿರುವ ಪ್ರದೇಶ ಏನಲ್ಲ. ಹಾಗೆಯೇ ಅಲ್ಲಿಯ ಜನಜೀವನ, ಪರಿಸರ, ನಂಬಿಕೆ, ಆಚರಣೆಗಳು ನಮಗೆ ಅಪರಿಚಿತವಾದವುಗಳು ಕೂಡ ಅಲ್ಲ. ಆದರೂ ಅಲ್ಲಿಯ ಜನರ ಬದುಕಿನ ಒಳ ನೋಟಗಳನ್ನ ಆತ್ಮೀಯವಾಗಿ ನೀಡುವಲ್ಲಿ ಈ ಕತೆಗಳು ಯಶಸ್ವಿಯಾಗಿವೆ. ಅಲ್ಲಿಯ ಬೆಟ್ಟಗುಡ್ಡಗಳು, ನದಿಗಳು, ಗುಡಿ ಗೋಪುರಗಳು, ಅವುಗಳ ನಡುವೆ ಬದುಕುವ ಕೇರಳೀಯರ ಗಟ್ಟಿ ಬದುಕನ್ನ ಈ ಕತೆಗಳು ಚಿತ್ರಿಸುತ್ತವೆ, ಅದರಲ್ಲೂ ಶ್ರೀಮತಿ ವತ್ಸಲಾ ಅವರ ಎಲ್ಲವನ್ನ ತೆರೆದು ಇಡದೆ ಮುಚ್ಚಿಯೇ ಹೇಳುವ ಶೈಲಿಯಿಂದಾಗಿ ಕತೆಗಳು ಓದುಗನ ಮೇಲೆ ಹೆಚ್ಚು ಪರಿಣಾಮವನ್ನ ಉಂಟು ಮಾಡುತ್ತವೆ.

ಇಲ್ಲಿಯ ಕತೆಗಳು ಓದುಗರನ್ನ ಕೇರಳದ ವರ್ಣರಂಜಿತ ಬದುಕಿನ ಒಳಗೆ ಕರೆದೊಯ್ಯುತ್ತ ಅಪೂರ್ವವಾದ ಅನುಭವವನ್ನ ನಮಗೆ ನೀಡುತ್ತವೆ. ಪರಿಸರವನ್ನ ಸದಾ ಪೂಜಿಸುವ ಈ ಜನ ಪರಿಸರದ ಮೇಲೆ ಎಷ್ಟೊಂದು ಅವಲಂಬಿಸಿ ಕೊಂಡಿದ್ದಾರೆ ಅನ್ನುವುದರ ಒಂದು ಚಿತ್ರಣ ಕೂಡ ಇಲ್ಲಿ ದೊರೆಯುತ್ತದೆ. ಕನ್ನಡದ ಓದುಗರೂ ಇಲ್ಲಿಯ ಕತೆಗಳನ್ನ ಆಸ್ವಾದಿಸಲಿ ಅನ್ನುವ ಕಾರಣಕ್ಕೆ ಅನುವಾದವನ್ನ ಕೈಕೊಂಡ ಶ್ರೀ ಪ್ರಭಾಕರನ್ ಅವರನ್ನ ನಾನು ಅಭಿನಂದಿಸುತ್ತೇನೆ. ಈ ಬಗೆಯ ಕೆಲಸದಿಂದ ಒಂದು ಭಾಷೆ ಇನ್ನೊಂದು ಭಾಷೆಯ ಶ್ರೀಮಂತಿಕೆಯನ್ನ ಅರಿಯುವುದು ಸಾಧ್ಯವಿದೆ. ಭಾಷಾ ಶ್ರೀಮಂತಿಕೆಯ ಜೊತೆಯಲ್ಲಿ, ನೆರೆಯ ರಾಜ್ಯದ ಜನರ ಬದುಕಿನ ಅರಿವೂ ಆಗಲಿಕ್ಕೆ ಸಾಧ್ಯವಿದೆ. ಪರಸ್ಪರ ಅರ್ಥಮಾಡಿ ಕೊಳ್ಳುವ ನಿಟ್ಟಿನಲ್ಲಿ ಈ ಅನುವಾದ ತುಂಬಾ ದೊಡ್ಡ ಕೆಲಸ ಮಾಡುತ್ತದೆ.

ಈ ಸಂಕಲನದ ಕತೆಗಳನ್ನ ನಾನು ಬಿಡಿಬಿಡಿಯಾಗಿ ಪರಿಶೀಲಿಸಲು ಹೋಗುವುದಿಲ್ಲ. ಆದರೆ ಪ್ರತಿ ಕತೆಯೂ ಓದುಗರಿಗೆ ಒಂದಲ್ಲಾ ಒಂದು ಅನುಭವವನ್ನ ನೀಡುತ್ತದೆ ಅನ್ನುವುದೇ ಇಲ್ಲಿಯ ಕತೆಗಳ ವಿಶೇಷ. ಜೊತೆಗೆ ಕತೆ ಅಂದರೆ ಒಂದು ಘಟನೆಯ ನಿರೂಪಣೆ ಅನ್ನುವ ಮಾತಿಗೆ ಹೊರತಾಗಿ ಅದು ಬದುಕಿನ ವಿಶ್ಲೇಷಣೆಯಾಗಿ ಬರುವುದರಿಂದ ಇಲ್ಲಿಯ ಕತೆಗಳನ್ನ ಸೂಕ್ಷ್ಮ ಅವಲೋಕನಕ್ಕೆ ಒಳ

ಪಡಿಸಿ ಓದಬೇಕಾಗಿ ನಾನು ಕೋರುತ್ತೇನೆ.

ಸಂಕಲನದ ಮೊದಲ ಕತೆ "ಚಾಮುಂಡಿ ಗುಂಡಿ" ಗಂಡನ ಊಟದ ವ್ಯಾಪಾರಕ್ಕೆ ನೆರವಾಗಲೆಂದೇ ಅವನ ಕೈ ಹಿಡಿದು ಬಂದ ರುಕ್ಮಿಣಿಯ ಕರುಣಾಜನಿಕ ಕತೆ. ಕತೆ ಘಟಿಸುವ ದಿನ ಈಕೆ ನೀರಿನ ತೊಂದರೆಯಿಂದ ಕಷ್ಟ ಪಡುತ್ತಿರುತ್ತಾಳೆ. ಅನಿರೀಕ್ಷಿತವಾಗಿ ಓರ್ವ ಪ್ರವಾಸಿ ಇವಳಲ್ಲಿಗೆ ಬರುತ್ತಾನೆ. ಆತನಿಗೂ ಇದರ ಅನುಭವ ಆಗುತ್ತದೆ. ಓದುಗ ಕೂಡ ಮೊದ ಮೊದಲು ರುಕ್ಮಿಣಿ ನೀರಿನ ಬಗ್ಗೆಯೇ ಆತಂಕಿತಳಾಗಿದ್ದಾಳೆ ಎಂದು ತಿಳಿಯುತ್ತಾನೆ. ಆದರೆ ಅಂತ್ಯದಲ್ಲಿ ಅವಳ ಕೊರಗು ಅದಲ್ಲ ಎಂದು ತಿಳಿದಾಗ ಓದುಗ ಕೂಡ ಅವಳ ನೋವಿನಲ್ಲಿ ತಾನೂ ಪಾಲ್ಗೊಳ್ಳುತ್ತಾನೆ.

"ಶಾರದಾಳ ಮನೆ" ಯನ್ನ ಕೊಳ್ಳಲೆಂದು ಬಂದ ದಂಪತಿಗಳಿಗೆ ಮನೆ ಮಾರ ಹೊರಟಾಕೆ ಮನೆಯಲ್ಲಿ ಮಾಡ ಬಹುದಾದ ಮಾರ್ಪಾಟುಗಳ ಬಗ್ಗೆ ಹೇಳಿದಾಗ ಅಚ್ಚರಿಯಾಗುತ್ತದೆ, ಆದರೆ ಅಂತ್ಯದಲ್ಲಿ ಆಕೆ ವ್ಯಕ್ತಪಡಿಸಿದ ಒಂದು ಅಭಿಪ್ರಾಯಕ್ಕೆ ಮನೆ ಕೊಳ್ಳಲು ಬಂದವರು ಬೇರೊಂದು ರೀತಿಯಲ್ಲಿ ಅಚ್ಚರಿ ಪಡುತ್ತಾರೆ.

"ಪಂಗುರುಪುಷ್ಪದ ಜೇನು" ಕಾಡಿನಿಂದ ಜೇನನ್ನು ಕಲೆ ಹಾಕಲು ಹೊರಟ ದಂಪತಿಗಳ ಕತೆ. ಇದು ಕೆಲ ಸಂದರ್ಭದಲ್ಲಿ ಒಂದು ಕತೆಯಾಗವುದರ ಬದಲು ಒಂದು ಕವಿತೆಯಾಗಿ ಓದುಗರ ಗಮನ ಸೆಳೆಯುತ್ತದೆ. ಪ್ರಕೃತಿಗೂ ಮನುಷ್ಯನಿಗೂ ಇರುವ ಸಂಬಂಧವನ್ನ ಇದು ತೆರೆದು ಇಡುತ್ತದೆ. ಇಂತಹದೇ ವಸ್ತುವನ್ನ ತನ್ನಲ್ಲಿ ಹುದುಗಿಸಿ ಕೊಂಡಿರುವ ಕತೆ "ಸೂರ್ಯನೊಂದಿಗೆ ನಡೆದ ಆ ಹುಡುಗಿ", ಮತ್ತೆ ನಿಸರ್ಗಕ್ಕೂ ಮನುಷ್ಯನಿಗೂ ನಡುವೆ ಬಿರುಕು ಉಂಟಾದ ಕತೆಯನ್ನ ಇದು ಸ್ಪಷ್ಟ ಪಡಿಸುತ್ತದೆ.

ಸಾವನ್ನ ಹುಡುಕಿ ಕೊಂಡು ಹೊರಟ ವಿದ್ಯಾಧರ ತನ್ನ ಸಹಪ್ರಯಾಣಿಕರ ಮೇಲೆ ಪ್ರಭಾವ ಬೀರುತ್ತ ಕಾಶಿಗೆ ಪ್ರಯಾಣ ಮಾಡುವುದು ಒಂದು ವಿಶೇಷ ಅನುಭವವನ್ನ ನೀಡುತ್ತದೆ. ಇಲ್ಲಿ ವಿದ್ಯಾಧರನ ವ್ಯಕ್ತಿತ್ವ ಓದುಗರನ್ನ ಹಿಡಿದು ಅಲ್ಲಾಡಿಸಿ ಬಿಡುತ್ತೆ.

"ಶಿಶಿರ ಋತುವಿನ ಇರುವೆಗಳು" ಕತೆಯಲ್ಲಿ ನವನೀತೆ ಇರುವೆಗಳ ಕಾಟದಿಂದ ಬಳಲುವುದನ್ನ ಓದಿದಾಗ ಅವು ಕೇವಲ ಇರುವೆಗಳೇ ಹೌದು ಎಂದು ಅನಿಸುವುದಿಲ್ಲ. ಅಂತೆಯೇ "ನನ್ನ ಹೊಲಿಗೆ ಯಂತ್ರ"ದ ಕತೆ ಹೊಲಿಗೆ ಯಂತ್ರಕ್ಕೆ ಮಾತ್ರ ಮೀಸಲಾಗಿ ಇಲ್ಲ.

ಹೀಗೆ ಇಲ್ಲಿಯ ಕತೆಗಳು ಕುತೂಹಲಕರವಾದ ಹಲವು ವಿಷಯಗಳನ್ನ ಪ್ರಸ್ತಾಪ ಮಾಡುತ್ತ ಬದುಕಿನ ಇನ್ನೊಂದು ವಿಷಯದತ್ತ ನಮ್ಮ ಗಮನಸೆಳೆಯುವಲ್ಲಿ ಯಶಸ್ವಿಯಾಗಿವೆ. ನದಿಯೊಂದರ ಬಗ್ಗೆ ಬರೆಯುತ್ತ ಲೇಖಕಿ ಮಗಳ ಕಿವಿಯ ಆಭರಣವನ್ನ ಅಪಹರಿಸುವ ತಂದೆಯ ಬಗ್ಗೆಯೂ ಬರೆಯುತ್ತಾರೆ (ನದಿ), ಒಂದು ದೊಡ್ಡ ಮನೆಯ ಐದನೇ ಸೊಸೆಯಾಗಿ ಬಂದಾಕೆ ಕೊನೆಗೂ ಬದುಕಿನಲ್ಲಿ ಸುಖ ಕಾಣದೆ ಬಳಲುವ ಹೃದಯ ವಿದ್ರಾವಕ ಕತೆ (ಮಂಡಕದ ದೇವಿ). ಪೌರಾಣಿಕ ಪಾತ್ರಗಳ ಮೂಲಕವೇ ಬಿಚ್ಚಿಕೊಳ್ಳುವ "ದುಶ್ಯಂತನೂ ಭೀಮನೂ ಇಲ್ಲದ ಲೋಕ",

ಕೇರಳದ ಪ್ರಸಿದ್ಧ ಫಲ ಗೇರು ಬೀಜವನ್ನ ಪರಿಚಯಿಸುವ "ಹಸಿ ಗೇರು ಬೀಜದ ರುಚಿ", ಮನುಷ್ಯನ ರಾಕ್ಷಸೀತನಕ್ಕೆ ಸಿಲುಕಿ ಸುರಕ್ಷತೆಯನ್ನ ಅರಿಸಿ ಹಾರಿ ಹೋಗುವ ಚಕ್ರವಾಕಗಳ ಕತೆ "ಜಲ ಪಕ್ಷಿಗಳು" ಓದುಗರನ್ನ ಹಿಡಿದಿರಿಸಿ ಕೊಳ್ಳುವ ಕೆಲಸ ಮಾಡಿವೆ. ಮತ್ತೆ ಮತ್ತೆ ಮಲಬಾರ್‌ಪ್ರದೇಶದ ಸುಂದರ ದೃಶ್ಯಗಳನ್ನ ಇವು ಸೆರೆ ಹಿಡಿಯುತ್ತವೆ.

ಈ ಸಂಕಲನದ ತುಸು ದೀರ್ಘವಾದ ಕತೆ "ಪೂರಂ". ಸಂದೀಪ, ರಾರುಮೂಪನ್, ದೇವ, ಶಾಲಿನಿ ಈ ನಾಲ್ವರ ಮೂಲಕ ತೆರೆದು ಕೊಳ್ಳುವ ಈ ಕತೆಯಲ್ಲಿ ಕೇರಳದ ಬಣ್ಣದ ಬಾವುಟಗಳು ಫಡಫಡಿಸುತ್ತವೆ. ಅಜ್ಜಿಯ ಮಂಚದ ಅಡಿಯಲ್ಲಿ ಇರುವ ಕಾಶಿ ಹುಂಡಿಯಿಂದ ಹಣ ತೆಗೆಯ ಬೇಕು ಅನ್ನುವ ಮೊಮ್ಮಗ, "ಪಾಲಕ್ಕಂಡಿ ಕಾವಿನ ಮೂರು ಕೈ ತಲುಪಿದಾಗ ಅಲ್ಲಿ ಧ್ವಜಗಳು ದೀಪದಾರತಿಯೊಂದಿಗೆ ನಾಲ್ಕೂ ಭಾಗಗಳಿಂದ ಹರಿದು ಬಂದು ಸೇರುತ್ತಿರುವುದು, "ಊರಿನ ಬಯಲಿನಲ್ಲಿ ಇರುವ ಮರದ ಕೊಂಬೆಗಳಲೆಲ್ಲ ಗಾಳಿಯಲ್ಲಿ ನೃತ್ಯ ಮಾಡುತ್ತಿರುವ ಧ್ವಜಗಳು" ಇವುಗಳೆಲ್ಲ ಕತೆಯ ಆಕರ್ಷಣೆಯನ್ನ ಹೆಚ್ಚಿಸುತ್ತವೆ. ಈ ಬಣ್ಣದ ಧ್ವಜಗಳೇ ಇಲ್ಲಿಯ ಕತೆಗಳನ್ನ ತಿಳಿಸಿ ಹೇಳುತ್ತವೆ.

ಪಂಗುರುಪುಷ್ಪದ ಬಗ್ಗೆ ಮಲೆಯಾಳಿಗಳಲ್ಲಿ ಸುಂದರ ಕಲ್ಪನೆ ಇದೆ. ಪಂಗುರು ಬಳ್ಳಿ ಬಲವಾದ ದೊಡ್ಡ ಮರಕ್ಕೆ ಹಬ್ಬಿಕೊಂಡು ನೇರವಾಗಿ ಸ್ವರ್ಗಕ್ಕೆ ಜೇನನ್ನ ತೆಗೆದು ಕೊಂಡು ಹೋಗುತ್ತದೆ ಅನ್ನುವ ನಂಬಿಕೆ. "ಪಂಗುರುಪುಷ್ಪದ ಜೇನು" ಅನ್ನುವ ಈ ಸಂಕಲನದ ಕತೆಯಲ್ಲಿ ಈ ಹೂವಿನ ವರ್ಣನೆ ಬರುತ್ತದೆ. ಕೇರಳದ ಜನರ ವರ್ಣರಂಜಿತ ಬದುಕನ್ನ, ಅವರ ಜೀವನದ ಹಲವು ಘಟನಾವಳಿಗಳನ್ನ, ಜೀವನೋತ್ಸಾಹವನ್ನ ಬಿಂಬಿಸುವ ಕತೆಗಳಿರುವ ಈ ಕೃತಿಗೆ ಆ ಹೆಸರು ಸೂಕ್ತ ಎಂದು ನನಗೆ ಅನಿಸುತ್ತದೆ.

ಕೇವಲ ಓದಿಸಿಕೊಂಡು ಹೋಗದೆ, ಚಿಂತನೆಗೆ, ವಿಶ್ಲೇಷಣೆಗೆ ಹಚ್ಚುವ ಈ ಕತೆಗಳನ್ನ ಅನುವಾದಿಸಿ ಕೊಟ್ಟ ಶ್ರೀ ಪ್ರಭಾಕರನ್ ಅವರಿಗೆ ನಾನು ಮತ್ತೊಮ್ಮೆ ಅಭಿನಂದನೆ ಹೇಳುತ್ತೇನೆ. ಅವರ ಈ ಕೆಲಸ ಮುಂದುವರೆಯಲಿ. ಶ್ರೀ ಪ್ರಭಾಕರನ್ ಅವರು ಕನ್ನಡದ ಜಾಯಮಾನಕ್ಕೆ ಮಲೆಯಾಳಿ ಭಾಷೆ ಹೊಂದಿ ಕೊಳ್ಳುವಂತೆ, ಕನ್ನಡದ ಧ್ವನಿ ಅಲ್ಲಿ ಒಡಮೂಡುವಂತೆ ಅನುವಾದದ ಕೆಲಸವನ್ನ ಮಾಡಿದ್ದಾರೆ. ಅನುವಾದ ಕಷ್ಟದ ಕೆಲಸ. ಎರಡೂ ಭಾಷೆಗಳ ಮೇಲಿನ ಪ್ರೇಮ ಮಾತ್ರ ಈ ಕೆಲಸವನ್ನ ಯಶಸ್ವಿಯಾಗಿ ಮಾಡಿಸ ಬಲ್ಲದು. ಶ್ರೀ ಪ್ರಭಾಕರನ್ ಅವರಿಗೆ ಈ ಕಾರಣಕ್ಕೆ ಭಲೆ ಅನ್ನುತ್ತೇನೆ.

ಅನುವಾದಕರ ಮಾತು

ಕೆ. ಪ್ರಭಾಕರನ್
"ಕೃಷ್ಣಮ್ಮಾಳ್" ಗಣಪತಿ ದೇವಸ್ಥಾನದ ಹತ್ತಿರ,
ನಾಗರಾಜಪುರ ಬಡಾವಣೆ,
ಅಶೋಕನಗರ, ಶಿವಮೊಗ್ಗ, 577205

ನಾನು ಕನ್ನಡದ ನೆಲದಲ್ಲಿ ಹುಟ್ಟಿಬೆಳೆದ ಕೇರಳಮೂಲದ ಕನ್ನಡಿಗ. ತಂದೆತಾಯಿಗಳು ಕೇರಳದಿಂದ ಬಂದು ಇಲ್ಲಿ ಶಿವಮೊಗ್ಗ ಜಿಲ್ಲೆಯ ಭದ್ರಾವತಿಯಲ್ಲಿ ನೆಲಸಿದಾಗ ಅವರ ಐದನೆಯ ಮಗನಾಗಿ ಜನಿಸಿದ ನನಗೆ ಕನ್ನಡದಲ್ಲೇ ಪ್ರಾಥಮಿಕ ಹಾಗೂ ಪ್ರೌಢಶಾಲಾ ಶಿಕ್ಷಣ ದೊರಕಿತು. ನಂತರ ಇಂಜಿನಿಯರಿಂಗ್‌ನಲ್ಲಿ ಡಿಪ್ಲೊಮೊ ಪಡೆದುಕೊಂಡೆ. ಚಿಕ್ಕಂದಿನಲ್ಲಿರುವಾಗ ಮನೆಯಲ್ಲೇ ಮಲಯಾಳಂ ಭಾಷೆ ಕಲಿಸುವ ವ್ಯವಸ್ಥೆಯನ್ನು ತಂದೆಯವರು ಮಾಡಿದ್ದರೂ ಹೆಚ್ಚಿನ ಬಳಕೆ ಮಾಡದೇ ಇದ್ದಿದ್ದರಿಂದ ಓದು ಹಾಗೂ ಬರವಣಿಗೆಯಲ್ಲಿ ಹೆಚ್ಚು ಉಪಯುಕ್ತವಾಗಿರಲಿಲ್ಲದಿದ್ದರೂ ಮಾತನಾಡುತ್ತಿದ್ದೆ. ನಂತರ ನಾನು ಅಂದಿನ ಕರ್ನಾಟಕ ವಿದ್ಯುಚ್ಛಕ್ತಿ ಮಂಡಳಿಯಲ್ಲಿ ಜ್ಯೂನಿಯರ್ ಇಂಜಿನಿಯರ್ ಆಗಿ ಜೋಗಫಾಲ್ಸ್‌ನಲ್ಲಿ ಕೆಲಸಕ್ಕೆ ಸೇರ್ಪಡೆಗೊಂಡಾಗ ಅಲ್ಲಿಯ ಮಿತ್ರಮಂಡಳಿಯ ಸಂಪರ್ಕದಿಂದಾಗಿ ನಾಟಕಗಳಲ್ಲಿ ಭಾಗವಹಿಸುವ ಅವಕಾಶ ದೊರೆಯಿತು. ಮಾತೃಭಾಷೆ ಮಲಯಾಳಂ ಆಗಿದ್ದರೂ ನಾನು ಕನ್ನಡ ಸ್ಪಷ್ಟವಾಗಿ ಮಾತನಾಡುತ್ತಿದ್ದೆ ಹಾಗೂ ಕನ್ನಡ ಮಾತನಾಡುವಾಗ ಮಲಯಾಳಂನ ಯಾವುದೆ ಛಾಯೆ ಇರುತ್ತಿರಲಿಲ್ಲ ಎಂದು ನನ್ನ ಕನ್ನಡವನ್ನು ಕೇಳಿದವರು ಹೇಳುತ್ತಿದ್ದರು. ಇದರಿಂದಾಗಿ ನನಗೆ ನಾಟಕಗಳಲ್ಲಿ ಪ್ರಮುಖ ಪಾತ್ರಗಳು ಸಿಗುತ್ತಿದ್ದವು. ನಂತರ ಶಿವಮೊಗ್ಗ ಜಿಲ್ಲೆಯ ಹಾರನಹಳ್ಳಿಯಲ್ಲಿ ಎರಡು ವರ್ಷ ಕಾರ್ಯ ನಿರ್ವಹಿಸಿ ಕರಾವಳಿ ಪ್ರದೇಶಕ್ಕೆ ವರ್ಗವಾಗಿ ಹೋದೆ. ಅಲ್ಲಿ ನನಗೆ ಕಲೆ ಹಾಗೂ ಇತರೆ ಸಾಂಸ್ಕೃತಿಕ ರಂಗದ ಪರಿಚಯವಾಗಿ ಅವುಗಳನ್ನು ನನ್ನ ಹವ್ಯಾಸಿ ಪ್ರವೃತ್ತಿಯನ್ನಾಗಿ ಮಾಡಿಕೊಂಡೆ. ಮೊದಲು ಕುಂದಾಪುರ ತಾಲೂಕಿನ ಬೈಂದೂರು ಎಂಬಲ್ಲಿ ಎರಡು ಅವಧಿಗಳಲ್ಲಿ ಹದಿನಾಲ್ಕು ವರ್ಷ ಇಲಾಖೆಯ ಕಾರ್ಯ ನಿರ್ವಹಣೆಯೊಂದಿಗೆ ಅಲ್ಲಿ ಲಾವಣ್ಯ ಮಿತ್ರರೊಂದಿಗೆ ರಂಗಭೂಮಿಯೊಂದಿಗಿನ ಸಹವಾಸ ಬೆಳೆಸಿಕೊಂಡೆ. ಅಲ್ಲಿ ನಾನೊಬ್ಬ ಉತ್ತಮ ನಟನೆಂದು ಬಹಳ ಬೇಗ ಗುರ್ತಿಸಿಕೊಂಡೆ ಹಾಗೂ ಲಾವಣ್ಯದ ಬೆಳವಣಿಗೆಯೊಂದಿಗೆ ನನ್ನೊಳಗಿದ್ದ ನಟ ಹೊರ ಬರಲು ಸಹಾಯವಾಯಿತು. ನಂತರ ನಾನು ಕುಂದಾಪುರದಲ್ಲಿ ಸಮುದಾಯ ಸಾಂಸ್ಕೃತಿಕ ಸಂಘಟನೆಯ ಸಂಪರ್ಕಕ್ಕೆ ಬಂದು ಅದರಲ್ಲಿ ಹೆಚ್ಚಿನ ರೀತಿಯಲ್ಲಿ ತೊಡಗಿಸಿಕೊಂಡೆ. ಅಲ್ಲಿ ಸಮುದಾಯದ ಗೆಳೆಯರಿಂದ ಸಮುದಾಯದ ಪ್ರಗತಿಪರ ಆಶಯಗಳ ಕಡೆಗೆ ನನ್ನ

ಮನಸ್ಸು ಆಕರ್ಷಣೆಗೊಂಡು, 1992 ರಿಂದ 2013 ರವರೆಗೂ ನಾನು ಕುಂದಾಪುರ ಸಮುದಾಯದ ಚಳುವಳಿಯಲ್ಲಿ ಸಕ್ರಿಯವಾಗಿ ತೊಡಗಿಸಿಕೊಂಡಿದ್ದೆ. ನನ್ನ ವೃತ್ತಿಜೀವನದ ಕೊನೆಯ ಹದಿಮೂರು ವರ್ಷ ಇಲಾಖೆಯಲ್ಲಿ ಉಪ-ವಿಭಾಗದ ಅಧಿಕಾರಿಯಾಗಿದ್ದ ನಾನು ಇಲಾಖೆಯಿಂದ ನಿರ್ಗಮಿಸುವ ಸಮಯ ಬಂದಾಗ ನಾನು ಶಿವಮೊಗ್ಗ ನಗರಕ್ಕೆ ಬಂದು ಸೇರಿಕೊಂಡೆ. 1989ರಲ್ಲಿ ಸಮಾಜಶಾಸ್ತ್ರದಲ್ಲಿ ಸ್ನಾತಕೋತ್ತರ ಪದವಿಯನ್ನು ಮೈಸೂರು ವಿಶ್ವವಿದ್ಯಾಲಯದಿಂದ ಪಡೆದುಕೊಂಡ ನಾನು, 2013ರಲ್ಲಿ ನನ್ನ ವೃತ್ತಿಜೀವನದ 40ವರ್ಷ ಕಳೆದು, ನಾನು ನಿವೃತ್ತಿಯಾಗುವ ವರ್ಷದಲ್ಲಿ ಕನ್ನಡ ಸಾಹಿತ್ಯದಲ್ಲಿ ಸ್ನಾತಕೋತ್ತರ ಪದವಿಯನ್ನು ಪಡೆದುಕೊಂಡೆ. ಈ ನಡುವೆ ನಾನು ಮಲಯಾಳಂ ಭಾಷೆಯ ಬಗ್ಗೆ ಹೆಚ್ಚಿನ ಆಸಕ್ತಿಯಿಂದ ಕಲಿಯಲು ಪ್ರಾರಂಭಿಸಿದ್ದೆ. ನಿವೃತ್ತಿಯ ನಂತರ ನಾನು ಮಲಯಾಳಂ ಭಾಷೆಯನ್ನು ಹೆಚ್ಚಿನ ಅಭ್ಯಾಸ-ಅಧ್ಯಯನ ಮಾಡಿ ಮಲಯಾಳಂ ಸಾಹಿತ್ಯ ಓದುವ ಅವಕಾಶ ಕಲ್ಪಿಸಿಕೊಂಡಾಗ, ಸಮೃದ್ಧವಾದ ಮಲಯಾಳಂ ಭಾಷೆಯ ಸಾಹಿತ್ಯವನ್ನು ಅನುವಾದ ಮಾಡುವ ಆಲೋಚನೆ ಮೂಡಿತು. ಈಗಾಗಲೆ ಸುಮಾರು ಐವತ್ತಕ್ಕೂ ಬೇರೆ ಬೇರೆ ಮಲಯಾಳಂ ಲೇಖಕರ ಸಣ್ಣಕಥೆಗಳನ್ನು ಅನುವಾದ ಮಾಡಿದ್ದರೂ ಮೂಲ ಲೇಖಕರ ಅನುಮತಿ ಪಡೆಯುವಲ್ಲಿ ಹೆಚ್ಚಿನ ಸಮಸ್ಯೆಗಳು ಇರುವುದರಿಂದ ಅವುಗಳನ್ನು ಪ್ರಕಟಣೆ ಮಾಡಲು ಸಾಧ್ಯವಾಗಿರುವುದಿಲ್ಲ. ಇದೀಗ ಮಲಯಾಳಂ ಭಾಷೆಯ ಶ್ರೇಷ್ಠ ಮಹಿಳಾ ಸಾಹಿತಿ ಪಿ. ವತ್ಸಲರವರ ಹದಿನಾಲ್ಕು ಕಥೆಗಳನ್ನು ಅನುವಾದಿಸಿ ಪ್ರಕಟಗೊಳಿಸಲು ಅನುಮತಿ ದೊರೆತಿರುವುದರಿಂದ ನನ್ನ ಎರಡನೆಯ ಅನುವಾದದ ಕಥೆಗಳನ್ನು ಇದೀಗ ಪ್ರಕಟಿಸಲು ಸಹಕಾರವಾಯಿತು.

ನನ್ನ ಈ ಪ್ರಯತ್ನಕ್ಕೆ ಮೂಲ ಪ್ರೇರಣೆ ಕುಂದಾಪುರ ಭಂಡಾರ್ಕರ್ಸ್ ಕಾಲೇಜಿನ ಇಂಗ್ಲಿಷ್ ವಿಭಾಗದ ಮುಖ್ಯಸ್ಥರಾದ ಪ್ರೊ.(ಡಾ.) ಶ್ರೀಮತಿ ಪಾರ್ವತಿ ಐತಾಳ್‌ರವರು. ಅವರು ಈಗಾಗಲೇ ಮಲಯಾಳಂ ಭಾಷೆಯ ಶ್ರೇಷ್ಠ ಲೇಖಕರ ಕಥೆಗಳನ್ನೂ ಕಾದಂಬರಿಗಳನ್ನೂ ಕನ್ನಡಕ್ಕೆ ಅನುವಾದ ಮಾಡಿರುವುದಲ್ಲದೇ ಸ್ವತಃ ಕನ್ನಡದಲ್ಲಿ ಅನೇಕ ಕಥೆಗಳನ್ನೂ ಲೇಖನಗಳನ್ನೂ ಬರೆದು ಪ್ರಸಿದ್ಧರಾಗಿದ್ದಾರೆ. ತಮ್ಮ ಅನುವಾದ ಕೃತಿಗಳು ಹಾಗೂ ಸ್ವಂತ ಕೃತಿಗಳ ರಚನೆಗಾಗಿ ಕರ್ನಾಟಕದ ಹಲವು ಪ್ರಶಸ್ತಿಗಳಿಗೂ ಭಾಜನರಾಗಿದ್ದಾರೆ. ಅವರು ನೀಡಿದ ನೆರವಿಗೆ ಹಾಗೂ ಪ್ರೋತ್ಸಾಹಕ್ಕೆ ಮನಸಾರೆ ವಂದಿಸುತ್ತೇನೆ. ನನ್ನ ಈ ಅನುವಾದದ ಕೃಷಿಗೆ ಹೆಚ್ಚಿನ ಸಹಕಾರ ದೊರೆತಿದ್ದು ನನ್ನ ಮೊದಲ ಮಗಳಾದ ಅಶ್ವಿನಿಯ ಪತಿ ಮುರಳಿ ಕೃಷ್ಣನ್ ರವರಿಂದ ಎನ್ನುವುದನ್ನು ನಾನು ನೆನೆಯಲೇ ಬೇಕು. ಸಾಫ್ಟ್‌ವೇರ್ ಇಂಜಿನಿಯರ್ ಆಗಿದ್ದರೂ ಮಲಯಾಳಂ ಭಾಷೆಯಲ್ಲಿ ಅವರ ಪಾಂಡಿತ್ಯ ಮೆಚ್ಚಲೇಬೇಕು. ಅವರ ಸಹಕಾರಕ್ಕೂ ವಂದನೆಗಳು. ಹಾಗೆಯೇ ಈ ಅನುವಾದದ ಕೆಲಸಗಳಿಗೆ ವಿವಿಧ ಹಂತದಲ್ಲಿ ಸಹಕರಿಸಿದ ಪತ್ನಿ ಅಂಬಿಕಾ, ನೆರವು ನೀಡಿದ ನನ್ನ ಮಕ್ಕಳಾದ ಅಶ್ವಿನಿ

ಹಾಗೂ ಪ್ರಜ್ವಲ ಇವರಿಗೂ ನನ್ನ ಕೃತಜ್ಞತೆಯ ರೂಪದ ಆಶೀರ್ವಾದಗಳು. ಆಗಾಗ್ಗೆ ನಾನು ನೀಡಿದ ತೊಂದರೆಗಳನ್ನು ಸಹಿಸಿದ ಕುಂದಾಪುರ ಸಮುದಾಯದ ಸಂಗಾತಿ ಗಣೇಶ್ ಕಾರಂತ್, ಕರ್ನಾಟಕ ಸಮುದಾಯ ರಾಜ್ಯ ಸಮಿತಿಯ ಪ್ರಧಾನ ಕಾರ್ಯದರ್ಶಿ ಸಂಗಾತಿ ಟಿ. ಸುರೇಂದ್ರರಾವ್ ಇವರಿಗೂ, ಹಾಗೆಯೇ ಮಲಯಾಳಂ ಭಾಷೆಯ ನನ್ನ ಅನೇಕ ಸ್ನೇಹಿತರಿಗೆಲ್ಲರಿಗೂ ನನ್ನ ಕೃತಜ್ಞತೆಗಳು. ಈ ಸಂಕಲನವನ್ನು ಪ್ರಕಟಿಸಲು ಸಹಕರಿಸಿದ ಚಿಂತನ ಪ್ರಕಾಶನದ ಸಂಗಾತಿ ವಸಂತರಾಜ್‌ರವರಿಗೆ ವಿಶೇಷ ಕೃತಜ್ಞತೆ ಸಲ್ಲಿಸುತ್ತಿದ್ದೇನೆ. ಏಕೆಂದರೆ ನನ್ನ ಮೊದಲ ಪ್ರಯತ್ನಕ್ಕೆ ಅವರ ಸಹಕಾರ ನಿಜಕ್ಕೂ ನನ್ನಲ್ಲಿ ಹೆಚ್ಚಿನ ಉತ್ಸಾಹ ತುಂಬಿದೆ. ಈಗಾಗಲೆ ಕನ್ನಡ ದಿನಪತ್ರಿಕೆ 'ಉದಯವಾಣಿ'ಯಲ್ಲಿ ಈ ಕಥಾಸಂಕಲನದ ಒಂದು ಕಥೆಯಾದ 'ಶಾರದಳ ಮನೆ' ಪ್ರಕಟಗೊಳಿಸಿ ನನ್ನನ್ನು ಪ್ರೋತ್ಸಾಹಿಸಿದ್ದಾರೆ. ಅವರಿಗೂ ಧನ್ಯವಾದಗಳು. ಈ ಕಥಾ ಸಂಕಲನಕ್ಕೆ ವಿಶೇಷ ಮೆರಗು ನೀಡಿರುವುದು ಇದರ ಮುನ್ನುಡಿಯಿಂದಾಗಿ ಎನ್ನುವುದು ನನ್ನ ಪ್ರಾಮಾಣಿಕ ಅನಿಸಿಕೆ. ಏಕೆಂದರೆ ಕನ್ನಡದ ಶ್ರೇಷ್ಠ ಹಾಗೂ ಹೆಸರಾಂತ ಸಾಹಿತಿಗಳಾದ ಸನ್ಮಾನ್ಯ ಡಾ. ನಾ ಡಿಸೋಜರವರು ಇದಕ್ಕೆ ಮುನ್ನುಡಿ ಬರೆದು ನನ್ನನ್ನು ಹರಸಿರುವುದಲ್ಲದೇ ಕಥೆಗಳ ಬಗ್ಗೆ ಮೆಚ್ಚಿಗೆ ವ್ಯಕ್ತಪಡಿಸಿರುತ್ತಾರೆ. ಅವರ ಮಾತುಗಳು ಈ ಸಂಕಲನಕ್ಕೆ ಸಿಕ್ಕಿದ ಮಾನ್ಯತೆ ಎಂದೇ ಭಾವಿಸುತ್ತೇನೆ. ಅವರು ನೀಡಿದ ಮಾರ್ಗದರ್ಶನ ಹಾಗೂ ಸಹಕಾರಕ್ಕೆ ತುಂಬು ಹೃದಯದ ಕೃತಜ್ಞತೆಗಳು. ನಾನು ಈ ಕಥಾಸಂಕಲನವನ್ನು ನನ್ನ ಮೊದಲ ಅನುವಾದದ ಕೃತಿಯೆಂದು ಪರಿಗಣಿಸಿದ್ದೆ. ಆದರೆ ಕಾರಾಣಾಂತರಗಳಿಂದ ಈ ಪುಸ್ತಕಕ್ಕೂ ಮೊದಲು ನನ್ನ ಆನಂತರದ ಅನುವಾದ ಕೃತಿಯಾದ ಮಕ್ಕಳ ಕಾದಂಬರಿ "ಕನಸಿನೂರಿನ ಕಿಟ್ಟಣ್ಣ" ಪ್ರಕಟಗೊಂಡಿರುತ್ತದೆ ಆದ್ದರಿಂದ ಈ ಕಥಾಸಂಕಲನ ನನ್ನ ಎರಡನೆಅನುವಾದ ಕೃತಿಯಾಗಿ ಕಾಣಿಸಿ ಕೊಳ್ಳುತ್ತಿದೆ.

ಮುಖ ಪುಟಕ್ಕೆ ಆಕರ್ಷಣೀಯವಾದ ಚಿತ್ರವನ್ನು ಬಹಳ ಉತ್ಸಾಹದಿಂದ ರಚಿಸಿದ ಪ್ರಾಧ್ಯಾಪಕ ವೃತ್ತಿಯ ಚಿತ್ರಕಲಾವಿದ ಹಾಗೂ ಸಾಹಿತಿ, ಸಂಗಾತಿ ಉದಯ ಗಾವಂಕರ್ ಇವರಿಗೂ ಮನದಾಳದ ಕೃತಜ್ಷತೆಗಳು.

ನನ್ನ ಈ ಪ್ರಯತ್ನಕ್ಕೆ ಕನ್ನಡದ ಎಲ್ಲ ಸಾಹಿತ್ಯ ಅಭಿಮಾನಿಗಳ ಸಹಕಾರ ಹಾಗು ಆಶೀರ್ವಾದಕ್ಕಾಗಿ ವಿನಂತಿಸುತ್ತಿದ್ದೇನೆ.

ಲೇಖಕರ ಕುರಿತು

1938 ರಲ್ಲಿ ಕೇರಳದ ಕೋಳಿಕೋಡಿನಲ್ಲಿ ಜನಿಸಿದ ಶ್ರೀಮತಿ **ಪಿ. ವತ್ಸಲಾ** (ವತ್ಸಲಾ ಟೀಚರ್ ಎಂದೇ ಪ್ರಸಿದ್ಧ) ಟೀಚರ್ ಟ್ರೈನಿಂಗ್ ಸಂಸ್ಥೆ ಹಾಗೂ ಪ್ರೌಢಶಾಲೆಗಳಲ್ಲಿ ಅಧ್ಯಾಪಕಿಯಾಗಿದ್ದವರು. ಕೇರಳ ಸಾಹಿತ್ಯ ಅಕಡೆಮಿಯ ಅಧ್ಯಕ್ಷರಾಗಿಯೂ ಕೇಂದ್ರ ಸಾಹಿತ್ಯ ಅಕಡೆಮಿಯ ಮಲಯಾಳಂ ಭಾಷಾ ವಿಭಾಗದ ಸಲಹಾ ಸಮಿತಿಯ ಸದಸ್ಯರೂ ಆಗಿ ಸೇವೆ ಸಲ್ಲಿಸಿದ್ದಾರೆ. ಸುಮಾರು 18 ಕಾದಂಬರಿಗಳನ್ನೂ ಮೂವತ್ತಕ್ಕೂ ಹೆಚ್ಚು ಸಣ್ಣಕಥಾ ಸಂಕಲನಗಳನ್ನೂ (ಸುಮಾರು ಮುನ್ನೂರಕ್ಕೂ ಅಧಿಕ ಕಥೆಗಳನ್ನೊಳಗೊಂಡ) ಐದು ಬಾಲ ಸಾಹಿತ್ಯ ಕೃತಿಗಳನ್ನೂ ಸೇರಿದಂತೆ ಐವತ್ತಕ್ಕೂ ಹೆಚ್ಚು ಪುಸ್ತಕಗಳನ್ನು ಬರೆದಿದ್ದಾರೆ. ಇವರ "ನಿಳಲ್ ಉರುಂಗುನ್ನ ವಳಿಗಳ್" (ನೆರಳು ನಿದ್ರಿಸುವ ದಾರಿಗಳು) ಎನ್ನುವ ಕಾದಂಬರಿಗೆ 'ಕೇರಳ ಸಾಹಿತ್ಯ ಅಕೆಡೆಮಿ' ಪುರಸ್ಕಾರ ಸಿಕ್ಕಿದೆ. ಇದಲ್ಲದೆ ಇವರಿಗೆ 'ಬಾಲ ಸಾಹಿತ್ಯ ಇನ್ಸ್‌ಟಿಟ್ಯೂಟ್' ಪುರಸ್ಕಾರ, 'ಕುಂಕುಮಂ' ಪುರಸ್ಕಾರ, 'ಮುತ್ತುಟ್ಟ್ ವರ್ಕಿ' ಪುರಸ್ಕಾರ, 'ಸಿ ವಿ ಕುಜ್ಞಿರಾಮನ್ ಸ್ಮಾರಕ ಸಾಹಿತ್ಯ' ಪುರಸ್ಕಾರ ಮುಂತಾದ ಪ್ರಶಸ್ತಿ–ಪುರಸ್ಕಾರಗಳು ದೊರೆತಿವೆ. ಎಪ್ಪತ್ತರ ದಶಕದ ಇವರ ಮೊದಲ ಕಾದಂಬರಿ "ನೆಲ್ಲ್" (ಭತ್ತ), ಇದನ್ನು 'ಚೆಮ್ಮೀನ್' ಚಲನಚಿತ್ರಖ್ಯಾತಿಯ ನಿರ್ದೇಶಕ 'ರಾಮುಕಾರಿಯತ್' ತಮ್ಮ ನಿರ್ದೇಶನದಲ್ಲಿ ಚಲನಚಿತ್ರವಾಗಿ ಖ್ಯಾತಿ ಪಡೆದಿದೆ. ಇದೀಗ ಇವರ ಮತ್ತೊಂದು ಕೃತಿ 'ಖಿಲಾಫತ್' ಸಹ ಚಲನಚಿತ್ರವಾಗುವ ತಯಾರಿಯಲ್ಲಿದೆ.

ಪ್ರಸ್ತುತ ಕಥೆಗಳು ಅವರೇ ಆಯ್ಕೆ ಮಾಡಿದ, ಅವರಿಗೆ ಪ್ರಿಯವೆನಿಸಿದ ಅಪೂರ್ವವಾದ ಹದಿನಾಲ್ಕು ಕಥೆಗಳ ಸಂಗ್ರಹವಾಗಿದೆ. ಪ್ರಕೃತಿಯ ಮಡಿಲಿನಲ್ಲಿ ಜೀವಿಸುತ್ತಿರುವ ಅವರು, ಪ್ರಕೃತಿಯ ಪರಿಸರದ ಮೇಲಿನ ತಮ್ಮ ಪ್ರೀತಿಯ ದ್ಯೋತಕವಾಗಿ ಕಾಡು ಗುಡ್ಡಗಾಡು ಪ್ರದೇಶಗಳ ಚಿತ್ರಣವನ್ನು ಬಹಳ ಅದ್ಭುತವಾಗಿ ತಮ್ಮ ಕೃತಿಗಳಲ್ಲಿ ಮೂಡಿಸುತ್ತಾರೆ. ಇದೀಗ ಬಹಳ ಅಪರೂಪವಾಗಿ ಕಂಡುಬರುವ ಹಾಗೂ ಅವಸಾನದ ಅಂಚಿನಲ್ಲಿರುವ ಅನೇಕ ಜಾತಿಯ ಮರಗಳ ಹೂವುಗಳ ಚಿತ್ರಣವನ್ನು ಅವರ ಕಥೆಗಳಲ್ಲಿ ಧಾರಾಳವಾಗಿ ಕಂಡು ಬರುತ್ತದೆ. ಸಾಮಾನ್ಯವಾಗಿ ಬಡಮಧ್ಯಮ ವರ್ಗದ ಜನರ ನೋವು ನಲಿವುಗಳಿಗೆ ಸ್ಪಂದಿಸುವ ಇವರು ಕೇರಳದ ಪ್ರಗತಿಪರ ಹೋರಾಟಗಳಲ್ಲಿ ಸಕ್ರಿಯವಾಗಿ ಪಾಲ್ಗೊಳ್ಳುವ ಓರ್ವ ಸಾಮಾಜಿಕ ಕಾರ್ಯಕರ್ತೆಯೂ ಹೌದು. ಕೇರಳದಲ್ಲಿ ಮಹಿಳಾ ಲೇಖಕಿಯರ ಸಂಖ್ಯೆ ಕಡಿಮೆ ಇರುವುದರ ಬಗ್ಗೆ ಕಾಳಜಿ ತೋರುವ ಇವರು ಈ ಕಾಲಘಟ್ಟದ ಓರ್ವ ಸಮರ್ಥ ಬರಹಗಾರರಾಗಿ ನಮ್ಮ ಮುಂದೆ ನಿಂತಿದ್ದಾರೆ. ಇವರನ್ನು ಕನ್ನಡ ಓದುಗರಿಗೆ ಪರಿಚಯಿಸುವ ಪ್ರಯತ್ನವಿದು.

ನನ್ನ
ತಂದೆತಾಯಿಗಳಾದ
ಕೃಷ್ಣಮ್ಮಾಳ್‌ರವರಿಗೆ
ಅರ್ಪಣೆ

ಪರಿವಿಡಿ

ಚಾಮುಂಡಿ ಗುಂಡಿ

ಊಟದ ವ್ಯಾಪಾರಕ್ಕೆ ಒಬ್ರು ಸಹಾಯಕ್ಕೆ ಇರಲೀಂತಾನೇ ಪರಮೇಶ್ವರ ರುಕ್ಮಿಣಿಯನ್ನು ಮದುವೆ ಮಾಡಿಕೊಂಡು ಬಂದದ್ದು. ದೇವಸ್ಥಾನಕ್ಕೆ ಬರುವ ಯಾತ್ರಾರ್ಥಿಗಳಿಗೆ ಊಟದ ವ್ಯವಸ್ಥೆ ಮಾಡೊದೇ ಪರಮೇಶ್ವರನ ಕೆಲಸ. ಇದರಿಂದಾನೇ ಅವನು ತನ್ನ ಜೀವನ ನಡಿಸ್ತಾ ಇದ್ದ. ಇದೊಂದೇ ಅವನಿಗೆ ಗೊತ್ತಿರುವ ವರಮಾನ ತರುವ ದಂಧೆ. ಪರ್ವತಶ್ರೇಣಿಗಳಿಂದ ಆವೃತವಾದ ದೇವಾಸ್ಥಾನಕ್ಕೆ, ದೇವರದರ್ಶನಕ್ಕೂ ಪಿತೃಗಳಿಗೆ ತರ್ಪಣ ಬಿಡುವುದಕ್ಕೂ ಮಕ್ಕಳಿಗೆ ಅನ್ನ ಪ್ರಾಶನ ಮಾಡಿಸುವುದಕ್ಕೂ ಮದುವೆ ಮಾಡಿಸುವುದಕ್ಕೂ ಬರುವವರಿಗೆಲ್ಲಾ ಅನ್ನವನ್ನು ನೀಡುವ ಪುಣ್ಯದ ಕೆಲಸಕ್ಕೆ ಪರಮೇಶ್ವರ ಕೂಲೀಂತ ತಗೊತಿದ್ದ. ಏನೊ ಪರವಾಗಿಲ್ಲಾಂತ ಹೇಳಬಹುದಷ್ಟೆ. ಹುಲ್ಲಿನ ಮನೆಗೆ ವರ್ಷಂಪ್ರತಿ ಹೊದಿಸಲೂ ವರ್ಷಕ್ಕೆ ಎರಡು ಜೊತೆ ಉಡುವ ಬಟ್ಟೆಗೂ ಅದು ಸಾಕಾಗುತಿತ್ತು. ಹೆಚ್ಚು ಆಸೆ ಪಟ್ರು ಏನೂ ಪ್ರಯೋಜನ ಇಲ್ಲ ಅನ್ನಿ. ಅಲ್ಲದೆ ಈ ಪರಮೇಶ್ವರನಿಗೆ ಬೇರೆ ಯಾವುದೇ ವೃತ್ತಿ ಗೊತ್ತಿಲ್ಲವಲ್ಲ.

ದೇವಸ್ಥಾನಕ್ಕೆ ರಸ್ತೆ ಮತ್ತು ಬಸ್ಸು ಬಂದಾಗ ಯಾತ್ರಾರ್ಥಿಗಳ ಸಂಖ್ಯೆ ಕೂಡ ಏರಿತು. ಒಬ್ಬರಾದರೂ ಸಹಾಯಕ್ಕೆ ಬೇಕೇಬೇಕೂಂತಾಯ್ತು. ಹೆಂಗಸರಾದ್ರೆ ಮತ್ತೂ ಒಳ್ಳೆಯದು. ರುಬ್ಬೋಕೂ, ಅಡಿಗೆ ಮಾಡೋಕೂ, ಎಂಜಲು ತೆಗೆಯೋಕೂ, ಸುತ್ತ ಮುತ್ತ ಸ್ವಚ್ಚವಾಗಿಡೋಕೂ ಸಾಧ್ಯವಾಗತ್ತೆ. ಧಾರಾಳವಾಗಿ ಜನರು ಬಂದು ಹೋಗುವ ಜಾಗ ಅಲ್ಲವೇ? ಹಾಗಾಗಿಯೇ ಪರಮೇಶ್ವರ ದೂರದ ಊರಿಂದ ರುಕ್ಮಿಣಿಯನ್ನು ಮದುವೆ ಮಾಡಿಕೊಂಡು ಕರೆದುಕೊಂಡು ಬಂದದ್ದು. ಅವಳ ವಿದ್ಯಾಭ್ಯಾಸವನ್ನೋ ಸೌಂದರ್ಯವನ್ನೋ ನೋಡಿ ಪರಮೇಶ್ವರ ಮದುವೆ ಮಾಡಿಕೊಂಡದ್ದಲ್ಲ. ಅವಳು ಬಂದ ಮೇಲೆ ಕೆಲಸಗಳಿಗೆಲ್ಲಾ ಒಂದು ಶಿಸ್ತು ಬಂತು. ಯಾತ್ರಾರ್ಥಿಗಳಿಗೆ ಊಟ ಮಾತ್ರವಲ್ಲ, ಬೆಳಗ್ಗಿನ ಉಪಹಾರವನ್ನೂ ಕೊಡಬಹುದೂಂತ ಆಯಿತು. ಬೆಳಗ್ಗಿನ ಉಪಹಾರಕ್ಕೂ ರಾತ್ರಿ ಊಟಕ್ಕೂ ತಿಂಡಿ ತೀರ್ಥ ಮಾಡುವುದಕ್ಕೂ, ಬೇಕಾಗುವ ಒಳ್ಳೆಯ ತಿಳುವಳಿಕೆಯೂ ಸಾಮರ್ಥ್ಯವೂ ಅವಳಿಗೆ ಇತ್ತು.

ಹೀಗೆ ಯಾವುದೇ ಏರುಪೇರುಗಳಿಲ್ಲದೆ ಹರಿಯುತ್ತಿದ್ದ ಜೀವನದಲ್ಲಿ ಒಂದು ಅಡಚಣೆ ಬರುವ ಸಾಧ್ಯತೆ ಬಗ್ಗೆ ಎಷ್ಟೇ ಯೋಚನೆ ಮಾಡಿದರೂ ಪರಿಹಾರ ಕಂಡುಕೊಳ್ಳೊದಿಕ್ಕೆ ಪರಮೇಶ್ವರನಿಗೆ ಆಗ್ತಾಯಿಲ್ಲ. ಅವಳಿಗೆ ಯಾವುದರ ಕೊರತೆ ಇತ್ತು ಇಲ್ಲಿ?

ಕೊನೆಯ ಯಾತ್ರಾರ್ಥಿ ರಾತ್ರಿ ಊಟ ಮುಗಿಸಿ ಛತ್ರದ ಮೆಟ್ಟಿಲು ಹತ್ತಿ ಹೋದ ಮೇಲೆ ರುಕ್ಮಿಣಿ ಅಂಗಳದ ದೀಪವನ್ನು ಆರಿಸಿದಳು. ಬಾಗಿಲನ್ನೂ ಹಾಕಿಕೊಂಡಳು. ಅಡಿಗೆಮನೆಯಲ್ಲಿ ಕುಳಿತು ಊಟಕ್ಕೆ ಅಣಿಮಾಡಿಕೊಂಡಳು. ಬುಟ್ಟಿಯಲ್ಲಿ ಅನ್ನವಿದೆ. ಬಾಡಿದ ಬಾಳೆಎಲೆ ತಗೊಂಡು ನೋಡಿದಳು. ಸಧ್ಯ ಇನ್ನು ಯಾರೂ ಬಾರದೆ ಇರಲಿ!. ಆರಿ ತಣ್ಣಗಾಗಿದ್ದ ಕುಡಿಯುವ ಶುಂಠಿನೀರನ್ನು ಸ್ವಲ್ಪವೆ ಬಿಸಿ ಉಳಿದಿದ್ದ ಒಲೆ ಮೇಲೆ ಇಟ್ಟಳು. ಅನ್ನಕ್ಕೆ ಬೇಕಾಗುವ ಸಾಂಬಾರು ಪಲ್ಲ್ಯ ಎಲ್ಲಾ ಮುಗಿದು ಹೋಗಿದೆ. ದಿನಾನೂ ಇದೇ ಕತೆ. ತರಕಾರಿಗಳಿಗೆಲ್ಲ ಈಗ ಎಷ್ಟೊಂದು ಬೆಲೆ! ಒಂದು ಬದನೆಕಾಯೋ ಮೆಣಸಿನಕಾಯೋ ಹಿತ್ತಿಲಲ್ಲಿ ನೆಡೋದಿಕ್ಕೆ ಇಷ್ಟ ಇಲ್ಲಾಂತೇನೂ ಇಲ್ಲ. ಕೆಲಸದ ನಡುವೆ ಸರಿಯಾಗಿ ಸಮಯವೇ ಸಿಗ್ತಾ ಇಲ್ಲ.

ಮಾವಿನ ಉಪ್ಪಿನಕಾಯಿ ಭರಣಿಯ ಆಳದೊಳಗಿನಿಂದ ಒಂದು ಬಣ್ಣಗೆಟ್ಟ ಮಾವನ್ನು ತೆಗೆದು ಬಟ್ಟಲಿಗೆ ಹಾಕಿದಳು. ಭರಣಿಯಿಂದ ಮಸಾಲೆಯ ಪರಿಮಳ ಮಾತ್ರ ಬರ್ತಾ ಇತ್ತು.

ಬಟ್ಟಲಿಗೆ ಬಡಿಸಿಟ್ಟುಕೊಂಡಿದ್ದರಲ್ಲಿ ಅರ್ಧ ಅನ್ನವನ್ನು ಮತ್ತೆ ಅನ್ನದ ಪಾತ್ರೆಗೆ ಹಾಕಿದಳು. ಬುಟ್ಟಿಯನ್ನು ತೆಗೆದಿಟ್ಟಳು.

ಇನ್ನೇನು ಅವಳು ಊಟಮಾಡುವುದಕ್ಕೆ ತೊಡಗಬೇಕು ಅನ್ನುವಷ್ಟರಲ್ಲಿ,

ಹೊರಗಡೆ ಕಾಲುಗಳ ಓಡಾಟದ ಸಪ್ಪಳ. ಬೆಳಕಿಲ್ಲದ ಅಂಗಳ, ತಡವಾಗಿ ಬಂದ ಯಾತ್ರಾರ್ಥಿಯನ್ನು ಹಿಂದಕ್ಕೆ ಕಳಿಸಬಹುದೆಂದು ಆಕೆ ಅಂದುಕೊಂಡಿದ್ದಳು.

ಕಾಲಸಪ್ಪಳ ಅಂಗಳದ ಮೆಟ್ಟಲು ಕಲ್ಲಿಗೆ ಕೊನೆಗೊಂಡಿತು.

ಅಡಿಗೆಕೋಣೆಯ ತೆರೆದಿಟ್ಟಿದ್ದ ಬಾಗಿಲಿನಿಂದ ಆಕೆ ಕತ್ತಲೆಯ ಕಡೆಗೆ ನೋಡಿದಳು. ಮತ್ತೊಂದು ಕೈಯಿಂದ ಸೀಮೆಎಣ್ಣೆ ದೀಪವನ್ನು ಬೇರೆ ಕಡೆಗೆ ತೆಗೆದಿಟ್ಟಳು. ಆದರೆ ಬಂದವರು ಅವಳನ್ನು ಚೆನ್ನಾಗಿಯೇ ನೋಡಬಹುದಾಗಿತ್ತು. ಊಟದ ಬಟ್ಟಲೂ ಸೀರೆತುದಿಯೂ ಕಂಚಿನಲೋಟದ ಶುಂಠಿನೀರೂ, ಎಲ್ಲ ನೋಡಿ ಬಂದವರಿಗೆ ಒಂದು ಸಮಾಧಾನ ತಂದಿತು. ಬಸ್ಸು ತಪ್ಪಿ ಹೋಗಿ ಹಲವು ಮೈಲಿಗಳಷ್ಟು ನಡೆದುಕೊಂಡೇ ಬಂದಿದ್ದರಿಂದ ಅವರಿಗೆ ಎಲ್ಲಾದರೂ ಸ್ವಲ್ಪಹೊತ್ತು ಕುಳಿತು ವಿಶ್ರಮಿಸಬೇಕಿತ್ತು. ಕಾಲುಗಳಲ್ಲಿ ಇನ್ನು ಒಂದಡಿ ಮುಂದಿಡುವಷ್ಟು ತ್ರಾಣವೂ ಉಳಿದಿರಲಿಲ್ಲ. ಛತ್ರಕ್ಕೆ ಹೋಗುವುದಕ್ಕೆ ಇರುವ ಮೆಟ್ಟಲನ್ನು ಸಹ ಹತ್ತುವ ಸ್ಥಿತಿಯಲ್ಲಿ ಅವರಿರಲಿಲ್ಲ.

ಅಡಿಗೆಕೋಣೆಯಲ್ಲಿದ್ದ ಕುಡಿಯುವ ಶುಂಠಿನೀರಿನ ಪಾತ್ರೆ ಕಡೆಗೆ ಅವರ ನೇರ ನೋಟ ಇತ್ತು.

ಇನ್ನು ಕುಳಿತುಕೊಳ್ಳೊ ಹಾಗಿಲ್ಲ. ಊಟದ ಬಟ್ಟಲನ್ನು ತೆಗೆದಿಟ್ಟು. ಬಾಡಿದ ಎಲೆಯಿಂದ ಮುಚ್ಚಿಟ್ಟು. ದೀಪವನ್ನು ಹಿಡಿದು ರುಕ್ಮಿಣಿ ಅಂಗಳದೆಡೆಗೆ ನಡೆದಳು. ಪೊದೆಯಂತಿದ್ದ ಗಡ್ಡದ ರೋಮಗಳನ್ನು ಈಗ ಆಕೆ ನೋಡಬಹುದಾಗಿತ್ತು. ಅವರು ಉಟ್ಟುಕೊಂಡಿದ್ದ ಪಂಚೆಯೂ ಜುಬ್ಬವೂ ಬಹಳ ಕೊಳೆಯಾಗಿತ್ತು. ಕಾಡಿನೊಳಗಿನ

ನಡೆದಾಟವಿರಬೇಕು, ಅವರಿಗೆ ಕಾಡು ಅರಿಷಣದ ವಾಸನೆ ಮೆತ್ತಿಕೊಂಡಿದೆ. ತೋಳಿನಲ್ಲಿ ನೇತುಹಾಕಿಕೊಂಡಿದ್ದ ಚೀಲವನ್ನು ಅಂಗಳದ ಕಟ್ಟೆ ಮೇಲಿಟ್ಟು ಅವರು ಆಕಾಂಕ್ಷೆಯಿಂದ ಅವಳ ಮುಖದ ಕಡೆ ನೋಡುತ್ತಿದ್ದಾರೆ. ನಂತರ ಅಡಿಗೆ ಮನೆಯ ನೇರಕ್ಕೂ.

ರುಕ್ಮಿಣಿ ಹೇಳಿದಳು:

"ಕೂತ್ಕೊಳ್ಳಿ". ಗೋಡೆಗೆ ಒರಗಿಸಿ ಸುತ್ತಿಟ್ಟಿದ್ದ ಚಾಪೆಯನ್ನು ಅವಳು ಅವರಿಗೋಸ್ಕರ ಬಿಡಿಸಿ ಹಾಸಿದಳು. ಆರಿಸಿದ್ದ ಲಾಟೀನಿನ ಬತ್ತಿ ಹತ್ತಿಸಿದಳು. ಕತ್ತಲೆಯಲ್ಲಿ ಹೆಚ್ಚು ಪ್ರಕಾಶವಾಗಿ ದೀಪ ಬೆಳಗಿತು. ಅಮಾವಾಸೆ ರಾತ್ರಿಯ ಬಗ್ಗೆ ಜಾಗ್ರತೆ ವಹಿಸಿ ದೀಪಕ್ಕೆ ಹೆಚ್ಚಾಗಿಯೆ ಎಣ್ಣೆ ಹಾಕಿಟ್ಟಿದ್ದಳು.

ಏನೂ ಮಾತನಾಡದೆ ಅವಳು ಅಡಿಗೆ ಮನೆಯಿಂದ ಶುಂಠಿನೀರು ತುಂಬಿದ ಪಾತ್ರೆಯನ್ನು ಅವರ ಎದುರಿನಲ್ಲಿ ತಂದಿಟ್ಟಳು.

ಅತಿಯಾದ ಬಾಯಾರಿಕೆಯಿಂದ ಬಳಲುತ್ತಿದ್ದ ಅವರು ನೀರನ್ನು ಗಟಗಟನೆ ಕುಡಿದರು. ಬತ್ತಿದ ಒಂದು ಬಾವಿಯೊಳಕ್ಕೆ ಸೋಸಿ ಬೀಳುವ ಬುಗ್ಗೆಯ ಶಬ್ದವನ್ನು ಅವಳು ಕೇಳಿದಳು. ಅವರ ಗಂಟಲಿನ ಕುಳಿಯಲ್ಲಿ ನಡುಗುವ ತೃಷೆಯನ್ನು ಅವಳು ದರ್ಶಿಸಿದಳು.

'ಊಟಮುಗಿಸಿ ಬಂದಿದ್ದೀರಾ', ಎಂದು ಅವಳು ಕೇಳಿದಳು. ಆ ಸಮಯದಲ್ಲಿ ಊಟವನ್ನು ಅಪೇಕ್ಷಿಸುವುದು ಸರಿಯಲ್ಲ ಎನ್ನುವುದರಿಂದ ಅವರು ಮೌನವನ್ನು ಪಾಲಿಸಿದರು.

ದೂರದ ಬೆಟ್ಟಗಳ ಸಾಲುಗಳಲ್ಲಿ ಹರಡಿಕೊಂಡು ಹತ್ತುತ್ತಿರುವ ಕಾಡ್ಗಿಚ್ಚು. ಹಸಿಮರ ಸುಟ್ಟು ಬೆಂದಿರುವುದರ ವಾಸನೆ. ಅವಳು ಅಸ್ವಸ್ಥತೆಯಿಂದ ನೆನಪಿಸಿಕೊಂಡಳು. ಇದರೊಂದಿಗೆ ಎಲ್ಲಾ ನೀರಿನ ಬುಗ್ಗೆಗಳು ಬತ್ತಿಹೋಗುತ್ತವೆ.

ನಾಳೆಯಿಂದ ನೀರಿಲ್ಲದೆ ಹೇಗೆ ಅಡಿಗೆಮಾಡೋದು? ಯಾತ್ರಾರ್ಥಿಗಳಿಗೆ ಕೈ ತೊಳೆಯುವುದಕ್ಕೂ ನೀರು ತಾನೆ ಎಲ್ಲಿದೆ? ಯಾತ್ರಾರ್ಥಿಗಳು ಕೈ-ಕಾಲುಗಳನ್ನು ತೊಳೆದು ಸ್ವಲ್ಪ ತಂಪುಮಾಡಿಕೊಳ್ಳುವುದಕ್ಕೂ ಸಹ ನಮ್ಮಲ್ಲಿ ಬರ್ತಾ ಇರೊದೂಂತ ಅವಳಿಗೂ ಅನ್ನಿಸಿದೆ. ಅನ್ನಕ್ಕಿಂತಲೂ ಹೆಚ್ಚಾಗಿ ಅವರಿಗೆ ನೀರಿನ ಅವಶ್ಯಕತೆ ಇರತ್ತೆ. ಈ ಊಟದ ವ್ಯಾಪಾರಕ್ಕಿಂತ ನಿಂಬೆಹಣ್ಣಿನ ಶರಬತ್ತು ವ್ಯಾಪಾರ ಮಾಡಿದ್ದರೆ ತಾನೋರ್ವ ಶ್ರೀಮಂತನಾಗಿರುತ್ತಿದ್ದೆ ಎಂದು ಆಗಾಗ್ಗೆ ಪರಮೇಶ್ವರ ಹೇಳ್ತಿದ್ದ. ಆದರೆ, ಕುಡಿಯೋ ನೀರನ್ನು ಮಾರಿ ಹಣಪಡೆಯೊದು ಪಾಪಕಾರ್ಯವೆಂದೂ ಆತ ಹೇಳುತ್ತಿದ್ದ.

ಎಲ್ಲಿಂದ ಒಂದು ಕೊಡ ನೀರು ಸಿಗತ್ತೆ? ಆಕೆ ನಿಜಕ್ಕೂ ಅಸ್ವಸ್ಥಗೊಂಡಳು. ಛತ್ರದ ಬಾವಿಯ ತಳ ಒಣಗಿಹೋಗಿದೆ. ಮನೆಯಲ್ಲಿ ಉಷ್ಣತೆ ಹೆಚ್ಚಾಗಿದೆ. ಪರಮೇಶ್ವರ ಛತ್ರದ ಮೆಟ್ಟಿಲ್ಹತ್ತಿ ಮೇಲಿನ ಸ್ತರದ ವರಾಂಡದಲ್ಲಿ ಮಲಗಲು ಹೋಗಿದ್ದಾನೆ. ಅಲ್ಲದಿದ್ರು ಒಂದು ಹನಿ ನೀರು ಹತ್ತಿರದ ಯಾವುದೇ ಊರಿನಲ್ಲಿ ಸಿಗ್ತಿಲ್ಲ. ಸುಟ್ಟು ಬೆಂದು ಹೋಗುತ್ತಿರುವ ಕಾಡುಗಳ ಜೊತೆಯಲ್ಲೆ ಕಾಡಿನಲ್ಲಿ ಹರಿಯುವ ನೀರಿನ

ಅಳುವಿನ ಶಬ್ದ, ಸಣ್ಣಸಣ್ಣದಾಗಿ ಕೇಳುತ್ತಾ, ಕೊನೆಗೆ ಇಲ್ಲದಂತಾದದ್ದು ನಿನ್ನೆ ಅವಳಿಗೆ ಗೊತ್ತಾಯಿತು.

ಕಂಬದ ಹತ್ತಿರವಿದ್ದ ಚೊಂಬಿನ ನೀರು ತೆಗೆದು ಅವರು ಬಿಲ್ವಪತ್ರೆ ಮರದ ಕೆಳಗೆ ಹೋಗಿ ಕೈ-ಕಾಲು ಮುಖ ತೊಳೆದುಕೊಂಡರು. ಉಳಿದ ನೀರಿನಿಂದ ಕಾಲು ತೊಳೆಯುತ್ತಿರುವುದನ್ನು ಅವಳು ಭಯದಿಂದ ನೋಡುತ್ತಾ ನಿಂತಿದ್ದಳು. ಬೇಡಾಂತ ಹೇಳೋದಿಕ್ಕೆ ಅವಳ ಬಾಯಿಂದ ಶಬ್ದ ಹೊರಡುತ್ತಿಲ್ಲ. ನಡೆದಾಡಿ ಆಯಾಸಗೊಂಡ ಮನುಷ್ಯ! ದೀಪದ ಬೆಳಕಿನಲ್ಲಿ ಅವರ ತೆಳುವಾದ ನೀಳಕಾಯ ಅವಳಿಗೆ ಒಂದು ಹೊಸದರ್ಶನ ನೀಡಿತು. ಹೊಳೆಯುವ ದೃಷ್ಟಿಗಳು ಅವಳ ಕತ್ತಲೆಯ ಮನಸ್ಸಿನಲ್ಲಿ ಕಣ್ಣಮಿಟುಕಿಸುವ ನಕ್ಷತ್ರಗಳಾದವು. ಅಮಾವಾಸೆ ರಾತ್ರಿಯಂದು ದಿಗಂತದಲ್ಲಿ ಪ್ರತ್ಯಕ್ಷವಾಗುವ ನಕ್ಷತ್ರ. ಸಮಯ ಅರ್ಧರಾತ್ರಿ ಕಳೆಯಿತೆ!

ನೀರಿಲ್ಲದ ಪ್ರಾತಃಕಾಲ ಊಹಿಸಿದಾಗ ಅವಳನ್ನು ಮತ್ತೂ ಅಸ್ವಸ್ಥಳನ್ನಾಗಿಸಿತು. ನಾಳೆ ಬೆಳಗಾಗುವುದಾರೂ ಹೇಗೆ?

ಎಲೆಗಳು ಬಾಡಿಹೋಗಿದ್ದವು. ತಟ್ಟೆಯಲ್ಲೆ ಅವಳು ಬಡಿಸಿದಳು. ಅನ್ನದ ಹತ್ತಿರ ಮಾವಿನ ಉಪ್ಪಿನಕಾಯಿ. ಹೆಪ್ಪಿಗೇಂತ ತೆಗೆದಿಟ್ಟಿದ್ದ ಮಸಾಲೆ ಮಜ್ಜಿಗೆಯನ್ನು ಸ್ವಲ್ಪ ಅನ್ನದ ಮೇಲೆ ಸುರುವಿದಳು. ಮಾನ್ಯವಾಗಿ ಓರ್ವ ಅತಿಥಿಗೆ ಕೊಡಬೇಕಾದ ಊಟವಾಗಿರಲಿಲ್ಲ ಅದು. 'ರಾತ್ರಿಯ ಊಟ ಮುಗಿಸಿಯೇ ಬಂದಿದ್ದಾ' ಎಂದು ಕೇಳಿದ್ದು ದಡ್ಡತನವಾಯಿತಲ್ಲ ಎಂದು ಅವಳು ಪರಿತಪಿಸಿದಳು.

ಊಟ ಮಾಡುವುದುಕ್ಕು ಮೊದಲು ಅವರು ರುಕ್ಮಿಣಿಯ ಮುಖದ ಕಡೆ ನೋಡಿದರು.

"ನೀವು ಊಟ ಮಾಡಲಿಲ್ಲವೆ?"

ರುಕ್ಮಿಣಿಗೆ ಏನು ಹೇಳಬೇಕೆಂದು ತೋಚದೆ ನಿಂತಿದ್ದಳು. ಇವತ್ತಿನವರೆಗೂ ಅವಳ ಊಟದ ಬಗ್ಗೆ ಯಾರೂ ವಿಚಾರಿಸಿಕೊಂಡಿರಲಿಲ್ಲ. ಅವಳ ಗಂಡನು ಸಹ! ಆಕೆ ಮೌನವಾಗಿದ್ದಳು.

"ಮತ್ತೊಂದು ಬಟ್ಟಲನ್ನು ಸಹ ತನ್ನಿ. ಈ ಅನ್ನ ಹೆಚ್ಚಾಯಿತು."

ಅವಳು ಮತ್ತಿನ್ನೇನು ಹೇಳದೆ ಮತ್ತೊಂದು ಬಟ್ಟಲನ್ನು ತೊಳೆದುಕೊಂಡು ತಂದಳು. ನಂತರ ಅವಳು ಅಂಗಳದಿಂದ ತಲೆ ಒಳಕ್ಕೆ ಹಾಕಿದಳು. ಅವರು ಸಾಂಬಾರು ಬೇಕೆಂದು ಕೇಳಬಹುದೇ ಎಂಬ ಆತಂಕ ಉಂಟಾಯಿತು. ದೀಪದ ಬತ್ತಿಯನ್ನು ಕೆಳ ಮಾಡಿ ಅಡುಗೆ ಕೋಣೆಯ ಮೂಲೆಯಲ್ಲಿ ಅವಳಿಗೆ ಅವರೂ, ಅವರಿಗೆ ಅವಳೂ ಕಾಣಲು ಸಾಧ್ಯವಾಗದ ರೀತಿಯಲ್ಲಿ ಒಂದು ಕತ್ತಲೆಯ ಮೂಲೆಯಲ್ಲಿ ನಿಂತಳು.

ಅವರು ಏನನ್ನೂ ಮಾತನಾಡದೆ ನಿಶ್ಯಬ್ದವಾಗಿ ಊಟ ಮಾಡುತ್ತಿದ್ದರು. ತುಂಡು ಮಾಡಿಕೊಂಡು ಊಟ ಮಾಡಲು ಒಂದು ಹಪ್ಪಳವೂ ಇರಲಿಲ್ಲ. ಅವಳಿಗೆ ಅತ್ಯಂತ ನಿರಾಸೆಯಾಗಿದ್ದು ಮುಖದಲ್ಲಿ ಎದ್ದು ಕಾಣುತ್ತಿತ್ತು. ಸ್ವಲ್ಪ ಉತ್ತಮ ಗಿರಾಕಿಗಳು ಬಂದಾಗ ಬಡಿಸೋಕ್ಕೆ ಅವಳು ಸಂಡಿಗೆಯೂ ಹಲಸಿನ ಹಪ್ಪಳವೂ

ಒಣಗಿಸಿ ಮಸಾಲೆ ಹಾಕಿದ ಹಾಗಲಕಾಯಿ ಮುಂತಾದವುಗಳನ್ನು ಜಾಗ್ರತೆಯಿಂದ ತೆಗೆದಿಡುತ್ತಿದ್ದಳು. ಇದಕ್ಕಾಗಿಯೇ ಅವಳು ಅಡಿಗೆಕೋಣೆಗೆ ತಾಗಿಕೊಂಡಿದ್ದ ಅಂಗಳದಲ್ಲಿ ತರಕಾರಿಗಳನ್ನು ನೆಟ್ಟಿದ್ದಳು. ಆದರೆ ಬಿಸಿಲು ಎಲ್ಲವನ್ನು ತಿಂದುಹಾಕಿತು. ಬೆಟ್ಟಗುಡ್ಡಗಳು ಹೊತ್ತಿ ಉರಿಯುತ್ತಿರುವುದರಿಂದಲೂ ಕಾಡಿನ ಝರಿಗಳ ಗಂಟಲು ಒಣಗಿ ಸಾಯುತ್ತಿರುವುದರಿಂದಲೂ ಸುತ್ತಲಿನ ಪ್ರದೇಶ ಒಂದು ಮರುಭೂಮಿಯಾಗಿ ಮಾರ್ಪಾಡಾಗಿತ್ತು. ಮಳೆ ಇನ್ನೂ ತುಂಬ ದೂರದಲ್ಲಿದೆ. ಪರ್ವತಶ್ರೇಣಿಗಳ ಆಚೆ ಕಡೆಗೆ. ಮಳೆ ಮೋಡಗಳನ್ನು ಕೈಹಿಡಿದು ಕರೆದುಕೊಂಡು ಬರಲು ಒಂದು ಸಣ್ಣ ಗಾಳಿ ಸಹ ಬೀಸಲು ಆರಂಭಿಸಲಿಲ್ಲ.

ಅವರು ಊಟ ಮಾಡಿ ಎದ್ದೇಳುವ ಶಬ್ದ.

ಅವಳು ಒಮ್ಮೆ ಬೆಚ್ಚಿದಳು. ಎಂಜಲು ಕೈ ತೊಳೆಯಲು ನೀರು ಕೊಡುವುದು ಹೇಗೆ?

ಅಡುಗೆಮನೆಯ ಸಣ್ಣ ತಪ್ಪಲೆ ಪಾತ್ರೆಗಳು ಬಕೆಟ್ಟುಗಳು ಎಲ್ಲಾ ಬೋರಲು ಮಲಗಿವೆ. ಶುಂಠಿನೀರಿನ ಪಾತ್ರೆಯಲ್ಲಿ ಒಂದು ಸ್ವಲ್ಪ ನೀರಿರಬೇಕು. ಅವಳು ನೀರನ್ನು ಒಂದು ಲೋಟದಲ್ಲಿ ಹಾಕಿ ಅಂಗಳಕ್ಕೆ ಹೋದಳು.

ತಿಳಿ ಬಿಸಿನೀರಿನಲ್ಲಿ ಕೈ ತೊಳೆಯುವಾಗ ಅವರು ಅವಳ ಮುಖವನ್ನು ನೋಡಿದರು.

ಅವಳು ಮೆಲ್ಲನೆ ಹೇಳಿದಳು:

"ನೀರು ಖಾಲಿಯಾಯಿತು".

ಅವರು ವಿಸ್ಮಯದ ನೋಟದಿಂದ ಅವಳನ್ನು ನೋಡಿದರು.

ಇಲ್ಲಿ ನೀರಿಗೆ ಬರಗಾಲವೆ? ಅವರು ದಿಗಂತದಲ್ಲಿ ಜ್ವಲಿಸುವ ಬೆಂಕಿಯ ಮಾಲೆಗಳನ್ನು ನೋಡಿ ನಿಟ್ಟುಸಿರುಬಿಟ್ಟರು.

ನಂತರ ಅವಳು ಊಟ ಮಾಡುವುದು ಬೇಡಾಂತ ತೀರ್ಮಾನಿಸಿದಳು.

ಪಾತ್ರೆಗಳನ್ನೆಲ್ಲಾ ಜೋಡಿಸಿಟ್ಟಳು. ಬಾಗಿಲನ್ನು ಹಾಕಿ ಕೊಳ್ಳುವ ಹೊತ್ತಿಗೆ ಅವರು ಚೀಲವನ್ನು ಹೆಗಲಿಗೇರಿಸಿಕೊಂಡು ಹೇಳಿದರು :

"ನಾನು ಛತ್ರಕ್ಕೆ ಹೋಗುತ್ತಿದ್ದೇನೆ. ಮಲಗೋಕೆ. ಬೆಳಗಾಗುವಾಗ ಸ್ನಾನಕ್ಕೆ ಎಲ್ಲಿಗೆ ಹೋಗಬೇಕು?

ಅವಳು ದೂರ ಕತ್ತಲೆಯಲ್ಲಿ ನದೀತೀರದ ಕಡೆಗೆ ಬೆರಳು ತೋರಿಸಿದಳು.

ಸ್ವಲ್ಪ ದೂರ ನಡೀಬೇಕು. ಚಾಮುಂಡಿ ಗುಂಡಿಯಲ್ಲಿ ಮಾತ್ರ ನೀರಿರುವುದು. ತುಂಬ ಆಳವಿರುವ ನದಿ.

ಕಲ್ಲಿನ ಮೆಟ್ಟಿಲುಗಳನ್ನು ಹತ್ತಿ ಅವರು ದೇವಸ್ಥಾನದ ಮುಂದೆ ಮರೆಯಾದಾಗ, ರುಕ್ಮಿಣಿ ನಿತ್ಯದಂತೆ ತನ್ನ ಮುಂದೆ ಲಂಬವಾಗಿ ಎತ್ತರಕ್ಕೆ ಎದ್ದು ನಿಂತಿರುವ ಗೋಡೆಯನ್ನು ನೋಡಿದಳು. ಶಿಲೆಕಲ್ಲಿನಿಂದ ಕೆತ್ತಿ ಕಡೆದ ಗೋಡೆ, ಕೆಳಗೆ ಒಂದು

ಕಾರಾಗೃಹದಂತೆ, ಅಲ್ಲಿರುವ ಅವಳ ಗುಡಿಸಲಿಗೆ ದಾರಿ ತಪ್ಪಿ ಒಂದು ಗಾಳಿ ಸಹಿತವೂ ಇಣುಕಿನೋಡುವುದಿಲ್ಲ.

ಅರ್ಧರಾತ್ರಿ ಕಳೆದಿದೆ. ಬೆಂಕಿ ಒಲೆಯ ಬಿಸಿ ಆರುತ್ತಿರುವಾಗ ಗಂಡ ಛತ್ರದ ಮೆಟ್ಟಿಲಿಳಿದು ಬರುತ್ತಾರೆ. ಬಾರದೆಯೂ ಇರಬಹುದು.

ಬಾಗಿಲುಗಳನ್ನು ಹೊರಗಿನಿಂದ ಹಾಕಿ ಅಂಗಳದಲ್ಲಿ ಚಾಪೆಯನ್ನು ಹಾಸಿದಳು. ಅವರು ಬಿಟ್ಟುಹೋದ ಕಾಡುಅರಿಷಣದ ವಾಸನೆ ಆಗಲೂ ಚಾಪೆಯಲ್ಲಿ ಅಂಟಿಕೊಂಡಿತ್ತು.

ಅವಳಿಗೆ ನಿದ್ರೆ ಬಾರದೆ ಆ ಕಡೆಗೂ ಈ ಕಡೆಗೂ ಹೊರಳಾಡಿದಳು. ನಿದ್ರೆ ಬಾರದ ಅವಳ ಪುಟ್ಟಮಗ ಏನೋ ಹೇಳಿಕೊಂಡು ಅಂಗಳದಲ್ಲಿ ಅವಳ ಸಮೀಪ ಬಂದು ಮಲಗಿದ. ಅವನ ದೇಹ ಬೆವತಿರುವುದು ಅವಳಿಗೆ ಗೊತ್ತಾಯಿತು. ಅವಳು ಅಡಿಕೆ ಹಾಳೆಯ ಬೀಸಣಿಕೆಯಿಂದ ಬೀಸಿ ಮಗನನ್ನು ನಿದ್ರೆ ಮಾಡಿಸಿದಳು.

ದೂರದೆಲ್ಲೆಲ್ಲೋ ಕ್ಷೀಣವಾದ ಗುಡುಗಿದ ಶಬ್ದ. ಅಂಗಳದ ಮುಂದಿದ್ದ ವೃಕ್ಷಗಳಲ್ಲಿದ್ದ ಎತ್ತರದ ಕೊಂಬೆಗಳಲ್ಲಿರುವ ಎಲೆಗಳು ಚರಚರ ಎಂದು ಗೊಣಗುಟ್ಟಲು ತೊಡಗಿದಾಗ ಅವಳು ಹೊರಗೆ ಇಳಿದು ಹೋದಳು.

ಕಾಲಿನ ಮೆದುವಾದ ಸಪ್ಪಳದಿಂದಾಗಿ ಅವಳು ಎಚ್ಚರಗೊಂಡಳು.

ಇನ್ನೂ ಬೆಳಕು ಹರಿದಿಲ್ಲ. ಎತ್ತರದ ಸ್ಥಳಗಳಿಂದ ಒಂದೊಂದು ಗಿಳಿಗಳು ಅರಚಿಕೊಳ್ಳುತ್ತಿವೆ. ಕಣ್ಣು ಮುಚ್ಚಿ ತೆರೆದು ಅವಳು ತನ್ನ ಸಮೀಪ ಕೈಯಿಂದ ತಡಕಾಡಿದಳು.

ಏನದು ಕಳೆದುಹೋಗಿದ್ದು? ಟಾರ್ಚ್‌ಲೈಟಿನ ಬೆಳಕು ಬಿಡುತ್ತಾ ಒಂದು ಪ್ರಶ್ನೆ. ಕತ್ತಲೆಯ ಹೃದಯವನ್ನು ಹರಿದು ಹಾಕಿದ ಬೆಳಕಿನಲ್ಲಿ ಅವಳು ಮತ್ತೆ ಚಾಪೆಯ ಕಡೆ ಕಣ್ಣೋಡಿಸಿದಳು.

ಏನೂ ಇಲ್ಲ. ಬರೇ ಶೂನ್ಯ. ಪುಟ್ಟಮಗು ಎನ್ನುವುದು ಬರೇ ಸ್ವಪ್ನ ಮಾತ್ರವಾಗಿತ್ತು ಎಂದು ಅವಳು ಬಹಳ ಕಹಿಯಿಂದ ನೆನಪಿಸಿಕೊಂಡಳು. ಬತ್ತಿ ಹೋದ ಮಣ್ಣಿನಲ್ಲಿ ಹುದುಗಿದ ಒಂದು ಮರದ ಕೊರಡಿನಲ್ಲಿ ಮೊಳಕೆಯೊಡೆದು ಬಂದ ಒಂದು ಹಳೆ ಬಿದಿರು. ಬೆಳಕನ್ನು ಕಾಣುವ ಮೊದಲೇ ಸುಟ್ಟು ಕರಕಲಾಗಿ ಹೋಯಿತು.

ತನ್ನ ಸ್ವಪ್ನವನ್ನು ಮರೆತು ನಗಲು ಪ್ರಯತ್ನಿಸಿದಳು.

ನಾನು ಒಂದು ಹನಿ ತಂಪು ಜಲವನ್ನು ಹುಡುಕುತ್ತಾ ಹೋಗುತ್ತಿರುವೆನು! ಅತಿಥಿಯಾದ ಅವರು ಪ್ರಾರ್ಥಿಸಿದರು. ಅವರು ಪ್ರಶ್ನಾರ್ಥಕದ ಭಾವದಲ್ಲಿ ಅವಳನ್ನು ನೋಡಿದರು.

ಚಾಪೆಯನ್ನು ಸುತ್ತಿಟ್ಟು ಅವಳು ಅವರೊಂದಿಗೆ ಇಳಿದುಹೋದಳು.

✦

ಶಾರದಾಳ ಮನೆ

ನಮಗೆ ಒಂದು ಮನೆಯ ಅವಶ್ಯಕತೆ ಇತ್ತು. ಅದೂ ಆದಷ್ಟು ಬೇಗನೆ. ಈ ಸಣ್ಣ ಪಟ್ಟಣದಲ್ಲಿ ಬಾಡಿಗೆ ಮನೆ ಸಿಗುವುದೇ ಕಷ್ಟ. ಇಲ್ಲಿಯವರು ಹೊರಗಿನಿಂದ ಬಂದವರನ್ನು ಅಷ್ಟಾಗಿ ಹಚ್ಚಿಕೊಳ್ಳುತ್ತಿರಲಿಲ್ಲ. ಸ್ವಲ್ಪ ದೂರಾನೇ ಇರುತ್ತಿದ್ದರು. ಮನೆಯನ್ನು ಕಟ್ಟಿ ಅದನ್ನು ಬಾಡಿಗೆಗೆ ಕೊಡುವುದು ದಡ್ಡತನ ಎನ್ನುವ ತೀರ್ಮಾನದಿಂದ ಅವರು ಹೊರ ಬಂದಿರಲಿಲ್ಲ. ಅದು ಕೇವಲ ಸಾಮಾನ್ಯ ಜನರಿಗಾಗಿ ಇರುವ ಸಣ್ಣಪೇಟೆ. ಅಲ್ಲಿ ಮೂರ್‍ನಾಲ್ಕು ಮೂರು–ಅಂತಸ್ತಿನ ಕಾಂಕ್ರಿಟ್ ಕಟ್ಟಡಗಳು ಹೊಸದಾಗಿ ಎದ್ದು ಬಂದಾಗ, ಇದೂ ಒಂದು ಪಟ್ಟಣವೆಂದೇ ಆ ಊರಿನವರು ತಮ್ಮಲ್ಲೇ ಅಂದುಕೊಂಡರು. ಒಂದು ಪಟ್ಟಣ ಎಂದು ಅನ್ನಿಸಿಕೊಳ್ಳಬೇಕಾದರೆ ಅಲ್ಲೊಂದು ಪುರಸಭಾ ಕಛೇರಿ, ಆ ಕಛೇರಿಯ ಒಳಗೂ ಹೊರಗೂ ಬೆಳಿಗ್ಗೆಯಿಂದ ಸಂಜೆಯವರೆಗೂ ಅಲ್ಲಿಯೆ ತಳವೂರಿ ನಿಂತಿರಬೇಕಾದ ಫಿರ್ಯಾದುದಾರರೂ ಅರ್ಜಿದಾರರೂ ತೊಂದರೆಗೊಳಪಟ್ಟು ಪರಿಹಾರ ಬಯಸುವವರೂ ಇವರುಗಳ ನಡುವೆ ತಗ್ಗಿಬಗ್ಗಿ ನಡೆಯುವ ಚಿಕ್ಕ ಪುಟ್ಟ ಪುಢಾರಿಗಳೇ ಮುಂತಾದವರ ಕೂಟವೇ ಇರಬೇಕಲ್ಲ. ಮತ್ತೆ ಒಂದು ಬಹುಮಹಡಿ ಕಟ್ಟಡದ ಆಸ್ಪತ್ರೆ, ಸರ್ಕಾರದ ವತಿಯಿಂದ ಇರುವ ದನದ ಕೊಟ್ಟಿಗೆಗಿಂತ ಕೆಟ್ಟದಾದ ಮನುಷ್ಯರ ರೋಗವನ್ನು ಪರೀಕ್ಷಿಸುವ ಹಾಗೂ ಸೇವೆಗಾಗಿರುವ ಕೇಂದ್ರಗಳೂ ಇರಬೇಕು. ಹೊರಗಡೆ ಆಕರ್ಷಣೀಯವಾದ ಗ್ರಾಹಕ ಸಾಮಾಗ್ರಿಗಳನ್ನು ರಸ್ತೆಯವರೆಗೂ ಹರಡಿಕೊಂಡು ದಾರಿಹೋಕರನ್ನು ಪ್ರಲೋಭನೆಗೆ ಒಳಪಡುವಂತೆ ಮಾಡುವ ನವನವೀನ ಅಂಗಡಿಗಳು, ಅಂಗಡಿಗಳ ಮುಂದೆ ನಿಂತು ಸಂಕೇತಗಳ ಮೂಲಕ ಆಕರ್ಷಿಸುವ ದಲ್ಲಾಳಿಗಳು, ಕಂಪ್ಯೂಟರ್ ಇನ್‌ಸ್ಟಿಟ್ಯೂಟ್‌ಗಳು, ಪ್ರಪಂಚದ ಎಲ್ಲಾ ಡಿಗ್ರಿಗಳಿಗಾಗಿ ಕೆಲಸವಿಲ್ಲದೆ ಓಡಾಡುವ ಯುವಕ–ಯುವತಿಯರಿಗಾಗಿ ತರಬೇತಿ ನೀಡುವ ಪ್ಯಾರಲಲ್ಲುಗಳು ಇರಬೇಕಾಗುತ್ತದೆ. ಇಂತಹ ಯಾವುದೇ ಸಂಸ್ಕೃತಿ ಇನ್ನೂ ಇಣುಕಿ ನೋಡದ ಒಂದು ಸಣ್ಣಕಟ್ಟಡ ಸಮುಚ್ಛಯವಿರುವ ಸಣ್ಣಪಟ್ಟಣವಿದು. ನಡುವೆ ಜಂಕ್ಷನ್. ಎರಡು ಬಸ್ ಸ್ಟಾಪಿನ ನಡುವೆ ಬಡಜನತೆಗಾಗಿ ಇರುವ ತಂಗುದಾಣ. ನಾಳೆ ಇದೊಂದು ದೊಡ್ಡ ಪೇಟೆಯಾಗಿ ಮಾತ್ರವಲ್ಲ, ಒಂದು ದೊಡ್ಡ ಪಟ್ಟಣವಾಗಿ ಅಭಿವೃದ್ಧಿ ಹೊಂದಲಿದೆ ಎನ್ನುವ ಶುಭ ನಿರೀಕ್ಷೆಯಲ್ಲಿ ಇಲ್ಲಿಯ ಜನರು ಕಾದು ಕುಳಿತಿದ್ದಾರೆ. ಇಂತಹ ಜನರ ನಡುವೆಯೇ ಒಂದು ಮಂಜು ತುಂಬಿದ ಪ್ರಾತಃಕಾಲದಲ್ಲಿ ನಾನೂ ನನ್ನ ಗಂಡ ವರ್ಗಾವಣೆಗೊಂಡು ಆ ಊರಿಗೆ ಬಂದಿದ್ದೇವೆ. ನನ್ನ ಗಂಡ ಗ್ರಾಮ ಪಂಚಾಯತ್ ಕಛೇರಿಯಲ್ಲಿ ಕ್ಲರ್ಕ್. ನಾನು ಗ್ರಾಮ ವಿಕಸನಕ್ಕೆ ಪೂರಕವಾಗಿ ಕಾರ್ಯ ನಿರ್ವಹಿಸುವ ಬಾಲವಾಡಿ ಟೀಚರ್. ಇಲ್ಲಿಯವರೆಗೂ ಬಾಡಿಗೆ ಮನೆಯಲ್ಲಿ ವಾಸ ಮಾಡುವ

ಅನಿವಾರ್ಯತೆ ಬಂದಿರುವುದಿಲ್ಲ. ಇವಿಷ್ಟು ಶಾರದ ಎಂಬುವವಳ ಮನೆ ಕೊಳ್ಳಲು ತೀರ್ಮಾನಿಸಿದ್ದರ ಹಿನ್ನೆಲೆಯ ಒಂದು ವಿವರಣೆ ಎನ್ನಬಹುದು.

ಈಗ ನಮಗೆ ಬೇಕಿರುವುದು ಒಂದು ಸಣ್ಣಮನೆ. ಎಲ್ಲಾ ಮಧ್ಯಮ ವರ್ಗದ ಜನ ಯೋಚಿಸುವಂತಹ ಒಂದು ದೊಡ್ಡಮನೆ ಬಗ್ಗೆ ತಲೆಯೊಳಗೇನೋ ಇದೆ. ಆದರೆ ತೀರಾ ಜರೂರಾಗಿ ಏನೂ ಬೇಡ. ಯಾವುದಾದರೂ ಒಂದು ಹೌಸಿಂಗ್ ಕಾಲೋನಿಯ (ಅಂತಹ ವ್ಯವಸ್ಥೆ ಇರುವುದರ ಯಾವ ಲಕ್ಷಣವೂ ಇಲ್ಲಿ ಕಾಣುತ್ತಿಲ್ಲ) ಸದಸ್ಯರಾಗಬಹುದು. ಬ್ಯಾಂಕಿನಿಂದ ಒಂದು ದೊಡ್ಡ ಮೊತ್ತವನ್ನು ಸಾಲವಾಗಿ ಪಡೆದುಕೊಳ್ಳಬಹುದು. ಕಂತುಗಳಲ್ಲಿ ನಮ್ಮ ಭಾವಿ ಜೀವನವನ್ನು ರೂಪಿಸಿಕೊಳ್ಳಬೇಕು. ಮದುವೆ ಎನ್ನುವುದು ಆಜೀವಪರ್ಯಂತದ ಒಂದು ವ್ಯವಸ್ಥೆ ಆಗಿರುವುದರಿಂದ, ಸಾಲದ ಬಂಧನದಿಂದ ಒಬ್ಬರು ಮಾತ್ರ ಓಡಿಹೋಗಬಹುದೆಂಬ ಶಂಕೆ ಸಾಲ ನೀಡುವ ಬ್ಯಾಂಕಿನವರಿಗೆ ಉಂಟಾಗುವುದಿಲ್ಲ.

ಇದೆಲ್ಲಾ ನಮ್ಮ ಭಾವಿ ಜೀವನ ರೂಪಿಸುವ ವಿಚಾರಗಳು. ಈಗಿನ ಚಿಂತೆ ಎನ್ನುವುದು ಕೈಗೆಟುಕುವ ಒಂದು ಸಣ್ಣಗೂಡು ಮಾತ್ರ. ಮದುವೆಯಲ್ಲಿ ಸಿಕ್ಕಿದ ಹಣದ ರೂಪದ ಉಡುಗೊರೆ, ಬಂಗಾರ ಕರಗುವ ಮೊದಲೇ ಮನೆಯನ್ನು ಕೊಂಡುಕೊಳ್ಳಲೇ ಬೇಕು. ಅದಕ್ಕೋಸ್ಕರವೇ ಇಂದು ಬೆಳಗಾಗುತ್ತಲೇ ದಲ್ಲಾಳಿಯ ಮುಖ ಅಂಗಳದಲ್ಲಿ ಉದಯಿಸಿರುವುದು.

ನಾವು ಎರಡು ದಿವಸಗಳಿಂದ ಗ್ರಾಮ ಪಂಚಾಯತ್ ಕಛೇರಿ ಎನ್ನುವ ಹಳೆಕಟ್ಟಡದ ಮುಂಭಾಗದ ಚಾಚುಕೋಣೆಯೊಂದರಲ್ಲಿ ಅನಧಿಕೃತವಾಗಿ ವಾಸವಾಗಿದ್ದೇವೆ. ವರಾಂಡದಲ್ಲಿ ಸೀಮೆಎಣ್ಣೆ ಸ್ಟೌವ್ವಿನಿಂದ ಕುದಿಸಿ ತೆಗೆದ ಹಾಲಿಲ್ಲದ ಕರಿಕಾಫಿ ಹೀರುತ್ತಾ ದಲ್ಲಾಳಿ ಹೇಳಿದ :

"ನಿಮಗೆ ಅನುಕೂಲ ಆಗುವಂತಹ ಮನೆಯೊಂದಿದೆ, ಶಾರದಳದು. ಸ್ವಲ್ಪ ಸಣ್ಣದು. ಮಾರಾಟಕ್ಕಿದೆ! ಮನೆ ಮುಖ್ಯ ಅಲ್ಲ. ಅದು ಇರುವ ಸ್ಥಾನ ಮುಖ್ಯ.

"ಒಂದು ಸ್ಥಿರಾಸ್ತಿಯ ಬೆಲೆ ನಿರ್ಣಯಿಸುವುದು ಯಾವತ್ತಿಗೂ ಅದರ ಪರಿಸರ ಹಾಗೂ ಅದರ ಸ್ಥಾನ. ಅಲ್ಲವೇ ಸಾರ್?"

"ಹೌದೌದು" ನನ್ನ ಪತಿದೇವರ ಉವಾಚ, "ಅದು ಕೇವಲ ಆಸ್ತಿ ವಿಚಾರದಲ್ಲಿ ಮಾತ್ರವಲ್ಲ. ಮನುಷ್ಯರ ವಿಚಾರದಲ್ಲೂ ಅಷ್ಟೆ!".

"ನನ್ನ ಸ್ಥಿತಿನೇ ನೋಡಿ. ನಾನೋರ್ವ ಪೋಸ್ಟ್ ಗ್ರಾಜುಯೇಟ್ ಪ್ಲಸ್. ಕಷ್ಟದಿಂದ ಬಿ.ಎಡ್ ತಗೊಂಡೆ. ಯಾತಕ್ಕಾಗಿ? ಬದಲಿಗೆ ಓರ್ವ ಪ್ರೈಮರಿ ಶಾಲೆ ಟೀಚರ್ ಆಗೋದಕ್ಕೆ ನನ್ನ ಡಿಗ್ರಿಗಳು ಉಪಯೋಗ ಆಗಿದ್ದರೆ, ಒಂದು ಪ್ರಮೋಷನ್ನಿನ ನಿರೀಕ್ಷೆಯಲ್ಲಿ ಅವನು ಎಷ್ಟೊಂದು ಸಮಾಧಾನದಿಂದ ಇರುತ್ತಿದ್ದ! ನಾನೆಂದಿಗೂ ಗುಮಾಸ್ತನೆ. ಅದೂ ಈ ಗ್ರಾಮ ಪಂಚಾಯತ್ ಕಛೇರಿಯಲ್ಲಿ. ಒಂದು ವೇಳೆ ನಾನೊಂದು ಪಿ.ಎಚ್.ಡಿ ತೆಗೆದುಕೊಂಡಿದ್ದರೂ ಇದೇ ಸ್ಥಿತಿ ಇರುತ್ತಿತ್ತು".

ದಲ್ಲಾಳಿಯ ಉತ್ಸಾಹ ಹೆಚ್ಚಾಯಿತು. "ಅದನ್ನೆ ಹೇಳ್ತಾ ಇರೊದು, ಈ ಮನೆ ಒಂದು ಅದೃಷ್ಟಾಂತ ಅಂದುಕೊಳ್ಳಬೇಕು. ಅದಕ್ಕೆ ನಮ್ಮನ್ನ ಹುಡುಕಿಕೊಂಡು ಬಂದಿದೆ. ಮನೆ ಮಾರಾಟಕ್ಕೇಂತ ಕಟ್ಟಿಸಿದ್ದಲ್ಲ. ಗಂಡ ಮಕ್ಕಳು ಎಲ್ಲರೂ ಸೇರಿ ಸುಖವಾಗಿ ಇರಬೇಕೂಂತ ಅವಳು ಕಷ್ಟಪಟ್ಟು ಕೆಲಸ ಮಾಡಿ ಕಟ್ಟಿಸಿದ ಮನೆಯದು. ಹಲಸಿನ ಮರದಲ್ಲಿ ಮಾಡಿಸಿದ ಬಾಗಿಲು ಕಿಟಕಿಗಳು, ಒಳ್ಳೆ ಜಾತಿ ಮರಗಳಿಂದ ಕಟ್ಟಿಸಿದ ಮನೆ.

ಮುಂದುಗಡೆ ಇರೋದೆ ರಸ್ತೆ. ಅದೂ ಟಾರ್ ಹಾಕಿದ್ದು. ಸರ್ಕಾರದ ಗಮನ ಯಾವಾಗಲೂ ಇರುವಂತಹ ಸ್ಥಳ. ನಿರಂತರವಾಗಿ ವಾಹನಗಳ ಓಡಾಟ ಇರೋ ರಸ್ತೆ. ನಿಜ ಹೇಳಬೇಕೆಂದರೆ ಆ ಪ್ರದೇಶ ಇದೀಗ ನಗರದ ಹೃದಯಭಾಗವಾಗಿ ಮಾರ್ಪಾಡಾಗುತ್ತಿದೆ".

"ಯಾವ ನಗರದ"

"ಯಾವ ನಗರವೇ? ನಿನ್ನೆಯವರೆಗೆ ಇದೇನು ಶುದ್ಧ ಗ್ರಾಮವಾಗಿತ್ತೇನು? ತಾವೊಮ್ಮೆ ಹೊರಗಡೆ ತಿರುಗಾಡಿಕೊಂಡು ಬನ್ನಿ ಗೊತ್ತಾಗುತ್ತೆ. ಎಂತೆಂತಹ ಕಾಂಕ್ರಿಟ್ ಕಟ್ಟಡಗಳು ಮೇಲೆದ್ದು ಬರ್‍ತಾ ಇದೆ. ನಾಳೆ ನೋಡು ನೋಡುತ್ತಿದ್ದಂತೆ ನಿಮ್ಮ ಕಣ್ಣ ಮುಂದೇನೇ ಒಂದು ದೊಡ್ಡ ಮಹಾನಗರವಾಗಿ ಇದು ಮಾರ್ಪಾಡಾಗಲಿದೆ. ನೀವೀಗ ಕೊಳ್ಳಬೇಕಿಂದಿರುವ ಆ ಸಣ್ಣ ಮನೆಗೆ ಅನೇಕ ಲಕ್ಷ ಕೊಡಬೇಕಾಗುತ್ತದೆ. ಆದರೆ ಈಗ ಅಂತಹ ಸಮಸ್ಯೆ ಎದುರಿಸಬೇಕಾಗಿಲ್ಲ. ಏಕೆಂದರೆ ಆ ಪಾಪದ ಹೆಂಗಸಿಗೆ ಮನೆಯನ್ನು ಕೂಡಲೆ ಮಾರಬೇಕಾಗಿದೆ. ಭೂಮಿಗೆ ಬೆಲೆ ಏರುವುದಕ್ಕೂ ಮೊದಲು ದೂರಲ್ಲೆಲ್ಲಾದರೂ ಕಡಿಮೆ ಬೆಲೆಗೆ ಸ್ಥಳವನ್ನು ಖರೀದಿ ಮಾಡಿ ನಂತರ ಕಷ್ಟಪಟ್ಟು ಜೀವನ ಸಾಗಿಸಬಹುದಲ್ಲ ಎನ್ನುವ ಆಲೋಚನೆ".

"ಆದರೆ, ಒಂದು ಹಳೆಯ ಹಾಗೂ ಸಣ್ಣ ಮನೆಗೆ, ನಾವು ಕೊಡುವ ಸಣ್ಣ ಮೊತ್ತದಿಂದ ಆ ಶಾರದ ಎನ್ನುವವರು ಹ್ಯಾಗೆ ......ಅದಕ್ಕೆ ಹೊಂದುವ ಒಂದು ಬೆಲೆಯಲ್ಲವೆ ನಾವು ಕೊಡುವುದಕ್ಕೆ ಸಾಧ್ಯ?"

ನಾನು ಬರುವ ಆಪತ್ತನ್ನು ವಾಸನೆಯಿಂದಲೇ ತಿಳಿದುಕೊಂಡೆ. ಬೆಲೆಯನ್ನು ಚರ್ಚಿಸಿ ಚರ್ಚಿಸಿ ಈ ಮನೆಯನ್ನೂ ಕಳೆದುಕೊಳ್ಳಬೇಕೇನೊ? ಅವಶ್ಯಕತೆ ಇರೊದು ನಮಗಲ್ಲವೆ ಎನ್ನುವುದನ್ನು ಒಂದು ನೋಟದಲ್ಲಿ ಯಜಮಾನರಿಗೆ ತಿಳಿಸಲು ನಾನು ಪ್ರಯತ್ನಿಸುತ್ತಿದ್ದೆ.

ಇದೆಲ್ಲಾ ಎಷ್ಟು ನೋಡಿಲ್ಲ, ಕೇಳಿಲ್ಲ ಎನ್ನುವ ಅರ್ಥದಲ್ಲಿ ದಲ್ಲಾಳಿ ಕಣ್ಣನ್ನು ಒಮ್ಮೆ ಬಿಗಿದಿಡಿದು ನಗುವನ್ನು ಮತ್ತೂ ಸ್ವಲ್ಪ ಹೆಚ್ಚು ಹೊಳೆಯುವಂತೆ ಮಾಡಿ, ತಲೆಗೆ ಕಟ್ಟಿದ್ದ ಟವೆಲ್ಲನ್ನು ಬಿಚ್ಚಿ ಕೊಡವಿ ಹೆಗಲಿಗೇರಿಸಿದ. "ರಸ್ತೆ ಪಕ್ಕದಲ್ಲೇ ಇರುವ ಮನೆಗಳಿಗೆ ಇರುವ ಬೇಡಿಕೆ ಅದರ ಉಪಯುಕ್ತತೆ ನಿಮಗೆ ಗೊತ್ತಿಲ್ಲವೇ ರಾಯರೆ! ನೀವೀಗ ಪಟ್ಟಣದಲ್ಲಿ ಒಂದು ಮನೆಯನ್ನು ಹೌಸಿಂಗ್ ಕಾಲೊನಿಯಲ್ಲೇ ತೆಗೆದುಕೊಂಡಿರೆಂದೇ ತಿಳಿಯೋಣ. ಅಂಕುಡೊಂಕುಗಳಿಂದ ಹಳ್ಳದಿನ್ನೆಗಳಿಂದ

ಕೂಡಿದ ರಸ್ತೆಗಳೆ ಅಲ್ಲಿರುವುದು. ಹೌದಲ್ಲವೇ? ಅವುಗಳನ್ನು ರಸ್ತೆ ಅಂತ ಕರೆಯುವುದಕ್ಕೆ ಆಗುತ್ತದೆಯೇ? ಯಾವತ್ತಾದರೂ ಅವುಗಳು ಒಳ್ಳೆಯ ರಸ್ತೆಗಳಾಗಿ ಅಭಿವೃದ್ಧಿ ಹೊಂದುವುದೇ? ರಸ್ತೆಗಾಗಿ ಮೀಸಲಿಟ್ಟ ಸ್ಥಳದ ಉದ್ದಗಲಕ್ಕೂ ಕಲ್ಲು ಮಣ್ಣಿನ ಗುಪ್ಪೆಗಳೂ ಗುಂಡಿಗಳೂ ಕಲ್ಲಿನಂತೆ ಗಟ್ಟಿಯಾದ ಕೆಸರಿನ ತೋಡುಗಳೂ ಇವುಗಳೆ ತುಂಬಿಕೊಂಡಿರುತ್ತವೆ. ನೀವು ಕಟ್ಟಬೇಕಾದ ಕಂತುಗಳನ್ನೆಲ್ಲಾ ಕಟ್ಟಿದರೂ ನಿಮ್ಮ ರಸ್ತೆಯ ಬಗ್ಗೆ ಯಾವುದೇ ಅಭಿವೃದ್ಧಿಯಾಗದೆ ಇನ್ನೂ ಹಾಗೆ ಇರುತ್ತದೆ. ಅದೃಷ್ಟವಶಾತ್ ನಿಮಗೊಂದು ದ್ವಿಚಕ್ರ ವಾಹನವೋ ಕಾರೋ ಇದೆ ಅಂತ ಇಟ್ಕೊಳ್ಳೋಣ. ಇದೀಗ ನಿಮ್ಮ ಗ್ರಾಮ ಪಂಚಾಯತ್ ಆಫೀಸ್ ಕೆಲಸ ಏನೂ ಅಷ್ಟು ತೆಗೆದು ಹಾಕುವಂತಹದ್ದೇನಲ್ಲ, ಅಲ್ಲವೇ? ಇವತ್ತಲ್ಲ ನಾಳೆ ತಗೊಂಡೇ ತಗೊತೀರಾ. ಆಗ ಅದನ್ನು ತಲೆಮೇಲೆ ಹೊತ್ತುಕೊಂಡು ಮನೆಗೆ ಬರೊದಿಕ್ಕೆ ಆಗುತ್ತೋ ನಿಮಗೆ? ಅಂತಹ ಮನೇನೇ ಸಾಕು ಅಂತಂದ್ರೆ ಹಾಗೆ ಆಗಲಿ ಬಿಡಿ! ಆ ಶಾರದಾಳ ಮನೇನೆ ತಗೊಳ್ಳೀಂತ ನಾನ್ಯಾಕೆ ಬಲವಂತ ಮಾಡಲಿ!"

"ಆ ರೀತಿ ಅಲ್ಲ! ಇರಲಿ, ನಾವು ಒಮ್ಮೆ ಶಾರದೆಯ ಮನೆಯನ್ನು ಹೋಗಿ ನೋಡ್ಕೊಂಡು ಬರೋಣ. ಒಂದು ಆನೆಯನ್ನು ಅಂಗಿ ಕಿಸೆ ಒಳಗೆ ಇಟ್ಕೊಂಡು ತಿರುಗಾಡೊದಿಕ್ಕೆ ಆಗೋದಿಲ್ಲವಲ್ಲ!

ಆತನ ಮಾತಿನ ವರಸೆಯೊಳಗೆ ಮುಳುಗಿದ್ದ ನಾವು, ನಮ್ಮ ಕನಸಿನ ಬೈಕಿನಲ್ಲಿ ಶಾರದೆಯ ಮನೆಯನ್ನು ತಲುಪಿದೆವು.

ಹಲವಾರು ಬಣ್ಣದ ಹೂವಿನ ಗಿಡಗಳಿಂದ ಸುತ್ತುವರಿದ ಒಂದು ಬೇಲಿ. ಮಧ್ಯದಲ್ಲಿ ಸ್ವಲ್ಪ ಖಾಲಿ ಜಾಗ.

ಹಾಗೆ ನಾವು ಅಂಗಳವನ್ನು ಪ್ರವೇಶಿಸಿದೆವು. ವರಾಂಡದ ಬಾಗಿಲಿನಲ್ಲಿ ಕುಳಿತು ಅಂಗಳಕ್ಕೆ ಕಾಲಿಟ್ಟು ಮಗುವಿಗೆ ಹಾಲುಣಿಸುತ್ತಿರುವ ಯುವತಿ ಕಾಣಿಸಿಕೊಂಡಳು. ಸುಂದರಿಯಾದ ಯುವತಿ. ಅವಳೇ ಶಾರದ. ಗಡಿಬಿಡಿಗೊಂಡು ಹಾರಿ ಎದ್ದಳು. ಮೊಲೆಗಳನ್ನು ರವಿಕೆಯೊಳಗೆ ಮರೆಮಾಚಿದಳು, ಮಗುವನ್ನೆತ್ತಿಕೊಂಡಳು, ಮಗು ತನ್ನ ಮುಖವನ್ನು ತಾಯಿ ಕುತ್ತಿಗೆಯ ಹಾಗೂ ದೊಡ್ಡ ತಲೆಕೂದಲಗಂಟಿನ ನಡುವೆ ಮರೆಸಿಕೊಂಡಿತು. ಆಕೆ ಉಟ್ಟಿದ್ದ ಪಂಚೆಯ ತುದಿಯಿಂದ ಮುಖವನ್ನು ಒರೆಸಿಕೊಂಡಳು. ಅದರಿಂದ ಎದೆಭಾಗವನ್ನು ಮರೆಸಿಕೊಂಡು ಆಕೆ ಅಂದವಾದ ನಗೆಯೊಂದನ್ನು ಹೊರಸೂಸಿದಳು.

"ಇವರು ನಿನ್ನ ಮನೆಯನ್ನು ನೋಡುವುದಕ್ಕೆ ಬಂದವರು. ಎಲ್ಲಿ ನಿನ್ನ ರಾಜನನ್ನು ಕರಿ".

ಆಕೆಯ ರಾಜ, ಆಗ, ಯಾವ ಕೆಲಸವೂ ಇಲ್ಲದೆ, ಹಾಳುಬಿದ್ದಿದ್ದ ಅಂಗಳದ ತೋಟದ ತುದಿಯಲ್ಲಿ ಕುಳಿತು ಎರಡೂ ಕೈಗಳನ್ನು ಸೇರಿಸಿಕೊಂಡು ಕಾಲಿನಮಂಡಿ ಮೇಲಿಟ್ಟು ಬೆರಳುಗಳಿಂದ ಎಣಿಸುತ್ತಿದ್ದ. ಆತ ತೋಟದೊಳಗೆ ಕಟ್ಟಿಹಾಕಿದ್ದ ಹಸುಕರುವು ಮೇವು ತಿನ್ನಲು ಆರಂಭಿಸಿತ್ತು.

ದಲ್ಲಾಳಿಯ ಮಾತುಗಳನ್ನು ಕೇಳಿದ ರಾಜ ಬೆರಳು ಎಣಿಸುವುದನ್ನು ನಿಲ್ಲಿಸಿದ. ಕಾಲುಮಡಚಿಕೊಂಡಿದ್ದನ್ನು ನಿಮಿರಿಸಿ ಕೊಂಡು ನಿಂತ.

"ಏನೂ, ಕೋಯಸ್ಸ ಮಾಪ್ಳೇ?"

"ಸಧ್ಯಕ್ಕೆ ಕೆಲಸದ ಗಡಿಬಿಡಿಯನ್ನೆಲ್ಲಾ ಬದಿಗಿಟ್ಟು, ಎರಡನೇ ಮದುವೆ ಬಗ್ಗೆ ಆಲೋಚನೆ ಮಾಡೋಣಾಂತ, ಏನಂತಿರಾ?"

ರಾಜನ ಬಿಳಿಚಿಕೊಂಡಂತಹ ಮುಖ ನಾಚಿಕೆಯಿಂದ ಕೆಂಪೇರಿತು. ಮಡಚ್ಚಿಟ್ಟುಕೊಂಡಿದ್ದ ಪಂಚೆಯನ್ನು ಕೆಳಗೆ ಇಳಿಬಿಟ್ಟು ಆತ ಸ್ವಲ್ಪ ಗಾಂಭಿರ್ಯದಿಂದಲೆ ದಲ್ಲಾಳಿಯ ಮುಂದೆ ಬಂದು ನಿಂತ.

"ಮನೆ ನೋಡೋದಿಕ್ಕೆ ಜನ ಬಂದಿದಾರೆ!"

"ಶಾರದಳಲ್ಲಿ ಹೇಳಿದ್ರ?"

"ಶಾರದಳಲ್ಲವೇ ಇಲ್ಲಿ ನಿಂತಿರೋದು. ಮುಖತಃ ಕೇಳ್ಕೊಳಿ!" ದಲ್ಲಾಳಿ ಹೇಳಿದ, "ಸುಮ್ಮನೆ ಮಾತಾಡೊದು ಬೇಡ, ವ್ಯಾಪಾರ ಅಂದರೆ ವ್ಯಾಪಾರ!"

ನಾನು ಶಾರದಳೊಂದಿಗೆ ಕೋಣೆಯೊಳಕ್ಕೆ ಹೋದೆ. ಸಾಲಿನಲ್ಲಿ ಎರಡು ಕೋಣೆ. ಒಂದೊಂದು ಚಾಪೆ ಹಾಸುವುದಕ್ಕಿಂತ ಹೆಚ್ಚಿನ ಆಸಕ್ತಿಯೇನೂ ಶಾರದಳಿಗಿರಲಿಲ್ಲ ಎನ್ನುವ ವಿಚಾರ ಆ ಸಣ್ಣಕೋಣೆಗಳನ್ನು ನೋಡುವಾಗಲೇ ತಿಳಿದು ಬಂತು. ಮಲಗುವುದಕ್ಕೆ ಇದು ಧಾರಾಳ ಸಾಕು. ಒಂದು ಮಕ್ಕಳಿಗೆ. ಮತ್ತೊಂದು ದಂಪತಿಗಳಿಗೆ. ಮುಂದೆ ಎರಡೂ ಕೋಣೆಗಳನ್ನು ಜೋಡಿಸುವ ನಾಲ್ಕು ಕಡೆ ಮುಚ್ಚಿದ ವರಾಂಡ. ಮತ್ತೆ ಅಡುಗೆಕೋಣೆ. ಈ ಮನೆಯ ಸಂಶೋಧಕರು ಈ ಮನೆಯ ಯಜಮಾನಿಯೇ ಎನ್ನುವುದರ ನಿದರ್ಶನ. ಒಟ್ಟು ಮನೆಯ ವಿಸ್ತೀರ್ಣದಲ್ಲಿ ಅರ್ಧಕ್ಕಿಂತಲೂ ದೊಡ್ಡದಾದ ಅಡುಗೆ ಕೋಣೆ. ಯಜಮಾನಿಯು ಅಡುಗೆಕೋಣೆಯಲ್ಲಿರುವಾಗ ಎಡಬಲ ತಿರುಗುವುದಕ್ಕೂ, ಬೇಕೂಂತ ಅನ್ನಿಸಿದಾಗ ಸೊಂಟವನ್ನು ನೆಟ್ಟಗೆ ಮಾಡಿ ವಿಶ್ರಾಂತಿ ಪಡೆಯುವುದಕ್ಕೂ ಅನುಕೂಲವಿರುವಷ್ಟು ವಿಸ್ತಾರವಾದ ಅಡುಗೆಮನೆ ನೋಡಿದ ನನಗೆ ಬಹಳ ಇಷ್ಟವಾಯಿತು. ನಾನೂ ಸಹ ಶಾರದಳಂತೆಯೇ! ಗೋಡೆಯ ಮೇಲೆ ಒಂದು ಚಿಕ್ಕ ಗುರುತನ್ನು ತೋರಿಸಿ ಆಕೆ ಹೇಳಿದಳು:

"ನೋಡಿ ಅಕ್ಕಾ, ಇಲ್ಲೊಂದು ಮೇಜನ್ನು ಸಿಮೆಂಟಿನಿಂದ ಮಾಡಿಸಬೇಕು. ಪಾತ್ರೆಗಳನ್ನು ಜೋಡಿಸಿಡುವುದಕ್ಕಾಗಿ ಬೇಕಾಗುತ್ತೆ".

"ಓ!"

"ಅಕ್ಕಾ, ಈ ಕಡೆ ಕೊನೆಯಲ್ಲಿ ಒಂದು ಉದ್ದನೆಯ ಆದರೆ ಕಡಿಮೆ ಎತ್ತರದ ಮೇಜು, ಅಥವಾ ಮಂಚದಂತೆ ಒಂದು ದಿಣ್ಣೆ. ಸಾಕಾಯ್ತಪ್ಪಾಂತ ಅನ್ನಿಸುವಾಗ ಮೈಚಾಚಿಕೊಳ್ಳೊದಿಕ್ಕೇಂತ. ಮಲಕ್ಕೊಂಡೆ ರಸ್ತೆಯ ಕಡೆ ನೋಡಬಹುದು. ಆಚೆ ಕಡೆಯ ಬಯಲಿನಲ್ಲಿ ಆಡುವುದನ್ನೂ ನೋಡಬಹುದು."

"ಹೌದೌದು"

"ಮತ್ತೆ..... ಸಾಧ್ಯವಾದರೆ ಕೆಳಗೆ ನೆಲಹಂಚು ಹಾಸಬೇಕು. ನಾವು ಎಷ್ಟೊತ್ತೂಂತ ನೆಲದ ಮೇಲೆನೇ ನಿತ್ಕೊಂಡು ಕೆಲಸ ಮಾಡ್ತಾ ಇರಬೇಕು".

"ಸರಿಯಾಗೆ ಹೇಳಿದ್ರಿ!"

"ಮತ್ತೆ ಉಳಿದ ಕಡೆಗಳಲೆಲ್ಲಾ ಒಳ್ಳೆ ರೆಡ್ ಆಕ್ಸೈಡಿನ ಸಿಮೆಂಟು ನೆಲ. ಮಕ್ಕಳು ಓಡಾಡಿಕೊಂಡು ಆಟ ಆಡಬಹುದು."

ಆಕೆ ಹೇಳಿದಕ್ಕೆ ನನ್ನ ಯಾವ ಆಕ್ಷೇಪವೂ ಇರಲಿಲ್ಲ.

ಕೊನೆಯಲ್ಲಿ ಅಡುಗೆ ಕೋಣೆಯ ನಡುವೆ ಗಾಜಿನ ಹಂಚಿನಿಂದ ಹಾದು ಬರುತ್ತಿದ್ದ ಸೂರ್ಯನ ಬೆಳಕಿನ ಹತ್ತಿರ ನಿಂತು ಆಕೆ ನನ್ನಲ್ಲಿ ಕೇಳಿದಳು :

"ಸಾಕಷ್ಟು ಹಣ ಸಿಕ್ಕಿದಮೇಲೆ ಈ ಮನೆಯನ್ನು ನೀವೇನಾದರೂ ಕೆಡವಿ ಬಿಡ್ತೀರಾ?" ಆಕೆಯ ಕಣ್ಣುಗಳಲ್ಲಿ ನೀರಾಡುವುದೂ ಧ್ವನಿಯಲ್ಲಿ ಬಿಕ್ಕಳಿಕೆಯ ತಡವರಿಸುವಿಕೆಯೂ ಗಮನಿಸಬಹುದಾಗಿತ್ತು.

ಬೇಡವಾಗಿತ್ತು. ನನ್ನ ಮನಸ್ಸು ಹೇಳುತ್ತಿತ್ತು. ಈ ಮನೆ ಬೇಡವಾಗಿತ್ತು.

"ಇಲ್ಲ" ನಾನು ನಗಲು ಪ್ರಯತ್ನಿಸಿದೆ, "ಈ ಮನೆಯನ್ನು ಕೆಡವಿ ಇದೇ ಸ್ಥಳದಲ್ಲಿ ಬೇರೆ ದೊಡ್ಡ ಮನೆಯನ್ನು ಕಟ್ಟಲು ನಮಗೆ ಹೇಗೆ ತಾನೇ ಸಾಧ್ಯವಾಗುತ್ತದೆ?"

"ಅದೆಲ್ಲಾ ಸಾಧ್ಯವಾಗುತ್ತದೆ ಅಕ್ಕಾ. ಕಾಲಕ್ರಮೇಣ ಯಾರಿಗೆ ಹೇಗೆ ಒಳ್ಳೆಯದಾಗಬಹುದೆಂದು ಹೇಳಲಿಕ್ಕೆ ಬರುತ್ತದೆಯೇ?" ಎಂದು ಹೇಳಿದ ಆಕೆ ಬಿಸಿಲು ಬೀಳುವ ಕಡೆಯಿಂದ ದೂರಾಗಿ ಅಡುಗೆಕೋಣೆಯ ಕತ್ತಲೆಯ ಮೂಲೆಗೆ ಜಾರಿದಳು.

ಯಾಕೆ ಈ ಕೋಯಸ್ಸಲ್ ಮಾಪ್ಳೆ ನಮ್ಮನ್ನು ಇಲ್ಲಿಗೇನೇ ಕರೆದುಕೊಂಡು ಬಂದರೋ?

ಕೋಣೆಯಿಂದ ಅಂಗಳಕ್ಕಿಳಿದ ನನ್ನ ಮುಖವನ್ನು ನೋಡಿ ಗಂಡ ಕೇಳಿದರು :

"ಏನೂ, ನರ್ಮದೆಗೆ ಈ ಮನೆ ಇಷ್ಟವಾಗಲಿಲ್ಲವ?"

"ಊಂ"

ನಾವು ಕಾಲುದಾರಿ ಕಡೆಗೆ ನಡೆದೆವು. ಶಾರದಳೊಂದಿಗೆ ಏನೋ ಗುಸುಗುಸು ಮಾತನಾಡಿ ದಲ್ಲಾಳಿ ಹಾಗೆ ನಮ್ಮ ಹಿಂದೆನೇ ಬಂದ.

"ಮನೆ ಸ್ವಲ್ಪ ಸಣ್ಣದೇನೇ, ಒಪ್ಪಿಕೊಂಡೆ. ಆದರೆ ಎಲ್ಲಾ ರೀತಿಯಲ್ಲೂ ಹೊಂದಿಕೆ ಆಗಬೇಕಲ್ಲ. ಪಾಪದ ಜನ, ಬಹಳ ತೊಂದರೆ ಇರುವುದರಿಂದಾಗಿ ಮನೆ ಮಾರಾಟ ಮಾಡ್ತಾ ಇದಾರೆ".

"ಹೌದು, ಗೊತ್ತಾಯಿತು."

"ಬೆಲೆ ಸ್ವಲ್ಪ ಕಡಿಮೆಗೆ ಸಿಗುತ್ತೆ"

ನಾವು ಬಸ್‌ಸ್ಟಾಪಿನೆಡೆಗೆ ನಡೆದೆವು. ಹಿಂದಿನಿಂದ ಹೆಜ್ಜೆ ಸಪ್ಪಳ ಕೇಳಿಸುತ್ತಿತ್ತು.

ಶಾರದ!

ನಾನು ಅಂದುಕೊಂಡೆ, ಹೇಳಲಿ, ತಾನು ಮನೆ ಮಾರುವುದಿಲ್ಲಾಂತ, ಆಕೆ ಹೇಳಲಿ. ಬೇರೊಂದು ಮನೆ ಸಾಕು. ಶಾರದೆಯ ಹೃದಯವನ್ನು ಕಿತ್ತುಕೊಳ್ಳಬಾರದು.

ಶಾರದೆಯು ನನ್ನ ಕೈಯನ್ನು ಒಮ್ಮೆ ಮುಟ್ಟಿದಳು.

"ಅಕ್ಕಾ, ಈ ಕಡೆ ಸ್ವಲ್ಪ ಬರ್ತಿರಾ. ಮಾತನಾಡಲಿಕ್ಕಿದೆ."

ಅವಳ ಹತ್ತಿರಕ್ಕೆ ಬಂದೆ.

ಆಕೆ ಅಳುತ್ತಿದ್ದಳು.

"ದಯವಿಟ್ಟು, ಅಕ್ಕಾ, ನೀವೇ ಈ ಮನೆಯನ್ನು ಕೊಂಡುಕೊಳ್ಳಬೇಕು. ನೀವೇ ಆದರೆ, ಸಮಯ ಸಿಕ್ಕಾಗ ಯಾವಾಗಲಾದರೂ ನಾನು ಈ ಕಡೆಗೆ ಬಂದಾಗ ಈ ಮನೆ, ಮನೆ ಒಳಗೆ ಎಲ್ಲಾ ಒಮ್ಮೆ ನೋಡುವುದಕ್ಕೆ ನನಗೆ ಅನುಮತಿ ಕೊಡುವುದಿಲ್ಲವೆ? ....ಸುಮ್ಮನೆ ಹೀಗೆ ನೋಡಿಕೊಂಡು ಹೋಗಲು....."

ನಾನು ತಲೆ ತಗ್ಗಿಸಿದೆ.

✦

ಪಂಗುರುಪುಷ್ಪದ ಜೇನು

ಬಸವನು ನವವಧುವಿನ ಮಡಿಲಿನಲ್ಲಿ ತಲೆಯಿಟ್ಟು ಮಲಗಿಕೊಂಡು ಆಕಳಿಸುತ್ತಿದ್ದ. ಬೆಳಕು ಹರಿದು ಸಾಕಷ್ಟು ಸಮಯವಾಗಿದೆ. ಇಳಿಬಿಸಿಲಿನ ಸುಖವನ್ನು ಅನುಭವಿಸುತ್ತಿದೆ ಆ ಗ್ರಾಮ.

ಆಕಾಶವನ್ನು ಚತುರಾಕೃತಿಯನ್ನಾಗಿ ಕತ್ತರಿಸಿ ತುಂಡುಮಾಡಿದಂತೆ ಕಾಣುವ ಮೇಲ್‌ಛಾವಣಿ. ಮದುವೆಗೂ ಮೊದಲು ಮೇಲ್‌ಛಾವಣಿಯನ್ನಾದರೂ ಹೊಸದಾಗಿ ಹೆಣೆಯಬೇಕೆಂದು ಗ್ರಾಮದವರು ಬಸವನನ್ನು ನೆನಪಿಸಿದ್ದರು. ಹೆಣೆಯುವುದಕ್ಕಾಗಿ ಹುಲ್ಲು ಕೊಡಲೂ ಮತ್ತೆ ಕೆಲಸಕ್ಕಾಗಿ ಕೈಜೋಡಿಸಲೂ ಅವರು ತಯಾರಾಗಿದ್ದರು.

ಆದರೆ ಅದನ್ನು ಕೇಳಿ ಬಸವ ಸುಮ್ಮನೆ ನಕ್ಕ ಅಷ್ಟೆ. ಮನೆ ಮೇಲ್‌ಛಾವಣಿ ಹೊಸದಾಗಿ ಕಟ್ಟಿದರೂ ಬಿಟ್ಟರೂ, 'ಚಲ್ಲಿ' ಎಂಬ ಹುಡುಗಿ ನನ್ನ ಜೊತೆಗೆ ಬಂದೇ ಬರುತ್ತಾಳೆ ಎಂದು ಅವನಿಗೆ ಗಟ್ಟಿಯಾದ ನಂಬಿಕೆಯಿತ್ತು. ಪರಿಷ್ಕಾರಗೊಂಡ ನಯನಾಜೂಕಿನ ಪೇಟೆ ಹುಡುಗಿಯೆಂದು ನಟಿಸುತ್ತಿದ್ದರೂ, ಪಕ್ಕದ ಗ್ರಾಮದ ಆ ಹುಡುಗಿ ಒಂದೇ ಓಟದಲ್ಲಿ ಅಷ್ಟೇನು ಪರಿಷ್ಕಾರಗೊಳ್ಳದ ನಯನಾಜೂಕು ಇಲ್ಲದ ಹಳ್ಳಿಯವನೆಂದು ಅನ್ನಿಸಿಕೊಂಡಿದ್ದ ಬಸವನ ಮನಸ್ಸಿನೊಳಕ್ಕೆ ಸೇರಿಕೊಂಡಿದ್ದಳು.

ಆಕೆಯ ನೀಲಿಬಣ್ಣದ ಚಿನ್ನಾಳ ರೇಷ್ಮೆ ಸೀರೆಯು ತಲ್ಲಣಿಸತೊಡಗಿತು.

ಶುಭ್ರ ನೀಲಾಕಾಶದಲ್ಲಿ ದೃಷ್ಟಿನೆಟ್ಟು ಆಕೆ ಮಧುರ ಕ್ಷಣಗಳನ್ನು ನೆನೆಯುತಾ ್ತಕಾಯುತ್ತಿದ್ದಳು. ನೀಲಾಕಾಶದ ಶುಭ್ರತೆಯು ಹನಿಹನಿಯಾಗಿ ಸೂಸಿ ಚಲ್ಲಿಯ ಎರಡೂ ಕಣ್ಣುಗಳು ನೀಲವರ್ಣಕ್ಕೆ ತುಂಬಿಕೊಂಡಿದ್ದವು.

ಗೋಡೆ, ಬಾಗಿಲು ಯಾವುದನ್ನೂ ಮರೆಮಾಡದ ನೆಲದಲ್ಲಿ ಮಲಗಿಕೊಂಡು ದೂರದೆಡೆಗೆ ನೋಡಿದ. ಬಯಲಿನಾಚೆ ವಸಂತ ಕಣ್ಣು ಮಿಟುಕಿಸುತ್ತಿದ್ದಾನೆ. ಕಾಡಿನ ಮರಗಳು, ಕೈಬೆರಳುಗಳಿಗೆ ಮದರಂಗಿ ಹಚ್ಚಿಕೊಂಡು ಕೈಸನ್ನೆ ಮಾಡಿ ಕರೆಯುತ್ತಿವೆ.

ಒಳಗಿನ ಧ್ವನಿ ಕೇಳಿದ ಆತ ತಟ್ಟನೆ ಎದ್ದು ಕುಳಿತ. ಎದ್ದು ಹೋಗಲು ಸಿದ್ಧವಾಗುತ್ತಿದ್ದ ಹೆಂಡತಿಯ ಸೀರೆಯ ಅಂಚನ್ನು ಹಿಡಿದಿಟ್ಟುಕೊಂಡು ಬಸವ ಕೇಳಿದ:

"ನಿನಗ್ಯಾಕೆ ಈ ನೀಲಿ ಸೀರೆ?"

ಆಕೆ ಗೊಂದಲಕ್ಕೀಡಾದಳು. ಸೀರೆ ಅವಳ ತಂದೆ ತಂದು ಕೊಟ್ಟಿದ್ದು. ಮದುವೆ ಗಂಡು ಮದುಮಗಳಿಗೆ ಏನನ್ನೂ ಉಡುಗೊರೆಯಾಗಿ ನೀಡಿರಲಿಲ್ಲ. ವಸ್ತು ರೂಪಗಳಲ್ಲಿ ನೀಡುವ ಉಡುಗೊರೆಗಳಲ್ಲಿ ಆತನಿಗೆ ನಂಬಿಕೆ ಇರಲಿಲ್ಲ.

"ಹಾಗಾದರೆ ನನಗೆ ಯಾವ ಬಣ್ಣದ ಸೀರೆ ಒಪ್ಪುವಂತದ್ದಾಗಿತ್ತು?"

"ನಿನಗೆ ಯಾವುದೇ ಸೀರೆಯೂ ಚೆಂದ ಕಾಣಿಸುವುದಿಲ್ಲ. ನೀನು ಸೀರೆ ಉಟ್ಟರೆ

ನಿನ್ನ ಸೌಂದರ್ಯ ಸತ್ತೇ ಹೋಗುತ್ತದೆ.”

ಆಕೆ ಬಾಯಿ ಮುಚ್ಚಿಕೊಂಡು ನಗುತ್ತಾ ಬಾಯಲಿದ್ದ ಎಲೆಅಡಿಕೆ ಎಂಜಲನ್ನು ಉಗುಳಲು ಬಾಳೆತೋಟದ ಕಡೆಗೆ ಇಳಿದು ಹೋದಳು. ಆಕೆ ಗಮನಿಸದ ಸೀರೆಯು ನೆಲದಲ್ಲಿ ನೀಲಿ ಹಾವಿನಂತೆ ಹರಿದಾಡುತ್ತಿತ್ತು.

ಬಸವ ಮತ್ತೊಮ್ಮೆ ಆಕಳಿಸಲು ಸಿದ್ಧವಾಗುವಾಗ ಮೇಲ್‌ಛಾವಣಿ ಕಡೆಯಿಂದ ಶಬ್ದವೊಂದು ಅವನ ಹತ್ತಿರಕ್ಕೆ ಜಾರಿ ಬಿತ್ತು.

ಅದೊಂದು ದುಂಬಿಯಾಗಿತ್ತು. ರತ್ನದ ಕಲ್ಲಿನಂತೆ ಹೊಳೆಯುವ ಮರಕತ ದುಂಬಿ. ಅದು ಗುಡಿಸಲಿನ ಗಾಢವಾದ ನೀರವತೆಯನ್ನು ಒಂದು ಗರಗಸದಿಂದ ಕೊಯ್ದು ತುಂಡು ಮಾಡಿತು. ಚಲ್ಲಿ ಕಿವಿಯನ್ನು ಕೈಬೆರಳಿನಿಂದ ಮುಚ್ಚಿಕೊಂಡಳು.

“ಇದ್ಯಾವ ತರಹದ ಪ್ರಾಣಿ?”

“ಪ್ರಾಣಿನಾ? ಇದು ‘ಪಂಗುರುಬಳ್ಳಿ’ ಕಳಿಸಿಕೊಟ್ಟ ದೂತ”

ಬಸವನ ಮುಖದಲ್ಲಿ ಸೂರ್ಯನು ಉದಯಿಸುತ್ತಿರುವುದನ್ನು ನೋಡಿದ ಚಲ್ಲಿ ವಿಸ್ಮಯಗೊಂಡಳು. ಎರಡು ದಿನಗಳಿಂದ ಗಾಢವಾದ ಕಪ್ಪುಮೋಡದ ಮುಖವಾಗಿತ್ತು. ಗಂಟೆಗೆ ನಾಲ್ಕು ಆಕಳಿಕೆಗಳು. ಆತನಿಗೆ ಎರಡು ವಾರ ಆಗುವಷ್ಟರಲ್ಲೇ ಬೇಸರ ಉಂಟಾಯಿತೇ? ಚಲ್ಲಿ ಉಲ್ಲಾಸದಿಂದಲೇ ಪ್ರಶ್ನಿಸಿದಳು :

“ಪಂಗುರು ಎಲ್ಲಿ ಮೊಳೆತು ಚಿಗುರುವುದು?”

“ಕಾಡಿಗೆ ಹೋಗೋಣಾ. ನಾವೀಗಲೇ ಹೊರಡೋಣ!”

ಬಸವ ಪಂಚೆಯನ್ನು ಸರಿಪಡಿಸಿಕೊಂಡ.

“ಅಂಗಿ ಹಾಕಿಕೊಳ್ಳೊದು ಬೇಡವೇ?

“ಯಾಕೆ?”

ಮದುವೆಗೆ ಸ್ನೇಹಿತನೋರ್ವ ಉಡುಗೊರೆಯಾಗಿ ನೀಡಿದ ಬಿಳಿ ಅಂಗಿ ಬಿದಿರಿನ ಗೂಟದಲ್ಲಿ ನೇತುಬಿದ್ದಿದೆ.

“ಈಗಲೆ ಹೋಗಬೇಕೆ?”

“ಮತ್ಯಾಕೆ ತಡಮಾಡುವುದು?’

ಆತನ ಒಂದೊಂದು ಅಣುವಿನಲ್ಲೂ ಉತ್ಸಾಹ ಎದ್ದು ಕಾಣುತ್ತಿತ್ತು.

ಗುಡಿಸಲೊಳಗಿನ ತಂಪೇರಿದ ಮೂಲೆಯಲ್ಲಿ ಸುಮಾರು ಹೊತ್ತು ಹಾರಾಡಿದ ದುಂಬಿ ದಾರಿ ತೋರಿಸುವ ಸಲುವಾಗಿ ಮುಂದೆ ಹೋಯಿತು.

ಗ್ರಾಮದೊಳಗಿನ ಹಸುಕರುಗಳು ಅಳುತ್ತಿರುವಂತೆ ಕೂಗಿದವು. ಕಾಡಿಗೆ ಮೇಯಲು ಹೋಗಿದ್ದ ದನಕರು ಹಿಂಡುಗಳ ಕುತ್ತಿಗೆಗೆ ಕಟ್ಟಿದ್ದ ಗಂಟೆಗಳ ಶಬ್ದ ದಾರಿಯುದ್ದಕ್ಕೂ ಆಗಲೂ ಮೊಳಗುತ್ತಿರುವಂತೆ ಕೇಳಿಸುತ್ತಿತ್ತು.

ಮದುವೆ ಆಮಂತ್ರಣಕ್ಕಾಗಿ ಹೊರಟ ಯುವಕನೋರ್ವನ ಉತ್ಸಾಹದಂತೆ

ಕಾಡಿನಿಂದ ಬಂದ ಗಾಳಿ ಗ್ರಾಮದೊಳಗೆಲ್ಲಾ ಹರಡಿ ಆವರಿಸಿಕೊಂಡಿತು.

ಕಾಡಿನ ಸೀಮೆಯೆಡೆಗೆ ಅವಸರಾವಸರವಾಗಿ ಓಡುತ್ತಿರುವ ಮೋಡಗಳ ಸಮೂಹದೊಂದಿಗೆ ಬಸವನೂ ಚಲ್ಲಿಯೂ ತಮ್ಮ ಪ್ರಯಾಣವನ್ನು ಆರಂಭಿಸಿದರು.

ಇಡೀ ಗ್ರಾಮವೇ ಇವರ ಪ್ರಯಾಣಕ್ಕೆ ಸಾಕ್ಷಿಯಾಯಿತು. ಪಕ್ಕದ ಗ್ರಾಮದವಳಾದ ಚಲ್ಲಿಯನ್ನು ಅವರುಗಳು ಇನ್ನೂ ಸರಿಯಾಗಿ ಪರಿಚಯ ಮಾಡಿಕೊಂಡಿರಲಿಲ್ಲ. ಅವಳ ಆ ವಿದೂರ ಸೌಂದರ್ಯದ ಮರ್ಮವನ್ನು ಅವರಿನ್ನೂ ಅರಿತಿರಲಿಲ್ಲ. ಬಸವನೂ ಅವಳ ಬಗ್ಗೆ ಸರಿಯಾಗಿ ತಿಳಿದುಕೊಂಡಿರಲಿಲ್ಲ. ಹುಟ್ಟಿದ್ದು ಇದೇ ಗ್ರಾಮದಲ್ಲಾದರೂ ಅವನೋರ್ವ ಅಲೆಮಾರಿಯಾಗಿ ತಿರುಗಾಡಿಕೊಂಡಿದ್ದವನಲ್ಲವೇ? ಊರಿನ ಶಿಷ್ಟಾಚಾರ, ಜೀವನಕ್ರಮಗಳೊಂದೂ ಸರಿಯಾಗಿ ತಿಳಿದುಕೊಂಡಿರಲಿಲ್ಲ. ಮದುವೆ ನಂತರವಾದರೂ ಈ ವಿಚಾರಗಳನ್ನು ತಿಳಿದುಕೊಂಡಾನು ಎಂದು ಊರಿನವರು ಭಾವಿಸಿದ್ದರು. ಆದರೆ ಬಸವ ಯಾವತ್ತಿಗೂ ಊರಿನವರ ವಿಚಾರಗಳಿಂದ ಹೊರತಾಗಿದ್ದ. ಹೀಗಿರುವಾಗಲೇ ಒಂದು ದಿನ ಊರಿನ ಜಾತ್ರೆಯಲ್ಲಿ ಪ್ರತ್ಯಕ್ಷನಾದ. ತಲೆಯ ಮೇಲೆ ಜೇನಿನ ಮಡಕೆ ಇರುತಿತ್ತು. ಸಿಕ್ಕಿದ ಬೆಲೆಗೆ ಜೇನನ್ನು ಮಾರಿ ಬಂದ ಹಣದಿಂದ ಕಂಠಪೂರ್ತಿ ಕುಡಿದು ಹಣ ಖಾಲಿ ಆಗುತ್ತಲೇ ಅಲ್ಲಿಂದ ನಿರ್ಗಮಿಸುತಿದ್ದ.

ಬಸವ ಹೋಗಿದ್ದರ ಬಗ್ಗೆ ಅವರೇನೂ ಹೆಚ್ಚಿಗೆ ತಲೆಕೆಡಿಸಿಕೊಂಡಿರಲಿಲ್ಲ. ಚಲ್ಲಿ ಹೋಗಿದ್ದರ ಬಗ್ಗೆಯೂ ಅವರು ತಪ್ಪೆಂದು ಭಾವಿಸಿರಲಿಲ್ಲ. ಎಷ್ಟಾದರೂ ಆಕೆ ಅವನ ಹೆಂಡತಿಯಲ್ಲವೇ? ಗ್ರಾಮದ ಜನರು ಯಥಾಪ್ರಕಾರ ತಮ್ಮ ತಮ್ಮ ಕೃಷಿ ಚಟುವಟಿಕೆಗಳಲ್ಲಿ ತೊಡಗಿಕೊಂಡರು.

ಆಕಾಶದಲ್ಲಿ ಕಡಲಿನಂತೆ ದುಂಬಿಗಳು ತುಂಬಿಕೊಂಡು ತುಳುಕಾಡುತ್ತಿದ್ದವು. ಅಲೆಗಳಂತೆ ಇಳಿಬಿಸಿಲು ನರ್ತನ ಮಾಡಿದವು. ಗ್ರಾಮವೃಕ್ಷದಲ್ಲಿದ್ದ ಪಕ್ಷಿಯೊಂದು ಆನಂದದ ಧ್ವನಿಯಲ್ಲಿ ಕೇಳುತಿತ್ತು :

"ಎಲ್ಲಿಗೋ? ಎಲ್ಲಿಗೋ?"

"ನನ್ನೂರಿಗೆ! ನನ್ನ ಮನೆಗೆ! ನೀನು ಜೊತೆಯಲ್ಲಿ ಬರುವೆಯಾ?"

"ಹೋಗಲಿ ಬಿಡೋ! ಹೋಗಲಿ ಬಿಡೋ!" ಮತ್ತೊಂದು ಪಕ್ಷಿ ಉಲಿಯಿತು.

ಬಸವ ನಕ್ಕ. ನಗು ಅವನ ತುಟಿಯಂಚಿನಿಂದ ಮಾಯಲೇ ಇಲ್ಲ.

ವನವೃಕ್ಷಗಳು ತಮ್ಮ ಹಸಿರು ತುಂಬಿದ ಕೈಗಳನ್ನು ಮೇಲಕ್ಕೆತ್ತಿ ಮದರಂಗಿ ಹಚ್ಚಿಕೊಂಡ ಬೆರಳುಗಳನ್ನು ಬೀಸಿ ಬಸವನನ್ನೂ ಆತನ ಕುಟುಂಬವನ್ನೂ ಬರಮಾಡಿಕೊಂಡವು. ಕಾಡಿನ ತಂಪಾದ ಪರಿಸರದಲ್ಲಿ ನೂರಾರು ಜೀವಿಗಳ ಅಲೌಕಿಕ ಸಂಗೀತ ತುಂಬಿಕೊಂಡಿತ್ತು. ಬತ್ತಿದ ಮನಸ್ಸುಗಳು ತುಂಬಿಕೊಂಡವು. ಬಸವ ಹಾಡೊಂದನ್ನು ಗುನುಗುನಿಸಿದ. ಕಾಡುಕೋಗಿಲೆಯೊಂದು ಆಲಾಪನೆಯನ್ನು ನಿಲ್ಲಿಸಿ ಅಲುಗಾಡದೆ ಮರದ ಕೊಂಬೆಯ ಮೇಲೆ ಕುಳಿತಿತ್ತು. ಒಳಕಾಡಿನ ಕಲ್ಲು

ಮುಳ್ಳುಗಳ ಕಠಿಣ ದಾರಿಯನ್ನು ಹೊಕ್ಕು ಅವರು ಕತ್ತಲಾವರಿಸಿದ ಒಂದು ಕಣಿವೆಯ ಹತ್ತಿರ ಬಂದು ಸೇರಿದರು. ಒಂದು ನಿಮಿಷ ಅಲುಗಾಡದೆ ನಿಂತಿದ್ದ ಬಸವ ಹೇಳಲು ತೊಡಗಿದ :

"ಹೌದು!, ನಿಜವಾಗಲೂ ಪಂಗುರು ಹೂವು ಬಿಟ್ಟಿದೆ!"

ಮನತುಂಬಿ ಸುರಿಯುತ್ತಿರುವ ಸೌಂದರ್ಯದ ಮೂಲವನ್ನು ಬಸವ ಆಗಲೇ ಕಂಡುಕೊಂಡಿದ್ದ. ಕಠಿಣವಾದ ದಾರಿಯನ್ನು ದಾಟಿದ ಚಲ್ಲಿ ಬಹಳಷ್ಟು ಕಷ್ಟದಿಂದ ಹಿಂಬಾಲಿಸುತ್ತಿದ್ದಳು. ಆಕೆಯ ನೀಲಿ ಸೀರೆ ಕಾಡು ಬಳ್ಳಿಗಳ ಉಗುರುಗಳಿಂದ ಹರಿಯಲ್ಪಡುತ್ತಿದ್ದವು.

ದಟ್ಟವಾದ ಕಾಡಿನ ಮರಗಳನ್ನೆಲ್ಲಾ ಬೇರ್ಪಡಿಸಿಕೊಂಡು ರಭಸದಿಂದ ಹರಿದು ಬರುತ್ತಿದ್ದ ಒಂದು ಕಾಡಿನ ಝರಿ. ಆ ಝರಿಯ ಅಂಚಿನಲ್ಲಿ ಪ್ರಖರವಾದ ಬೆಳಕು ಬೀಳುತ್ತಿದ್ದ ಒಂದು ಸ್ಥಳ. ಅಲ್ಲಿ ಚಲ್ಲಿಯ ಕಣ್ಣುಗಳು ವಿಸ್ಮಯಗಳಿಂದ ಅರಳಿಕೊಂಡಿತು. ಬಲವಾದ ದೊಡ್ಡ ಮರಕ್ಕೆ ಹಬ್ಬಿಕೊಂಡು ಹೊಳೆಯುತ್ತಿರುವ ದುಂಡಾಗಿರುವ ಬಳ್ಳಿಗಳು. ಇದೊಂದು ಶಕ್ತಿಶಾಲಿಯಿಂದ ಕೂಡಿದ ಬಳ್ಳಿ. ಎಲೆಗಳು ಇರುವ ಸಂಖ್ಯೆಯಷ್ಟೆ ನೇತಾಡುತ್ತಿದ್ದ ಹೂಗೊಂಚಲುಗಳು. ಒಂದೊಂದು ಗೊಂಚಲಿನಲ್ಲೂ ಒಂದೋ ಎರಡೋ ಎನ್ನುವ ರೀತಿಯಲ್ಲಿ ಹೂವುಗಳು, ಹುಣ್ಣಿಮೆಯ ಚಂದ್ರ ಉದಯಿಸಿದಂತೆ 'ಪಂಗುರು!'. ಪಂಗುರುಬಳ್ಳಿ ಕೇವಲ ಒಂದು ಕಾಡುಬಳ್ಳಿಯಲ್ಲ. ಅದು ಹಬ್ಬಿಕೊಂಡು ಹೋಗುವುದು ನೇರ ಸ್ವರ್ಗಕ್ಕೆ. ಮಧು ತುಂಬಿಕೊಂಡ ಹೃದಯದೊಂದಿಗೆ ಎಲೆಗಳನ್ನು ದಾಟಿ ಈ ದಟ್ಟವಾದ ಕಾಡಿನ ಆರ್ದ್ರತೆಯಿಂದ ಬೆಳದಿಂಗಳಲ್ಲಿ ತೊಯ್ದಿರುವ ಸ್ವರ್ಗದ ಕಡೆಗೆ ಅದರ ಪಯಣ. ಬಸವನ ಮನಸ್ಸು ಒಂದೊಂದು ಮೆಟ್ಟಿಲುಗಳನ್ನು ಮೆಟ್ಟುತ್ತಾ ಎತ್ತರಕ್ಕೆ ಜಿಗಿಯಿತು. ಜಯಘೋಷಗಳೂ ಮಂತ್ರಘೋಷಗಳೊಂದಿಗೆ ಲಕ್ಷೋಪಲಕ್ಷ ದುಂಬಿಗಳೂ ವನದ ಅಂತರಾಳದೊಳಗೆ ಮೊಳಗುತ್ತಿದ್ದವು.

"ಚಲ್ಲಿ, ಇದೇ ಸ್ವರ್ಗ! ಇಲ್ಲೆ ನಾವು ವಾಸ ಮಾಡಬೇಕಾಗಿರುವುದು. ಇಲ್ಲೇ ನಮ್ಮ ಮಗು ಜನಿಸಬೇಕಾಗಿರುವುದು......"

ಚಲ್ಲಿ ಆಶ್ಚರ್ಯಭರಿತಳಾಗಿ ನಿಂತಿದ್ದಳು.

ಪಂಗುರುಪುಷ್ಪದ ಪರಿಮಳದಲ್ಲಿ ಮಿಂದೂ ಗೂಡುಗಳಿಂದ ಬಂಗಾರ ಬಣ್ಣದ ಜೇನನ್ನು ತೆಗೆದು ಸವಿದೂ ಅಮಲೇರಿಸಿಕೊಂಡು ನಿದ್ರಿಸಿದರು. ಅವರು ಮನುಷ್ಯನ ಪರಾವಲಂಬತನವನ್ನು ಮರೆತರು. ನೀರಸತೆಯುಳ್ಳ ಒಂದು ಗ್ರಾಮವು ಎಲ್ಲೋ ಯಾವಾಗಲೋ ಹೇಗೊ ಇತ್ತು ಎಂಬುದನ್ನು ಸಹ ನೆನಪಿಸಿಕೊಳ್ಳಲೇ ಇಲ್ಲ.

ನದಿಯ ತೀರದಲ್ಲಿ ಬಾಣಗೆಡ್ಡೆ ಗಿಡದ ಎಲೆಗಳಿಂದ ನಿರ್ಮಿಸಿದ ಗುಡಿಸಿಲಿನಲ್ಲಿ ಅವರು ಮಳೆಗಾಲದ ತಮ್ಮ ರಾತ್ರಿ ನಿದ್ರೆಯನ್ನು ಮುಗಿಸಿದರು. ಕಣಿವೆಯ ತಂಪಿನಿಂದ ಎದ್ದು ನಿಂತ ಮಂಜಿನ ಹೊದಿಕೆ. ಆಕೆ ಋತು ಬದಲಾವಣೆಗಳ ಬಗ್ಗೆ ವಿಸ್ಮಿತಳಾದಳು. ಯಾರೂ ಸಹ ಆಕ್ಷೇಪಿಸಲಾಗದ, ಯಾರ ಹಂಗೂ ಇಲ್ಲದ ಕೇವಲ ಚೈತನ್ಯಗಳಾಗಿ

ಅವರು ರೂಪ ತಾಳಿದರು.

ಚಲ್ಲಿಯ ಅಡಿ ಹೊಟ್ಟೆಯೊಳಗೆ ಆಡಿ ಕೊಂಡಿದ್ದ ಮಗುವಿನೊಂದಿಗೆ ಬಸವ ಮಾತಿಗಿಳಿದ :

"ಬೇಗನೆ ಹೊರಕ್ಕೆ ಬಂದುಬಿಡು. ಜೇನು ಸವಿಯಬಹುದು. ಚಂದಮಾಮನನ್ನು ಹಿಡಿದು ಆಡಬಹುದು. ಮೋಡಗಳ ಮೇಲೆ ಸವಾರಿ ಮಾಡಬಹುದು.........."

ಬೇಸಿಗೆ ಮಳೆ ಸುರಿಯುವ ಸಂಜೆಗಳಲ್ಲಿ ಪಂಗುರು ಹೂವು ಬಿಡುವ ಬೆಟ್ಟದ ತಪ್ಪಲಿನಿಂದ ಅವರು ಹುಲ್ಲುಗಾವಲಿನ ಬೆಟ್ಟದ ಕಡೆಗೆ ಏರಿದರು. ಆಕಾಶದ ಗಡಿಯಲ್ಲಿ ಬಂಗಾರದ ವಸ್ತ್ರಗಳಿಂದ ತೋರಣದಂತೆ ಶೃಂಗರಿಸಿದೆ. ಹುಲ್ಲುಗಾವಲಿನ ಅಂಚಿನಲ್ಲಿ ಮುಖಾಮುಖಿಯಾಗಿ ನೋಡಿಕೊಳ್ಳುತ್ತಿದ್ದ ವಿಸ್ಮಿತಭರಿತರಾದ ಸೂರ್ಯಚಂದ್ರರನ್ನು ತೋರಿಸುತ್ತಾ ಬಸವ ಕೇಳುತ್ತಿದ್ದಾನೆ :

"ಇವರುಗಳಲ್ಲಿ ಯಾರ ತರಹ ಇರಬೇಕು ನಮ್ಮ ಕುಮಾರ"

ಆಕೆ ಸೂರ್ಯನ ಕೆಂಪು ಮುಖದ ನೇರಕ್ಕೆ ಬೆರಳಿನಿಂದ ತೋರಿಸುತ್ತಿದ್ದಾಳೆ. ಆಟ ಮುಗಿಸಿ ದಣಿದಿರುವ ಸೂರ್ಯ ತನ್ನ ಕೆಂಪು ಮುಖವನ್ನು ಅಮ್ಮನ ಮಡಿಲಿನಲ್ಲಿ ಮರೆಸಿಕೊಳ್ಳುತ್ತಿದ್ದಾನೆ. ವಿಷಾದದಿಂದ ಚಂದ್ರ ತನಗಾದ ಅವಗಣನೆಯನ್ನು ನೆನೆಯುತ್ತಾ ಲಜ್ಜೆಯಿಂದ ನೋಡುತ್ತಿದ್ದಾನೆ.

ಚಲ್ಲಿ ಹೇಳಿದಳು:

"ಪಾಪ, ಚಂದ್ರ."

ಹುಲ್ಲಿನಬೆಟ್ಟ ಇಳಿದು ಕೆಳಗೆ ಬಂದಾಗ ಚಲ್ಲಿ ಹೇಳಿದಳು :

"ಮಗು ಬಾಗಿಲು ತಟ್ಟುತ್ತಿದೆ"

"ಜಾಣನಾಗಿದ್ದರೆ ಬಾಗಿಲು ತೆರೆದು ಬೇಗನೆ ಹೊರಕ್ಕೆ ಬಾ" ಬಸವ ಹೇಳಿದ. ಬಾಣಗೆಡ್ಡೆ ಗಿಡದ ಎಲೆಗಳಿಂದ ನಿರ್ಮಿಸಿದ ಗುಡಿಸಿಲಿನ ಕೆಳಗೆ ಮಣ್ಣು ಸಾರಿಸಿದ ನೆಲದಲ್ಲಿ ಹುಟ್ಟಿದ ಮಗುವಿನ ಆಕ್ರಂದನ ಇಡಿ ಕಾಡನ್ನೆ ನಡುಗಿಸಿತು. ಕಪ್ಪು ಮಂಗಗಳು ವನವೃಕ್ಷಗಳ ಕೊಂಬೆಗಳಲ್ಲಿ ಬಂದು ಕುಳಿತು ಕೆಳಗಡೆಗೆ ನೋಡುತ್ತಿದ್ದವು.

ಜನಿಸಿ ಬರುವಾಗ ಮಾನವಶಿಶು ಎಷ್ಟೊಂದು ಅಪ್ರಾಮುಖ್ಯನಾಗಿರುತ್ತಾನೆ, ಅಸಹಾಯಕನಾಗಿರುತ್ತಾನೆ. ಎದ್ದು ಕುಳಿತುಕೊಳ್ಳುವುದಕ್ಕೂ ತಿರುಗಿ ಮಲಗುವುದಕ್ಕೂ ಸಾಧ್ಯವಾಗದ ಪರಿಸ್ಥಿತಿ.

ಮಗು ಅಮ್ಮನ ತೋರುಬೆರಳಿನ ತುದಿಯಲ್ಲಿದ್ದ ಪಂಗುರುಪುಷ್ಪದ ಮಧುವನ್ನು ಚೀಪುತ್ತಿತ್ತು. ಕಾಡು ಆ ಅಪರಿಚಿತವಾದ ಶಬ್ದವನ್ನು ಯಾವುದೇ ಭೇದಭಾವವಿಲ್ಲದೆ ತನ್ನೊಳಗೆ ಸೇರಿಸಿಕೊಂಡಿತು.

ನೀಲಿ ಸೀರೆಯಿಂದ ಮಾಡಿದ ತೊಟ್ಟಿಲಿನಲ್ಲಿ ಮಗು ಮಲಗಿ ನಿದ್ರಿಸಿತು. ಎಚ್ಚರಗೊಂಡಿತು. ಮತ್ತೆ ನಿದ್ರಿಸಿತು. ತೊಟ್ಟಿಲನ್ನು ಬಿಟ್ಟು ಕೆಳಗಿಳಿದು ಒಣಗಿದೆಲೆಯ ಹಾಸಿಗೆಯಲ್ಲಿ ಅಂಬೆಕಾಲಿಡತೊಡಗಿತು. ಗಿಡಗಳ ರೆಂಬೆಕೊಂಬೆಗಳನ್ನು ಹಿಡಿದು

ನಡೆದಾಡಿತು. ಯಾರ ಸಹಾಯವೂ ಇಲ್ಲದೆ ಮಗು ನಡೆದಾಡಿದ ದಿನ ಚಲ್ಲಿಯ ನೆನಪುಗಳು ತೆರೆದುಕೊಂಡವು.

"ಬಸವಾ"

"ಏನೂ"

"ನಾವು ಹಿಂತಿರುಗಿ ಹೋಗೋಣವೇ?"

ಬಸವನಿಗೆ ದಿಗಿಲಾಯಿತು.

ಆತ ಹೆಂಡತಿಯ ಕಣ್ಣುಗಳನ್ನು ದಿಟ್ಟಿಸಿ ನೋಡಿದ.

ಆಕೆ ಹೋಗಲು ತೀರ್ಮಾನ ಕೈಗೊಂಡಾಗಿದೆ. ತಾಯಿಯೊಬ್ಬಳ ಹಠ.

"ನಿನ್ನ ಪಾತ್ರೆಗಳೆಲ್ಲಿವೆ?"

ಪಾತ್ರೆಗಳು ಕಾಡಿನ ಜಲಧಾರೆಯ ಮರದ ಕೆಳಗೆ ಮಣ್ಣಿನ ಹುತ್ತವಾಗಿ ಮಾರ್ಪಾಡಾಗಿದೆ. ಅಲ್ಯೂಮಿನಿಯಮ್ ಪಾತ್ರೆಗಳಲ್ಲಿ ಇರುವೆಗಳು ಗೂಡುಗಳನ್ನು ಕಟ್ಟಿಕೊಂಡಿವೆ. ಇರುವೆಗಳ ಅರಮನೆಯು ಆಕಾಶದ ಬೆಳಕಿಗೆ ಅಭಿಮುಖವಾಗಿ ಬೆಳೆಯುತ್ತಿದೆ.

"ಪರವಾಗಿಲ್ಲ" ಚಲ್ಲಿ ಹೇಳಿದಳು.

"ಯಾಕೆ ಹೋಗುವುದು?"

"ಮಗುವಿಗೆ ವನದೇವತೆಯ ಮಡಿಲ್ಲಲ್ಲಿಟ್ಟು ಅನ್ನಪ್ರಾಶ್ನ ಮಾಡಬೇಕಿದೆ. ಮತ್ತೆ ಅವನನ್ನು ಊರಿನ ಶಾಲೆಗೆ ಸೇರಿಸಿ........"

ಬಸವ ಬೆಚ್ಚಿದ. ದೊಡ್ಡ ಕಲ್ಲುಗುಡ್ಡದ ತುದಿಯಲ್ಲಿ ಯಾರೋ ಕಟ್ಟಿದ ಸಿಮೆಂಟಿನ ಕಟ್ಟಡದಲ್ಲಿ, ಹುರಿಯುವ ಬಾಣಲಿಯಲ್ಲಿ ತಮ್ಮ ಮಗು ಎಂಬಂತೆ ಬಸವನಿಗೆ ಭಾಸವಾಯಿತು.

"ಇದು ಬೇಕಾಗಿದೆಯಾ?"

"ಹೌದು ಬೇಕು......"

ಅವಳಲ್ಲವೆ ಹೆತ್ತಿದ್ದು. ಸರಿ ಹಾಗಾದರೆ.

ಅವರು ಇಳಿಯ ತೊಡಗಿದರು. ಸೂರ್ಯನೊಂದಿಗೆ ಬಿದಿರಿನ ಮಡಕೆಯೊಳಗೆ ತುಂಬಿಸಿಕೊಂಡ ಜೇನಿನ ಸಮೇತ. ಎರಡೂ ಕಾಲನ್ನು ಅಪ್ಪನ ಎದೆಗಪ್ಪಿಕೊಂಡು ಬರುತ್ತಿರುವ ಮಗು. ಕಾಡು ಮೃಗಗಳನ್ನು ಅವರು ಕೈಬೀಸಿ ಕರೆದರು. ಅವು ಅವರೊಂದಿಗೆ ಸಂತಸಗೊಂಡವು. ಉತ್ಸಾಹದಿಂದ ಮಗು ಅಪ್ಪನ ಕೂದಲನ್ನು ಹಿಡಿದು ಎಳೆಯಿತು.

ಮೇಯುವುದನ್ನು ಮುಗಿಸಿ ಊರಿಗೆ ಹಿಂತಿರುಗುವ ದನಕರುಗಳೊಂದಿಗೆ ಬಸವನೂ ಚಲ್ಲಿಯೂ ಹೆಜ್ಜೆ ಹಾಕಿದರು.

ಭತ್ತ ಕೊಯ್ದು ಸುಟ್ಟಿದ್ದ ಗದ್ದೆಗಳಲ್ಲಿ ನಡೆದು ದೀರ್ಘಶ್ವಾಸ ತೆಗೆಯಬೇಕಾಯಿತು.

ವಿಹಾರ ಮುಗಿಸಿ ಮರಳುವ ಗಿಳಿಪಕ್ಷಿಗಳ ಕಲರವ ಹೆಚ್ಚುತ್ತಿತ್ತು. ದಣಿದಿದ್ದ ದನಕಾಯುವ ಹುಡುಗ ಎತ್ತಿನ ಮೇಲೆ ಕುಳಿತು ಬಾರುಕೋಲಿನಿಂದ ದನಗಳನ್ನು ಹೊಡೆದು ಓಡಿಸುತ್ತಿದ್ದ.

ಗ್ರಾಮವು ಪ್ರವಾಸಿಗರ ಪ್ರವಾಹದಿಂದ ಕೂಡಿದೆ. ತಿರುವುದಾರಿಯ ಸ್ಥಳಗಳಲ್ಲಿರುವ ಅಂಗಡಿಗಳ ಮುಂದೆ ಅವರೆಲ್ಲಾ ಗುಂಪುಗಳಾಗಿ ನಿಂತಿದ್ದಾರೆ. ಇರುವ ನಾಲ್ಕೆ ಅಂಗಡಿಗಳ ಮುಂದೆ ನಿಂತು ಗೋಗರೆಯುತ್ತಿದ್ದಾರೆ. ಏನು ಬೇಕು? ಏನು ಬೇಕು? ಏನು ಬೇಕು ನಿಮಗೆ?

ಅವರಿಗೆ ಎಲ್ಲವೂ ಬೇಕು. ಹೆಂಡ, ಹೆಣ್ಣು, ದೇವರದರ್ಶನ, ಪ್ರಕೃತಿ ಸೌಂದರ್ಯದ ಸವಿ, ತಂಪುನೀಡುವ ಸ್ನಾನ, ಬೆಚ್ಚಗಿನ ಹಾಸಿಗೆ, ಕಾಡಿನ ಜೇನು........

ಆಗಲೇ ನಮ್ಮ ಬಸವನ ರಂಗಪ್ರವೇಶವಾದದ್ದು. ಹೆಗಲಿಗೇರಿಸಿಕೊಡಿದ್ದ ಜೇನು ತುಂಬಿಸಿಕೊಂಡಿದ್ದ ಬಿದಿರಿನ ಮಡಕೆಯ ಕಟ್ಟನ್ನು ಸಡಿಲಿಸಿ, ಮಗುವನ್ನು ಇಳಿಸಿ ಅಮ್ಮನ ವಶಕ್ಕೆ ಕೊಟ್ಟ ಬಸವ, ಅಸ್ಯೆನಾರಿನ ಅಂಗಡಿ ಮುಂದೆ ಎದೆ ಸೆಟೆದುಕೊಂಡು ನಿಮಿರಿ ನಿಂತ. ತುಂಡು ಪಂಚೆ ಸೊಂಟದಲ್ಲಿ ಸಿಕ್ಕಿಸಿಕೊಂಡಿದ್ದ. ಹಳೆ ಲುಂಗಿಯ ಒಂದು ತುಂಡು ಅವನ ಸೊಂಟದಲ್ಲಿ ನೇತಾಡುತಿತ್ತು. ಗಟ್ಟಿ ತೇಗದ ಮರದಿಂದ ಕಡೆದು ತೆಗೆದ ಅವನ ದೇಹಕ್ಕೆ ಅವಮಾನದಂತ್ತಿತ್ತದು.

"ಅಲ್ಲವೋ ನೀನು ಯಾವಾಗಲೂ............" ಅಸ್ಯೆನಾರ ತಮ್ಮ ವಾರೆಗಣ್ಣಿನಿಂದ ಅವನ ಹಿಂಭಾಗಕ್ಕೆ ನೋಡಿದ. ಹೆರಿಗೆಯಾದ ತಕ್ಷಣ ಬಂದು ನಿಂತಿರುವ ಚಲ್ಲಿಯನ್ನೂ ಅವಳ ವಶದಲ್ಲಿದ್ದ ಮಗುವನ್ನೂ ನೋಡಿದ ತಕ್ಷಣ ಅಸ್ಯೆನಾರಿಗೆ ಪ್ರಜ್ಞೆತಪ್ಪಿತು. ಹಿಂಭಾಗದಲ್ಲಿ ಚಹಾ ಆರಿಸುತ್ತಿದ್ದ ಹುಡುಗ ಓಡಿಬಂದ. ಆದರೆ ಅವನೇನೂ ಪ್ರಜ್ಞೆ ತಪ್ಪಿ ಬೀಳಲಿಲ್ಲ. ಮಧುರವಾದ ಹಣ್ಣೊಂದು ರುಚಿಸುತ್ತಿರುವಂತೆ ನೋಡುತ್ತಾ ಹಾಗೆ ನಿಂತು ಕೊಂಡ. ದೂರದಿಂದಲೂ ಹತ್ತಿರದಿಂದಲೂ ಹಾರಿಬಂದ ಸಾವಿರಾರು ಕಣ್ಣುಗಳು ಅವರನ್ನು ಮುತ್ತಿಕೊಂಡವು. ಜೇನುಗೂಡನ್ನು ಮುತ್ತುವ ಜೇನುನೊಣಗಳಂತೆ.

ಇವುಗಳಿಂದಾಗಿ ಅಸ್ವಸ್ಥಗೊಂಡ ಮಗು ಅಮ್ಮನ ಮೊಲೆ ಚೀಪುವುದನ್ನು ಬಿಟ್ಟು ಜೋರಾಗಿ ಅಳತೊಡಗಿತು.

ಸೊಂಟದಲ್ಲಿ ಸಿಕ್ಕಿಸಿಕೊಂಡಿದ್ದ ತುಂಡು ಬಟ್ಟೆಯನ್ನು ಹರಿದು ತೆಗೆದು ಜೇನಿನ ಮಡಕೆ ಹೊರಭಾಗವನ್ನು ಚೆನ್ನಾಗಿ ಒರೆಸಿದ ನಂತರ ಬಟ್ಟೆಯನ್ನು ಸುತ್ತಿ ಎಸೆದ. ಬಿದಿರಿನ ಡಬ್ಬವನ್ನು ತನ್ನ ಸ್ವಸ್ಥಾನವಾದ ಬೆನ್ನಹಿಂದೆ ಹಾಕುವಾಗ ಯಾರೊ ಓರ್ವ ಕೇಳಿದ:

"ಜೇನು ಮಾರಾಟಕ್ಕಿರುವುದೇ?"

"ಅಲ್ಲ"

ಅಷ್ಟರಲ್ಲಿ ಅಸ್ಯೆನಾರಿನ ಪ್ರಜ್ಞೆ ಮರಳಿತು. ಭೂಮಿಯ ಕಡೆಗೆ ನೋಟವನ್ನು

ಕೇಂದ್ರೀಕರಿಸಿ ಧೈರ್ಯದಿಂದ ಅಸ್ಸೈನಾರ್ ಕೇಳಿದರು.

"ಬಸವ, ನೀನು ನನಗೆ ಕೊಡುವುದಕ್ಕಾಗಿಯಲ್ಲವೇ ಜೇನನ್ನು ತಂದಿರುವುದು?"

"ಅಲ್ಲ"

ವನದೇವತೆಯು ಬೀದಿಯಲ್ಲಿ ದೈಹಿಕವಾಗಿ ಅವತರಿಸಿದ್ದಾಳೆ ಎನ್ನುವ ಸುದ್ದಿ ಕೇಳಿದಾಕ್ಷಣ ಇಡೀ ಗ್ರಾಮವೇ ನದಿಯಂತೆ ಹರಿಯ ತೊಡಗಿತು. ಪೇಟೆಯ ಜಂಕ್ಷನ್ ಜನರಿಂದ ಆವರಿಸಿಕೊಂಡಿತು. ಎಲ್ಲಿ ನೋಡಿದರಲ್ಲಿ ಜನ ಪ್ರವಾಹ. ಕ್ಷಿತಿಜದೆಡೆಗೆ ಜಾರುತಿದ್ದ, ಮೋಡಗಳು ಇಣುಕಿ ನೋಡಿದವು.

ಬಸವ ಭೂಮಿಯನ್ನೂ ಆಕಾಶವನ್ನೂ ಅಳೆಯ ತೊಡಗಿದ. ಅವನ ಹತ್ತಿರದಲ್ಲೇ ಒಂದು ಪಂಗುರು ಲತೆಯಂತೆ ಹೂವು ಅರಳಿಸಿಕೊಂಡು ಚಲ್ಲಿ ನಿಂತಿದ್ದಳು. ಆಕೆ ಅವರೆಲ್ಲರನ್ನೂ ಒಂದು ಹಗಲು ಕನಸಿನಂತೆ ಮಾದಕದೆಡೆಗೆ ಕೊಂಡೊಯ್ಯುತ್ತಿದ್ದಳು.

ಬಸವ ಗ್ರಾಮಕ್ಕೆ ಬೆನ್ನು ಹಾಕಿ ನಿಂತ.

ಸೂರ್ಯನೊಂದಿಗೆ ನಡೆದ ಆ ಹುಡುಗಿ

ಬಹಳ ವರ್ಷಗಳ ಹಿಂದೆ.........

ನಗರವು ನನ್ನ ಗ್ರಾಮವನ್ನು ನುಂಗುವುದಕ್ಕಿಂತಲೂ ಮೊದಲು.........

ಒಂದು ದೊಡ್ಡ ಗುಡ್ಡದ ಎದೆಯ ಭಾಗದಲ್ಲಿ ಹಂಚುಹಾಕಿದ ಒಂದು ಮಹಡಿಮನೆ ಇತ್ತು. ಅದಕ್ಕೆ ಅನೇಕ ಕೋಣೆಗಳಿದ್ದವು. ಆ ಕೋಣೆಗಳಲ್ಲಿ ಮನುಷ್ಯರು ವಾಸವಿದ್ದರು. ಹೆಣ್ಣು, ಗಂಡು, ಮಕ್ಕಳು, ದೊಡ್ಡವರು, ಒಂದು ಅಜ್ಜಿ, ಹೊರಗಡೆ ಬೆಟ್ಟ ಏರಿ ಬರಿತ್ತಿರುವ ಸೂರ್ಯನೂ ಸಹ ಅಲ್ಲಿ ಆಳುತ್ತಿದ್ದ.

ಅಜ್ಜಿಯ ಕೈಹಿಡಿದ ಎಂಟು ವರ್ಷದ ಹುಡುಗಿ ಹೇಳಿದಳು : “ನಾವು ಹೋಗೋಣ, ನದಿಯಲ್ಲಿ ಮೀಯಲು ಹೋಗೋಣ”. ನಮ್ಮನ್ನಗಲಿದ ಓರ್ವ ಅಜ್ಜನ ಷಷ್ಟ್ಯಾಬ್ದಿ ಸ್ಮಾರಕಕೊಳ ಗುಡ್ಡದ ತೆಂಕಣ ಇಳಿಜಾರಿನ ಬಯಲಿನ ಅಂಚಿನಲ್ಲಿತ್ತು. ಜಂಬು ಇಟ್ಟಿಗೆಗಳಿಂದ ನಿರ್ಮಿಸಿದ ಆ ಕೊಳದ ಮೆಟ್ಟಲಿನ ಅಂಚಿನಲ್ಲಿ ಎರಡು ಕೋಣೆಗಳಿರುವ ಸ್ನಾನಗೃಹಗಳಿವೆ. ಗೋಡೆಯಲ್ಲೊಂದು ಕನ್ನಡಿ. ಆದರೆ ಕನ್ನಡಿಯಲ್ಲಿ ಬಿಂಬ ಕಾಣದೆ ಯಾವಾಗಲೊ ಹಾಳಾಗಿ ಹೋಗಿದೆ. ಕೊಳದ ನೀಲ ಬಣ್ಣದ ಆಳದಲ್ಲಿ ಮೊಸಳೆಗಳೂ, ಆಮೆಗಳೂ ಇದ್ದವು. ಪಾಚಿ ಕಟ್ಟಿ ಹಸಿರು ಬಣ್ಣಕ್ಕೆ ತಿರುಗಿರುವ ಕೊಳದ ಮೆಟ್ಟಲುಗಳನ್ನು ನೋಡಿ ಹುಡುಗಿಗೆ ಭಯವಾಯಿತು. ಬೇಸಿಗೆಯಲ್ಲಿ ಬಯಲುಗಳ ಕಡೆಗಿರುವ ಹರಿವನ್ನು ತಡೆಯುವ ನೀಲಜಲದ ನಿಶ್ಚಲಾವಸ್ಥೆ ಕಂಡ ಹುಡುಗಿ ಭಯಗೊಂಡಳು. ಆಕೆ ಮುಂಜಾನೆಯಲ್ಲಿ ಅಜ್ಜಿಯ ಪಂಚೆ ತುದಿ ಹಿಡಿದೆಳೆದು ಹೇಳಿದಳು : ‘ನಮಗೆ ಕೊಳ ಬೇಡ, ನದಿ ಸಾಕು.’

ತಳದಲ್ಲಿ ಮುತ್ತುಮಣಿಗಳು ಕಾಣಿಸಿಕೊಳ್ಳುವ ಮಂದಗಮನೆಯಾದ ನದಿ. ಆ ನದಿ ತನ್ನ ಸ್ವಂತದ್ದು ಎಂದೇ ಆ ಹುಡುಗಿ ಭಾವಿಸಿದ್ದಳು. ನಿರ್ಮಲವಾಗಿ ಹರಿಯುತ್ತಿದ್ದ ನದಿ, ಮಾತ್ರವಲ್ಲ ಮೂಡಣ ಬೆಟ್ಟದ ಆಚೆಯಿಂದ ಮೇಲೆದ್ದು ನೋಡುತ್ತಿರುವ ಸೂರ್ಯನೂ ಅವಳ ಸ್ವಂತದ್ದೇ ಆಗಿತ್ತು. ಈ ಅಜ್ಜಿಪ್ರೀತಿ, ಬತ್ತದ ಈ ನದಿ, ಮುಂಜಾನೆ ಜೊತೆಯಲ್ಲೇ ಸ್ನಾನಘಟ್ಟದವರೆಗೂ ಬರುವ ಸೂರ್ಯ ಎಲ್ಲವೂ ತನ್ನ ಸ್ವಂತದ್ದೇ ಎನ್ನುವುದೂ ಅವಳಿಗೆ ಚೆನ್ನಾಗಿ ಗೊತ್ತಿತ್ತು.

ಅಸ್ತ್ರಹುಲ್ಲುಗಳ ಬಲಿಷ್ಟ ಮೊನೆಗಳಲ್ಲಿ ಮಂಜಿನ ಹನಿಗಳು ಪೋಣಿಸಿಕೊಂಡಿದ್ದವು. ಬಿಸಿಲೇರಿದಂತೆ ಅವುಗಳೂ ಚಡಪಡಿಸತೊಡಗಿದವು.

ಅಜ್ಜಿ ಉಟ್ಟಿದ್ದ ಪಂಚೆ ತುದಿ ಹಿಡಿದು ಹುಡುಗಿ ಬೆಟ್ಟದ ತಪ್ಪಲಿನ ಕಡೆಯಿಂದ

ಹೊರಟಳು. ಸೋಪು ಪೆಟ್ಟಿಗೆ, ಟವೆಲ್ಲುಗಳನ್ನು ಹಿಡಿದ ದೊಡ್ಡಮಕ್ಕಳೆಲ್ಲರೂ ಒಲ್ಲದ ಮನಸ್ಸಿನಿಂದಲೇ ಮೆಲ್ಲನೆ ಹಿಂಬಾಲಿಸಿದರು. ಯಾಕೆ ಇಷ್ಟು ಬೇಗ ಸ್ನಾನಕ್ಕಿಳಿಯುವುದು? ಕೊರೆಯುವ ಚಳಿ. ಆ ಹುಡುಗಿಗಾದರೋ ತಣ್ಣನೆಯ ಮುಂಜಾನೆಯು, ಮುಖ ಕೆಂಪೇರಿಸಿಕೊಂಡ ಸೂರ್ಯನೂ ಬಹಳ ಇಷ್ಟ. ಭೂಮಿಯ ಹೃದಯದಿಂದ ಹರಿಯುವ ಬಿಸಿ ಜಲ ಅದಕ್ಕಿಂತಲೂ ಇಷ್ಟವೇ. ನದಿಯ ಜೊತೆಜೊತೆಗೆ ಆಕೆಯ ಮನಸ್ಸೂ ಹರಿಯುತ್ತಿತ್ತು.

ಒಂದೇ ತರಹ ಸಮನಾಂತರವಾಗಿರುವ ಬೆಟ್ಟಗುಡ್ಡಗಳೊಂದಿಗೆ ಸೂರ್ಯನೂ ಅವರನ್ನು ಹಿಂಬಾಲಿಸಿದ. ನಡುವಿನ ಬೆಟ್ಟದ ಇಳಿಜಾರಿನ ಕಣಿವೆಗಳಲ್ಲಿರುವ ನರಿ, ತೋಳಗಳು ಬಿಲಗಳಲ್ಲಿ ಮಲಗಿ ನಿದ್ರಿಸುತ್ತಿದ್ದವು. ಪೊದೆಗಳಲ್ಲಿ ಕೋಳಿರಕ್ತಗಳ, ಸೇವಂತಿಗೆ ಹೂಗಳು ಅರಳುತ್ತಿದ್ದವು. ಕೋಳಿಗಳನ್ನು ಕಳೆದುಕೊಂಡ ತಾಯಂದಿರ ಆಕ್ರಂದನ ಹಳ್ಳಿಗಳಲ್ಲಿ ಕೇಳಿಬರುತ್ತಿತ್ತು.

ಪಡುವಣ ಕೋಣೆಯಿಂದ ಹೊರಹೋಗುವಾಗಲೇ ತಾನು ಲೋಕವನ್ನು ನೋಡುತ್ತಿರುವುದಾಗಿ ಹುಡುಗಿಗೆ ಗೊತ್ತಾಯಿತು. ದಾರಿಯ ಪಕ್ಕದ ಕಲ್ಲುಬಂಡೆಗಳ ಸಮೂಹದಲ್ಲಿ ಶ್ರೀರಾಮನ ಪಾದಮುದ್ರಿಕೆಗಳೂ ಸೀತಾದೇವಿಯ ತಲೆಕೂದಲೂ ಸಿಕ್ಕಿದ್ದರ ಬಗ್ಗೆ ಅಜ್ಜಿ ಆಕೆಗೆ ತೋರಿಸಿಕೊಟ್ಟರು. ಸೀತಾದೇವಿಗೆ ತನ್ನ ಮಾನ ರಕ್ಷಿಸಿಕೊಳ್ಳಲು ಭೂಮಿದೇವಿಯ ಎದೆ ಸೀಳಿಕೊಂಡ ಬಂಡೆಯ ನಡುವೆ ಕೂದಲು ಮಾತ್ರವಲ್ಲ, ಸೀತಾದೇವಿ ಮುಡಿದಿದ್ದ ಅತಿರಾಣಿ ಹೂಗಳೂ ಅಲ್ಲಿ ಉಳಿದುಕೊಂಡಿದ್ದವು. ಇಲ್ಲಿಗೆ ತಲುಪುವಷ್ಟರಲ್ಲಿ ಲಜ್ಜಾಭರಿತನಾದ ಸೂರ್ಯನು ಬೆಟ್ಟದ ಕಣಿವೆಗಳಲ್ಲಿ ತಾಳೆಮರಗಳ ನೆರಳುಗಳಲ್ಲಿ ಮುಖ ಅಡಗಿಸಿಕೊಂಡ. ಆಕೆ ಯೋಚಿಸಿದಳು:

ಶ್ರೀರಾಮನಂತೆ ಸೂರ್ಯನೂ ಓರ್ವ ಪುರುಷನಾಗಿರಬಹುದೆ?

ಯಾರು ಈ ಸೂರ್ಯನ ಹೆಂಡತಿ?

"ಭೂಮಿ! " ಅಜ್ಜಿ ಹೇಳಿದರು ಭೂಮಿಯಲ್ಲಿ ಮನುಷ್ಯರೂ, ಮೃಗಗಳೂ, ಪಕ್ಷಿಗಳೂ, ಗಿಡಬಳ್ಳಿಗಳೂ ಹುಟ್ಟುತ್ತವೆ. ಭೂಮಿ ತನ್ನ ಮಕ್ಕಳಿಗಾಗಿ ಎಲ್ಲವನ್ನೂ ಅಣಿಮಾಡಿಕೊಡುತ್ತಾಳೆ. ಭತ್ತ, ಬೇಳೆ, ಗೆಡ್ಡೆಗೆಣಸು, ಹಣ್ಣುಕಾಯಿ, ಎಲ್ಲವನ್ನೂ.

ನದಿಯ ಸ್ನಾನಘಟ್ಟ ನಿರ್ಜನವಾಗಿದೆ. ರಾಮನೂ ಆತನ ಹೆಂಡತಿಯೂ ಕತ್ತೆಯೂ ಮಲಿನವಾದ ಗಂಟುಗಳೂ ಇನ್ನೂ ತಲುಪಿರುವುದಿಲ್ಲ. ನದಿನೀರು ನಮಗಾಗಿ ಕಾಯುತ್ತಿದೆ. ಹುಡುಗಿ ಅಂದುಕೊಂಡಳು. ಆಕೆ ಬಲಗಡೆಯ ಬೆಟ್ಟಗುಡ್ಡದ ಕಡೆಗೆ ನೋಡಿದಳು. ಇದುವರೆಗೂ ನನ್ನೊಂದಿಗೆ ನಡೆದು ಬಂದಿದ್ದ ಸೂರ್ಯ ಈಗ ಎಲ್ಲಿದ್ದಾನೆ? ಸೂರ್ಯನು ಆ ಬಿದಿರು ಕಾಡುಗಳಲ್ಲಿ ಮುಖ ಮರೆಸಿಕೊಂಡಿದ್ದಾನೆ. ಬೇಡ, ನೋಡುವುದು ಬೇಡ! ಈ ಹೆಣ್ಣುಮಕ್ಕಳು ಸ್ನಾನ ಮಾಡುತ್ತಿರುವುದನ್ನು ನೋಡಬಾರದು. ಆಕೆಗೆ ಸೂರ್ಯನ ಬಗ್ಗೆ ಅತೀವವಾದ ಗೌರವ ಮೂಡಿತು.

ಸೂರ್ಯನ ಪ್ರತಿಷ್ಠೆ ಗೌರವ ಗಳಿಸಿಕೊಳ್ಳಲಾಗದ ಓರ್ವ ಮನುಷ್ಯ, ಅವತ್ತೊಂದು ದಿನ ಓರ್ವ ಗಂಡಸು, ಆಚೆ ತೀರದ ಕಾಡಿನಲ್ಲಿ ಅಡಗಿಕೊಂಡಿರುವುದನ್ನೂ ಹೆಂಗಸರ

ಸ್ನಾನಘಟ್ಟದ ಕಡೆಗೆ ಇಣುಕಿ ನೋಡುತ್ತಿರುವುದನ್ನೂ ಆಕೆ ನೋಡಿದಳು. ಆ ಮನುಷ್ಯನನ್ನು ನೋಡಿದ ಆಕೆ ಭಯಭೀತಳಾದಳು. ಬಟ್ಟೆಯನ್ನು ಬಿಚ್ಚುವುದನ್ನೋ ನೀರಿಗಿಳಿಯುವುದನ್ನೋ ಮಾಡದೆ ಆಕೆ ನದಿತೀರದಲ್ಲೇ ಕಲ್ಲುಬಂಡೆಯ ಮೇಲಿಂದ ಪಶ್ಚಿಮದೆಡೆಗೆ ನೋಡುತ್ತಾ ನಿಂತಳು.

ಸ್ನಾನ ಮುಗಿಸಿ ಸೂರ್ಯ ಭಗವಾನನ ಎದುರಿಗೆ ಎರಡು ಕೈಗಳಿಂದ ಕೂಡಿದ ಬೊಗಸೆ ನೀರನ್ನು ಅರ್ಪಿಸಿದ ಅಜ್ಜಿ ಹಿಂತಿರುಗಿ ನೋಡಿದರು.

"ಯಾಕೆ ಮಗೂ ನೀನು ಸ್ನಾನಕ್ಕೆ ಇಳಿಯಲಿಲ್ಲವಲ್ಲ ?"

"ತಲೆನೋವು ವಿಪರೀತ".

ಅಜ್ಜಿ ಒದ್ದೆ ಕೈಯನ್ನು ಒರೆಸಿಕೊಂಡು ಆಕೆಯ ಕುತ್ತಿಗೆ, ಹಣೆಯನ್ನು ಮುಟ್ಟಿ ನೋಡಿದರು.

"ಜ್ವರ ಏನೂ ಇಲ್ಲವಲ್ಲ?"

"ಇದೆ ಅಜ್ಜಿ, ನನಗ್ಯಾಕೊ ಸ್ನಾನ ಮಾಡಬೇಕೂಂತ ಅನ್ನಿಸುತ್ತಿಲ್ಲ".

"ಹಾಗಾದ್ರೆ ಬೇಡ", ಅಜ್ಜಿ ಒದ್ದೆಯಾದ ಟವಲಿನಿಂದ ಆಕೆಯ ಮುಖಕುತ್ತಿಗೆಯನ್ನೆಲ್ಲಾ ಒರಸಿದಳು.

"ಪರವಾಗಿಲ್ಲ ಬಿಡು. ನಾಳೆಗೆಲ್ಲ ವಾಸಿಯಾಗುತ್ತೆ. ಆಮೇಲೆ ಬಂದು ಇಲ್ಲಿ ಸ್ನಾನ ಮಾಡಬಹುದು."

ಅರ್ಧ ಗುಡ್ಡ ಹತ್ತಿ ಬಂದ ಮೇಲೆ ಹುಡುಗಿ ಆಚೆ ತೀರಕ್ಕೆ ಹಿಂತಿರುಗಿ ನೋಡಿದಳು. ರಾಕ್ಷಸನು ಆಗಲೂ ಪೊದೆಯಲ್ಲೇ ಅಡಗಿ ಕುಳಿತಿದ್ದಾನೆ. ಆತನ ದುಂಡನೆಯ ಭಯ ಹುಟ್ಟಿಸುವ ಕಣ್ಣುಗಳು ಗಿಡುಗನಂತೆ ನದಿಘಟ್ಟದಲ್ಲಿ ಹಾರಾಡುತ್ತಿರುವುದನ್ನು ಆಕೆ ನೋಡುತ್ತಿದ್ದಾಳೆ. ಅರೆನಗ್ನರಾಗಿ ಸ್ನಾನ ಮಾಡುತ್ತಿರುವ ಹಳ್ಳಿಯ ಹೆಂಗಸರು ನದಿಯ ಆಳ ಸ್ಥಳಗಳ ಮೇಲಿಂದ ಈಜಾಡುತ್ತಾ ಆಟವಾಡುತ್ತಿರುವುದನ್ನು ಆಕೆ ಭಯದಿಂದ ನೋಡುತ್ತಿದ್ದಳು. ಆ ದೃಶ್ಯದಿಂದ ಕಣ್ಣುಗಳನ್ನು ಹಿಂತೆಗೆದು ಅತಿವೇಗದಿಂದ ಬಂಡೆ ಕಲ್ಲುಗಳನ್ನು ಹತ್ತಿ ಗುಡ್ಡದ ತುದಿ ತಲುಪಿದಳು. ಅಜ್ಜಿಗಾಗಿ ಕಾಯುತ್ತಾ ನಿಂತಳು. ಆಗ ಬಿದಿರು ಕಾಡಿನಲ್ಲಿ ಮರೆಮಾಡಿಕೊಂಡಿದ್ದ ಅವಳ ಸೂರ್ಯ ಹೊರಕ್ಕೆ ಬಂದು ನಗುವನ್ನು ಅರಳಿಸ ತೊಡಗಿದ.

ಮತ್ತೆಂದಿಗೂ ಆ ಹುಡುಗಿ ನದಿಯಲ್ಲಿ ಸ್ನಾನಕ್ಕಾಗಿ ಹೋಗಲೇ ಇಲ್ಲ. ಅಜ್ಜಿ ವಿಸ್ಮಯಗೊಂಡಿತು. ಅವಳಿಗೆ ತನ್ನ ಬಾಲ್ಯದ ಸೂರ್ಯ ಎಂದೆಂದಿಗೂ ಇಲ್ಲದಂತಾದ. ಸ್ನಾನವು ಸ್ನಾನದ ಕೋಣೆಯ ನಾಲ್ಕು ಗೋಡೆಗಳ ಮಧ್ಯೆ ಸೆರೆಮನೆಯೊಳಗಡೆಯಂತೆ ಮಾಡಬೇಕಾಯಿತು.

ವಿದ್ಯಾಧರ

ರೈಲು ಪ್ರಯಾಣಿಕರ ಸಂಘಕ್ಕೆ ಹೊಸಬರೊಬ್ಬರು ಸೇರಿಕೊಂಡರು. ಆದರೆ ಜೊತೆಯಲ್ಲಿದ್ದವರಿಗೆ ಅವರು ಅಷ್ಟೇನೂ ಸರಿಹೊಂದುವವರಂತೆ ಕಾಣುತ್ತಿರಲಿಲ್ಲ. ರೈಲು, ಪಾಲಕ್ಕಾಡ್ ಸ್ಟೇಷನನ್ನು ತಲುಪಿಯಾಗಿತ್ತು. ರಾತ್ರಿ ಹತ್ತು ಗಂಟೆ ಕಳೆದಿದೆ. ಬೋಗಿಯಲ್ಲಿ ಒಂದೇ ಒಂದು ಖಾಲಿಯಾದ ಬರ್ತ್ ಇತ್ತು. ಅದರ ಮುಂದೆ ಬಂದು ನಿಂತ ಅವರು ಒಮ್ಮೆ ತಿರುಗಿ ನೋಡಿದರು. ಹಿಂದಿನಿಂದ ಗಾಂಭೀರ್ಯ ತುಂಬಿ ಕೋಪಿಷ್ಟನಂತೆ ಕಾಣುವ ಓರ್ವ ಯುವಕ ಬಂದ. ಯುವಕ ಹೇಳಿದ :

"ದೊಡ್ಡಮಾಮ, ಇದೇ ನಮ್ಮ ಬರ್ತ್."

ಮೊದಲೇ ಬೋಗಿಯನ್ನು ಹತ್ತಿಕೊಂಡಿದ್ದ ಖಾವಿ ವಸ್ತ್ರಧಾರಿ, ಅಜಾನುಬಾಹು ಬಗ್ಗಿ ತಮ್ಮ ಗಂಟನ್ನು ಬರ್ತಿನ ಮೇಲಿಟ್ಟರು. ಗಂಟಿನಲ್ಲಿ ಸಿಕ್ಕಿಸಿಟ್ಟಿದ್ದ ಊರುಗೋಲನ್ನು ತೆಗೆದು ಸೀಟಿನ ಅಡಿಯಲ್ಲಿಟ್ಟರು. ಅವರದು ಮಧ್ಯದ ಬರ್ತ್. ರೈಲ್ವೇಯವರು ಐದು ಅಡಿ ಉದ್ದ ಇರುವವರಿಗೋಸ್ಕರ ವಿಶೇಷವಾಗಿ ನಿರ್ಮಿಸಿದ ಕಡಿಮೆ ಉದ್ದದ ಬರ್ತ್ ಎಂದನ್ನಿಸಿತು. ಆರಡಿ ಉದ್ದದ ಈ ವಯಸ್ಸಾದವರು ಅದರಲ್ಲಿ ಹೇಗೆ ತಾನೆ ಮಲಗಿ ನಿದ್ರಿಸಲು ಸಾಧ್ಯ ಎನ್ನುವುದೇ ನನ್ನ ಚಿಂತೆಯಾಗಿತ್ತು. ನನ್ನ ಮೇಲಿನ ಬರ್ತನ್ನು ಅವರಿಗೆ ಬಿಟ್ಟುಕೊಡಲೇ ಎಂದು ಸಹಚರನಾದ ಪ್ರತಾಪನಲ್ಲಿ ನಾನು ಕೇಳಿದೆ.

ಅವರಿಗೆ ಮೇಲಿನ ಬರ್ತನ್ನು ಹತ್ತುವುದಕ್ಕೆ ಹೇಗೆ ತಾನೆ ಸಾಧ್ಯ?

ಪ್ರತಾಪನದು ನನ್ನ ಹಾಗೆ ಎದುರಿನಲ್ಲಿರುವ ಮೇಲಿನ ಬರ್ತ್. ನಮ್ಮ ಸಂಘದ ಮೂವತ್ತು ಜನರೆಲ್ಲರೂ ಪಾಲಕ್ಕಾಡ್ ಮುಟ್ಟುವುದಕ್ಕೂ ಮೊದಲೇ ಹಾಸಿಗೆ ಹಾಸಿ ಆಗಲೆ ನಿದ್ರಾವಸ್ಥೆಗೆ ಹೋಗಿಯಾಗಿತ್ತು.

ಆ ಯುವಕ ತನ್ನ ಕಿಸೆಯಿಂದ ಎರಡು ಹೊಸ ರೂಪಾಯಿ ನೋಟುಗಳನ್ನು ತೆಗೆದು ಆ ಯಜಮಾನರ ಎದೆಯ ಮೇಲಿನ ಕಿಸೆಯಲ್ಲಿ ತುರುಕಿದ.

ಬೇಡಾಂತ ಅವರು ಹೇಳಿದರೂ ಆ ಯುವಕ ಕಿವಿಗೊಡಲಿಲ್ಲ. ಮೂರು ದಿನದ ಪ್ರಯಾಣದಲ್ಲಿ ಅದರ ಅವಶ್ಯಕತೆ ಬಂದೇ ಬರುತ್ತದೆ. ಕೆಲವು ಚಿಲ್ಲರೆ ನಾಣ್ಯಗಳನ್ನು ಅವರ ಕಿಸೆಯಲ್ಲಿ ಹಾಕಿ, ಆ ಯುವಕ ಆತುರಾತುರವಾಗಿ ಹಿಂತಿರುಗಿ ರೈಲಿನಿಂದ ಇಳಿದುಹೋದ. ಅವನು ಹೊರಡುತ್ತಿರುವ ರೈಲಿನೆಡೆಗೆ ನೋಡುತ್ತಿದ್ದ. ತನ್ನ ದೊಡ್ಡಮಾಮನ ನೇರಕ್ಕೆ ಕೈಬೀಸಬಹುದೆಂದು ನಾನು ನಿರೀಕ್ಷಿಸುತ್ತಿದ್ದೆ. ದೂರದ ಪ್ರಯಾಣಕ್ಕೆ ಹೊರಟಿರುವ ದೊಡ್ಡಮಾಮನನ್ನು ಯುವಕ ಒಮ್ಮೆಯೂ ತಿರುಗಿ

ಸಹ ನೋಡಲಿಲ್ಲ. ಆದರೆ ಫ್ಲಾಟ್‌ಫಾರ್ಮ್‌ನ ವಿದ್ಯುತ್ ದೀಪದ ಅತಿಯಾದ ಬೆಳಕಿನಲ್ಲಿ ಆ ಯುವಕ ನಡೆದುಕೊಂಡು ಆತುರಾತುರವಾಗಿ ಹೊಗುತ್ತಿರುವುದನ್ನು ಆ ಯಜಮಾನರು ನೋಡುತ್ತಿದ್ದರು. ಗಾಡಿ ಓಡತೊಡಗಿತು. ಗಾಡಿಯ ವೇಗ ಹೆಚ್ಚಾದಾಗಲೂ ಅವರು ಆ ದಿಕ್ಕಿನಿಂದ ಕಣ್ಣುತೆಗೆಯಲೇ ಇಲ್ಲ.

ಕೈಲಿದ್ದ ಮಾಸಪತ್ರಿಕೆಯತ್ತ ಕಣ್ಣು ಹಾಯಿಸುವುದಕ್ಕೂ ಮೊದಲು, ಮೇಲಿದ್ದ ದೀಪದ ಕೆಳಗಿನಿಂದ ಪ್ರತಾಪ ಕೆಳಕ್ಕೆ ನೋಡಿದ.

"ಮಾಮನಿಗೆ ಮಲಗುವುದಕ್ಕೆ ತೊಂದರೆ ಆಗುವುದಾದರೆ ನಾನು ಈ ದೀಪವನ್ನು ಆರಿಸುತ್ತೇನೆ,"

ಬೇಡಾಂತ ಅವರು ತಲೆಯಾಡಿಸಿದರು. ಕಾಲುಗಳನ್ನೆತ್ತಿ ಹಾಸಿಗೆ ಮೇಲಿಟ್ಟು ಪಕ್ಕಕ್ಕೆ ಚಾಚಿ ಕುಳಿತರು. ಕುಳಿತುಕೊಂಡೇ ರಾತ್ರಿಯನ್ನು ಕಳೆಯುವುದು ಅವರ ಉದ್ದೇಶವಿರಬೇಕೆಂದು ಪ್ರತಾಪ ಮೆಲ್ಲನೆ ನನ್ನಲ್ಲಿ ಹೇಳಿದ. ಅಲ್ಲದಿದ್ದರೆ ಉದ್ದ ಕಡಿಮೆಯ ಆ ಹಾಸಿಗೆಯಲ್ಲಿ ಅವರು ಹೇಗೆ ತಾನೆ ಮಲಗುತ್ತಾರೆ?

"ಪಾಪ" ನನ್ನ ಬಾಯಿಂದ ಹೊರಟಿತು.

ಹಾಗೇನೂ ಇಲ್ಲ. ಸನ್ಯಾಸಿ ಆದವರಿಗೆ ಇಷ್ಟು ಅನುಕೂಲ ಸಾಕಲ್ಲವೇ? ಪ್ರತಾಪ ಆ ಬೆಳ್ಳಿಯ ಬೆಳಕನ್ನು ಆರಿಸಿದ. ಒಳಗಡೆ ರಾತ್ರಿಯ ನೀಲ ಬೆಳಕು ಹೊಳೆಯಿತು. ಗಾಡಿಯ ಕುಲುಕಾಟ ಕಡಿಮೆಯಾಯಿತು. ದೀರ್ಘವಾದ ಕೂಗು ಹಾಕಿ ಟ್ರೈನು ಕತ್ತಲೆಯ ಸುರಂಗದೊಳಕ್ಕೆ ಊಳಿಟ್ಟಿತು. ರಾತ್ರಿ ಭಯಗೊಂಡಿತು. ಬೆಳಕನ್ನು ಸ್ಪರ್ಶಿಸಿದ ವೃಕ್ಷಗಳು ದಿಗಿಲಿನಿಂದ ಹೊರನಿಂತವು. ಶೀತಲ ಗಾಳಿ ಎಲ್ಲೆಡೆ ಹಾರಿ ಹರಡಿಕೊಂಡಿತು. ರೈಲಿನೊಳಗಡೆ ನಿದ್ರೆಯ ಹಲವು ತರಹದ ರಾಗಗಳು ಪ್ರತಿಧ್ವನಿಸುತ್ತಿದ್ದವು. ಆ ಯಜಮಾನರು ಒಂದು ಗೊಂಬೆಯಂತೆ ಸೀಟಿಗೊರಗಿ ಕುಳಿತುಹೊರಗಡೆಗೆ ನೋಡುತ್ತಲಿದ್ದರು. ಬೋರ್ಗರೆಯುವ ಶಬ್ದದೊಂದಿಗೆ ಒಳ ನುಗ್ಗುತ್ತಿದ್ದ ತಂಪು ಗಾಳಿಯ ವಿರುದ್ಧ ಯಾರೊ ಆಕ್ಷೇಪಣೆ ವ್ಯಕ್ತ ಪಡಿಸುವ ಧ್ವನಿಯಲ್ಲಿ ಪ್ರತಿಕ್ರಿಯಿಸುತ್ತಿದ್ದರು.

"ಮಲಯಾಳಿ, ನಿದ್ರೆಯಲ್ಲೂ ಪ್ರತಿಭಟನೆ ಮಾಡುತ್ತಾನೆ!" ನಿದ್ರೆ ಬಾರದ ಪ್ರತಾಪ ನುಡಿದ. ನಿದ್ರೆ ಬಂದಿದ್ದರೂ ಅವನು ನಿದ್ರಿಸುವುದಿಲ್ಲ. ಗಾಳಿಗೆ ಮೈಯೊಡ್ಡಿ ಮಲಗುತ್ತಾನೆ.

ಯಜಮಾನರು ಹೊರಗಿನ ತಂಪಾದ ಕತ್ತಲೆಯೆಡೆಗೆ ನೋಡುತ್ತಾ ನಿಶ್ಚಲರಾದರು.....

ಬೆಳಕು ಮೂಡುವ ಸಮಯಕ್ಕೆ ಗಾಡಿ ಪರ್ವತಶ್ರೇಣಿಗಳ ತಪ್ಪಲುಗಳಲ್ಲಿ ಶಾಂತವಾಗಿ ಚಲಿಸುತ್ತಿತ್ತು. ಅವರು ಕಾಲು ಚಾಚಿ ಕುಳಿತುಕೊಂಡೇ ಅರ್ಧಮುಚ್ಚಿದ ಕಣ್ಣುಗಳೊಂದಿಗೆ ನಿದ್ರೆಗೆ ಜಾರಿದ್ದರು. ಅವರ ಸಾಮಾನಿನ ಗಂಟು ಒಂದು ಅನಾಥ ಮಗುವಿನಂತೆ ಅವರ ಹತ್ತಿರದಲ್ಲೇ ಕುಳಿತು ತೂಕಡಿಸುತ್ತಿತ್ತು.

ಅಷ್ಟರಲ್ಲಿ ಗಾಡಿಯೊಳಗೆಲ್ಲ ಜೀವ ಬಂದಂತಾಯಿತು. ಯಜಮಾನರು ನಿದ್ರೆಯಿಂದ ಎಚ್ಚೆತ್ತಿದ್ದರು. ಗುಡ್ಡದ ಸಾಲುಗಳ ಕಡೆಗೆ ಜಾರಿ ಬೀಳುವ ಮಂಜಿನ ಹೊದಿಕೆಯನ್ನು ಸುತ್ತಿ ಬೀಳಿಸಿ ಬಿಸಿಲು ಏರುತ್ತಿದೆ. ಅದೂ ತಂಪಾದ ಬಿಸಿಲು.

ಬೆಳಗ್ಗಿನ ತಿಂಡಿ ತಿಂದ ನಂತರ ಗಾಡಿಯೊಳಗೆ ಶಾಂತಿ ನೆಲೆಗೊಂಡಾಗ ಪ್ರತಾಪ ಆ ಯಜಮಾನರ ಹತ್ತಿರ ಹೋಗಿ ಕುಳಿತು ವಿಚಾರಿಸಿಕೊಂಡ :

"ಮಾಮನಿಗೆ ಹಸಿವಾಗ್ತ ಇಲ್ಲವೇ? ಏನಾದರೂ ತಗೊಬೇಕಿತ್ತಲ್ಲವೇ?"

"ನನಗೆ ಅಭ್ಯಾಸ ಇಲ್ಲ"

ಯಜಮಾನರು ಮಧ್ಯಾಹ್ನದ ಹೊತ್ತಿಗೂ ಏನನ್ನೂ ತೆಗೆದುಕೊಂಡಿರಲಿಲ್ಲ. ಅವರು ಆಹಾರವನ್ನು ಮರೆತೇ ಬಿಟ್ಟವರಂತೆ ಅನ್ನಿಸಿತು. ಅವರು ಒಂಟಿಯಾಗಿ ಯಾವುದೋ ದ್ವೀಪದಲ್ಲಿ ಇರುವವರಂತೆ ತೋರುತ್ತಿದ್ದರು.

ಕೈಯನ್ನು ತೊಳೆದು ಟವಲಿನಲ್ಲಿ ಒರೆಸಿಕೊಂಡ ಪ್ರತಾಪ ತನ್ನ ಕ್ಯಾರಿಬ್ಯಾಗಿನಿಂದ ಮೂರು ನೇಂದ್ರ ಬಾಳೆಹಣ್ಣನ್ನು ಹೊರಕ್ಕೆ ತೆಗೆದು ಯಜಮಾನರ ಎದುರಿನಲ್ಲಿಟ್ಟ.

"ಬೇಡ." ಅವರ ಮೃದುವಾದ ಧ್ವನಿಯೊಳಗೆ ಅಲ್ಪ ಹಠ ಸೇರಿಕೊಂಡಿರಬಹುದೇ? "ಇದೇ ರೀತಿ ಮುಂದುವರಿದರೆ ನಮ್ಮದು ಒಂದು ಶವಯಾತ್ರೆಯಾಗಿ ಮಾರ್ಪಾಡಾಗಬಹುದು." ಎಂದು ಪ್ರತಾಪ ನನ್ನ ಕಿವಿಯಲ್ಲಿ ಮೆಲ್ಲನೆ ಉಸುರಿದ. ಅವರು ಆಹಾರವನ್ನು ತೆಗೆದುಕೊಳ್ಳದೆ ಈಗಾಗಲೇ ಒಂದು ಪೂರ್ಣ ದಿವಸ ಕಳೆದು ಹೋಗಿದೆ. ರೈಲಿನಲ್ಲಿ ಎರಡನೇ ರಾತ್ರಿಯೂ ಕಳೆಯುತ್ತಾ ಬಂದಿದೆ. ಯಜಮಾನರ ಸಾಮಾನಿನ ಗಂಟಿನಿಂದ ತಲೆ ಎತ್ತಿ ನೋಡುತ್ತಿದ್ದ ಬಿಳಿ ಬಾಟಲೂ, ಹೊಸ ಹೊದಿಕೆಯ ತುದಿಯೂ ಒಂದು ರೀತಿಯಲ್ಲಿ ನಿಶ್ಚಲಾವಸ್ಥೆಯನ್ನು ಸೂಚಿಸುತ್ತಿದೆಯೇನೋ ಎಂದನ್ನಿಸುತ್ತಿತ್ತು.

ಅವರ ದಪ್ಪವಾದ ಪಾದಗಳಿಗೆ ಹೆಚ್ಚು ನೀರಿಳಿಯುತ್ತಿರುವುದನ್ನು ನಾನು ಗಮನಿಸಿದೆ.....

ಎರಡನೇ ದಿನವೂ ಅವರು ಬೆಳಗಿನ ಉಪಹಾರ ಸೇವಿಸಲಿಲ್ಲ. ಬಿಳಿ ಬಾಟಲನ್ನು ಹೊರಕ್ಕೆ ತೆಗೆಯಲೂ ಇಲ್ಲ.

"ಹೀಗೆ ಮುಂದುವರಿದರೆ, ಪ್ರಯಾಣ ಮುಗಿಯುವಷ್ಟರಲ್ಲಿ ಯಜಮಾನರು ಇನ್ನಿಲ್ಲವಾಗಬಹುದಲ್ಲವೇ?" ಎಂದು ಪ್ರತಾಪ ಕೇಳಿದ.

ನಾವುಗಳು ಅವರ ಜೀವನದೊಳಗೆ ತಲೆಹಾಕದೆ ಈ ವರೆಗೂ ಜೀವಿಸಿಕೊಂಡು ಬಂದಿದ್ದಾರಲ್ಲ! ನಾನು ಎರಡು ನೇಂದ್ರ ಬಾಳೆಹಣ್ಣನ್ನು ತೆಗೆದು ಅವರ ಮುಂದಿಟ್ಟೆ. ಆಡಿನ ಪರಿಮಳವಿರುವ ಒಂದು ಹುಡುಗ "ಚಾಯ್, ಚಾಯ್" ಎಂದು ಹೇಳುತ್ತಾ ಗಾಡಿಯೊಳಕ್ಕೆ ಬಂದ.

"ಮೂರು ಚಹಾ!" ಒಂದು ಮಡಕೆಯ ಚಹಾವನ್ನು ಯಜಮಾನರ ಮುಂದಿಟ್ಟು, 'ಚಹಾ ಪ್ರಯಾಣದ ಆಯಾಸವನ್ನು ಕಡಿಮೆಗೊಳಿಸುತ್ತದೆ' ಎಂದು

ಹೇಳಿದೆ.

ಆಗ ಮೊದಲನೆ ಸಲ ಯಜಮಾನರು ಕಣ್ಣೆತ್ತಿ ಒಮ್ಮೆ ಸುತ್ತಮುತ್ತಲೂ ನೋಡಿದರು. ಅವರ ದೃಷ್ಟಿಯಲ್ಲಿದ್ದ ಸಣ್ಣದೊಂದು ಹೊಳಪನ್ನು ಗಮನಿಸಿದೆ.

“ಬೇಡ, ನಾನೇನನ್ನೂ ಸೇವಿಸುವುದಿಲ್ಲ.”

“ಹೌದೇ, ಅದ್ಯಾತಕ್ಕೆ ಹಾಗೆ?”

“ನಾನು ಮರಣ ಹೊಂದುವುದಕ್ಕಾಗಿ ಹೊರಟ್ಟಿದ್ದೇನೆ, ಹರಿದ್ವಾರದ ಕಡೆಗೆ.”

ನಾನು ಒಮ್ಮೆ ಸಣ್ಣದಾಗಿ ನಡುಗಿದೆ. ಸಾಯಲು ತಯಾರು ಮಾಡಿಕೊಂಡು ಹೊರಟಿರುವ ಓರ್ವ ವ್ಯಕ್ತಿಯನ್ನು ನಾನು ನನ್ನ ಜೀವಮಾನದಲ್ಲೇ ಮೊದಲನೇ ಸಲ ನನ್ನ ಕಣ್ಣೆದುರಿನಲ್ಲಿ ನೋಡುತ್ತಿದ್ದೇನೆ. ಪ್ರತಾಪನ ಭಯ ಅದಾಗಿರಲಿಲ್ಲ. ಈ ಗಾಡಿಯಲ್ಲಿ ಅಲ್ಲವಾದರೂ ಈ ಮನುಷ್ಯ ಮರಣದ ಕಡೆಗಿನ ಪ್ರಯಾಣದಲ್ಲಿದ್ದಾರೆ. ಎಲ್ಲರೂ ಹಾಗೆ ಅಲ್ಲವೇ? ಎಂದು ನನ್ನ ಮನಸ್ಸಿನೊಳಗಿನಿಂದ ಓರ್ವ ವ್ಯಕ್ತಿ ಕೇಳುತ್ತಿದ್ದಾನೆ.

“ಏನೇ ಆದರೂ ಒಂದು ಕಪ್ ಚಹಾ ಸೇವಿಸಬಹುದು. ತಮಗೋಸ್ಕರವೇ ತೆಗೆದುಕೊಂಡದ್ದು. ಒಂದು ಹಣ್ಣನ್ನೂ ಸೇವಿಸಬಹುದು. ಊರಿನಿಂದ ತಂದದ್ದು. ಅದು ಸರಿ, ಯಾತಕಾಗಿ ಈಗ ಮರಣದ ಬಗ್ಗೆ ಆಲೋಚನೆ ಮಾಡುತ್ತಿರುವುದು?”

“ನನಗೀಗ ನೂರಾ ಐದು ವಯಸ್ಸು! ಅಷ್ಟರೊಳಗೆ ಎಲ್ಲರನ್ನೂ ಒಮ್ಮೆ ನೋಡೋಣಾಂತ ಊರಿಗೆ ಬಂದಿದ್ದೆ.”

ಅವರು ಬಾಳೆಹಣ್ಣಿನ ರೂಪ ಸೌಂದರ್ಯವನ್ನು ನೋಡಿ ಆಸ್ವಾದಿಸಿದರು. ಒಮ್ಮೆ ಅದನ್ನು ಮೂಸಿ ನೋಡಿದರು. ನಂತರ ನಿಧಾನವಾಗಿ ಅದರ ಸಿಪ್ಪೆ ಸುಲಿಯ ತೊಡಗಿದರು.

ಮನದೊಳಗೊಂದು ಕಿಟಕಿ ತೆರೆದುಕೊಂಡಿತು. ರೆಕ್ಕೆ ಬಡಿದುಕೊಳ್ಳುತ್ತಿದ್ದ ಗಿಳಿ ಹಾರಿ ದೂರಕ್ಕೆ ಹೋಯಿತು.

ಸಮಾಧಾನ! ಸಣ್ಣ ಮುಗುಳ್ನಗೆಯೊಂದಿಗೆ ಪ್ರತಾಪನು ಅರ್ಧ ಓದಿ ನಿಲ್ಲಿಸಿದ್ದ ಮಾಸಪತ್ರಿಕೆಯನ್ನು ಕೈಗೆತ್ತಿಕೊಂಡ. ನಾನು ನನ್ನ ಮಣ್ಣಿನ ಕಪ್ಪನ್ನು ತೊಳೆದಿಟ್ಟು ಬ್ಯಾಗಿನಲ್ಲಿ ತುರುಕುವುದನ್ನು ಕಂಡು ಯಜಮಾನರು ಮೆಲ್ಲಗೆ ಮುಗುಳ್ನಕ್ಕರು. ಮತ್ತೆ ಅವರು ಹೇಳಿದರು :

“ನನಗೆ ಹದಿನೇಳು ಮೊಮ್ಮಕ್ಕಳಿದ್ದಾರೆ”

“ಹೌದೇ? ಮನೆಯಲ್ಲಿ ಮತ್ಯಾರೆಲ್ಲಾ ಇದ್ದಾರೆ?”

“ಹೆಂಡತಿ, ಐದು ಗಂಡುಮಕ್ಕಳು, ಅವರ ಹೆಂಡತಿಯರು, ಇಬ್ಬರು ಹೆಣ್ಣುಮಕ್ಕಳು, ಅಳಿಯಂದಿರು. ಸಣ್ಣಮಗಳ ಮಗನೇ ನನ್ನನ್ನು ಗಾಡಿ ಹತ್ತಿಸಲು ಬಂದು ವಿದಾಯ ಹೇಳಿದ್ದು”

"ಉಳಿದ ಎಲ್ಲರಿಗೂ ವಿದಾಯ ಹೇಳಿದಿರಾ?"

"ಐವತ್ತು ವರ್ಷಗಳ ನಂತರ ನಾನು ಎಲ್ಲರನ್ನೂ ನೋಡಿದೆ. ಮಕ್ಕಳೊಂದಿಗೆ ಕುಳಿತು ಊಟ ತಿಂಡಿ ಮಾಡಿದೆ. ಮಕ್ಕಳ ಅಮ್ಮ ಬಡಿಸಿದಳು. ಆದರೆ.........

"ಏನಾಯ್ತು?"

"ನನ್ನ ಹೆಂಡತಿ ನನ್ನ ಮುಖದ ಕಡೆಗೆ ನೋಡಲೇ ಇಲ್ಲ. ಹೌದು, ಹೇಗೆ ತಾನೇ ನೋಡಿಯಾಳು? ಐವತ್ತು ವರ್ಷಗಳ ಕಾಲ ನಾನವರನ್ನು ಮರೆತೇ ಬಿಟ್ಟಿದ್ದೆನಲ್ಲವೇ?"

"ಪರವಾಗಿಲ್ಲ ಬಿಡಿ. ಆದರೆ ಊರಿನಲ್ಲೇ ಉಳಿದ ಸಮಯವನ್ನು ಕಳೆಯಬಹುದಾಗಿತ್ತು." ನಾನು ಹೇಳಿದೆ.

"ಇಲ್ಲ. ನನಗೆ ಹರಿದ್ವಾರದ ತಂಪು ಹೊಳೆಯಲ್ಲಿ ಮಲಗಿ ಸಾಯಬೇಕು. ಇಲ್ಲಿಂದ ಬಿಡುಗಡೆಗೊಂಡ ಆತ್ಮಗಳನ್ನು ಹುಡುಕಿಕೊಂಡು ಬಲಿಪುಷ್ಪಗಳು ಅಲಕನಂದದ ಮೂಲಕ ಅವಸರಾವಸರವಾಗಿ ಹರಿದುಹೋಗುವುದನ್ನು ನೋಡುತ್ತಾ ಸಾಗಬೇಕು."

ಅವರು ಎರಡನೇ ಹಣ್ಣನ್ನು ಸಹ ತೆಗೆದು ಸೇವಿಸಿದರು.

"ನಾನು ಕಾಶಿಯಲ್ಲಿ ಇಳಿಯುತ್ತೇನೆ. ನೀವೆಲ್ಲ ಎಲ್ಲಿಗೆ ಹೋಗುವವರಿದ್ದೀರಿ?"

"ನಾವೆಲ್ಲರೂ ಪ್ರಯಾಗಕ್ಕೆ. ಮಾಮ ಒಳ್ಳೆಯ ನಿದ್ರೆಯ ಸಮಯದಲ್ಲಿರುವಾಗ ನಾವೆಲ್ಲರೂ ಗಾಡಿಯಿಂದ ಇಳಿದು ಹೋಗಿ ಬಿಡುತ್ತೇವೆ. ಹಾಗಾಗಿ ಈಗಲೇ ನಿಮ್ಮೊಂದಿಗೆ ವಿದಾಯ ಹೇಳಿಬಿಡುತ್ತೇವೆ."

ಸಂಘದ ಸದಸ್ಯರುಗಳು ಬರ್ತಿನ ಮೇಲೂ ಕೆಳಗೂ ಹುಡುಕಾಟ ನಡೆಸಿ ಎರಡು ದಿನಗಳ ಪ್ರಯಾಣದ ನಡುವೆ ಅಲ್ಲಲ್ಲಿ ಚದುರಿ ಬಿದ್ದುಕೊಂಡಿದ್ದ ವಸ್ತುಗಳನ್ನು ತೆಗೆದಿಟ್ಟು ಕೊಂಡೆವು. ಖಾಲಿಯಾದ ಮಿನರಲ್ ವಾಟರಿನ ಬಾಟ್ಲಿಗಳನ್ನೂ ಪ್ಲಾಸ್ಟಿಕ್ ಪ್ಲೇಟುಗಳನ್ನೂ, ಕಪ್ಪುಗಳನ್ನೂ, ಹೊರಗಡೆ ಭಯದಿಂದ ಓಡಿಹೋಗುತ್ತಿದ್ದ ಕೃಷಿಯ ಭೂಮಿಯ ಕಡೆಗೆ ಎಸೆದರು. ನಂತರ ಮನಸ್ಸನ್ನೂ ಶರೀರವನ್ನೂ ಶುದ್ಧಿಗೊಳಿಸಿಕೊಂಡು ಇಳಿಯಬೇಕಾಗಿರುವ ಸ್ಟೇಷನ್ನಿಗಾಗಿ ಕಾಯುತ್ತಾ ಕುಳಿತೆವು. ನಿದ್ರಿಸಲು ಇನ್ನೂ ಸಮಯವಿದೆಯೆಲ್ಲಾ ಎಂದು ಆಲೋಚಿಸಿ ಕೆಲವರು ಸಣ್ಣ ನಿದ್ರೆಯ ಕಡೆಗೆ ಜಾರಿದರು. ಎಚ್ಚರವಿದ್ದವರು ನಿದ್ರೆ ಮಾಡುತ್ತಿರುವವರ ಗಂಟು ಪೆಟ್ಟಿಗೆ ಸಾಮಗ್ರಿಗಳನ್ನು ಸುರಕ್ಷಿತವಾಗಿ ಕಾಯುತ್ತಿದ್ದರು. ತಣ್ಣನೆಯ ರಾತ್ರಿಯಲ್ಲಿ ನಡುಗುತ್ತಾ ಹೊರಗಿನ ಗ್ರಾಮಗಳು ನಿಶ್ಶಬ್ಧಗೊಂಡಿದ್ದವು. ಒಂದು ಕಪ್ಪಾದ ಚಿತ್ರಪಟವನ್ನು ಹರಿದುಕೊಯ್ದು ಗಾಡಿಯು ಸಮತಲದಿಂದ..........

ಕಣ್ಣುಬಿಟ್ಟಾಗ, ವಿಧ್ಯಾಧರ ಗಂಟು, ಬ್ಯಾಗುಗಳನ್ನು ಸಿದ್ಧಪಡಿಸಿಕೊಳ್ಳುತ್ತಿದ್ದರು. ಊರುಗೋಲನ್ನು ಅದರ ಸ್ಥಾನದಲ್ಲಿಡಲಾಯಿತು. ಅವರು ಈ ಮೊದಲಿನಕ್ಕಿಂತಲೂ ಹೆಚ್ಚಿನ ಉತ್ಸಾಹವನ್ನು ಗಳಿಸಿಕೊಂಡಿದ್ದರು.

ಸಂಘದ ಸದಸ್ಯರುಗಳು ಎಚ್ಚೆತ್ತು ಕಾದು ಕುಳಿತುಕೊಂಡಿದ್ದರು. ನಮ್ಮೆಲ್ಲರ

ಮಾರ್ಗದರ್ಶಿ ವಿದ್ಯಾಧರರನ್ನು ಸಮೀಪಿಸಿದ.

"ನೀವು ಈ ನಡು ರಾತ್ರಿಯಲ್ಲಿ ಏನು ಮಾಡುತ್ತಿದ್ದೀರಿ?". ಕಾಣುತ್ತಿಲ್ಲವೇ ಎಂದು ವಿಧ್ಯಾಧರರು ಮೆಲ್ಲನೆ ಅಲುಗಾಡಿದರು. ಕಾವಿ ಟವಲ್ಲನ್ನು ಶಿರದಲ್ಲಿ ಸುತ್ತಿಕಟ್ಟಿ, ಪ್ರಯಾಣದುದ್ದಕ್ಕೂ ಇಟ್ಟುಕೊಂಡಿದ್ದ, ಅದೇ ಸ್ಥಳದಲ್ಲಿ ಸಣ್ಣ ಗಂಟನ್ನು ಹತ್ತಿರವೇ ಕುಳ್ಳಿರಿಸಿಕೊಂಡು ಅವರೂ ಕುಳಿತಿದ್ದರು.

"ನೀವು ಕಾಶಿಗಲ್ಲವೇ? ಯಾಕೆ ಈಗಲೇ ಇಷ್ಟೊಂದು ಅವಸರ ಪಡುತ್ತಿದ್ದೀರಿ? ನಾವು ಪ್ರಯಾಗಕ್ಕೆ." ಯಜಮಾನರು ಉತ್ತರಿಸಲಿಲ್ಲ.

"ಮಾವಯ್ಯ ಇದು ಕಾಶಿಯಲ್ಲ. ಎಲ್ಲಿ ನಿಮ್ಮ ಟಿಕೆಟ್ಟನ್ನು ಒಮ್ಮೆ ತೋರಿಸಿ ನೋಡೋಣ." ಅವರು ಕಿಸೆಯಿಂದ ಯಾವ ಭಾವನೆಯನ್ನೂ ವ್ಯಕ್ತಪಡಿಸದೇ ಟಿಕೆಟ್ಟನ್ನು ತೆಗೆದುಕೊಟ್ಟರು.

"ಸರಿಯಾಗೇ ಇದೆ. ಯಾವುದೇ ಸಂಶಯವಿಲ್ಲ. ಕಾಶಿಗೇನೆ. ಚೆನ್ನಾಗಿ ಮಲಗಿ ನಿದ್ರೆಮಾಡಿ, ಆಯ್ತೇ?" ಮಾರ್ಗದರ್ಶಿ ಹೇಳಿದ.

ಯಜಮಾನರು ಟಿಕೆಟ್ಟನ್ನು ಹಿಂತಿರುಗಿ ಪಡೆದು ಕಿಸೆಯಲ್ಲಿ ತುರುಕಿದರು.

ಹಳದಿ ಬೆಳಕು ತುಂಬಿ ಹರಿಯುವ ಇಲಾಹಬಾದ್ ಸ್ಟೇಷನ್ನಿನಲ್ಲಿ ಹೆಚ್ಚು ಜನಸಂದಣಿ ಇಲ್ಲದಿದ್ದರೂ ಜನರು ನೂಕುನುಗ್ಗಲು ಪ್ರಾರಂಭಿಸಿದರು. ಹೀಗಿದ್ದರೂ ಅರ್ಧ ನಿದ್ರೆಯೂ ಅವರಲ್ಲಿ ಮಂಪರು ಆವರಿಸಿತು. ಜನರು ಪೂರ್ಣವಾಗಿ ನಿಶ್ಯಬ್ದರಾಗಿದ್ದರು. ಫ್ಲಾಟ್‌ಫಾರ್ಮ್‌ನಲ್ಲಿ ಸಣ್ಣಪುಟ್ಟ ಅಂಗಡಿಗಳ ಮೇಲೆ ತಲೆಚಾಚಿ ಮಲಗಿದ್ದ ಅಂಗಡಿಯ ಮಾಲೀಕರು ಮೆಲ್ಲನೆ ಮುಖವೆತ್ತಿ ನೋಡಿದರು. ಮತ್ತೆ ಹಾಗೆಯೆ ಮಂಪರಿಗೆ ಜಾರಿದರು.

ಫ್ಲಾಟ್‌ಫಾರ್ಮ್‌ನ ಜನಸಂದಣಿಯಿಂದ ಪ್ರತಾಪ ಹಿಂತಿರುಗಿ ನೋಡಿದ.

"ಯಜಮಾನರು ಇಳಿದ್ರೂಂತ ಕಾಣಿಸುತ್ತೆ. ಪಾಪ ಎಲ್ಲಾ ಸಂಬಂಧಗಳನ್ನು ಕಳಚಿಕೊಂಡಿದ್ದಾರೆ."

"ಅದು, ಅವರ ಇಚ್ಛೆ ತಾನೆ."

"ಈ ರೀತಿಯ ಎಷ್ಟೆಲ್ಲಾ ಜನರಿದ್ದಾರೆ ಈ ಪ್ರಪಂಚದಲ್ಲಿ!" ಮಾರ್ಗದರ್ಶಿ ಸಮನ್ವಯಗೊಳಿಸಿದ.

ವಿಧ್ಯಾಧರ ಆ ಜನಸಂದಣಿಯಲ್ಲಿ ಮುಳುಗಿ ಅಲ್ಲೇ ಎಲ್ಲೋ ಮರೆಯಾದರು.

ಪ್ರಯಾಗದ ಸಂಗಮ ಮುಗಿಸಿ ನಾನು ಸುಮ್ಮನೆ ಹೀಗೆ ವಿಧ್ಯಾಧರರನ್ನು ನಿರೀಕ್ಷಿಸಿದೆ. ಕಾವಿಬಣ್ಣ ಕಂಡೆಲ್ಲೆಲ್ಲಾ ಕಣ್ಣುಗಳು ಹರಿದಾಡಿದವು. ವಿಧ್ಯಾಧರರು, ನನಗೆ ಯಾರೂ ಅಲ್ಲದಿದ್ದರೂ ಮರಣದ ಕಡೆಗೆ ಗುರಿಯಿಟ್ಟು ನಡೆಯುವ ಅವರು, ನನ್ನ ಮನಸ್ಸಿಗೆ ಘಾಸಿಯನ್ನುಂಟು ಮಾಡಿದ್ದರು. ಅವರಿಗೆ ನನ್ನ ಮುತ್ತಜ್ಜನ ಪ್ರಾಯ. ಮುತ್ತಜ್ಜನನ್ನು ಮರಣವು ನುಂಗಿದಾಗ ನಾವು ಯಾರೂ ತೀರಾ ನಿರೀಕ್ಷೆಯಲ್ಲಿರದ ಒಂದು ಸಂದರ್ಭವಾಗಿತ್ತದು. ಶವದ ಬಟ್ಟೆಯನ್ನು ಸುತ್ತಿ ಮುಂದಿಟ್ಟುಕೊಂಡು

ಪ್ರಶಾಂತರಾಗಿರುವ ವಿಧ್ಯಾಧರರು ಪ್ರಯಾಣದಲ್ಲಿ ಆಹಾರದ ಕಡೆಗೂ ಚಿಕ್ಕ ಚಿಕ್ಕ ನಿದ್ರೆಗಳ ಕಡೆಗೂ ಮೆಲ್ಲ ಮೆಲ್ಲನೆ ಹಿಂತಿರುಗುತ್ತಿರುವುದು, ನನ್ನನ್ನು ಅತ್ಯಂತ ವ್ಯಾಕುಲಕ್ಕೊಳಪಡಿಸಿತು. ಯಾತಕ್ಕಾಗಿ ನಾನವರಿಗೆ ಹಣ್ಣನ್ನು ನೀಡಿದೆ. ಯಾತಕ್ಕಾಗಿ ಚಹಾವನ್ನು ಕುಡಿಯಲು ಪ್ರೇರೇಪಿಸಿದೆ. ಯಾತಕ್ಕಾಗಿ ಅವರ ಮೊಮ್ಮಕ್ಕಳನ್ನು ನೆನಪಿಸಿದೆ. ಆದರೆ ಅವರಿಗೆ ಯಾವುದೇ ಅಸ್ಥಿರತೆ ಉಂಟಾಗದೆ, ಸ್ಥಿರವಾಗಿಯೇ ಇದ್ದರು. ಅವರಿಗೆ ಕಾಶಿಯೂ ಪ್ರಯಾಗವೂ ಒಂದೇ. ಅದೇ ನದಿ. ಒಂದೇ ತಾಯಿ. ಒಂದೇ ಅಭಯಸ್ಥಾನ. ಹರಿದ್ವಾರದವರೆಗೆ ಹೋಗಲೂ ಈಗ ಅವರಲ್ಲಿ ಸಹನೆ ಉಳಿದಿಲ್ಲ. ಹರಿದ್ವಾರದ ತೇವಗೊಂಡ ತೀರಗಳಲ್ಲಿ ದೊರಕುವ ಚಳಿಯ ಅಹ್ಲಾದತೆಯೂ ಸಾಂತ್ವನವೂ, ಪ್ರಯಾಗದಲ್ಲೂ ಕಾಶಿಯಲ್ಲೂ ದೊರೆಯುತ್ತದೆಂದು ಅವರಿಗೆ ಚೆನ್ನಾಗಿ ಗೊತ್ತಿದೆ. ಮಹಾಪ್ರವಾಹದ ಬಹಳ ದೂರದ ಅನುಭವದ ಲಾಭವೂ ಅವರಿಗೆ ದೊರೆಯಲಿದೆ.

ಎರಡು ದಿವಸಗಳ ಕಾಲವೂ ಪೂರ್ತಿಯಾಗಿ ಚಿಂತೆಗಳಲ್ಲಿ ಅವರು ಮುಳುಗಿ ತಳಕ್ಕೆ ಹೋಗುತ್ತಿದ್ದರು. ಮೂರನೆಯ ದಿನ ಕಾಶಿಗೆ ಹೋಗುವ ಗಾಡಿಯನ್ನು ಹತ್ತುವಾಗ ನಾನು ಅಂದುಕೊಂಡೆ: ವಿಧ್ಯಾಧರರು ನಮಗಿಂತಲೂ ಮೊದಲೇ ಕಾಶಿಯನ್ನು ತಲುಪಿರುತ್ತಾರೆ.

ಮುಂದಿರುವ ಮಹಾನದಿ ಅತಿ ಶಾಂತತೆಯಿಂದ, ಯಾರನ್ನೂ ಗಮನಿಸದೇ ಮಂದಗತಿಯಲ್ಲಿ ಹರಿಯುತ್ತಿದೆ. ಚಂದ್ರಕಲಾ ರೂಪದಲ್ಲಿರುವ ಸ್ನಾನ–ಸ್ಮಶಾನ–ಘಟ್ಟಗಳ ಸಾಲಿನ ಸಣ್ಣದಾದ ತೆರೆದ ಸ್ಥಳದಲ್ಲಿರುವ ದೋಣಿಗಳಲ್ಲಿ ಒಂದು ಉಲ್ಲಾಸದ ನೌಕೆಗೋಸ್ಕರ ಕಾದು ನಿಂತಿರುವಾಗ, ಈ ಮನುಷ್ಯ ಎನ್ನುವವ ಲಕ್ಷೋಪಲಕ್ಷ ಜೀವಿಗಳಲ್ಲಿ ಕೇವಲ ಒಂದು ಸಣ್ಣ ಪ್ರಾಣಿ ಮಾತ್ರ ಎನ್ನುವ ಪ್ರಜ್ಞೆ ಮನದಲ್ಲಿ ಮೂಡುತ್ತದೆ. ತಮ್ಮ ನಂಬಿಕೆಗಳಲ್ಲಿ ಮುಳುಗಿ ಮಿಂದು ಚಿಕ್ಕಮಣ್ಣಿನ ಕೊಡಗಳಲ್ಲಿ ಗಂಗಾಜಲವನ್ನು ತುಂಬಿಕೊಂಡು ನಿಂತ, ಒದ್ದೆಗೊಂಡ ಮನುಷ್ಯರು ತಮ್ಮ ಅರ್ಧನಗ್ನತೆಯ ಕುರಿತು ಅಣುಮಾತ್ರವೂ ಚಿಂತಿಸದೆ, ಶರೀರದಿಂದ ಎರಕಗೊಂಡು ಬೀಳುವ ಜಲಬಿಂದುಗಳನ್ನು ಘಟ್ಟಗಳಲ್ಲೆ ತಿರಸ್ಕರಿಸಿ ತ್ಯಜಿಸಿ ಬಿಟ್ಟು, ಪ್ರಾರ್ಥನ ಮಂದಿರಗಳಿಗೆ ಹೋಗತೊಡಗಿದ್ದಾರೆ. ವಸ್ತ್ರಾಲಂಕಾರಭೂಷಿತರಾದ ರಾಣಿಯಂತೆ ಕಾಣುವ ಶ್ರೀಮಂತ ಸ್ತ್ರಿಯೊರ್ವರು ಚಿಕ್ಕದಾದ ಪರ್ವತದಂತೆ ಚಲಿಸುತ್ತಾ ಬಂದು, ದಾಸಿಯರ ಸಹಾಯದಿಂದ ಪ್ರವಾಹಜಲವನ್ನು ಬೊಗಸೆಯಲ್ಲಿ ಎತ್ತಿ ತೆಗೆದು ಅತಿ ಪ್ರಯಾಸದಿಂದ ಕಲ್ಲಿನ ಮೆಟ್ಟಲುಗಳನ್ನು ಹತ್ತಿ, ಪ್ರಭಾತದ ಸೂರ್ಯನ ಪ್ರಭೆಯಿಂದಾಗಿ ಪ್ರಖರವಾಗಿ ಪ್ರಜ್ವಲಿಸುವ ಕಾಶಿ ವಿಶ್ವನಾಥ ಮಂದಿರದ ನೇರಕ್ಕೆ ನಡೆದುಕೊಂಡು ಹೋದರು. ಅವರುಗಳ ದರ್ಶನ ಎಲ್ಲರನ್ನೂ ಒಂದು ನಿಮಿಷದವರೆಗೆ ತೀರದಲ್ಲಿ ಹಿಡಿದು ನಿಲ್ಲಿಸಿತ್ತು.

ಆಗ ನೌಕೆ ಅಲ್ಲಿಗೆ ಬಂದು ಸೇರಿತು. ಬಿಳಿ ಬಣ್ಣ ಪೂಸಿ ನೀಲವರ್ಣದ ಗೆರೆಗಳಿಂದ ಅಲಂಕರಿಸಿದ ಸುಂದರವಾದ ಒಂದು ಉಲ್ಲಾಸನೌಕೆ. ಹುಡುಗ ಅದರ

ತುದಿಯ ಭಾಗದೊಂದಿಗೆ ಸೇರಿಸಿ ಹಿಡಿದುಕೊಂಡ. ಕಲುಷಿತಗೊಂಡ ಜಲ ದೊಡ್ಡ ಮೀನಿನಂತೆ ಚಡಪಡಿಸಿತು.

ನೌಕೆ ಚಲಿಸಿತು. ಸ್ಮಶಾನ ತೀರದ ಚಂದ್ರಕಲಾಕೃತಿ ಹಿಂಪಡೆದು ಹೆಚ್ಚು ಆಕರ್ಷಕಗೊಂಡಿತು. ಅತಿರಥ ಮಹಾವೀರರ ಸ್ಮರಣೆಗಳನ್ನು ದಾಖಲಿಸಿಕೊಂಡು ಮುಖವೆತ್ತಿದ ಸ್ಮೃತಿಮಂಟಪಗಳು ಪ್ರವಾಹಜಲದೆಡೆಗೆ ದಿಟ್ಟಿಸಿ ನೋಡಿತು. ವಿಶ್ವನಾಥ ಮಂದಿರದ ಸುವರ್ಣ ಗೋಪುರವು ಸೂರ್ಯನ ಪ್ರಖರ ಬೆಳಕಿನಲ್ಲಿ ಮುಳುಗೆದ್ದಿತು. ಕೊನೆಗೆ ಪ್ರವಾಹ, ನಿಲ್ಲದ ಪ್ರವಾಹ, ನಿಶ್ಚಲಗೊಂಡು ಶಾಂತವಾಗಿ, ನೌಕೆಯನ್ನು ಸುತ್ತುವರಿದವು. ದೋಣಿಗಳ ಸಂಖ್ಯೆ ಕಡಿಮೆ. ಬೂದಿ ಬಣ್ಣಕ್ಕೆ ತಿರುಗಿದ ದಿಗಂತದಿಂದ ಚಿತೆಯ ಕಟ್ಟಿಗೆಯೊಂದಿಗೆ ದೊಡ್ಡ ದೊಡ್ಡ ದೋಣಿಗಳು ಮೆಲ್ಲಮೆಲ್ಲನೆ ಚಲಿಸುತ್ತಾ ಬರುತ್ತಿವೆ. ಅಗೋಚರವಾದ ಅಲ್ಲಿಯ ತೀರದಲ್ಲಿ ಮನುಷ್ಯರೊಂದಿಗೆ ಮರಗಳೂ ಮರಣವನ್ನಪ್ಪುತ್ತಿವೆ.

ದೂರದ ಗ್ರಾಮೀಣದ ಒಲೆಗಳಿಂದೆಂಬಂತೆ ಚಿತೆಗಳು ಹೊಗೆಯಾಡಿಸಿ ನರೆತ ಆಕಾಶದಲ್ಲಿ ಲೀನವಾಗತೊಡಗಿವೆ. ಈಗ ಗಂಗಾಮಾತೆಯ ವಿಶಾಲವಾದ ಮಡಿಲತಳ ಮಾತ್ರ. ತೆರೆಯ ಕೈಗಳು ದೋಣಿಗಳನ್ನು ಆಲಂಗಿಸುತ್ತಿವೆ. ಅಲೆಗಳಿಂದ ಚಲಿಸುವ ದ್ವೀಪಗಳಲ್ಲಿ ನೀರುಹಕ್ಕಿಗಳು ಗೂಡು ಸೇರಿ ವಿಶ್ರಮಿಸುತ್ತಿವೆ. ಆಕಾಶದಲ್ಲಿ ರಣಹದ್ದುಗಳು ಹಾರಾಡುತ್ತಿವೆ. ಹಾಗೆಯೇ ಅವುಗಳು ದೂರಾಗುತ್ತಿವೆ. ಮನುಷ್ಯ ಅವಯವಗಳು, ಸ್ವಂತ ವಾಸಿಸುವ ಸ್ಥಳಗಳನ್ನು ತ್ಯಜಿಸಿ ಹರಿವುಗಳೊಂದಿಗೆ ಉಲ್ಲಾಸದಿಂದ ಹೊರಟು ಹೋಗುತ್ತಿವೆ. ಹಾರಿ ಇಳಿಯುತ್ತಿರುವ ಹಲವಾರು ಗಿಳಿಗಳು ಅವುಗಳೊಂದಿಗೆ ಸರಸ ಸಲ್ಲಾಪ ನಡೆಸುತ್ತಿವೆ. ಯಾವುದೇ ಬದಲಾವಣೆಯಿಲ್ಲದ, ಸಮನ್ವಯ, ಪರಸ್ಪರತೆ ಕೊನೆಗಾಣದ ಹರಿವು.

ದೂರದಲ್ಲಿ ಒಂದು ಗಟ್ಟಿಯಾದ ವಸ್ತು ಹರಿವಿನಲ್ಲಿ ತೇಲಿಬರುತ್ತಿದೆ. ಅದು ದೋಣಿಯ ನೇರಕ್ಕೆ, ಅಗಲವನ್ನು ಪಾಲಿಸಿಕೊಂಡು ನಮ್ಮ ಸಮಾಂತರಕ್ಕೆ ಸಂಚರಿಸುತ್ತಿದೆ.

ಒಂದು ಪೂರ್ಣವಾದ ಶವ ಶರೀರ. ಪ್ರತಾಪ ಹೇಳಿದ.

ನಾನು ಬೆಚ್ಚಿದೆ. ಬಿಸಿಲಿನಲ್ಲಿ ಗಟ್ಟಿಯಾದ, ಮುಳುಗೆದ್ದ ಒಂದು ಅಚೇತನ ಖಂಡ. ಅದು ಚಲಿಸುತ್ತಿದೆ. ನಗುತ್ತಿದೆ: ನಮ್ಮ ನೌಕೆಗೆ ಸಣ್ಣದಾದ ಸವಾಲೆಸೆಯಿತು. ನಮ್ಮೊಂದಿಗೆ ಹರಿವೂ ಚಲಿಸುತ್ತಿದೆ. ಕೆಲವೊಮ್ಮೆ ವಾತ್ಸಲ್ಯದಿಂದ ನಮ್ಮ ಹತ್ತಿರಕ್ಕೂ ಬರುತ್ತವೆ. ಅಲೆಗಳ ಕೈಗಳು ಏರುತ್ತಿವೆ. ಮತ್ತೂ ದೂರಾಗುತ್ತಿವೆ. ಮತ್ತೂ ಸಮೀಪಿಸುತ್ತಿವೆ.

ಇದು ನಮ್ಮ ವಿಧ್ಯಾಧರರೇ ಆಗಿದ್ದಾರೆ. ಗಂಗೆಯ ಹೃದಯದಲ್ಲಿರುವ ವಿಧ್ಯಾಧರರು, ನಮ್ಮ ಸಂಘದೊಳಗಿನ ಓರ್ವರಾಗಿ ಬಿಡುತ್ತಾರೆ.

ಎಲ್ಲ ವಸ್ತ್ರಗಳನ್ನೂ ಕಳಚಿಕೊಂಡ ವಿಧ್ಯಾಧರರು, ಮಾಂಸದ ಗಟ್ಟಿಯಾದ ವಸ್ತ್ರವನ್ನೂ ಹರಿದು ಚಿಂದಿಮಾಡುವ ಆಟವಾಡುವ ಸಣ್ಣ ಮೀನುಗಳು. ಪುಟ್ಟ

ಪುಟ್ಟ ಮೀನುಗಳು ಕಣ್ಣಾಮುಚ್ಚಾಲೆ ಆಟವಾಡುತ್ತಾ ಅಡಗಿಕೊಳ್ಳುತ್ತಿವೆ. ಹಲ್ಲುಗಳು ಅವರನ್ನು ನೋಡಿ ಮುಗುಳ್ನಗುತ್ತಿವೆ. ನಮ್ಮಿಂದ ಅಶುದ್ಧಗೊಳ್ಳಬಹುದೆಂದು ತಿಳಿದ ವಿಧ್ಯಾಧರರು ಹರಿವಿನೆಡೆಗೆ ಜಾರುತ್ತಿದ್ದಾರೆ.

ಹೌದು, ಅದು ಅವರೇ. ಪ್ರತಾಪ ಹೇಳಿದ.

ಒಂದು ಅಲೆಯನ್ನು ಹಿಡಿದ ಅದು, ಹತ್ತಿರಕ್ಕೆ ಬಂದಾಗ ನಾವು ಬಗ್ಗಿ ನೋಡಿದೆವು. ಪ್ರತಾಪನ ಉಸಿರು ನನ್ನ ಕೆನ್ನೆಗೆ ಗಟ್ಟಿಯಾಗಿ ತಾಗುತ್ತಿತ್ತು. ನೌಕೆಯ ಅಂಚನ್ನು ಸೇರಿಸಿ ಹಿಡಿದ ಬೆರಳುಗಳನ್ನು ಬಿಡಿಸಿಕೊಂಡು ನಾನು ಜಲದೆಡೆಗೆ ಕೈ ನೀಡಿದೆ.

'ಮುಟ್ಟುವುದು ಬೇಡ'. ಪ್ರತಾಪ ನುಡಿದ.

ಬೆರಳುಗಳನ್ನು ಬೇರ್ಪಡಿಸಿಕೊಂಡ ಪಾದಗಳೂ ಕೈಗಳೂ ಒಂದು ಮೀನಿನ ರೆಕ್ಕೆಗಳನ್ನು ನೆನಪಿಸಿದವು.

ಮಾರ್ಗದರ್ಶಿ ಹಿಂಭಾಗದಲ್ಲಿ ಬಂದು ನಿಂತಿದ್ದ.

ಈ ಮನುಷ್ಯನನ್ನು ಇಲ್ಲಿಂದಲೇ ವಿದಾಯ ಹೇಳೋಣ.

ನೌಕೆಯು ಒಂದು ದ್ವೀಪದ ಹತ್ತಿರ ಒಂದು ಸುತ್ತು ಹಾಕಿತು.

ಹುಲ್ಲಿನ ರಾಶಿಯ ಮಧ್ಯದಿಂದ ಹಾರಿಬಿದ್ದ ಒಂದು ನೀರುಹಾವು ಜಲರೇಖೆಗಳನ್ನು ಬರೆದು ಅವಸರದಲ್ಲಿ ಹರಿವಿನೊಂದಿಗೆ ಓಡಿಹೋಯಿತು. ನಾವು ಹರಿವಿನ ವಿರುದ್ಧ ಸ್ನಾನಘಟ್ಟದ ಕಡೆಗೆ.

ಮತ್ತಷ್ಟು ಎತ್ತರಕ್ಕೇರಿದ ಸೂರ್ಯ, ಆಳಗಳಲ್ಲಿ ಒತ್ತಿ ಅವಿತುಕೊಂಡಿದ್ದ ದೊಡ್ಡ ದೊಡ್ಡ ಮೀನುಗಳ ದೃಷ್ಟಿಗಳ ಕಡೆಗೆ ಬಹಳ ಸೂಕ್ಷ್ಮವಾಗಿ ನೋಡಿದ.

ನಾನು ಮತ್ತೊಮ್ಮೆ ಹಿಂತಿರುಗಿ ನೋಡಿದೆ. ನೀರಿನಲ್ಲಿ ಹಾರುತ್ತಾ ಆಟವಾಡುವ ಒಂದು ತಿಳಿಕೆಂಪು ಬಣ್ಣದ ಬಟ್ಟೆಯ ಗಂಟಿನಂತೆ ಆ ಮನುಷ್ಯ ಕಂಡ. ಅಲೆಯ ಬಿಸಿಲು ಎಬ್ಬಿಸುವ ಮರೀಚಿಕೆಯಲ್ಲಿ ಅದು ಎದ್ದು ನಿಲ್ಲುವಂತೆಯೂ, ವಿಧ್ಯಾಧರರು ನಮ್ಮ ನೇರಕ್ಕೆ ಕೈ ಬೀಸುತ್ತಿರುವಂತೆಯೂ ಅನ್ನಿಸಿತು.

ನೀರಿಗೆ ಅಡ್ಡವಾಗಿರುವ ಮೆಟ್ಟಲುಗಳ ಮೇಲೆ ಕುಳಿತು ಪ್ರತಾಪ ನನ್ನಲ್ಲಿ ಕೇಳಿದ:

"ಭಯವಾಯಿತೇ?"

"ಇಲ್ಲ"

ಸ್ಮಶಾನಘಟ್ಟದಲ್ಲಿ ಇದೀಗ ಕೇವಲ ಒಂದು ಚಿತೆ ಮಾತ್ರ ಉರಿಯುತ್ತಿದೆ. ಅದೂ ಈಗ ಉರಿದು ಕೆಡುವುದರತ್ತ ಸಾಗುತ್ತಿದೆ. ಶುದ್ಧಗೊಳಿಸಿದ ತೀರಗಳಲ್ಲಿ ಮಾಲಿನ್ಯಗಳನ್ನು ದೊಡ್ಡ ದೊಡ್ಡ ಸರಣಿ ಅಲೆಗಳು ಎತ್ತಿಕೊಂಡು ಹೋಗುತ್ತಿವೆ.

ಸ್ನಾನಘಟ್ಟದಲ್ಲಿ ಇಳಿಯುವಾಗ ನಾವು ಸಂಪೂರ್ಣ ನಿಶ್ಯಬ್ದರಾದೆವು. ಮುಳುಗಿ ಹೊರ ಬಂದು ಜನಸಂದಣಿ ಹೆಚ್ಚಾದ ಕಾಲುರಸ್ತೆಯಲ್ಲಿ ಬರುವಾಗ ಪ್ರತಾಪ ಹೇಳಿದ:

"ಇಲ್ಲ. ಈ ತೀರವನ್ನು ಬಿಟ್ಟು ಹೋಗುವುದಕ್ಕೆ ನಾನು ಅಶಕ್ತನಾಗಿದ್ದೇನೆ."

"ಹಾಗಾದರೆ ನಿನ್ನ ಮುಂದಿನ ಜೀವನ? ನಿನ್ನ ವೀಸಾ?"

ದೀರ್ಘ ಕಾಲ ಯಾವುದೇ ಕೆಲಸವಿಲ್ಲದೆ, ಸಣ್ಣ ಪುಟ್ಟ ಕೆಲಸಗಳಲ್ಲಿ ತೊಡಗಿಕೊಂಡಿದ್ದ ಪ್ರತಾಪ, ಅಮೇರಿಕಾದ ಓರ್ವ ನರ್ಸನ್ನೂ ಒಂದು ವೀಸಾವನ್ನೂ ಒಟ್ಟಿಗೆ ವರಿಸಿಕೊಂಡಿದ್ದ. ವಾರಾಂತ್ಯದಲ್ಲಿ ಆತ ನನ್ನಲ್ಲಿ ವಿದಾಯ ಹೇಳುವುದಕ್ಕೆ ಬಂದಿದ್ದ. ಆವಾಗಲೆ ಟ್ರಾವೆಲ್ ಏಜೆನ್ಸಿಯ ಪ್ಯಾಕೇಜ್ ಕಾರ್ಯಕ್ರಮದಲ್ಲಿ ಎರಡು ಟಿಕೇಟುಗಳು ಮಾತ್ರ ಉಳಿದು ಕೊಂಡಿದೆಯೆಂದು ಸ್ನೇಹಿತನಾದ ಟ್ರಾವೆಲ್ ಗೈಡ್ ಹೇಳಿದ್ದ.

"ಒಬ್ಬರು ಸಿಕ್ಕಿದ್ದಾರೆ. ನೀನು ಬರ್ತಿಯಾ, ನವನೀತ?"

"ಬರ್ತೀನಿ." ನನಗೆ ವಾರಾಂತ್ಯದಲ್ಲೂ ನಂತರದ ರಜಾದಿನಗಳಲ್ಲೂ ಮಾಡುವುದಕ್ಕೆ ಬೇರೇನು ಕೆಲಸ ಇರಲಿಲ್ಲ.

ಕೊನೆಗೆ ನನಗಿಂತ ಮೊದಲು ಗೈಡ್‌ಗೆ ಸಿಕ್ಕಿದ್ದು ಪ್ರತಾಪನೇ ಎಂದು ತಿಳಿದಾಗ ನಾನು ಅತೀವವಾದ ಸಂತೋಷಗೊಂಡಿದ್ದೆ.

ಶಿಶಿರಋತುವಿನ ಇರುವೆಗಳು

ಸುಗತನನ್ನು ಬೀಳ್ಕೊಡುವ ಸಂದರ್ಭದಲ್ಲಿ ನವನೀತೆ ಎರಡು ಮಾತುಗಳನ್ನು ಆಡಬಹುದೆಂದೂ ಆಗ ಅವಳ ಗಂಟಲು ಕಟ್ಟಿ ಮಾತು ತಡವರಿಸಬಹುದೆಂದೂ ಕಛೇರಿಯ ಜೊತೆಗಾರರು ನಿರೀಕ್ಷಿಸಿದ್ದರು.

ಅಂದು ಬೆಳಗಿನಿಂದಲೂ ಆಕೆ ಪೂರ್ತಿ ಮೌನಿಯಾಗಿಯೇ ಇದ್ದಳು. ಕಡತದ ಒಂದು ನೋಟೀಸಿನ ಬಗ್ಗೆ ವಿವರವನ್ನೊಂದನ್ನು ಹುಡುಕಲು ಅಧಿಕಾರಿಗಳು ಹೇಳಿಕಳುಹಿಸಿದಾಗಲೂ ಆಕೆ ತನ್ನ ಮೇಜಿನ ಮೇಲಿದ್ದ ಪ್ಯಾಡಿನ ಮೇಲೆ ಸುಮ್ಮನೆ ಪೆನ್ನಿನಿಂದ ಗೀಚುತ್ತಿದ್ದಳು.

ಜವಾನ ಬಂದು ಹೇಳಿದ:

"ಕರಿತಿದ್ದಾರೆ"

ಪೆನ್ನು ಕೈಯಿಂದ ಕೆಳಕ್ಕೆ ಬಿತ್ತು.

"ಮಿಸೆಸ್ ನವನೀತ, ಅರ್ಜಂಟೂಂತ ಹೇಳಿದ್ದ ಪೇಪರುಗಳನ್ನೆಲ್ಲಾ ಸರಿಪಡಿಸಿ ರೆಡಿಮಾಡಿದಿರಲ್ಲ?"

"ಹೌದು, ನಿನ್ನೆನೇ ರೆಡಿ ಆಗಿದೆ"

ವಿರಹ ದುಃಖದಿಂದಾಗಿ ಆಕೆ ಕೆಲಸದಲ್ಲಿ ಉದಾಸೀನತೆಯನ್ನು ತೋರಬಹುದೆಂದು ಅಧಿಕಾರಿಗಳು ಶಂಕಿಸಿದ್ದಿರಬಹುದು. ನವನೀತೆ ಸಣ್ಣಗೆ ನಗಲು ಪ್ರಯತ್ನಿಸಿದಳು. ಮತ್ತೆ ಆಕೆ ಅಸ್ವಸ್ಥಳಾದಳು.

'ತನ್ನ ಮೇಜಿನ ಕುರ್ಚಿಯ ಹತ್ತಿರ ನಡೆದು ಹೋಗುವಾಗ ಮೇರಿಕುಟ್ಟಿ ಎನ್ನುವ ಜೊತೆಗಾರ್ತಿ ಕೇಳಿದಳು:

"ನಿನ್ನ ಸೀರೆಯಲ್ಲಿ ಇರುವೆಗಳು ಸೇರಿಕೊಂಡಿವೆ, ನೋಡಿದಿಯಾ?"

ಆಕೆ ಬೆಚ್ಚಿದಳು. ಹಿಂದೆ ಮುಂದೆ ನೋಡಿಕೊಂಡಳು. ಒಂದೊ ಎರಡೊ ಅಲ್ಲ. ಐದಾರು ಇರುವೆಗಳು. ಅವುಗಳನ್ನೆಲ್ಲಾ ಹುಡುಕಿ ತೆಗೆದು ನೆಲದ ಮೇಲೆ ಹಾಕಿ ಚಪ್ಪಲಿಯಿಂದ ಮೆಟ್ಟುತ್ತಿರುವಾಗ ಮೇರಿಕುಟ್ಟಿ ಕೇಳಿದಳು:

"ಕೇವಲ ಎರಡು ಇರುವೆಗಳಲ್ಲ, ನವನೀತೆ?"

ಅವಳ ಸಿಟ್ಟು ಇನ್ನೂ ಹೋಗಿರಲಿಲ್ಲ. ಅಂದು ಬೆಳಿಗ್ಗೆ ಮನೆಯಿಂದ

ಹೊರಡುವಾಗ ಉಟ್ಟಿದ್ದ ಸೀರೆ ಪೆಟ್ಟಿಗೆಯ ಒಳಗಿನಿಂದಲೆ ತೆಗೆದದ್ದು. ಈಗ ಅದರಲ್ಲೂ ಇರುವೆಗಳು. ಇರುವೆಗಳು ಅವಳ ಸರ್ವಾಂಗವನ್ನು ವ್ಯಾಪಿಸಿತ್ತು.

"ನಿನ್ನ ಈ ಸೀರೆ ಬಹಳ ಚೆನ್ನಾಗಿದೆ!"

ಮೇರಿಕುಟ್ಟಿ ಹೇಳಿದಳು: "ಯೂ ಲುಕ್ ಯುವರ್ ಬೆಸ್ಟ ಇನ್ ಇಟ್!"

"ಥ್ಯಾಂಕ್ಯೂ"

"ನಿನ್ನ ಮುಖದಲ್ಲಿ ಪ್ರತಿಫಲಿಸುತ್ತಿದೆ ಇದರ ಗುಲಾಬಿ ಬಣ್ಣ"

ಆಕೆಯ ಮುಖ ಕೆಂಪೇರಿತು.

ಮಧ್ಯಾಹ್ನ ಆಗುತ್ತಿದ್ದಂತೆ ಎಲ್ಲರೂ ಬೀಳ್ಕೊಡುಗೆ ಸಮಾರಂಭದ ತಯಾರಿಯಲ್ಲಿದ್ದರು. ಟೀ–ಪಾರ್ಟಿ, ಭಾಷಣ, ಬೀಳ್ಕೊಡುವಿಕೆ ಎಲ್ಲವೂ ಸಂಜೆ ಐದು ಗಂಟೆಯೊಳಗೆ ಮುಗಿಯಬೇಕು. ಮನೆಗೆ ಹೋಗಲೂ ವಿಶ್ರಾಂತಿ ಪಡೆಯಲೂ ಬೇಕಾಗಿರುವ ಸಮಯವನ್ನು ಇಂತಹ ಕೆಲಸ ಕಾರ್ಯಗಳಿಗಾಗಿ ಕಳೆಯಲು ಸಾಧ್ಯವಾಗುವುದಿಲ್ಲವಲ್ಲ.

ಆದರೆ, ನಿರೀಕ್ಷಿಸಿದಂತೆ ನವನೀತೆ ಹಾಡಲಿಲ್ಲ. ಒಳ್ಳೆಯ ಹಾಡುಗಾರ್ತಿ ಎಂದು ಕಛೇರಿಯ ಜೊತೆಗಾರರಲ್ಲೆ ಆಕೆ ಹೆಸರು ಗಳಿಸಿದ್ದಳು.

ಫಲಹಾರ ಸೇವಿಸುವುದರ ನಡುವೆ ಚೀಫ್ ಆಫೀಸರ್ ಕೇಳಿದರು:

"ಏನೂ, ನವನೀತೆ ಹಾಡೊದಿಲ್ಲವೇ?"

ಹಾಡೆ! ಆಕೆಗೆ ತಮಾಷೇಂತ ಅನ್ನಿಸಿತು. ಹಾಡು ಈಗಾಗಲೇ ಅವಳ ಕೈಬಿಟ್ಟು ಹೋಗಿಯಾಗಿತ್ತು. ಸಂಗೀತ ನಷ್ಟವಾದದ್ದರ ಬಗ್ಗೆ ದುಃಖ ಚಿಂತನೆಗಳಾವುವೂ ಅವಳ ಮನಸ್ಸಿನಲ್ಲಿ ಆಗ ಇರಲಿಲ್ಲ. ಅವಳ ಅಂತರಾಳವೆಲ್ಲ ಪೂರ್ತಿಯಾಗಿ ಇರುವೆಗಳೇ ತುಂಬಿಕೊಂಡಿದ್ದವು.

ಆಕೆ ಪ್ರಮಾದವಶತ್ತಾಗಿ ತನ್ನ ಬಲಭಾಗದಲ್ಲಿ ಕುಳಿತಿದ್ದ ನೀಲಿಮಾಳಲ್ಲಿ ಕೇಳಿದಳು:

"ಈ ಇರುವೆಗಳನ್ನು ಇನ್ನಿಲ್ಲದಂತೆ ಮಾಡಲು ಏನಾದರೂ ದಾರಿ ಇದಿಯಾ?"

ನೀಲಿಮಾಳು ಐಸ್‌ಕ್ರೀಮ್ ತಿನ್ನುವುದರಲ್ಲಿ ಮುಳುಗಿದ್ದಳು. ವೇದಿಕೆಯಲ್ಲಿ ಸುಗತನು ಬೀಳ್ಕೊಡುವುದರ ಬಗ್ಗೆ ತನ್ನ ಅನುಭವದ ಮಾತುಗಳನ್ನು ಆಡುತ್ತಿದ್ದನು. ಐಸ್‌ಕ್ರೀಮನ್ನು ಚೀಪುತ್ತಾ ನೀಲಿಮಾ ಹೇಳಿದಳು:

"ಅಷ್ಟೆಲ್ಲಾ ತೊಂದರೆ ತಾಪತ್ರಯ ಇದ್ದರೆ ಇಡೀ ಮನೆಯನ್ನೇ ಸುಡಬೇಕು"

"ಇದು ತಮಾಷೆಯಲ್ಲ ನೀಲಿಮಾ!"

"ಹೌದು ತಮಾಷೆಯಲ್ಲ"

ನವನೀತೆಗೆ ಉಸಿರುಕಟ್ಟಿದ ಅನುಭವವಾಯಿತು. ನೀಲಿಮಾಳ ತಮಾಷೆಯನ್ನು ಮರೆಯಲು ನವನೀತೆಯು ತನ್ನ ಮುಂದಿದ್ದ ಪ್ಲೇಟಿನಲ್ಲಿದ್ದ ಬಟ್ಟರ್ ಬಿಸ್ಕತ್ತನ್ನು

ತೆಗೆದುಕೊಂಡಳು.

ನೀಲಿಮಾಳು ಚಹಾ ಕಪ್ಪನ್ನು ಕೆಳಗಿಟ್ಟು ಜೊತೆಗಾರ್ತಿಯ ನೇರಕ್ಕೆ ತಿರುಗಿ ಕುಳಿತಳು. ತನ್ನ ಹೊಸ ಸೀರೆ ಸುಕ್ಕಾಗದ ಹಾಗೆ ತನ್ನ ಪ್ರತಿಯೊಂದು ಚಲನೆಯಲ್ಲೂ ಆಕೆ ನಿಗಾ ವಹಿಸುತ್ತಿದ್ದಳು.

"ನವನೀತೆ, ನಾವ್ಯಾಕೆ ಕ್ಷುದ್ರಕೀಟಗಳಿಂದ ಸುಮ್ಮನೆ ತೊಂದರೆ ಅನುಭವಿಸಬೇಕು? ಒಂದೋ ಅವುಗಳನ್ನು ಸುಟ್ಟು ಹಾಕಬೇಕು. ಇಲ್ಲದಿದ್ದಲ್ಲಿ ವಿಷ ಹಾಕಿ ಸಾಯಿಸಬೇಕು. ಎರಡನೆಯದು ಹೆಚ್ಚಿಗೆ ಜನ ಇರುವ ಮನೆಗಳಲ್ಲಿ ಅಸಾಧ್ಯ."

"ಆದರೆ ನೀಲಿಮಾ, ಹೇಗೆ ಅವುಗಳನ್ನು ಸುಡುವುದು? ನೋಡಿದ ಕಡೆಗಳೆಲ್ಲೆಲ್ಲಾ ತುಂಬಿಕೊಂಡಿವೆಯಲ್ಲ. ಗೋಡೆಗಳ ಸಂದುಗೊಂದುಗಳಲ್ಲಿ, ತೊಳೆದು ಬೋರಲಾಕಿರುವ ಪಾತ್ರೆಗಳ ಅಡಿಯಲ್ಲಿ, ಮಲಗುವ ಮಂಚದ ಕೆಳಗಡೆಯಲ್ಲಿ, ಚಾಪೆಗಳ ಸಂದುಗಳಲ್ಲಿ......."

ಅಷ್ಟರೊಳಗೆ ಬೀಳ್ಕೊಡುಗೆ ಸಮಾರಂಭದ ಹಾಲ್ ಜನರ ನಿರ್ಗಮನದಿಂದ ಖಾಲಿಯಾಗತೊಡಗಿತು. ನೀಲಿಮಾಳು ಏಳಲು ಸಿದ್ಧಳಾದಳು. ನವನೀತೆಯ ಸಮಸ್ಯೆಗೆ ಪರಿಹಾರ ಸಿಕ್ಕಿರಲಿಲ್ಲ. ನೀಲಿಮಾ ಹೇಳಿದಳು:

"ಐಸ್‌ಕ್ರೀಮಿನ ತಂಪನ್ನೂ ಸಿಹಿಯನ್ನೂ ಇಲ್ಲದಂತೆ ಮಾಡುವುದನ್ನು ಬಿಟ್ಟು ಬೇರೆ ಒಳ್ಳೆಯ ವಿಚಾರದ ಬಗ್ಗೆ ಆಲೋಚಿಸು."

ನವನೀತೆ ಬೇಗನೆ ಹೊರಬಂದಳು. ನಡೆಯುವುದರ ನಡುವೆ ಸೀರೆಯಲ್ಲಿ ಇನ್ನೂ ಇರುವೆಗಳು ಸೇರಿಕೊಂಡಿವೆಯೇ? ಎಂದು ಮತ್ತೊಮ್ಮೆ ಪರಿಶೋಧಿಸಿದಳು. ಅಷ್ಟರಲ್ಲಿ ಆಕೆ ರಾಜಮಲ್ಲಿಗೆ ಹೂವು ಅರಳಿ ನಿಂತಿದ್ದ ಮರದ ಗೇಟಿನ ಹತ್ತಿರಕ್ಕೆ ಬಂದಿದ್ದಳು.

ಬಸ್‌ಸ್ಟಾಪಿನಲ್ಲಿ ಎಂದಿಗಿಂತಲೂ ಅಧಿಕವಾಗಿ ಜನರಿದ್ದದ್ದನ್ನು ಕಂಡು ಸಮಾಧಾನಗೊಂಡಳು. ನಾನೇನು ತಡಮಾಡಿಲ್ಲ. ಮೊದಲಿನ ಬಸ್ಸು ತುಂಬಿ ಹೋಗಿದೆ. ಒಳ್ಳೆಯದಾಯಿತು. ಮುಂದಿನ ಬಸ್ಸು ಬರುವವರೆಗೂ ವಿಶ್ರಾಂತಿ ಪಡೆಯಬಹುದು. ತಂಗುದಾಣದಲ್ಲಿ ನಿಲ್ಲುವವರೆಗಿನ ನಿಮಿಷಗಳು ವಿಶ್ರಾಮದ ಸಮಯವಲ್ಲವೇ? ಪರಿಚಯಸ್ಥರಾರೂ ಇಲ್ಲ. ಅದೂ ಒಳ್ಳೆಯದೆ. ಮುಂದಿನ ಬಸ್ಸು ಬರಲು ಇನ್ನೂ ಇಪ್ಪತ್ತು ನಿಮಿಷಗಳಾದರೂ ಬೇಕು. ಈ ಇಪ್ಪತ್ತು ನಿಮಿಷದ ವಿಶ್ರಾಂತಿ ಮತ್ತೆಲ್ಲಿ ಸಿಗುತ್ತದೆ?

ನಗರದ 'ಬುದ್ಧಿವಂತರ ಕ್ಲಬ್' ನಿರ್ಮಿಸಿದ ತಂಗುದಾಣವಿದು. ಅದಕ್ಕೆ ಎರಡು ಅಡಿಗಳಿಗೂ ಹೆಚ್ಚು ಎತ್ತರವಿದೆ. ಅದರೊಳಗೆ ಹತ್ತಿ ಹೋಗಲು ಯಾರೂ ಸಹ ಪ್ರಯತ್ನಿಸುವುದಿಲ್ಲ. ಕೆಳಗೆ ಪಕ್ಕಕ್ಕೆ ನಿಂತು ಆಕೆ ಎತ್ತರದಲ್ಲಿದ್ದ ಹಸಿರು ಛಾವಣಿ ಕಡೆಗೆ ದೃಷ್ಟಿ ಹಾಯಿಸಿದಳು.

"ಏನೂ ನಿಮ್ಮ ಬಸ್ಸು ಬರಲಿಲ್ಲವೇ?" ಆಕೆ ಗಾಬರಿಗೊಂಡು ತಿರುಗಿ ನೋಡಿದಳು.

ಸುಗತ!

"ಹೋಗಲಿಲ್ಲವಾ?"

"ಅದನ್ನೇ ನಾನೂ ಕೇಳ್ತಾ ಇರೋದು!"

ಸುಗತನಲ್ಲಿ ಕೊನೆಪಕ್ಷ ಬೀಳ್ಕೊಟ್ಟು ಶುಭವನ್ನು ಹಾರೈಸಬಹುದಾಗಿತ್ತು. ಮುಜುಗರದೊಂದಿಗೆ ಆಕೆ ಹೇಳಿದಳು:

"ಮನೆಗೆ ಸ್ವಲ್ಪ ಬೇಗ ಹೋಗಬೇಕಿತ್ತು"

"ನನಗೆ ಗೊತ್ತಿದೆ"

"ಹೋಗಿ ಮತ್ತೆ ಇದೇ ಊರಿಗೆ ತಿರುಗಿ ಬರ್ತೀರಾ?"

ಸುಗತ ಆಕೆಯ ಮುಖವನ್ನು ಒಮ್ಮೆ ಸೂಕ್ಷ್ಮವಾಗಿ ನೋಡಿದ.

ಅದೊಂದು ಅನೌಚಿತ್ಯ ಪ್ರಶ್ನೆ ಎನ್ನುವಂತೆ ಸುಗತನ ಮುಖದಲ್ಲಿ ನಗು ಕಾಣಿಸಿಕೊಂಡಿತು.

"ಪ್ರಮೋಷನ್ ಸಿಕ್ಕಿದಾಗ ನಾನಿಲ್ಲಿಗೆ ತಿರುಗಿ ಬರುತ್ತೇನೆ!"

ಆಕೆ ತಲೆಯಾಡಿಸಿದಳು. ವರ್ಗವಾಗಿ ಹೋಗುವ ಎಲ್ಲರೂ ಇದನ್ನೇ ಹೇಳುತ್ತಿರುತ್ತಾರೆ. ಅದವರ ಒಂದು ಬಯಕೆ ಮಾತ್ರ. ಆದರೆ ಆ ರೀತಿ ಯಾವತ್ತೂ ನಡೆದಿಲ್ಲ. ನಡೆಯೋದೂ ಇಲ್ಲ. ಆಕೆ ದೀರ್ಘ ಶ್ವಾಸ ತೆಗೆದು ಬಿಟ್ಟಳು. ಒಂದು ಕಂಬಕ್ಕೆ ಕಡಿಮೆ ಉದ್ದದ ಹಗ್ಗದಲ್ಲಿ ಕಟ್ಟಿ ಹಾಕಿದ ಪಶುವಿನಂತೆ ನನ್ನ ಜೀವನ ಎನ್ನುವಂತೆ ಆಕೆಗೆ ಅನ್ನಿಸಿತು.

ಅಸ್ವಸ್ಥವಾದ ಒಂದು ಹಗಲಿನ ಪೀಡನೆಯನ್ನು ಮರೆಯಲು ಬಯಸಿ ಮರದ ಕೊಂಬೆಗಳ ಕಡೆ ನೋಡುತ್ತಾ ನಿಂತಳು.

ಎಲೆಗಳು ನಿದ್ರಿಸುತ್ತಿವೆ.

ಬಸ್ಸು ಯಾವಾಗ ಬರುತ್ತೋ?

ಸುಗತನ ಮುಖ ದಾರಿಯೊಂದಿಗೆ ದೂರಾಗುತ್ತಿರುವುದನ್ನು ಆಕೆ ಗಮನಿಸುತ್ತಿದ್ದಳು. ಇದೀಗ ಮುಖ ಸ್ಪಷ್ಟವಾಗಿ ಕಾಣುತ್ತಿಲ್ಲ. ಬೆನ್ನಹಿಂದೆ ನೇತುಹಾಕಿಕೊಂಡಿದ್ದ ಕೆಂಪು ಕಪ್ಪು ಚುಕ್ಕೆಯಿದ್ದ ಬ್ಯಾಗಿನ ಭಾರ ಗೊತ್ತಾಗುತ್ತಿತ್ತು. ಕ್ರಮೇಣ ಅದೂ ಮರೆಯಾಯಿತು. ರಭಸದಿಂದ ಓಡಾಡುತ್ತಿದ್ದ ವಾಹನಗಳ ಧೂಳು ಎದ್ದು ರಸ್ತೆಗಳನ್ನು ಆವರಿಸಿಕೊಳ್ಳುತ್ತಿತ್ತು.

ಆಕೆ ಸರತಿಯಲ್ಲಿ ನಿಂತಿರಲಿಲ್ಲ. ಸರತಿಯಲ್ಲಿ ನಿಲ್ಲಲು ಆಕೆ ಇಚ್ಛಿಸಿರಲಿಲ್ಲ. ಸುತ್ತು ಬಳಸಿ ವಕ್ರವಾಗಿದ್ದ ಸರತಿಯ ಸುರುಳಿ ನೆಟ್ಟಗಾಗಲು ತೊಡಗಿತು. ಸಮಯ ಹೋಗ್ತಾ ಇದೆ. ಇನ್ನು ಮುಂದಿನ ಬಸ್ಸನ್ನಾದರೂ ಹಿಡಿದು ಹತ್ತಬೇಕು.

ಮನೆ ಮುಟ್ಟುವಾಗ ಗಂಡ ಕೇಳಬಹುದು:

"ನಿನ್ನ ಆಫೀಸಿನ ಶೇಖರ ಮೊದಲನೇ ಬಸ್ಸಿನಲ್ಲೇ ಬಂದನಲ್ಲ?"

ತನಗೆ ಅರಿವಿಲ್ಲದಂತೆ ಆಲಸ್ಯ ಭಾವನೆಯೊಂದು ಮನದಾಳದಲ್ಲಿ ಗೆದ್ದಲಿನಂತೆ ಹಬ್ಬಿಕೊಂಡು ಮೇಲೇರುತ್ತಿರುವುದನ್ನು ಆಕೆ ಗಮನಿಸಿದಳು.

ಸರತಿಯಲ್ಲಿ ನಿಂತಿದ್ದ ದಢೂತಿಯಾದ ಹೆಂಗಸು ಆಕೆಯನ್ನು ಕೇಳಿದಳು:

"ಏನೂ, ಇವತ್ತು ತಡವಾಯ್ತಲ್ಲ?"

ಒಂದು ಮುಗುಳ್ನಗೆಯೊಂದಿಗೆ ಉತ್ತರಿಸಿದಳು. ಆ ಕ್ಷಣ ತಲೆಯ ಮೇಲಿನ ರಾಜಮಲ್ಲಿಗೆಯ ಮರದ ಕೊಂಬೆಗಳು ತೂಗಾಡಿದವು. ಕೆಂಪುಬಣ್ಣದ ಪುಟ್ಟ ಹೂವಿನ ಮೊಗ್ಗುಗಳನ್ನು ಮುಖವಾಗಿಸಿಕೊಂಡ ಬಿಸಿಲು ಈಗಾಗಲೆ ಬೀಳ್ಕೊಟ್ಟಾಗಿತ್ತು. ಸಾಕಷ್ಟು ಹಣ್ಣುಎಲೆಗಳು ಆಕೆಯ ಎದುರು ಉದುರಿ ಬಿದ್ದಿದ್ದವು.

"ಯಾಕೆ ಇಷ್ಟೊಂದು ತಡವಾಯ್ತು?" ಪ್ರಶ್ನೆಯ ಯಜಮಾನನನ್ನು ಆಕೆ ನೋಡಲಿಲ್ಲ, ಅಸಮಾಧಾನದಿಂದ ಆಕೆ ಚಿಂತಿಸುತ್ತಿದ್ದಳು.

ಈ ಬಸ್‌ಸ್ಟಾಪಿನಲ್ಲಿ ಎಷ್ಟೊಂದು ಜನರಿದ್ದಾರೆ! ಅವರೆಲ್ಲರೂ ಮನೆಗೆ ಹೋಗುವವರೆ. ಎಲ್ಲರೂ ತಡವಾಗಿಯೇ ಹೋಗುವವರಲ್ಲವೆ? ಈ ನವನೀತೆಯಳಿಗೆ ಮಾತ್ರ ಏನು ವಿಶೇಷತೆ!

ಉದುರಿ ಬಿದ್ದಿದ್ದ ಬಂಗಾರದ ಬಣ್ಣದ ಹೂಗಳಲ್ಲಿ ಜೇನನ್ನು ಅರಸಿ ಬಂದ ಇರುವೆಗಳ ರಾಶಿ ನೋಡಿದಾಕ್ಷಣ ಆಕೆ ಅಲ್ಲಿಂದ ಸರಿದು ಪಕ್ಕಕ್ಕೆ ನಿಂತಳು.

ಇವುಗಳು ಎಲ್ಲಾ ಕಡೆನೂ ಇವೆಯಲ್ಲ! ಮನೆಯೊಳಗೆ, ಹೊರಗಡೆ, ನಡುದಾರಿಯಲ್ಲಿ, ಬೀದಿಗಳಲ್ಲಿ ಆಫೀಸಿನಲ್ಲಿ ಬಸ್ಸುತಂಗುದಾಣದಲ್ಲಿ........

ನೀಲಿಮಾಳ ಮಾತುಗಳು ಅವಳ ಕಿವಿಯಲ್ಲಿ ಮೊಳಗುತ್ತಿತ್ತು.

"ಮನೆಯನ್ನೇ ಸುಡಬೇಕು"

ಇರುವೆಗೆ ಹೆದರಿ ಮನೆಯನ್ನು ಸುಡುವುದೇ!

ಕೊನೆಗೂ ಆಕೆಯ ಬಸ್ಸು ಬಂತು. ಆಫೀಸಿಗೂ ಮನೆಗೂ ನಡುವೆ ಒಂದು ತಲೆಮಾರಿನ ಅಂತರವಿದೆ. ಆಕೆಗೆ ಬಸ್ಸಿನಲ್ಲಿ ಒಂದು ಸೀಟು ಸಿಕ್ಕಿತು. ಕತ್ತಲೆ ತುಂಬಿದ್ದ ಸಂಜೆ. ಒಂದು ಮಿಣುಕು ಹುಳದ ಬೆಳಕು ಸಹ ಇಲ್ಲ. ದಾರಿಯುದ್ದಕ್ಕೂ ಕಾವಲು ಕಾಯುತ್ತಿರುವ ತೆಂಗಿನ ಮರಗಳೂ ಅಡಕೆ ಮರಗಳೂ ಬಾಗಿಲೂ ಕಿಟಕಿಗಳನ್ನೂ ಬೇಗ ಮುಚ್ಚಿರುವ ರಸ್ತೆ ಪಕ್ಕದ ಮನೆಗಳು.

ಹುಣ್ಣಿಮೆ ಮುಗಿದು ಹೋಗಿದ್ದು ಅವಳಿಗೆ ಗೊತ್ತಿರಲಿಲ್ಲ. ಇತ್ತೀಚೆಗೆ ಅವಳಿಗೆ ಏನೂ ಗೊತ್ತಾಗುತ್ತಿರಲಿಲ್ಲ. ಗೊತ್ತಾಗುವುದಕ್ಕೆ ಸಾಧ್ಯವಾಗುತ್ತಿರಲಿಲ್ಲ. ಆಕಾಶದ ನೀಲಿಬಣ್ಣವೂ ಹೂಗಳ ಬಣ್ಣದ ಅಂದವೂ ಪ್ರಾತಃಕಾಲದ ರಮಣೀಯತೆಯೂ ಮುಂತಾದವುಗಳನ್ನು ಅವಳು ತಿಳಿದುಕೊಳ್ಳುತ್ತಿರಲಿಲ್ಲ. ಅಡುಗೆಮನೆಯೊಳಗಿನ ಹಲವಾರು ವಾಸನೆಗಳ, ಪಾತ್ರೆಗಳ ಕಲಪಿಲ ಶಬ್ದಗಳ ನಡುವಿನಿಂದ ಆಕೆ ತಲೆ ತಪ್ಪಿಸಿಕೊಂಡು ಓಡುತ್ತಾ ಬಸ್ಸು ಹತ್ತಿ ಟೈಪ್ ಮಾಡುವ ಯಂತ್ರಗಳು ಗುಡುಗುಡು ಶಬ್ದ ಮಾಡುವ ಆಫೀಸಿಗೆ ತಲುಪಿ, ಒಂದು ಸಣ್ಣ ವೃತ್ತದೊಳಗೆ ಓಡಾಡಿ ದಣಿಯುವ

ಅವಳನ್ನು ಇದೀಗ ಇರುವೆಗಳು ಭಯಪಡಿಸುತ್ತಿವೆ.

ಪೂರ್ವ ಘಟ್ಟಗಳ ಕಡೆಯಿಂದ ತಂಪು ಗಾಳಿಯೊಂದು ಬೀಸಲು ತೊಡಗಿದ ಪ್ರಾತಃಕಾಲದಲ್ಲಿಯೇ ಅವಳ ಮನೆಯಲ್ಲಿ ಮೊದಲ ಸಲ ಈ ಇರುವೆಗಳು ಪ್ರತ್ಯಕ್ಷಗೊಂಡಿದ್ದವು. ಮುಂಜಾನೆಯ ತಂಪನ್ನು ಆಸ್ವಾದಿಸುವ ಸಲುವಾಗಿ ಇನ್ನು ಸ್ವಲ್ಪ ಹೊತ್ತು ಪೂರ್ತಿ ಹೊದ್ದುಕೊಂಡು ಮಲಗಿ ನಿದ್ರಿಸಬೇಕೆಂದು ಅಂದುಕೊಂಡ ಒಂದು ಆದಿತ್ಯವಾರವಾಗಿತ್ತು ಅಂದು. ಆದರೆ ಆದಿತ್ಯವಾರಗಳು ಎಂದೂ ಅವಳದಾಗುತ್ತಿರಲಿಲ್ಲ. ಬಹಳಷ್ಟು ಹತ್ತಿರದ ಸಂಬಂಧಿಕರು ಇರುವ ಅವಳ ಮನೆಯಲ್ಲಿ ನೆಂಟರುಗಳ ಗೌಜು ಗಲಾಟೆ ಇರುವ ದಿನಗಳದು. ಮದುವೆಯಾಗದ ನಾದಿನಿಯರೂ ಅತ್ತೆಯೂ ಅತ್ತಿಗೆಯರೂ ಮಲಗಿ ಎದ್ದು ಬಾಗಿಲುಗಳನ್ನು ಹೆಚ್ಚು ಶಬ್ದದೊಂದಿಗೆ ತೆರೆಯುವಾಗ ಪಾತ್ರೆಗಳನ್ನು ಶಬ್ದಿಸುವಂತೆ ಮಾಡಿ ಎಬ್ಬಿಸುವಾಗ ಆಕೆಗೆ ಅದು ಹೇಗೆ ನಿದ್ರಿಸಲು ಸಾಧ್ಯವಾಗುತ್ತದೆ?

ಕಣ್ಣುಗಳನ್ನು ಉಜ್ಜಿಕೊಳ್ಳುತ್ತಾ ಅಡುಮನೆಯನ್ನು ಪ್ರವೇಶಿಸಿದಾಗ ಇರುವೆಗಳು ದೊಡ್ಡ ಗುಂಪುಗಳಾಗಿ ಆಕೆಯ ಕಾಲಿನ ಮೇಲೆ ಧಾವಿಸಿ ಮೈಮೇಲೆ ಹತ್ತಿಕೊಂಡವು. ಬಾಗಿಲಿನ ಮುಂದೆಯೇ ಅವುಗಳು ಅವಳಿಗಾಗಿ ಕಾದುಕೊಂಡಿದ್ದವು.

ಅತ್ತೆಯ ಪಿರಿಪಿರಿ ಮಾತು ಕೇಳಿಸಿತು:

"ರಾತ್ರಿಯ ಊಟ ಮುಗಿದ ಮೇಲೆ ಅಡುಗೆಮನೆಯನ್ನು ಸರಿಯಾಗಿ ತೊಳೆದು ಶುಚಿಗೊಳಿಸದೆ ಮಲಗಿದರೆ ಹೀಗೆ ಆಗುವುದು!"

ಪಾತ್ರೆಗಳನ್ನು ತೊಳೆದು ಭ್ಹೋರಲ್ವಾಕಿ ಅಡುಗೆಮನೆಯನ್ನು ಚೆನ್ನಾಗಿ ತೊಳೆದು ಮಿಂಚುವಂತೆ ಮಾಡಿದ ನಂತರ ರಾತ್ರಿ ಹನ್ನೊಂದುವರೆಗೆ ಬಾಗಿಲು ಮುಚ್ಚುವಾಗ, ಊಟದ ಒಂದು ಅಗುಳು ಸಹ ಎಲ್ಲೂ ಇದ್ದಿರಲಿಲ್ಲವಲ್ಲ, ಎಂದು ಅವಳು ಗಟ್ಟಿಯಾಗಿ ಆಲೋಚಿಸಿದಳು. ನೆಲವೂ ಗೋಡೆಯೂ ಸೇರುವ ಮೂಲೆಗಳ ಮೂಲಕ ಅವುಗಳು ಒಂದು ಸೇನೆಯಂತೆ ಚಲಿಸುತ್ತಿದ್ದವು. ಹಲವಾರು ತರಹದ ಇರುವೆಗಳು. ಕೆಂಪು ಕಪ್ಪು ಬೂದಿ ಬಣ್ಣಗಳ ದೊಡ್ಡ ದೊಡ್ಡ ಇರುವೆಗಳು. ಮಧು ತುಂಬಿಸಿಕೊಂಡು ಅಕ್ಕಿಯ ಕಾಳುಗಳನ್ನು ಹೊತ್ತುಕೊಂಡು ಆಯುಧಧಾರಿಗಳಾಗಿ ಅವುಗಳು ಆಕೆಯ ವಿರುದ್ಧ ಯುದ್ಧಕ್ಕೆ ಸನ್ನದ್ಧವಾಗಿದ್ದವು. ಇರುವೆಗಳನ್ನು ಸುಟ್ಟು ಕರಕಲಾಗಿಸಿ ಗುಡಿಸಿ ಹೊರ ಹಾಕದೆ ಅವಳಿಗೆ ಯಾವುದೇ ಗತ್ಯಂತರ ಇರಲಿಲ್ಲ.

ಮೊದಮೊದಲು ಮುಂಜಾನೆಗಳಲ್ಲಿ ಮಾತ್ರವೇ ಆಕೆಯ ವಿರುದ್ಧ ಪದ್ಮವ್ಯೂಹವನ್ನು ರಚಿಸುತ್ತಿದ್ದವು. ಈಗ ಅಂತಹ ಯಾವೊಂದು ಶಿಸ್ತುಗಳು ಅವುಗಳಲ್ಲಿ ಇಲ್ಲ. ಒಂದು ಪಾತ್ರೆಯನ್ನು ತೊಳೆದು ಒರೆಸಿಟ್ಟು ಐದು ನಿಮಿಷ ಕಳೆದು ನೋಡುವಷ್ಟರಲ್ಲಿ ಅದರ ಕೆಳಗೆ ಒಂದಷ್ಟು ಇರುವೆಗಳ ರಾಶಿ ಕಾಣಬಹುದಾಗಿತ್ತು. ಅವಳ ಕೈಗಳಿಗೆ ಕಾಲುಗಳಿಗೆ ಇರುವೆಗಳು ಕಚ್ಚಿ ಕೆಂಪು ಕಲೆಗಳು ಪ್ರತ್ಯಕ್ಷವಾಗುತ್ತಿದ್ದವು.

ಈ ಇರುವೆಗಳನ್ನು ಇನ್ನಿಲ್ಲದಂತೆ ಮಾಡಲು ಏನಾದರೂ ದಾರಿ ಕಂಡುಕೊಳ್ಳಲೇ ಬೇಕಾಗಿದೆ. ಆಕೆ ಗಂಡನಲ್ಲಿ ಹೇಳಿದಳು.

ಆತ ಪತ್ರಿಕೆ ಓದುತ್ತಿದ್ದ. ಓದುತ್ತಲೆ ಆತ ಹೇಳಿದ:

"ಇರುವೆಗಳು! ಇದೇನು ಯಾವುದೇ ಊರಿನಲ್ಲಿ ಇಲ್ಲದೆ ಇರುವಂತಹದ್ದೆ? ನೀನೊಬ್ಬಳೇ ಏನೂ ಅಡುಗೆಮನೆಯಲ್ಲಿ ಕೆಲಸ ಮಾಡ್ತಾ ಇರೋದು?"

ಆಕೆ ತನ್ನ ಸಂಕಷ್ಟವನ್ನು ಮತ್ತೆ ಹೇಳಿಕೊಳ್ಳಲಿಲ್ಲ. ಇರುವೆಗಳಿಂದ ರಕ್ಷಣೆ ಪಡೆಯಲು ಸಣ್ಣ ಸಣ್ಣ ದಾರಿಯನ್ನು ಹುಡುಕಿಕೊಂಡಳು. ಯಾವುದೇ ಸಮಯದಲ್ಲೂ ಕಸಬರಿಕೆ ನೆಲ ಉಜ್ಜುವ ಕೋಲು ಸೀಮೆಎಣ್ಣೆಯಲ್ಲಿ ಮುಳುಗಿಸಿದ ಹಳೆಬಟ್ಟೆ ಬೆಂಕಿ ಹತ್ತಿಸಿಕೊಂಡ ಪಂಜು ಮೊದಲಾದ ಆಯುಧಗಳಿಂದ ಆಕೆ ಇರುವೆಗಳ ಬೇಟೆ ಆರಂಭಿಸಿದಳು. ಅದರ ನಡವೆಯೆ ಅಡುಗೆ ಕೆಲಸ ಆಫೀಸಿನ ಕೆಲಸ ಮಾಡಿ ಮುಗಿಸಬೇಕು. ಆಕೆ ನಿದ್ರಿಸುವ ವೇಳೆ ಕಡಿಮೆಯಾಯಿತು. ರಾತ್ರಿ ಹನ್ನೆರಡರಿಂದ ಮುಂಜಾನೆ ಮೂರುಗಂಟೆಗೂ ನಡುವೆ ಸಿಗುವ ಕೇವಲ ಮೂರುಗಂಟೆಯ ನಿದ್ರೆ ಮಾತ್ರವಾಗಿತ್ತು. ಶರೀರವನ್ನು ಆವರಿಸಿಕೊಂಡಿದ್ದ ಇರುವೆಗಳು ಎಷ್ಟು ತಿಕ್ಕಿದರೂ ಸ್ನಾನ ಮಾಡಿದರೂ ಹೋಗದೆ ಕೆಲವು ರಾತ್ರಿಗಳಲ್ಲಿ ಆಕೆಯ ಹಾಸಿಗೆಯಲ್ಲೂ ಸೇರಿಕೊಂಡಿದ್ದವು.

ಈ ಚಳಿಗಾಲ ಮುಗಿಯುತ್ತದೆ ಎನ್ನುವ ಭರವಸೆ ಹಾಗೂ ನಿರೀಕ್ಷೆಯಿಂದ ಎಲ್ಲವನ್ನೂ ಸಹಿಸಿ ಕೊಂಡಿದ್ದಳು. ಬೇಸಿಗೆಯ ಧಗೆ ಏರುತ್ತಿದ್ದಂತೆ ಅವುಗಳಿಗೆ ಸಹಿಸಿಕೊಳ್ಳಲು ಸಾಧ್ಯವಾಗುವುದಿಲ್ಲ. ಅವುಗಳ ತಂಪಾದ ತಮ್ಮ ಗೂಡು ಹುತ್ತಗಳನ್ನು ಆಶ್ರಯಿಸುತ್ತವೆ.

ಆದರೆ ಚಳಿ ಇನ್ನು ಕಡಿಮೆಯಾಗಿಲ್ಲ. ತಂಪುಗಾಳಿ ಮುಖಕ್ಕೆ ಬಡಿಯುತ್ತಿದೆ. ಆಕೆ ಬಸ್ಸಿನಿಂದ ಇಳಿಯುವಾಗ ಪೂರ್ತಿ ಕತ್ತಲಾಗಿದೆ. ಬಸ್‌ಸ್ಟಾಪಿನಲ್ಲಿ ತನಗಾಗಿ ಗಂಡನೊ ಮೈದುನನೊ ಕಾದು ನಿಂತಿದ್ದಾರಾ ಎಂದು ಒಮ್ಮೆ ಕಣ್ಣಾಡಿಸಿದಳು. ಇಲ್ಲ, ಯಾರೂ ಬಂದಿಲ್ಲ. ಮನೆಯವರಿಗೆ ಇಲ್ಲದಂತಹ ಹೆದರಿಕೆ ನನಗ್ಯಾಕೆ?

ಕತ್ತಲು ತುಂಬಿದ ದಾರಿಯಲ್ಲಿ ಆಕೆ ನಡೆಯತೊಡಗಿದಳು. ಪರದೆಗಳ ಹಿಂದಿನಿಂದ ಅವಿತು ನೋಡುವ ಡ್ರಾಯಿಂಗ್ ರೂಮಿನ ಲೈಟು ಕಾಣಿಸುತ್ತಿದೆ. ಗೇಟನ್ನು ತೆರೆಯುವಾಗ ಟಿವಿಯ ಆರ್ಭಟ ಕೇಳಿಸಿತು. ಅಂಗಳದ ಲೈಟು ಹಾಕಲು ಮರೆತಿದ್ದಾರೆ. ಮೆಟ್ಟಲುಗಳನ್ನು ಹತ್ತಿಕೊಂಡು ಆಕೆ ಬಾಗಿಲ ಮೇಲೆ ಕೈಯಿಟ್ಟಳು. ಒಳಗಿನಿಂದ ಚಿಲಕ ಹಾಕಲಾಗಿದೆ.

ಆಕೆಗೆ ಅಳು ಬಂದಿತು. ನಂತರ ಪೋರ್ಟಿಕೊಗೆ ಬಂದು ಕಾಲಿಂಗ್ ಬೆಲ್ಲಿನ ಮೇಲೆ ಕೈಬೆರಳಿಟ್ಟು ಒತ್ತಿದಳು. ಕೈ ತೆಗೆಯಲು ಮರೆತಳು.

ಒಂದು ದೊಡ್ಡ ಶಬ್ದದೊಂದಿಗೆ ಬಾಗಿಲು ತೆರೆದುಕೊಂಡಿತು.

"ಕಿವಿ ಒಡೆದೇ ಹೋಯಿತು!" ಆಕೆಯ ಗಂಡ ಹೇಳಿದ್ದು.

ಟಿವಿಯ ಆರ್ಭಟಕ್ಕಿಂತ ಹೆಚ್ಚಾಗಿತ್ತೇ ಬೆಲ್ಲಿನ ಶಬ್ದ!

ನೆರೆದು ಕುಳಿತು ಹಾಡುಗಾರಿಕೆಯನ್ನು ಆಸ್ವಾದಿಸುತ್ತಿದ್ದ ಮನೆಯವರೆಲ್ಲರೂ

ಅಸಮಾಧಾನದಿಂದ ಆಕೆಯತ್ತ ತಮ್ಮ ನೋಟವನ್ನು ಬೀರಿದರು. ಅವರುಗಳ ಮುಂದಿನಿಂದ ಒಳಗಿನ ಕೋಣೆಗೆ ಹೋಗುವಾಗ ಆಕೆ ಗಮನಿಸಿದಳು. ಪರೀಕ್ಷೆಗೆ ಓದಬೇಕಾಗಿರುವ ತನ್ನ ಸಣ್ಣಮಗನೂ ಮಗಳೂ ಟಿವಿ ಪರದೆ ಮೇಲೆ ಕೂಗುವುದೂ ಆಡುವುದೂ ಅಳುವುದೂ ಮುಂತಾದವುಗಳನ್ನು ಮಾಡುತ್ತಿರುವ ಗಾಯನ ಸಮಾಜವನ್ನು ವೀಕ್ಷಿಸುತ್ತಿದ್ದಾರೆ. ಪ್ರಧಾನ ಗಾಯಕಿಯ ಹಾವಿನ ಮರಿಗಳಂತಿರುವ ತಲೆಕೂದಲುಗಳೂ ಹಣ್ಣಾದ ತುಟಿಗಳೂ ಹರಿತವಾದ ಕತ್ತಿಯ ಅಲಗಿನಂತೆ ಹೊಳೆಯುವ ದಂತಪಂಕ್ತಿಗಳೂ ಮುಂತಾದವುಗಳನ್ನು ನೋಡಿ ರಂಜಿಸಿಗೊಳ್ಳುತ್ತಿರುವ ಮಕ್ಕಳನ್ನು ನೋಡಿ ಅವಳು ತುಟಿ ಬಿಚ್ಚಲೇ ಇಲ್ಲ.

ಒಳಗಡೆಗೆ ಕಾಲಿಟ್ಟ ತಕ್ಷಣ ಆಕೆಯ ಗಂಡನ ಪ್ರಶ್ನೆ ಇದಾಗಿತ್ತು:

"ಸಂಜೆಯ ಚಹಾ ಇಂದು ರಾತ್ರಿ ಊಟದ್ಹೊತ್ತಿಗೇನಾ?"

ಅವಳು ಸೀರೆಯನ್ನು ಬದಲಾಯಿಸಲು ಹೋಗದೆ ಸೀದ ಅಡುಗೆಮನೆಗೆ ಹೋದಳು. ತನಗೆ ಬಹಳ ಪ್ರಿಯವಾದ ಸೀರೆಯನ್ನುಟ್ಟು ಅಡಿಗೆಮನೆ ಪ್ರವೇಶಿಸುವುದು ಅವಳಿಗೆ ಸ್ವಲ್ಪವೂ ಇಷ್ಟವಿರಲಿಲ್ಲ.

ಅಡುಗೆಮನೆಯಲ್ಲೂ ಪಾತ್ರೆಗಳಲ್ಲೂ ವಾಷ್ ಬೇಸಿನಲ್ಲೂ ನಲ್ಲಿಗಳ ಮೇಲೂ ಎಲ್ಲಾ ಕಡೆಗಳಲ್ಲೂ ಇರುವೆಗಳದೇ ಸಾಮ್ರಾಜ್ಯವಾಗಿ ಬಿಟ್ಟಿತ್ತು. ಮಧ್ಯಾಹ್ನದ ಊಟ ಮಾಡಿದ ಬಟ್ಟಲುಗಳಲ್ಲಿ ಅವುಗಳು ಉತ್ಸವವನ್ನು ಆಚರಿಸುತ್ತಿದ್ದವು. ಕೊಡೆ ಹೊತ್ತ ಇರುವೆಗಳು ವಿಜಯದ ಉನ್ಮಾದೊಂದಿಗೆ ಆಕೆಯ ಮುಂದೇನೇ ನಡೆದುಕೊಂಡು ಹೋದವು. ಎಲ್ಲಾ ನಿಯಂತ್ರಣಗಳು ಕೈಬಿಟ್ಟು ಸೇನೆಯ ಶಿಸ್ತನ್ನು ತಪ್ಪಿಸಿದ ಅವುಗಳು ಅಡುಗೆಮನೆಯನ್ನು ಕೊಳ್ಳೆ ಹೊಡೆಯಲು ಸನ್ನದ್ಧವಾಗಿ ಹೊರಟ್ಟಿದ್ದವು.

ಆಕೆ ಎರಡು ಲೈಟುಗಳನ್ನು ಬೆಳಗಿಸಿದಳು. ಅಷ್ಟರೊಳಗೆ ಆಕೆಯ ಸೀರೆಯ ಗುಲಾಬಿ ಹೂಗಳ ತುಂಬ ಹುಳುಗಳ ಕಲೆಗಳು ಉಂಟಾಗಿ ಬಿಟ್ಟಿತ್ತು. ರಭಸದಿಂದ ಮೇಲೇರುತ್ತಿದ್ದ ಇರುವೆಗಳ ಆಕ್ರಮಣವನ್ನು ಸಹಿಸುತ್ತಲೇ ಆಕೆ ಗ್ಯಾಸ್ ಸ್ಟವನ್ನು ಹತ್ತಿಸಿ ಚಹಾವನ್ನು ತಯಾರಿಸಿದಳು. ಐದು ಕಪ್ಪುಗಳಲ್ಲಿ ಚಹಾವನ್ನು ಟ್ರೇನಲ್ಲಿ ಇಟ್ಟು ಡ್ರಾಯಿಂಗ್ ರೂಮಿಗೆ ಬಂದಳು.

ಟಿವಿ ಪರದೆಯಿಂದ ಶಬ್ದ ಬರುತ್ತಿಲ್ಲ. ಗಾಯಕ ಸಮಾಜ ಹಿಮ್ಮೆಟ್ಟಿದೆ. ಬದಲಿಗೆ ಹಣ್ಣಾಗಿ ಓಲಾಡುತ್ತಿರುವ ಸರಣಿ ಅಲೆಗಳು, ಕಲ್ಲುಬಂಡೆಗಳಲ್ಲೂ ಸಮುದ್ರತೀರಗಳಲ್ಲೂ ಅಲೆಗಳಲ್ಲೂ ವಿಹರಿಸುತ್ತಿರುವ ಪಕ್ಷಿಗಳು-ರೆಕ್ಕೆಗಳಿರುವ ಪಕ್ಷಿಗಳು. ಅವುಗಳ ರೆಕ್ಕೆಬಡಿತ ಆಕೆ ಸ್ಪಷ್ಟವಾಗಿ ಕೇಳಿಸಿಕೊಂಡಳು. ಅವಳು ಕಳೆದುಕೊಂಡದ್ದು ನೀಲಾಕಾಶದ ಒಂದು ತುಂಡು. ಪಕ್ಷಿಗಳು ಹಾರಿ ಹೋಗುತ್ತಿವೆ. ಬರುತ್ತಿವೆ. ಕೊಕ್ಕುಗಳನ್ನು ಉಜ್ಜಿಕೊಳ್ಳುತ್ತಿವೆ.........

ನಿಲ್ಲಲು ಸಮಯವಿಲ್ಲ. ಆಕೆ ಅಡುಗೆಮನೆಗೆ ಹಿಂತಿರುಗಿದಳು.

ವಾಷ್ ಬೇಸಿನ್ನಿನ ನೀರು ಹೊರ ಹೋಗುವ ಪೈಪನ್ನು ಇರುವೆಗಳು

ಮುಚ್ಚಿಬಿಟ್ಟಿದ್ದವು. ಗ್ಯಾಸ್ ಹಂಡೆಯ ಪೈಪನ್ನು ಅದು ತೂಗು ಸೇತುವೆಯನ್ನಾಗಿ ಮಾರ್ಪಡಿಸಿಕೊಂಡಿತ್ತು.

ಆಕೆ ಕಸಬರಿಕೆಯನ್ನು ಕೆಳಗೆ ಹಾಕಿದಳು. ಸೀಮೆಎಣ್ಣೆ ಬಟ್ಟೆಯನ್ನೂ ಪಂಜನ್ನೂ ತೆಗೆದುಕೊಂಡಳು. ಬೆಂಕಿಯ ಜ್ವಾಲೆಯಲ್ಲಿ ಇರುವೆಗಳು ಕರಕಲಾಗುತ್ತಿರುವುದರ ಅಸಹ್ಯ ಶಬ್ದ ಅವಳಲ್ಲಿ ಜಿಗುಪ್ಸೆ ಹುಟ್ಟಿಸುತಿತ್ತು.

ಮುಚ್ಚಿದ ಬಾಗಿಲಿನ ಅಡಿಯಿಂದ ಅವುಗಳು ಇನ್ನೂ ಬರುತ್ತಲೇ ಇದ್ದವು. ಕೊನೆ ಕಾಣದ ಒಂದು ಸರಣಿ ಪ್ರಯಾಣದಂತೆ.

ಪಂಜು ಉರಿದು ಆರುತ್ತಾ ಬರುತ್ತಿತ್ತು. ಬೆಂಕಿಗೆ ಆಹಾರ ಕಡಿಮೆಯಾಗುತ್ತಿದ್ದಂತೆ ಬೆಂಕಿಯ ಜ್ವಾಲೆ ಆಕೆಯ ಸೀರೆಯ ಅಂಚನ್ನು ಹಾರಿ ಹಿಡಿದು ಕೊಂಡಿತು. ಆಕೆ ಏನೂ ಮಾಡಲಾಗದೆ ಮೂಕಳಾಗಿ ನೋಡುತ್ತಾ ನಿಂತಳು. ಅಷ್ಟರೊಳಗೆ ಆಕೆಯು ಇರುವೆಗಳಿಂದ ಮುಚ್ಚಿಹೋಗಿದ್ದ ಒಂದು ಹುತ್ತವಾಗಿ ಬಿಟ್ಟಿದ್ದಳು. ಇರುವೆಗಳನ್ನು ನಾಲಿಗೆ ಚಾಚಿ ನೆಕ್ಕುತ್ತಿದ್ದ ಬಂಗಾರದ ಸರ್ಪಗಳು ಆಕೆಯನ್ನು ಸುತ್ತುವರಿದು ಬಿಡಿಸಿಕೊಳ್ಳಲಾಗದಂತೆ ಹಿಡಿದಿಟ್ಟುಕೊಂಡಿತ್ತು.

✦

ನನ್ನ ಹೋಳಿಗೆ ಯಂತ್ರ

ಗಂಟೆ ಹೊಡೆದುಕೊಳ್ತಾಯಿದೆ, ಬಿಡ್ತಾಯಿಲ್ಲ, ಮನುಷ್ಯನಿಗೆ ಸರಿಯಾಗಿ ವಿಶ್ರಮಿಸುವುದಕ್ಕೂ ಬಿಡೋದಿಲ್ಲ. ಅಡಿಗೆಮನೆ ಕೆಲಸ ಮುಗಿಸಿ ಒಮ್ಮೆ ಸೊಂಟ ಚಾಚಿ ವಿಶ್ರಾಂತಿ ತೆಗೆದುಕೊಳ್ಳಲು ಮಲಗುವಾಗ ಗಂಟೆ ಎರಡೂವರೆ. ಏನಾದರೂ ಆಗಲಿ ಬಾಗಿಲನ್ನು ತೆಗೆಯೋದಿಲ್ಲ. ಮಧ್ಯಾಹ್ನ ಕಳೆದ ಈ ಸಮಯಕ್ಕೆ ಬಾಗಿಲು ತೆಗೆಯಬೇಕೋ ಬೇಡವೋ ಎಂದು ತೀರ್ಮಾನಿಸುವ ಸ್ವಾತಂತ್ರ್ಯ ನನಗಿದೆ. ಇದು ನನ್ನ ಮನೆ. ವಂಶಪಾರಂಪರ್ಯವಾಗಿ ನನಗೆ ಸಿಕ್ಕಿದ ನನ್ನ ಮನೆತನದ ಮನೆಯಿದು. ಮುಂದುಗಡೆ ಇರುವ ದಪ್ಪ ಬಾಗಿಲನ್ನು ಹಿಂದೆ ಒಮ್ಮೆಯೂ ಸೇರಿಸಿ ಮುಚ್ಚುತ್ತಿರಲಿಲ್ಲ ಎಂದು ಅಮ್ಮ ಹೇಳುತ್ತಿದ್ದರು. ಬಾಗಿಲನ್ನು ಸೇರಿಸಿ ಮುಚ್ಚಿದರೆ ಲಕ್ಷ್ಮಿ ಒಳಗೆ ಹೇಗೆ ಬರುತ್ತಾಳೆ? ಆದರೆ ಈಗ ಬಾಗಿಲನ್ನು ಸೇರಿಸಿ ಮುಚ್ಚಿ ಚಿಲಕ ಹಾಕದಿದ್ದರೆ ಲಕ್ಷ್ಮಿ ಹೊರಗೆ ಹೋಗುತ್ತಾಳೆ. ಹಗಲಿನಲ್ಲಿ ಮುಚ್ಚಿದ ಬಾಗಿಲಿನ ಹೊರಗೆ ವ್ಯಾಪಾರಕ್ಕೆ ಬರುವವರು, ಹೊಸಲು ದಾಟಿ ತಮ್ಮ ವಶದಲ್ಲಿರುವ ವಸ್ತುಗಳನ್ನು ಮಾರುವುದಕ್ಕೆ ಬರುವುದು ತಮ್ಮ ಹಕ್ಕು ಎಂದೇ ಅವರ ಭಾವನೆ. ಅಲಿಖಿತವಾದ ಒಂದು ಕರಾರಿಗೆ ಮನೆಯೊಡತಿಯಾದ ನೀವು ನಾವು ಸಹಿ ಮಾಡಿದ್ದೇವೆ. ನಿಮ್ಮ ಕಿಸೆಯಲ್ಲಿ ಹಣವಿರುವ ಕಾಲದವರೆಗೂ ಯಾವುದೇ ತಂತ್ರದಿಂದ ಅದರ ಬೀಗ ತೆಗೆಯುವುದಕ್ಕೂ ಒಳಗಿರುವುದನ್ನು ಪೂರ್ತಿ ಖಾಲಿ ಆಗುವವರೆಗೆ ನಮ್ಮ ವಶ ಮಾಡಿಕೊಳ್ಳುವುದಕ್ಕೂ ಹಕ್ಕು ನಮಗಿರುತ್ತದೆ........

ಈ ತಂತ್ರಗಾರ ಹೋಗ್ತಾಯಿಲ್ಲವಲ್ಲ. ಕಾಲಿಂಗ್ ಬೆಲ್ಲಿನ ಸ್ವಿಚ್ಚಲ್ಲಿ ಅವನ ಕೈಬೆರಳು ಅಂಟಿಕೊಂಡುಬಿಟ್ಟಿದೆ. ಅದರ ಕರ್ಕಶ ಧ್ವನಿ ಕೇಳಲಾರದೆ ಬಾಗಿಲು ತೆರೆದು ಕೋಪದಿಂದ ಎರಡು ಮಾತುಗಳನ್ನು ಆಡಿ, ಬಾಗಿಲು ಮುಚ್ಚುವ ತರಾತುರಿಯಲ್ಲಿ ನಾನಿದ್ದೆ.

"ನಿನ್ನೆ ನಾನು ಹೇಳಿದ್ದು ನೀನು ಕೇಳಿಸ್ಕೊಳ್ಳಲಿಲ್ಲವೇ?"

"ಬೇಡ. ನನಗ್ಯಾವುದೇ ವಸ್ತುವಿನ ಅವಶ್ಯಕತೆಯಿಲ್ಲ"

"ಆದರೆ, ಮ್ಯಾಡಮ್ ನಿನ್ನೆ ನಾನು ಬಂದದ್ದು, ಕೈ ಒದ್ದೆಯಾಗದೆ ಹೇಗೆ ಮುಸುರೆ ಪಾತ್ರೆಗಳನ್ನು ತೊಳೆಯೋದು ಎಂದು ನಿಮ್ಮತ್ರ ಹೇಳೋದಿಕ್ಕೆ ತಾನೆ."

"ಇಲ್ಲಿ ಅದಕ್ಕೆ ಅಷ್ಟೊಂದು ಎಂಜಲು ಪಾತ್ರೆಗಳೇ ಇಲ್ಲವಲ್ಲ."

"ಅದನ್ನು ತಿಳ್ಕೊಂಡೇ ನಾನೀಗ ಇಲ್ಲಿ ಬಂದಿರೋದು." ಆ ಯುವಕ ಒಂದು ಕಿರುನಗೆಯೊಂದಿಗೆ ತನ್ನ ಉಬ್ಬಿದ ಚೀಲದಿಂದ ಒಂದು ಮೀನಿನ

ಬಾಲದಂತಹದ್ದೊಂದನ್ನು ಹಿಡಿದು ಹೊರತೆಗೆದ.

"ಇದೇನು ಮ್ಯಾಡಮ್? ನೀವು ನಿನ್ನೆ ಬಿಸಾಡಿದ ಹೊಲಿಗೆ ಯಂತ್ರದ ಟಯರ್ರು. ವೀಲನ್ನು ಸುತ್ತುವ..."

"ಇದು......"

"ಅದೋ ಆ ತೆಂಗಿನಮರದ ಕೆಳಗೆ ಬಿದ್ದುಕೊಂಡಿತ್ತು. ನಿನ್ನೆ ನಾನು ಹೋಗುವಾಗ ನೋಡಿದೆ. ಇನ್ನು ಈ ತರಹದ ವಸ್ತುಗಳ (ಆತ ಉದ್ದನೆಯ ಹಗ್ಗವನ್ನು ಮುರಿದು ತುಂಡು ತುಂಡು ಮಾಡಿ ತೋಟದ ಕಾಡಿನೊಳಕ್ಕೆ ಎಸೆದ) ಅವಶ್ಯಕತೆಯಿರುವುದಿಲ್ಲ. ಹೊಪ್‌ಲಸ್. ಇವತ್ತಿನ ಹೊಲಿಗೆ ಯಂತ್ರಗಳಿಗೆ ಇವುಗಳ ಆವಶ್ಯಕತೆನೇ ಇರೋದಿಲ್ಲ. ಮ್ಯಾಡಂ......(ಬಗ್ಗಿ ಒಂದು ಪಂಚವರ್ಣದ ಬ್ರೋಷರನ್ನು ತೆಗೆದು ಬಿಚ್ಚುತ್ತಾನೆ) ನೋಡಿ, ಇದೇ ಕಾಲದ ಮಹಿಮೆ.........ಸ್ವಿಚ್ಚ್ ಹಾಕಿದರೆ ಸಾಕು, ಹೊಲಿಗೆ ಯಂತ್ರದ ಮೇಲೆ ನಿಮ್ಮ ಪ್ರಿಯವಾದ ವಸ್ತ್ರಗಳು ಸ್ಕೇಟ್ ಮಾಡಲು ಆರಂಭಿಸುತ್ತದೆ. ನಯವಾದ ಸಮತಳದಲ್ಲಿ ಚಿಟಿಕೆ ಹೊಡೆಯುವಷ್ಟರಲ್ಲಿ ಕೆಲಸ. ಈ ತರಹದ ಹಾಳಾದ ಹಗ್ಗ ಟಯರ್ ತ್ರೆಡ್ಡುಗಳ ಯಾವುದೇ ಅವಶ್ಯಕತೆ ಇರೋದಿಲ್ಲ. ಯಂತ್ರ ತಿರುಗೋಕ್ಕೆ ಚಕ್ರ ಬೇಡ. ಅದನ್ನು ತಿರುಗಿಸುವುದೂ ಬೇಡ.

ನನ್ನ ವಸ್ತುಗಳ ಬಗೆಗಿರುವ ಆ ಯುವಕನ ಜ್ಞಾನವನ್ನು ಕಂಡು ನಾನು ಗೊಂದಲಕ್ಕೊಳಗಾದೆ. ಈ ಪುರಾತನವಾದ ಮನೆಯಲ್ಲಿ ಬೇಕಾಗಿದ್ದೂ ಬೇಡವಾದದ್ದೂ ಬೆಲೆಬಾಳುವ ಬೇಕಾದಷ್ಟು ವಸ್ತುಗಳಿವೆಯಲ್ಲ. ದೊಡ್ಡ ದೊಡ್ಡ ಪಾತ್ರೆಗಳೂ ಅಗಲ ಬಾಯಿಯ ಕಂಚಿನ ಪಾತ್ರೆಗಳೂ ಕೆತ್ತನೆಯ ಕಾಲುಗಳೂ ಹಿತ್ತಾಳೆಯ ಪಾತ್ರೆಗಳೂ ಹಳೆಕಾಲದ ಡ್ರೆಸ್ಸಿಂಗ್ ಟೇಬಲ್ಲುಗಳೂ ಮತ್ತೆ...... ಮತ್ತೆ....... ಬರೆಯೋ ಪೆಟ್ಟಿಗೆಯ ರಹಸ್ಯಗೂಡಿನಲ್ಲಿರುವ ಅಮ್ಮನ ಕಲ್ಲು ಕಟ್ಟಿಸಿದ ಪದಕ, ಬಳೆ, ಮೂಗುತಿ...

ನಾನು ನನ್ನ ಎದೆಯ ಮೇಲೆ ನನ್ನೆರಡೂ ಕೈಗಳನ್ನು ಸೇರಿಸಿಟ್ಟುಕೊಂಡೆ. ನನ್ನ ಮನಸ್ಸಿನ ಬೀಗವನ್ನು ತೆರೆಯುವನೇ ಇವನು?

ಕಿವಿಯವರೆಗಿನ ಉದ್ದದ ಒಂದು ನಗುವಿನೊಂದಿಗೆ ಆತ ಕೇಳುತ್ತಿದ್ದಾನೆ:

"ಮ್ಯಾಡಂ, ನಿಮ್ಮ ಹಳೆಯ ಹೊಲಿಗೆ ಯಂತ್ರವನ್ನು ನೀವು ಬದಲಿಸಿಕೊಳ್ಳುವುದೇ ಒಳ್ಳೆಯದು.

ಇದೊಂದು ಸುವರ್ಣಾವಕಾಶ. ಒಂದು ಹೊಲಿಗೆ ಯಂತ್ರವನ್ನು ಕೈಬಿಡುವ ವಿಚಾರ ಅಷ್ಟುಸುಲಭವಲ್ಲ. ಚೆನ್ನಾಗಿ ಹೊಂದುವಂತಹ, ಕಾಲಿನಿಂದ ತುಳಿಯುವ ಕೆಲಸವಿಲ್ಲದ, ಚಕ್ರ, ಹಗ್ಗ ಯಾವುದರದ್ದೂ ತಾಪತ್ರಯವಿಲ್ಲದ, ನಿಮ್ಮ ಬರವಣಿಗೆಯ ಮೇಜಿನ ಮೇಲೆ ಒಂದು ಸಯಮೀಸ್ ಬೆಕ್ಕಿನ ಮರಿ ಹುದುಗಿಗೊಂಡಂತೆ ಇರುವುದೊಂದನ್ನು ಕೊಂಡುಕೊಳ್ಳುವುದು ನಿಮಗೆ ಲಾಭ ಹಾಗೂ ಅನುಕೂಲ. ಕಾಲಕ್ಕೆ ಹಿಮ್ಮುಖವಾಗಿ ಹೆಜ್ಜೆ ಹಾಕುವವರು ಎಂದು ನಿಮ್ಮನ್ನು ನೀವೆ ಸ್ವಯಂ ಆಗಿ ಲಜ್ಜೆಗೊಳಪಡಬೇಕಾಗುವುದೂ ಇಲ್ಲ."

ನನ್ನ ಆತಂಕ ಹೆಚ್ಚುತ್ತಲೇ ಹೋಯಿತು. ನನ್ನ ಮನಸ್ಸನ್ನು ಸೋಲಿಸಿ ಈತ ನನ್ನ ಆತ್ಮವನ್ನು ನಗ್ನಗೊಳಿಸಿ ಈ ಪುಡಿಮಣ್ಣಿನಲ್ಲಿ ಕೆಡವಿ ಹಾಕುತ್ತಾನೆ.

"ನೀನು ಹೋಗು. ನನಗೆ ಹೊಲಿಯುವುದಕ್ಕೆ ಬರುವುದಿಲ್ಲ, ಮತ್ತೆ ಯಾಕೆ ಹೊಲಿಗೆ ಮೆಷಿನ್ನು?"

"ಅದನ್ನ ಬಿಡಿ. ಮ್ಯಾಡಮ್ ಬಹುಶಃ ನನ್ನನ್ನು ತಪ್ಪಾಗಿ ಭಾವಿಸಿರಬೇಕು. ನಿಮ್ಮ ಗೇಟಿನ ಮುಂದಿರುವ ವೇಸ್ಟ್‌ಬಿನ್‌ನಲ್ಲಿ ಬಟ್ಟೆಯ ತುಂಡೊಂದು ಬಿದ್ದುಕೊಂಡಿದೆಯಲ್ಲ, ಅದು ನೀವು ಓರ್ವ ಶ್ರೇಷ್ಠ ಹೊಲಿಗೆಗಾರ್ತಿಯೂ ಹೌದು ಎನ್ನುವುದರ ಸಾಕ್ಷಿಯಲ್ಲವೇ?"

ತನ್ನ ಉಬ್ಬಿದ ಬ್ಯಾಗಿನೊಳಗೆ ಕೈಹಾಕಿ, ಪಿಸುಧ್ವನಿಯಲ್ಲಿ ಗುಟ್ಟೊಂದನ್ನು ಹೇಳುವಂತೆ ಆತ ಮುಂದುವರಿಸಿದ:

"ನಾವೆಲ್ಲರೂ ಈಗ ಒಂದು ಆಧುನಿಕ ಜಗತ್ತಿನಲ್ಲಿ ಜೀವಿಸುತಿದ್ದೇವೆ. ನೀವು ಒಬ್ಬರು ತೀರ್ಮಾನಿಸಿದ ಮಾತ್ರಕ್ಕೆ ಒಂದು ವಸ್ತು ಬೇಡಾಂತ ಹೇಳೋಕಾಗುತ್ಯೇ? ನಿಮ್ಮ ಸುತ್ತಲೂ ಬೆಳೆದುಬಂದಿರುವ ಈ ಹೌಸಿಂಗ್ ಕಾಲೋನಿಯನ್ನೇ ನೋಡಿ! ಇನ್ನೂರು ಮನೆಗಳಿವೆ. ಇನ್ನೂರು ಆಂಟೆನಾಗಳು ಆಕಾಶದೆತ್ತರಕ್ಕೆ ನಿಂತಿರುವಾಗ, ಆ ತರಹದ್ದು ನಮಗೆ ಬೇಡಾಂತ ಹೇಳೋದಿಕ್ಕೆ ನಿಮಗೆ ಸಾಧ್ಯವೇ? ಎಲ್ಲಾ ಬಾಗಿಲು ಕಿಟಕಿಗಳನ್ನು ಮುಚ್ಚಿಟ್ಟುಕೊಂಡರೂ ಅವುಗಳ ಶಬ್ದಗಳ ಮುಖಾಂತರ ಸುಂದರವಾದ ಒಂದು ಹೊಲಿಗೆ ಯಂತ್ರ ನಿಮ್ಮ ಮುಂದೆ ಹಾರುತ್ತಾ ಬರುವುದಿಲ್ಲವೇ?

ಪಾಪ, ಈ ಯುವಕ. ನನ್ನ ಅಣ್ಣನ ಮಗನ ಪ್ರಾಯ. ಯಾಕೊ ನನ್ನ ಮನಸ್ಸು ಕರಗುತ್ತಿದೆ. ಅಂಗಳದ ಕುರ್ಚಿಯನ್ನು ಮುಂದೂಡಿ ನಾನು ಹೇಳಿದೆ:

"ಇದರಲ್ಲಿ ಕುಳಿತು ಮಾತಾಡಿ"

ಹಾಗೆ ಹೇಳಿದ್ದೇ ತಡ ಹಾರಿ ಅದರಲ್ಲಿ ಕುಳಿತಾಯಿತು.

"ಹಿಂದೆಲ್ಲಾ ಹೌಸಿಂಗ್ ಕಾಲೋನಿಗಳು, ಸಮತಟ್ಟವಿರುವ ಬಯಲುಗಳ ಪ್ರದೇಶಗಳಲ್ಲಿ ಎದ್ದು ಬರುತ್ತಿದ್ದವು. ಈಗ ನೋಡಿದ್ರಲ್ಲ, ಗುಡ್ಡ ಕಣಿವೆ, ಏರುವುದೂ ಇಳಿಯುವುದೂ, ಇವೇ ಆಗಿಬಿಟ್ಟಿವೆ. ದೂರುತ್ತಾ ಇದೀನೀಂತ ಭಾವಿಸಬೇಡಿ. ಆಯ್ತಾ?......ಅಕ್ಕಾ, ಕುಡಿಯೊದಿಕ್ಕೆ ಒಂದು ಲೋಟ ನೀರು ಕೊಡ್ತಿರಾ? ಒಳ್ಳೆ ತಣ್ಣೀರು. ಇಲ್ಲಿ ಒಳ್ಳೇ ಬಾವಿ ನೀರು ಸಿಗುತ್ತೇಂತ ನನಗೆ ಗೊತ್ತು. ಹೊರಗಡೆ ಹೋದರೆ ಬರೀ ಕೊಳವೆಬಾವಿ ನೀರು....."

ಈಗ ನಾನು ನಿಜಕ್ಕೂ ಅವನು ಬೀಸಿದ ಬಲೆಗೆ ಬೀಳತೊಡಗಿದೆ. ಒಂದು ಲೋಟ ನೀರಿನ ಬದಲಿಗೆ ಒಂದು ವಾಟರ್ ಪ್ಯೂರಿಫಯರ್ ಕೊಂಡುಕೊಳ್ಳುವ ಬಗ್ಗೆ ಒಂದು ಪಾಠ ಸಿದ್ಧಪಡಿಸುತಿದ್ದಾನೆಯೇ ಇವನು? ನಾಳೆ ಇವನಲ್ಲದಿದ್ದಲ್ಲಿ ಇವನ ಜೊತೆಗಾರ .....ಐದುಸಾವಿರ ರೂಪಾಯಿಯ ಒಂದು.......

ಅರ್ಧ ನೀರನ್ನು ಕುಡಿದು ಆತ ನುಡಿದ: "ನಿಮ್ಮ ಹೊಲಿಗೆ ಯಂತ್ರವನ್ನು

ಒಮ್ಮೆ ನೋಡುವುದಕ್ಕೆ ನಿಮ್ಮ ಆಕ್ಷೇಪ ಏನೂ ಇಲ್ಲವಲ್ಲ?"

"ಯಾಕೆ"

"ಸುಮ್ಮನೆ ಹೀಗೆ..... ಈ ಮನೆಯೊಳಗಿರುವ ವಸ್ತುಗಳೆಲ್ಲಾ ಹಳೆಯದಾದರೂ ಉತ್ತಮ ಗುಣಮಟ್ಟದ ವಸ್ತುಗಳೇ ಆಗಿರುತ್ತದೆಯೆಂದು ಒಮ್ಮೆ ನೋಡಿದಾಕ್ಷಣ ಗೊತ್ತಾಗಿಬಿಡ್ತದೆ"

ಕೆಳಗಡೆ ಕೆಲಸದಾಕೆ ಇದಾಳೆ ಎನ್ನುವ ಧೈರ್ಯದಲ್ಲಿರುವುದರ ನಡುವೆಯೆ ಆತ ಬಾಣದಂತೆ ಹೊಲಿಗೆಯಂತ್ರ ಇರುವ ಮೂಲೆಗೆ ಹಾರಿದ.

ನನ್ನ ರಹಸ್ಯಗಳೆಡೆಗೆ ಏರುವ ಈ ಪ್ರಯತ್ನವನ್ನು ಹೇಗೆ ತಡೆಯುವುದು ಎಂದು ಗೊತ್ತಾಗದೆ ನಾನು ಗೊಂದಲಕ್ಕೀಡಾದೆ. ಆಗ ಆಕಳಿಸುತ್ತಾ ಮಾಧವಿ ಎದ್ದು ಬಂದಳು.

"ಅಕ್ಕಾ, ಯಾಕೆ ಸುಮ್ಮನೆ ಇಂತಹವರನ್ನೆಲ್ಲ ಮನೆಯೊಳಕ್ಕೆ ಸೇರಿಸ್ತಾ ಇದೀರಾ?

"ಪ್ಲೀಸ್, ಮೆಷಿನನ್ನೊಮ್ಮೆ ನೋಡುವುದಕ್ಕಾಗಿ, ಅಷ್ಟೆ. ಮ್ಯಾಡಂ ಆ ಟ್ಯೂಬ್‌ಲೈಟ್‌ನ್ನು ಹಾಕಬಹುದೆ? ಬೇಡ ನಾನೆ ಹಾಕ್ಕೊಳ್ತಿನಿ. ಮ್ಯಾಡಮ್‌ಗೆ ಯಾಕೆ ಸುಮ್ಮನೆ ತೊಂದರೆ ಕೊಡೋದು."

ಟ್ಯೂಬ್‌ಲೈಟಿನ ಬೆಳಕಿನಲ್ಲಿ ನನ್ನ ಭೂತಕಾಲ ಚೆನ್ನಾಗಿಯೇ ಗೊತ್ತಾಗ್ತಾ ಇದೆ. ಎತ್ತರ ಕಡಿಮೆಯಿರುವ ಮರದ ಅಟ್ಟ. ವಾರ್ನಿಷಿನ ಹೊಳೆಯುವಿಕೆಯಿಂದಾಗಿ ಅಚ್ಚೆ ಹಾಕಿದಂತಿರುವ ಕುಂಬಾರ ಹುಳುವಿನ ಗೂಡುಗಳೂ. ಜೇಡರಬಲೆಗಳೂ. ಒಳ್ಳೆ ಗಾಳಿ ಬೆಳಕು ಓಡಾಡುವ ಕಿಟಕಿಯ ಮುಂದೆ ಹೊಸ ಲಗಾಮು ಹಾಕಿದ ನನ್ನ ಕುದುರೆ. ಅವನ ವ್ಯಾಪಾರೀ ಬುದ್ಧಿಯ ನೋಟದಿಂದಾಗಿ ಎರಡು ಸಲ ಅದರ ಸುತ್ತ ತಗ್ಗಿ ಬಗ್ಗಿ.....ತಟ್ಟಿ ತಡವಿ...

ನಾನು ಹೇಳಿದೆ: "ಇನ್ನು ಸಾಕು!"

ನನ್ನ ಸ್ವಂತ ವಿಷಯಗಳಲ್ಲಿ ಮೂಗು ತೂರಿಸಲು ಇವನಿಗೆ ಯಾರು ಅಧಿಕಾರ ಕೊಟ್ಟವರು? ಜೀನನ್ನು ಕುದುರೆಯ ಮೇಲೆ ಬಿಸಾಡಿ ನಾನು ಡ್ರಾಯಿಂಗ್ ಕೋಣೆಗೆ ಹೋದೆ.

"ಮ್ಯಾಡಮ್, ಇದು ಯಾವ ಮೊಡೆಲ್ಲು?"

"ಯಾವುದು?"

"ಹೊಲಿಗೆ ಮೆಷಿನ್ನು" ಆತನ ಹಣೆಯ ಮೇಲಿನ ಸುಳಿಗಳನ್ನು ನೋಡುವಾಗ ಒಂದು ರೀತಿಯಲ್ಲಿ ಸತ್ಯವಂತನಂತೆ ಕಾಣುತ್ತಾನೆ. ವಯಸ್ಸು ನಿರ್ಣಯಿಸಲು ಅವನಿಂದ ಸಾಧ್ಯವಾಗಿಲ್ಲ.

ಆರು ಶತಮಾನಗಳಷ್ಟು ಪುರಾತನದ್ದಾಗಿರಬೇಕು!

ಖಂಡಿತವಾಗಿಯೂ ಅವನು ಒಂದು ಬದಲಿ ವ್ಯಾಪಾರಕ್ಕೆ ಪ್ರಯತ್ನಿಸುವುದಿಲ್ಲ.

"ಬ್ರಾಂಡಿನ ಹೆಸರು"

"ವೀನಸ್. ಆದರೆ ಈಗ ಮಾರುಕಟ್ಟೆಯಲ್ಲಿಲ್ಲ"

"ಹೌದಲ್ಲವೇ" ಸಂತೋಷದಿಂದ ಆತ ಕೈಚಪ್ಪಳೆ ಹೊಡೆದ.

"ನ್ಯೂ ವೀನಸ್. ಇದೇ ನಮ್ಮ ಹೊಸ ಬ್ರಾಂಡ್ ಹೊಲಿಗೆ ಮೆಷಿನ್ನು. ಮ್ಯಾಡಮ್, ನಾನೆಷ್ಟು ಭಾಗ್ಯಶಾಲಿ!"

"ಕ್ಷಮಿಸಿ. ನಾನಿದನ್ನ ಕೊಡುವ ಉದ್ದೇಶ ಇಟ್ಟುಕೊಂಡಿಲ್ಲ"

"ಆದರೆ, ಮ್ಯಾಡಮ್, ಈ ಜಮಿನ್ದಾರಿ ಮನೆಗೆ ಸೇರುವಂತಾದ್ದೆ ಈ ಯಂತ್ರ. ಟೈಲರ್ ಮೊಡೆಲ್! ಅಲ್ಲವೇ ನಾನು ಸರಿಯಾಗಿಯೆ ಊಹಿಸಿದ್ದೇನೆ. ನಾನು ಅಂದುಕೊಂಡದ್ದು ತಪ್ಪಾಗಿಲ್ಲವಲ್ಲ?"

"ಇಲ್ಲ"

"ಆದರೆ ನನ್ನ ಅನುಮಾನ ಏನಂದರೆ, ಒಂದು ಟೈಲರ್ ಮೊಡೆಲಿನ ಅವಶ್ಯಕತೆ ಏನಿತ್ತು ಈ ಮನೆಗೆ ಎನ್ನುವುದು."

"ಹೌದು, ಸರಿಯಾಗಿಯೇ ಹೇಳಿದಿರಿ. ಯಾವೊಂದು ಕೆಲಸವನ್ನೂ ಮಾಡದೆ, ತಿಂದೂ ತಿನಿಸಿಯೂ ಅಭ್ಯಾಸವಿರುವ ಒಂದು ವರ್ಗ ನಮ್ಮದು."

"ಕ್ಷಮಿಸಿ ಮ್ಯಾಡಂ, ಅಷ್ಟು ಒಳಹೊಕ್ಕು ಹೇಳಬೇಕೆಂದೇನೂ ಇಲ್ಲ. ಈ ಭೂಮಿಯಲ್ಲಿ ಯಾವುದಕ್ಕೂ ಒಂದು ಚರಿತ್ರೆ ಇದೆ. ಚರಿತ್ರೆ ಒಂದು ಸಂಪತ್ತು. ಮೂಲಧನ. ಆ ಬಗ್ಗೆ ನಾಚಿಕೆಪಡುವುದಕ್ಕೊ ಕೋಪಿಸಿಕೊಳ್ಳುವುದಕ್ಕೊ ಅವಶ್ಯಕತೆ ಇಲ್ಲ. ಬರುವುದನ್ನು ಹಾಗೆಯೇ ಎದುರಿಸುವುದರಲ್ಲೇ ಮನುಷ್ಯ ಜನ್ಮದ ಯಶಸ್ಸು ಅಡಗಿದೆ. ನೋಡಿ ನಮ್ಮ ಹೊಸ ಬ್ರಾಂಡ್."

ನಾನು ಒಂದೊಂದು ಅಡಿ ಮುಂದಕ್ಕೆ ಹೋಗುವಾಗಲೂ ನನ್ನನ್ನು ಅಭಿಮುಖವಾಗಿಸಿಕೊಂಡು ಆತ ಅರ್ಧ ಅಡಿಯಷ್ಟು ಹಿಂದಾಗುತ್ತಿದ್ದ. ಕೊನೆಗೆ ಅವನು ಮೆಟ್ಟಿಲಿನ ಸಮೀಪಕ್ಕೆ ಬಂದ. ನಾನು ಸಂತೋಷದಿಂದ:

"ನನಗೆ ಒಂದು ಹೊಸ ಹೊಲಿಗೆ ಮೆಷಿನ್ನಿನ ಅವಶ್ಯಕತೆ ಇರುವುದಿಲ್ಲ. ನನ್ನ ಮಕ್ಕಳೆಲ್ಲಾ ಇದೀಗ ದೊಡ್ಡವರಾಗಿದ್ದಾರೆ. ಮಕ್ಕಳು ಅಂದರೆ, ನನ್ನ ಸೋದರ ಸಂಬಂಧಿ ಮಕ್ಕಳು."

"ಎಂತಹ ಭಾಗ್ಯವಂತರು. ಜವಾಬ್ದಾರಿಗಳನ್ನೆಲ್ಲಾ ಪೂರೈಸಿಕೊಂಡು, ಸಂತೋಷ ಸಾಗರದ ಒಡೆಯರಾಗಿರುವವರಲ್ಲವೇ ನೀವು?"

ಮತ್ತೆ ಬರುತ್ತೇನೆ ಎನ್ನುವ ಸೂಚನೆಯೊಂದಿಗೆ ಆತ ಮನೆಯಿಂದ ಹೊರಟು ಹೋದ. ಆಗಲೇ ನಾನು ನನ್ನ ಹೊಲಿಗೆ ಯಂತ್ರದ ಅದೃಷ್ಟದ ಬಗ್ಗೆ ಗೌರವದಿಂದ ಯೋಚಿಸಲಾರಂಭಿಸಿದ್ದು.

ಆತ ಮತ್ತೆ ಬರುವನೇ?

ಎಲ್ಲಾ ತರಹದ ಯಂತ್ರಗಳನ್ನು ಉಪಯೋಗಿಸಿಕೊಂಡು ನನ್ನಲ್ಲಿ ಹೊಸತೊಂದು ಆಸಕ್ತಿಯನ್ನು ನನ್ನಲ್ಲಿ ತುರುಕುವನೋ.

ನನ್ನ ಮಲಗುವ ಕೋಣೆಗೆ ಹೋಗುವುದರ ಬದಲು ನಾನು ನನ್ನ ಏಕೈಕ ಸಂಪಾದನೆಯಾದ ಹೊಲಿಗೆ ಯಂತ್ರದ ಹತ್ತಿರಕ್ಕೆ ಹೋಗಿ ಕುಳಿತೆ. ಕಿಟಕಿಯಲ್ಲಿ ಬಗ್ಗಿ ನೋಡುತ್ತಿದ್ದ ಸಂಜೆಯ ಇಳಿಬಿಸಿಲಿನಲ್ಲಿ ನಗುತ್ತಿದೆ, ನನ್ನ ಪ್ರೀತಿಯ ಹೊಲಿಗೆ ಯಂತ್ರ. ಹಣೆಯಮೇಲೆ ಅಳಿಸಿಹೋಗುತ್ತಿರುವ ಗಂಧದ ತಿಲಕದಂತೆ 'ವೀನಸ್' ಎನ್ನುವ ಅಕ್ಷರ ಸಮುಚ್ಚಯ. ಕೆಲವು ಅಕ್ಷರಗಳು ಪೂರ್ಣ ಸವೆದು ಹೋಗಿದೆ. ಕೆಲವು ಅರ್ಧ ಅಳಿಸಿಹೋಗಿದೆ. ಮಧ್ಯದಲ್ಲಿ ಅಳಿಸದೇ ಇರುವ ಒಂದು 'ಹೃದಯ ಚಿಹ್ನೆ'. ಒಂದು ಟೈಲರ್ ಮಾಡೆಲ್ ಹೊಲಿಗೆ ಮೆಷಿನ್ನು ನನ್ನ ಕೈಗೆ ಬಂದ ದಿನ ನನ್ನ ನೆನಪಿಗೆ ಬರುತ್ತಿದೆ. ಹಳೆಯ ಪ್ರಣಯ ಕಥೆಗಳಂತೆ ಒಂದು ಭೂತಕಾಲ ವಿಚಾರ.

ಹಲವಾರು ವರ್ಷಗಳ ಹಳೆತನವಿದ್ದರೂ ಆರ್ದ್ರತೆಯೂ ಪ್ರಕಾಶವೂ ತುಂಬಿದ ಒಂದು ಸಂಧ್ಯಾದೀಪದ ಬೆಳಕಿನೆಡೆಗೆ, ಬಿಳುಪೇರಿ ಬಿಳಿಚಿಕೊಂಡು ಹೊರತೊಗಟೆಯೊಳಕ್ಕೆ ಬಂದು ಸೇರಲು ಅಣಿಯಾಗಿ ಬಂದ ಈ ಹೃದಯವಂತ ಯುವಕ ನನ್ನ ಸಹೋದರನ ಸ್ನೇಹಿತನಾಗಿದ್ದವನು. ಸೋಮು ಎನ್ನುವ ಈ ಸ್ನೇಹಿತನ ನಿರೀಕ್ಷೆಯಲ್ಲಿ ಅಣ್ಣನಿದ್ದ. ಸೋಮುವಿನ ಹಿಂದೆ ತಳ್ಳುಗಾಡಿಯೊಂದು ಈ ಯಂತ್ರವನ್ನು ಹೊತ್ತು ತಂದಿತ್ತು. ಸೋಮು ನಾನು ತಯಾರಿಸಿ ಕೊಟ್ಟ ಚಹಾವನ್ನು ಕುಡಿದು ಹೊರಟುನಿಂತ:

"ನಾನಿನ್ನು ಬರ್ತೇನೆ"

ಎಲ್ಲಿಗೇಂತ ಕೇಳಲೂ ಇಲ್ಲ ಹೇಳಲೂ ಇಲ್ಲ. ಸೋಮುವಿಗಾಗಿ ದೂರದೂರದ ಮುಖ್ಯವಾದ ನಗರಗಳಲ್ಲಿ ಒಂದು ಆಪರೇಷನ್ ಟೇಬಲ್ ಕಾಯುತ್ತಿತ್ತು. ಹೃದಯದ ಶಸ್ತ್ರಕ್ರಿಯೆಯನ್ನು ಸೋಮು ತಡೆದುಕೊಳ್ಳುವ ಸಾಧ್ಯತೆ ಇಲ್ಲವೆನ್ನುವ ವಾಸ್ತವಾಂಶ ಅಣ್ಣನಿಗೂ ನನಗೂ ಹಾಗೂ ಸೋಮುವಿಗೂ ತಿಳಿದ ವಿಷಯವಾಗಿತ್ತು.

ಸೋಮುವನ್ನು ಕಳಹಿಸಿಕೊಟ್ಟು ಹಿಂತಿರುಗಿ ಬಂದ ಅಣ್ಣ ಹೇಳಿದ: "ನಾನು ಕೊಟ್ಟ ಹಣದಿಂದ ಅವನು ಉಳಿಯುವುದೇ ಆದರೆ ಅದೊಂದು ಭಾಗ್ಯವೇ ಸರಿ". ವಾರಸುದಾರರಿಲ್ಲದೆ ಹೊಲಿಗೆ ಯಂತ್ರ ಕಿಟಕಿಯ ಕೆಳಗೆ ಅನೇಕ ವರ್ಷಗಳ ಕಾಲದಿಂದಲೂ ಕಾಯುತ್ತಿತ್ತು. ಮೃತ ಹೊಂದಿದ ಕುಟುಂಬದ ಹಿರಿಯೋರ್ವರ ಸಾನಿಧ್ಯದಂತೆ ಅದು ಮನೆಯವರಿಗೆ ಅನುಭವವಾಗತೊಡಗಿತು.

ಮೂಲೆಯಲಿದ್ದು ಅದರ ಸದ್ದಿಲ್ಲದ ಅಳುವಿನ ಬಗ್ಗೆ ನನಗೆ ಅನುಕಂಪ ಉಂಟಾಗುತ್ತಿತ್ತು. ಬೆಳಗುತ್ತಿದ್ದ ಅದರ ಮೇಲ್ಭಾಗಗಳಲ್ಲಿ ಸೋಮುವಿನ ಬಿಳಿಚಿಕೊಂಡ ಮುಖದ ಛಾಯೆ ಹುದುಗಿಕೊಂಡಿತ್ತು.

ಒಂದು ದಿನ ಅದರ ಮುಂದೆ ಸ್ಟೂಲಿನ ಮೇಲೆ ಕುಳಿತ್ತಿದ್ದ ನನ್ನಲ್ಲಿ ಅದು ಹೇಳಿತು:

"ನನಗೇನೂ ಆಗಿಲ್ಲ. ನನ್ನ ಹೃದಯ ಈಗಲೂ ಕಾರ್ಯ ನಿರ್ವಹಿಸಲು ಸಮರ್ಥವಾಗಿದೆ. ಒಮ್ಮೆ ಪರೀಕ್ಷೆ ಮಾಡಿ ನೋಡಿ ಬೇಕಾದರೆ". ಕಿಟಕಿಯಿಂದ ಯಂತ್ರದ ಎದೆಯ ಭಾಗಕ್ಕೆ ಬಲೆಗಳನ್ನು ಎಳೆದು ಕಟ್ಟಿದ ಜೇಡವೊಂದು ಗೋಡೆಯ ಕತ್ತಲೆಯ ಮೂಲೆಯಿಂದ ಗಮನಿಸಿತು.

"ನೋಡಿ ನಾನು ಸತ್ತಿಲ್ಲ. ಸಾಯಲು ಸಮಯವಾಗಿಲ್ಲ. ಯಾರಿಗೂ ಪ್ರಯೋಜನಕ್ಕೆ ಬಾರದೆ ಸಾಯಲು ನನಗೆ ಇಷ್ಟವಿಲ್ಲ."

"ಏನೇ ಇಲ್ಲಿ ಬಂದು ಕುಳಿತುಕೊಂಡಿದ್ದಿಯೇ?" ಸ್ವಲ್ಪ ಸಿಟ್ಟಿನಿಂದಲೆ ಅಮ್ಮ ಕೇಳಿದಳು.

ಅಣ್ಣ ಅದರ ಹೊದಿಕೆ ಎಳೆದು ಹಾಕಿ ಬದಲಿಸಿದರು. ಹಾಗೆ ಅದರ ಮೇಲಿದ್ದ ಮಣ್ಣು ದೂಳು.

"ಇದನ್ನೆಲ್ಲಾ ಒರೆಸಿ ಶುದ್ಧವಾಗಿಡಲು ಇಲ್ಲಿ ಯಾರೊಬ್ಬರೂ ಇಲ್ಲವೇ?"

ನಾನು ಹಳೆಬಟ್ಟೆ ತಗೊಂಡು ಬಂದು ಅದರ ಬೆನ್ನು ಮುಖ ಕಣ್ಣು ಕಿವಿ ಎದೆ ಹೊಟ್ಟೆ ಎಲ್ಲವನ್ನು ಒರೆಸಿಟ್ಟೆ. ಹೊಳೆಯುವ ಕಣ್ಣು ಮಿಟುಕಿಸಿ ಅದು ಹೇಳಿತು: 'ಧನ್ಯವಾದ'.

ಮತ್ತೆ ನಾನು ಅದಕ್ಕೆ ಎಣ್ಣೆ ಹಾಕಿ ತಿಕ್ಕಿ ಹೊಳೆಯುವಂತೆ ಮಾಡಿ, ಎಣ್ಣೆಯನ್ನೂ ಕುಡಿಸಿ ಅದು ಶಕ್ತಿಶಾಲಿಯಾಗುವಂತೆ ಮಾಡಿದೆ.

ಕತ್ತಲೆ ತುಂಬಿದ ಮೂಲೆಯಿಂದ ಅವನನ್ನು ಬೆಳಕಿನೆಡೆಗೆ ಕರೆತರಲಾಯಿತು.

"ಅಲ್ಲ ಕಣೆ ನೀನು ಸುಮ್ಮನೆ ಕುಳಿತಿರುತ್ತಿಯಲ್ಲ, ಒಮ್ಮೆ ಟ್ರೈ ಮಾಡಿ ನೋಡಬಾರದೇ?"

ಮಗಳೀಗ ಟೈಲರ್ ಕೆಲಸದಲ್ಲಿ ಮುಳುಗಬೇಕಾದ ಅವಶ್ಯಕತೆ ಏನೂ ಇಲ್ಲವೆಂತಲೂ ಮದುವೆ ಪ್ರಾಯಕ್ಕೆ ಬಂದು ನಿಂತಿರುವಳೆಂದೂ ಅಮ್ಮ ಅಣ್ಣನನ್ನು ನೆನಪಿಸಿದಳು. ದೊಡ್ಡ ಮನೆಗಳ ದೊಡ್ಡ ದೊಡ್ಡ ಪಾತ್ರೆ ಪಗಡಿಗಳಿಗೂ, ಕೆತ್ತನೆ ಕೆಲಸಮಾಡಿದ ಬೀಟೆ ಮರದ ಸಾಮಾನುಗಳಿಗೂ ಒಳ್ಳೆ ಬೆಲೆ ಸಿಗಬಹುದಾದರೂ ಹೆಣ್ಣು ಮಕ್ಕಳಿಗೆ ಏನೂ ಸಿಗುವುದಿಲ್ಲವೆಂದೂ, ಜೊತೆಗೆ ಒಂದು ದೊಡ್ಡ ಮೊತ್ತ ಕೊಡಬೇಕಾಗಬಹುದೆಂದೂ ಅಮ್ಮ ಆಗಾಗ್ಗೆ ತಿಳಿಸಿ ಹೇಳಿಕೊಡುವಷ್ಟರಲ್ಲಿ, ನಾನು ನನ್ನ ಹೊಲಿಗೆ ಯಂತ್ರವನ್ನು ಅಜೀವಪರ್ಯಂತ ನನ್ನ ಜೊತೆಗಾರನನ್ನಾಗಿ ಸ್ವೀಕರಿಸಿಯಾಗಿತ್ತು. ನನ್ನ ಶರೀರದ ಮುವತ್ನಾಲ್ಕು , ಇಪ್ಪತ್ತಾರು, ಮುವತ್ನಾಲ್ಕು ಅಳತೆಗಳು ಅವನ ಮನಸ್ಸಿನಲ್ಲೆ ಬಾಯಿ ಪಾಠ ಆಗಿಹೋಗಿತ್ತು. ಪ್ರಾಯ ಕಳೆದು ಹೋಗುವಾಗ ಸೊಂಟದ ಅಳತೆಗಳೂ ಸ್ವಲ್ಪ ಸ್ವಲ್ಪ ವ್ಯತ್ಯಾಸ ಆಗುತ್ತಿರುವುದೂ ಆತನಿಗೆ ಗೊತ್ತಾಗುತ್ತಿದೆ. ಪ್ರಾರಂಭದಲ್ಲಿ ಆತನನ್ನು ಸ್ಪರ್ಶಿಸುವಾಗ ಉಂಟಾಗುತ್ತಿದ್ದ ಅಧೈರ್ಯ ನನ್ನಿಂದ ದೂರಾಗಿದ್ದು ನನಗೆ ಗೊತ್ತಾಗಲೇ ಇಲ್ಲ. ಹೊಲಿದ ಉಡುಪುಗಳನ್ನು ಅವನ ಮುಂದೆನೇ ಉಟ್ಟುಕೊಳ್ಳುವುದಕ್ಕೂ ಬಿಚ್ಚಿ ತೆಗೆದು, ಹೆಚ್ಚು ಕಡಿಮೆಯಾದ

ಅಳತೆಗಳನ್ನು ಸರಿಪಡಿಸಲೂ ನನಗೆ ನಾಚಿಕೆ ಇಲ್ಲದಂತಾಯಿತು. ಒಂದು ಹೊಲಿಗೆ ಮೆಷಿನು ಮನೆಯಲ್ಲಿದ್ದರೆ ಎಷ್ಟೊಂದು ಅನುಕೂಲ ಎನ್ನುವ ವಿಚಾರ ಅಮ್ಮ ಇದೀಗ ಎಲ್ಲರಲ್ಲೂ ಹೇಳತೊಡಗಿದರು. ಒಂದು ವೇಳೆ ಬೇರೆ ಟೈಲರ್ ಹತ್ತಿರ ಹೋದರೆ, ಈ ರೀತಿ ಹಲವು ಸಲ ಬಿಚ್ಚಿ ತೆಗೆದು ಹೆಚ್ಚು ಕಡಿಮೆಯಾದ ಅಳತೆಯನ್ನು ಸರಿಪಡಿಸಲು ಸಾಧ್ಯವಾಗುತ್ತಿತ್ತೇ? ಯಾವುದೇ ಉಪಕಾರವಿಲ್ಲದ ಒಂದು ಹಾಳಾದ ಕಬ್ಬಿಣದ ಯಂತ್ರಕ್ಕೆ ಹಣ ಕೊಟ್ಟು ನಾಶವಾಯ್ತು ಎಂದು ಗುಟ್ಟಿನಲ್ಲೇ ಹೇಳಿಕೊಳ್ಳುತ್ತಿದ್ದ ಅಮ್ಮನ ಹೊಸ ವಾದದ ವರಸೆಯಿಂದ ಅಣ್ಣನಿಗೆ ಬಹಳ ಸಂತೋಷವಾಯಿತು.

ಒಂದು ಹೊಲಿಗೆ ಯಂತ್ರದ ಹೃದಯವು ಅದರ 'ಬೋಯಿಂಗ್ ಕೇಸ್' ಎಂದೂ ಅದರೊಳಗಿನದು ಮೆದುಳಿನ ಗೂಡೆಂದೂ ಬೇಗನೆ ತಿಳಿದುಕೊಳ್ಳಲು ಸಾಧ್ಯವಾಯಿತು. ಸೋಮುವಿನ ಹೃದಯದಂತೆ ಕವಾಟವಿರುವ 'ಷಟ್ಟಿಲ್‌ಕೇಸ್'. ಬಹಳ ಸೂಕ್ಷ್ಮವಾಗಿ ನಿರ್ವಹಣೆ ಮಾಡಬೇಕಾಗುತ್ತದೆ. ಒಂದು ತಲೆಕೂದಲಿನಷ್ಟು ದೂಳು ಸೇರಿಕೊಂಡರೂ ಅದನ್ನು ಪ್ರತಿರೋಧಿಸುವಷ್ಟು ಸೂಕ್ಷ್ಮವಾದ ಕವಾಟಗಳು. ಬಹಳ ಡೆಲಿಕೇಟ್. ಸಾಲುಸಾಲಾದ ಹಲ್ಲುಗಳು. ಬೆನ್ನನ್ನು ಸೇರಿಸಿಕೊಂಡು ಕಾರ್ಯ ನಿರ್ವಹಿಸುವ ಆಂತರಿಕ ಅವಯವಗಳು. ಎಲ್ಲವೂ ನನ್ನ ಬುದ್ಧಿಗೂ ಹೃದಯಕ್ಕೂ ನಿಯಂತ್ರಣಕ್ಕೊಳಪಟ್ಟವು.

ಇತ್ತೀಚೆಗೆ ಸಣ್ಣಸಣ್ಣ ವಿಷಯಗಳಿಗಾಗಿ ಹಲ್ಲು ಕಡಿಯುವುದೂ ಗೊಣಗುಟ್ಟುವುದೂ ಕಾರ್ಯ ನಿರ್ವಹಿಸದೇ ಇರುವುದೂ ಮುಂತಾದ ಕೆಟ್ಟ ಅಭ್ಯಾಸವನ್ನು ಅದು ಪ್ರದರ್ಶಿಸತೊಡಗಿದೆ. ಸುಲಭವಾಗಿ ದುರ್ಬಲಗೊಳ್ಳುವ ನರಗಳು. ವಾತರೋಗಗ್ರಸ್ತ ಫುಟ್‌ರೆಸ್ಟ್.

ನಾನು ಆತನ ಮುಂದೆ ಕುಳಿತು ಕೇಳಿದೆ:

"ಏನೂ ನಿನ್ನನ್ನು ನಾನು ಕೈಬಿಡಬೇಕೇ? ಯಾವುದಾದರೂ ನರ್ಸಿಂಗ್ ಹೋಮ್‌ಗೆ ಸೇರಿಸಬೇಕೇ? ಅಥವಾ ವೃದ್ಧಾಶ್ರಮಕ್ಕೆ ತೆಗೆದುಕೊಂಡ್ಹೋಗಿ ಕೋಣೆಯಲ್ಲಿ ಹಾಕಿ ಬಂದಿಸಿಡಬೇಕೇ? ಅಥವಾ ನಿನ್ನನ್ನು ಬದಲಿಸಿಕೊಳ್ಳಬೇಕೇ?"

ಯೌವ್ವನದ ತೀಕ್ಷ್ಣವಾದ ದೃಷ್ಟಿಯನ್ನು ಒಗ್ಗೂಡಿಸಿಕೊಂಡು ಅದು ನನ್ನಲ್ಲಿ ಪ್ರಶ್ನಿಸಿತು:

"ನನ್ನ ಸಾನಿಧ್ಯ ನಿನಗೆ ಬೇಸರವಾಗ ತೊಡಗಿತಲ್ಲವೇ?"

ಹೌದೆಂದೋ ಇಲ್ಲವೆಂದೋ ನಾನು ಹೇಳಲಿಲ್ಲ. ಮಧ್ಯಾಹ್ನದ ಬಿಡುವಿನ ವೇಳೆಯಲ್ಲಿ ಮನೆಗೆ ಬರಲಿರುವ ಬದಲಿ ವ್ಯಾಪಾರಸ್ತರ ಬಗ್ಗೆ ನಾನೊಂದಕ್ಷರವನ್ನು ನುಡಿಯಲಿಲ್ಲ.

ಯಾವುದೇ ಮಹತ್ತರ ಘಟನೆಗಳಿಲ್ಲದೆ ಒಂದು ವಾರ ಕಳದೇ ಹೋಯಿತು. ವ್ಯಾಪರಸ್ತರ್‍ಯಾರೂ ಬಾಗಿಲ ಗಂಟೆ ಮೊಳಗಿಸಲಿಲ್ಲ ಎಂದಲ್ಲ. ದಿನವೂ ಒಬ್ಬರೋ ಇಬ್ಬರೋ ಬಂದು ಹೋಗುತ್ತಿದ್ದರು. ಭಾರಿ ವ್ಯಾಪರಸ್ತರ್‍ಯಾರು ಇರಲಿಲ್ಲ. ಪ್ಲಾಸ್ಟಿಕ್,

ಅಲ್ಯೂಮಿನಿಯಂ ಪಾತ್ರೆಯವರೂ, ಫಾಸ್ಟ್‌ಫುಡ್ ವ್ಯಾಪಾರಿಗಳೂ, ದೀಪದಬತ್ತಿ ಮಾರುವವರೂ, ಉಪ್ಪಿನಕಾಯಿ ಮಂಡಕ್ಕಿ ತಿನಿಸುಗಳನ್ನು ಮಾರುವವರೂ ಬಂದು ಹೋಗಿದ್ದಾರೆ. ನಾನು ಬಾಗಿಲನ್ನು ತೆರೆಯಲೇ ಇಲ್ಲ. ಮನೆ ಮುಂದಿನ ಕಿಟಕಿ ಪರದೆಯಲ್ಲಿ ನೋಡಿ ಒಬ್ಬೊಬ್ಬರನ್ನು ಗುರ್ತಿಸಿಕೊಳ್ಳುತ್ತಿದ್ದೆ. 'ಹೋಗಿ, ಹಾಳಾಗಿ ಹೋಗಿ. ನಿಮ್ಮ ಯಾವುದೇ ವಸ್ತುಗಳ ಅವಶ್ಯಕತೆ ನನಗೆ ಇಲ್ಲ. ನನ್ನುತ್ರ ಇರೋದೇ ಸ್ವಲ್ಪ ಹಣ. ಅದೂ ಜೀವನದ ಅತೀ ಅವಶ್ಯವಾದ ಖರ್ಚುಗಳಿಗಾಗಿ ಮಾತ್ರ. ಖರ್ಚಿನ ಆದ್ಯತೆಯ ಪಟ್ಟಿಯಲ್ಲಿ ನೀವುಗಳು ಬರುವುದೇ ಇಲ್ಲ. ಹೋಗಿ ಹೊರಟುಹೋಗಿ.'

ಮುಂದಿನ ವಾರ, ಅದೇ ದಿನ ಅದೇ ಸಮಯಕ್ಕೆ ಒಬ್ಬರು ಮನೆಯ ಕಡೆಗೆ ಬರುತ್ತಿದ್ದಾರೆ. ನಾನು ಮನೆ ಮುಂದಿದ್ದ ಮೆಟ್ಟಲ ಮೇಲೆ ಹರಡಿಕೊಂಡಿದ್ದ ಕೊಳೆ ಧೂಳನ್ನು ಬ್ರಷ್ ಮಾಡಿ ತೊಳೆಯುತ್ತಾ ಇದ್ದೆ.

ಅವರು ಹೊಲಿಗೆ ಯಂತ್ರದ ವ್ಯಾಪಾರಿಯಾಗಿರಲಿಲ್ಲ. ಓರ್ವ ನಿಜವಾದ ಹೊಲಿಯುವವನಾಗಿದ್ದ. ವಾಸು ಕುರುಪ್ ಆತನ ಹೆಸರು. ನನ್ನ ಬಾಲ್ಯ ಕಾಲದ, ಕಾಸರು ಹಣ್ಣಿನ ಪರಿಮಳ ತುಂಬಿಕೊಂಡಿದ್ದ ದಾರಿಗಳ ಮುಖಾಂತರ ನಗುತ್ತಾ ನಡೆದು ಬರುತ್ತಿದ್ದ ಬಿಳಿಬಣ್ಣದ ತೆಳ್ಳಗಿನ ಹಾಗೂ ಉದ್ದ ದೇಹದವನೇ ಈ ವಾಸು. ಕಂಕುಳಲ್ಲಿ ಬಿಗಿದು ಹಿಡಿದುಕೊಂಡ, ನ್ಯೂಸ್ ಪೇಪರಿನಲ್ಲಿ ಸುತ್ತಿಕೊಂಡಿದ್ದ ಒಂದು ಪೊಟ್ಟಣ. ಬಹಳ ದಿನಗಳಿಂದ ಹೆಬ್ಬಾಗಿಲಿನ ಗೋಡೆಯ ಹೊರಗೆ ನಾನು ಆತನಿಗಾಗಿ ಕಾಯುತ್ತಲಿದ್ದೆ.

"ಯಾಕಮ್ಮ ನನ್ನ ಲಂಗ ಜಾಕೆಟು ಇನ್ನೂ ಹೊಲಿದುಕೊಂಡು ಬಂದಿಲ್ಲ?"

"ಒಂದು ಮೂರು ತಿಂಗಳಾದರೂ ಬೇಕು ಅವರಿಗೆ. ಇದೀಗ ಒಂದು ತಿಂಗಳು ಮಾತ್ರ ಆಗಿರೋದಲ್ಲ?" ಮೂರು ತಿಂಗಳು ಮುಂಚೇನೆ ನಾನು ಅಣ್ಣನೊಂದಿಗೆ ವಾಸು ಕುರುಪ್ಪಿನ ಅಂಗಡಿಗೆ ಹೋಗಿ ಉಡುಪುಗಳಿಗೆ ಅಳತೆ ಕೊಟ್ಟು ಬಂದಿದ್ದೆ.

ಆಗ ವಾಸು ಕುರುಪ್ ಕೇಳಿದ್ದ: "ಮಗೂ, ಯಾವ ತರಗತಿಯಲ್ಲಿ ಓದುತ್ತಿದ್ದಿಯಾ?"

"ಮೂರನೆ ತರಗತಿಯಲ್ಲಿ"

"ಓಹೋ....ಆಗಲೆ ಲಂಗ ಜಾಕೆಟ್ಟು ಉಡೊಕ್ಕೆ ಪ್ರಾರಂಭಿಸಿ ಬಿಟ್ಟಿದಿಯಾ?"

"ಈ ಹುಡುಗಿ ಬಿಡಬೇಕಲ್ಲ?' ಅಣ್ಣ ಹೇಳಿದರು. ಅಂಗಡಿಯಲ್ಲಿ ಜೋಡಿಸಿಟ್ಟಿದ್ದ ಬಟ್ಟೆಗಳಲ್ಲಿ ಇಷ್ಟವಾದದ್ದನ್ನ ಆಯ್ದುಕೊಳ್ಳಲು ಹೇಳಿ ಅಣ್ಣ ಚಲನಚಿತ್ರಪತ್ರಿಕೆ ಓದಲು ಹಿಂತಿರುಗಿದರು. ಅಂಗಡಿಯಲ್ಲಿದ್ದ ಮತ್ತೊಂದು ಸ್ಟೂಲಿನ ಮೇಲೆ ಕುಳಿತುಕೊಂಡೆ. ತಿಳಿಹಳದಿ ಕಿತ್ತಳೆಬಣ್ಣ ಕಂದುಬಣ್ಣದ ಬಟ್ಟೆಗಳಲ್ಲಿ ಚಿತ್ರಗಳಿರುವುದರ ಕಡೆಗೆ ಬೆರಳು ತೋರಿಸಿದೆ.

ನನ್ನ ಎದೆಯ ಅಳತೆಯನ್ನು ಟೇಪಿಡಿದು ಅಳೆಯುವಾಗ ವಾಸು ಕುರುಪ್ ನಗುತ್ತಾ ಕೇಳಿದ:

"ನೀನು ಜಾಕೆಟು ತೊಡುವುದಾದರೂ ಎಲ್ಲಿ?"

ನನ್ನ ಸಣ್ಣ ಶರೀರದ ಬಗ್ಗೆ ನನಗೆ ನಾಚಿಕೆಯಾಯಿತು.

"ಏನೇ ಆದರೂ ಇರಲಿ. ಅವಳದೊಂದು ಆಸೆಯಲ್ಲವೇ?"

ಈ ವಾಸು ಕುರಪ್ಪಿಗಾಗಿ ಕಾಯುತ್ತಲಿದ್ದು ಇದೀಗ ಎರಡು ಮೂರು ತಿಂಗಳು ಆಗ್ತಾ ಬಂತು. ಅದಕ್ಕೇ ಈಗ ಬರ್ತಾ ಇರೋದು. ಗೇಟಿನ ಹತ್ತಿರ ನನ್ನನ್ನು ನೋಡಿದ ಆತ ಕೇಳಿದ:

"ಈವಾಗ ಈ ಡ್ರೆಸ್ಸು ನಿನಗೆ ಹಾಕೊದಿಕ್ಕೆ ಆಗತ್ತಾ?"

ಆ ಹಳೇ ಪ್ರಶ್ನೆಯನ್ನು ಕಣ್ಣೊಳಗೆ ಅಡಗಿಸಿಟ್ಟುಕೊಂಡ ವಾಸು ಕುರುಪ್ ಎನ್ನುವ ಮುದುಕ ಮೆಟ್ಟಲತ್ತಿ ಬರುವುದನ್ನು ನೋಡಿ ನನಗಾಶ್ಚರ್ಯವಾಯಿತು. ಕಳೆದ ವಾರ ಇದೇ ದಿವಸ ಇದೇ ಸಮಯಕ್ಕೆ ಬಂದಿದ್ದ ಹೊಲಿಗೆ ಯಂತ್ರದ ಏಜಂಟಿನ ಬಗ್ಗೆ ನಾನು ಈ ಮನೆಯ ಹಳೆಯ ಸ್ನೇಹಿತನಲ್ಲಿ ಹೇಳಿದೆ:

"ಮಗು ಹೊಲಿಗೆ ಕಲಿತದ್ದು ನನಗೆ ಗೊತ್ತಿತ್ತು. ಜಾಣೆ, ಸ್ವಂತ ಇಷ್ಟಕ್ಕನುಗುಣವಾಗಿ ಹೊಲಿದು ಕೊಳ್ಳಬಹುದಲ್ಲ! ಈಗಲೂ ಹೊಲಿತಿದ್ದೀರಾ?"

"ಹೌದು. ಇನ್ನೂ ಅಂಗಡಿ ಮುಚ್ಚಿಲ್ಲವೆ?"

"ಸುತ್ತಲೂ ಒಳ್ಳೊಳ್ಳೆ ದೊಡ್ಡ ದೊಡ್ಡ ಬಟ್ಟೆ ಅಂಗಡಿಗಳೂ ರೆಡಿಮೇಡ್ ವಸ್ತ್ರದ ಅಂಗಡಿಗಳೂ ಬಂದಿವೆ. ಒಂದೊಳ್ಳೆ ಬೆಲೆಗೆ ಅಂಗಡಿಯನ್ನು ಬಿಟ್ಟು ಕೊಡಬೇಕಾಗಿ ಬಂತು. ಎಲ್ಲಿದೆ ಮಗುವಿನ ಮೆಷಿನ್ನು? ಎಷ್ಟೊಂದು ದಿವಸಗಳಿಂದ ಅಂದುಕೊಳ್ತಿದ್ದೆ, ಬರಬೇಕು, ಬರಬೇಕೂಂತ!"

ನಾನು ವಾಸು ಕುರುಪ್ಪನ್ನು ನನ್ನ ಹೊಲಿಗೆ ಯಂತ್ರದೆಡೆಗೆ ಕರೆದೊಯ್ದೆ.

"ಫುಟ್‌ರೆಸ್ಟ್ ಸವೆದೋಗಿದೆ."

"ಯಾತಕ್ಕೆ ಫುಟ್‌ರೆಸ್ಟ್. ಒಂದು ಮೋಟಾರನ್ನು ಅಳವಡಿಸಿಕೊಳ್ಳಿ. ಯಾವುದೇ ತೊಂದರೆಯಿಲ್ಲದೆ ಕೆಲಸ ಮಾಡಿಕೊಳ್ಳಬಹುದು"

"ಹೊಸತೊಂದನ್ನು ತೆಗೆದುಕೊಳ್ಳುವ ಮೊತ್ತದ ಹತ್ತಿರಕ್ಕೆ ಬರೋದಿಲ್ಲವೇ?"

"ಇಲ್ಲ. ಈಗಿನ ಹೊಸ ಯಂತ್ರಗಳಿಗೆ ಕೃತಕ ಚಂದ ಇರುತ್ತೆ? ನಾಲ್ಕೇ ದಿವಸಕ್ಕೆ ಬಿದ್ದೋಗತ್ತೆ. ಅವರ ಮಾತಿಗೆ ನಾವು ಬೀಳಬಾರದು!"

ಅಷ್ಟರಲ್ಲಿ ಸರಿಯಾದ ಸಮಯಕ್ಕೆ ಬಾಗಿಲಿನ ಬೆಲ್ಲು ಹೊಡೆದುಕೊಳ್ಳುವುದಕ್ಕೂ, ಹೊಸ ವ್ಯಾಪಾರಿ ಬಂದದ್ದರ ಶಬ್ದ ಬಾಗಿಲಿನ ಹತ್ತಿರ ಹಾಜರಾಗುವುದಕ್ಕೂ ಸರಿಹೋಯಿತು. ಯಾರನ್ನು ನಂಬಬೇಕು ಎನ್ನುವ ಗೊಂದಲದೊಳಗೆ ನಾನು ಮುಳುಗಿ ಹೋದೆ.

ನದಿ

ನದಿ ಮತ್ತೆ ಹರಿಯಲು ತೊಡಗಿತು. ನಿಧಾನವಾಗಿ. ಕೊಂಕಣದ ನೀರು, ಬಿದಿರುಮುಳ್ಳು ತುಂಬಿದ ಕಾಡುಗಳಲ್ಲಿ ಈಗ ಅದರ ಅವಶೇಷಗಳು ಮಾತ್ರವೇ ಉಳಿದುಕೊಂಡಿರುವುದು.

ಹರಿವು ಯಾವಾಗ ಆರಂಭಿಸಿತು ಎಂದು ವೇಲುವಿಗೆ ಗೊತ್ತಾಗಲಿಲ್ಲ. ರಾತ್ರಿ ಈ ಅಂಗಳದಲ್ಲಿ ನಿದ್ರಿಸಲು ಮಲಗುವಾಗ ಬೋಳುಗುಡ್ಡದ ಸೊಂಟಪಟ್ಟಿ ಸುತ್ತಿ, ನಡುಗುತ್ತಾ ಏದುಸಿರು ಬಿಡುತ್ತಾ ಮಲಗಿಕೊಂಡಿದ್ದ. ಕೊಂಕಣನೀರಿಗೆ ಈಗ ಒಳ್ಳೆಯ ಹುರುಪು. ಒಂದು ತಿಂಗಳ ಹಿಂದೆ ಹೋಗುವಾಗ ನದಿಯಲ್ಲಿ ನೀರಿರಲಿಲ್ಲ. ಒಂದು ಸಣ್ಣ ಹರಿವು ಮಾತ್ರ. ಆದರೆ ದೊಡ್ಡ ನದಿತೀರ. ಮರುಭೂಮಿ.

ಕೊಳೆಬಟ್ಟೆಯ ಗಂಟನ್ನು ಹೊತ್ತುಕೊಂಡು ಬಂಡೆಕಲ್ಲಿನ ಮೇಲೆ ಮೆಟ್ಟಿ ಇಳಿಯುತ್ತಿರುವ ಅಮ್ಮಿಣಿ ಹಿಂತಿರುಗಿ ನಿಂತಳು.

"ನಾನು ಬರುವಷ್ಟರಲ್ಲಿ ಬಟ್ಟೆಗಳನ್ನೆಲ್ಲ ಒಗೆದಿಡಬೇಕು!"

ಅವನ ಮುಖದ ಮೊಗ್ಗು ಅರಳಿತು. ಕೊನೆಗೂ ಆಕೆ ಮಾತನಾಡಿಸಿದಳು.

ನಿನ್ನೆ ಸಂಜೆ ಮೇಲೆ ಹತ್ತಿ ಬರುವಾಗ ಆಕೆ ಕೇಳಿದ್ದಳು:

"ಊರೆಲ್ಲಾ ಅಲೆದಾಡೋದು ಮುಗಿತಾ?"

ಖಾಲಿಯಾಗಿದ್ದ ಸೊಂಟದ ಗಂಟೂ ಶೂನ್ಯವಾದ ಕೈಯೂ ಕಂಡ ಅವಳಿಗೆ ಮೈಮೇಲೆ ದೆವ್ವಹೊಕ್ಕಂತಾಯಿತು.

ಒಳಗಡೆ ಗಂಜಿ ಕುಡಿಯುತ್ತಿದ್ದ ಮಗಳು ಕೇಳ್ತಾ ಇದಾಳೆ:

"ಯಾರಮ್ಮ ಅದು?"

"ಯಾವುದೋ ಒಂದು ಬೀದಿ ನಾಯಿ!" ದಬಾರನೆ ಬಾಗಿಲು ಹಾಕಿದಳು.

ಅಂಗಳದಲ್ಲಿ ಬೀದಿ ಪಕ್ಕದ ದನಗಳು ಮೆಲುಕು ಹಾಕುತ್ತಿದ್ದವು.

ಮೆಲುಕು ಹಾಕುವುದಕ್ಕೂ ಏನು ಇಲ್ಲದೆ ವೇಲು, ಮೇಲ್‌ಛಾವಣಿಯೆನ್ನುವ ಮುಳ್ಳಿನ ಸಂದುಗಳಿಂದ ಆಕಾಶದ ಅಸ್ಪಷ್ಟವಾದ ಮುಖ ನೋಡಿದ.

ಈ ಕೊನೆಯ ಹುಡುಗಿ ಮೇಲೆ ಅವಳ ಎಲ್ಲಾ ಸಿಟ್ಟು, ಅದಕ್ಕಾಗಿಯೇ ಒಗೆಯುವುದಕ್ಕೆ ಅಡೆ ತಡೆ. ಯಾವ ಕೆಲಸವೂ ಸರಿಯಾಗಿ ನಡೆಯುತ್ತಿಲ್ಲ.

"ನೀನ್ಯಾಕೆ ಅವಳನ್ನು ಹೆತ್ತಿದ್ದು?"

"ಹೆತ್ತಿದ್ದಾ? ಅಪ್ಪನಿಗೆ ಸೂಪು ಮಾಡಿಕೊಡೋದಿಕ್ಕೆ."

ಮತ್ತೆ ವೇಲು ಮಾತಾಡೋಕ್ಕೆ ಹೋಗಲಿಲ್ಲ. ಏನೂ ಇಲ್ಲದ ಖಾಲಿ ಚೀಲವನ್ನು ಮಡಿಚಿ ಗುಡಿಸಿಲಿನಲ್ಲಿ ತುರುಕಿದ.

ಅಕ್ಕಿ ಸುಮ್ಮನೆ ಸಿಗತ್ತಾ?

ನೀನಲ್ಲವೇ ಒಗೆಯೋದು?

ಕೂಲಿ ತಗೊಳೋದು ನೀನು.

ನದಿಯಿಂದ ಮೇಲೇರಿ ಬಂದ ಹುಡುಗ ಹೇಳಿದ:

"ಅಮ್ಮ ಹೇಳಿದಳು ಬಟ್ಟೆ ಇಸ್ತ್ರಿ ಮಾಡಬೇಕಂತೆ."

"ನಿನ್ನ ತಲೆ ಬುರುಡೆ ಸುಟ್ಟರೆ ಕೆಂಡ ಆಗತ್ತಾ ಇಸ್ತ್ರಿ ಮಾಡೋಕ್ಕೆ?"

ಮೂಗಿನ ನೇರಕ್ಕೆ ಬಂದ ನೊಣವೊಂದನ್ನು ಕೈಯಿಂದ ಓಡಿಸುತ್ತಾ ಅವನು ಹೇಳಿದ:

"ತೆಂಗಿನ ಚಿಪ್ಪು ತಗೊಳೋದಿಕ್ಕೇಂತ ಹದಿನೈದು ಪೈಸ ಕೊಟ್ಟಿದ್ದಾರೆ."

"ಹಾಗಾದ್ರೆ ತಗೊಂಡು ಬಾ! ತಡ ಮಾಡಿದ್ರೆ ನಿನ್ನ ಕುಂಡೆ ಮೇಲೇ ಮಾಡ್ತಿನಿ ಮೊದಲನೆ ಇಸ್ತ್ರಿ."

ಅವನು ಓಡಿದ.

ಬಟ್ಟೆ ಒಣಗಿಸೊ ಹಗ್ಗದ ಮೇಲಿದ್ದ ರೇಷ್ಮೆ ಬಟ್ಟೆಗಳು ಅವನನ್ನು ನೋಡಿ ಅಣಕಿಸುತ್ತಿದ್ದವು.

ಎರಡು ಬಟ್ಟೆಗಳನ್ನು ಇಸ್ತ್ರಿಮಾಡಿಕೊಂಡು ಹೋದರೆ ಎರಡು ರೂಪಾಯಿ ಸಿಗತ್ತೆ. ಆ ಬಗ್ಗೆ ವೇಲು ಆಲೋಚನೆ ಮಾಡಿದ:

ಇನ್ನೇನು ಮಾಡೋದು! ಇವತ್ತು ಗುಟ್ಟು ಬಯಲಾಗುತ್ತೆ. ಇವತ್ತು ಅಮ್ಮಿಣಿ ನನ್ನನ್ನು ಸಾಯಿಸ್ತಾಳೆ.

"ಸಾಹುಕಾರಮ್ಮ ಎಷ್ಟು ರೇಷ್ಮೆ ಸೀರೆ ಒಗೆಯೊಕ್ಕೆ ಕೊಟ್ಟಿದ್ರು?"

"ಎರಡು."

"ಎರಡಾ?"

"ಅಲ್ಲ, ನಾಲ್ಕು."

"ಎಲ್ಲಿದೆ ಆ ಎರಡು?"

"ಕೇಶವ ಪಂಡಿತರಿಗೆ ಮದುವೆ ನಿಶ್ಚಿತಾರ್ಥಕ್ಕೆ ಹೋಗೊಕ್ಕೆ....."

"ಯಾವತ್ತು?"

"ನಿನ್ನೆ."

"ಹಾಗಾದ್ರೆ ಹೋಗಿ ತಗೊಂಡು ಬಾ. ನಿಶ್ಚಿತಾರ್ಥ ಮುಗಿಲಿಲ್ಲವಾ?"

ಪಡಿತರ ಮೇಲಿನ ಸ್ನೇಹದಿಂದ ಕೊಟ್ಟಿದ್ದಲ್ಲ. ಇಪ್ಪತ್ತೈದು ರೂಪಾಯಿನ ಹೇಗೆ ಸಂಪಾದನೆ ಮಾಡಬೇಕು?

ಆದರೂ ನಾಣೂ ನಾಯರ್‍ರೆ, ಒಂದೊಂದು ಪೊರೊಟ್ಟ – ಚಹಾ ಕೊಟ್ಟಿದ್ದಕ್ಕೆ ಇಪ್ಪತ್ತೈದು ರೂಪಾಯಿನಾ! ಲೆಕ್ಕ ಸರಿಯಾಗಿ ನೋಡ್ಕೋಳ್ಳದೇ ಇದ್ದಿದ್ದು ಮೋಸ ಆಯಿತು. ಹ್ಯಾಗೆ ಬರ್‍ರ್ಯೋದು? ಎಲ್ಲಿ? ಇವಳ ಹದ್ದಿನ ಕಣ್ಣನ್ನ ಮರೆ ಮಾಡೋದಿಕ್ಕೆ ಆಗತ್ತಾ?"

ರೇಷ್ಮೆ ಸೀರೆ ಎರಡೇ ಇದ್ದಿದ್ದು. ಯಾರು ಹೇಳಿದ್ರು ನಾಲ್ಕು ಇತ್ತೂಂತ....

"ಲೇ ಕಾಡು ಮನುಷ್ಯ, ನೋಡು ಸುಮ್ಮನೆ ನನ್ನಹತ್ತಿರ ಬಯ್ಸಕೊ ಬೇಡ."

"ನೀನು ನೋಡಿದ್ಯ ನಾಲ್ಕನ್ನ."

"ನಾನೇನೂ ನೋಡೊದು ಬೇಡ."

"ನಿನಗೆ ಆ ಸಾಹುಕಾರಮ್ಮನ ಮೇಲೆನೋ ಅಥವಾ ನನ್ನ ಮೇಲೆನೋ ನಂಬಿಕೆ ಇರೋದು?"

"ನೀನು ನನ್ನ ಎದುರಿಗೆ ಸುಳ್ಳು ಹೇಳಿದ್ರೆ ನೋಡುಮತ್ತೆ...."

"ವಯಸ್ಸಾಗಿದ್ದರಿಂದ ಆ ಸಾಹುಕಾರಮ್ಮ, ಜ್ಞಾಪಕಶಕ್ತಿ ಕಡಿಮೆಯಾಗಿ ಆ ರೀತಿ ಹೇಳಿರಬಹುದು."

"ಹಾಗಂತ ಹೋಗಿ ಹೇಳು."

ಇನ್ನು ಅವರ ಬಟ್ಟೆ ಒಗೆಯೊದೇ ಬೇಡ. ಏನೂ ಮುಗಿತ್ತಲ್ಲ.....? ಅವನು ಅದನ್ನೇ ಗಟ್ಟಿಗೊಳಿಸಿದ. ಅವಳನ್ನು ಕಳಿಸೋದಿಲ್ಲ. ಇವತ್ತು ನಾನೇ ಹೋಗ್ತಿನಿ. ಎರಡನ್ನೂ ಇಸ್ತ್ರಿಮಾಡಿಕೊಂಡು ಹೋಗ್ತೀನಿ. ನಿನ್ನೆನೇ ತಲುಪಿಸಬೇಕಾಗಿದ್ದ ಬಟ್ಟೆ. ಇವತ್ತು ಮಠದಲ್ಲಿ ಸೂತಕ ಸ್ನಾನದ ಕಾರ್ಯಕ್ರಮಕ್ಕಾದ್ರೂ ಹೋಗಿದಿದ್ದರೆ......ಬಿಚ್ಚಿಹೋಗುತಿದ್ದ ಪಂಚೆಯನ್ನು ಗಟ್ಟಿಯಾಗಿ ಬಿಗಿಗೊಳಿಸಿ ಹೇಳಿದ:

"ಲೇ ಮಗಳೇ, ಅಪ್ಪನಿಗೆ ಕುಡಿಯೊದಿಕ್ಕೊ ತಿನ್ನೊದಿಕ್ಕೊ ಏನಾದ್ರು ಮಾಡಿಟ್ಟಿದ್ದಾರಾ, ನಿನ್ನಅಮ್ಮ?"

ಚೆಪ್ಪಿಗೆ ಬೆಂಕಿ ಹತ್ತಿಸುವುದರ ನಡುವೆ ಅವನು ಒಳಗಡೆಗೆ ಕರೆದು ಕೇಳಿದ.

ಆದರೆ ಉತ್ತರ ಇಲ್ಲ.

ಹುಡುಗಿ ಗಂಜಿಯನ್ನು ಎಳೆದೂ....ಎಳೆದೂ ಕುಡಿಯುವ ಶಬ್ದ.

ಅಪ್ಪನಿಗೆ ಕೊಡದೇನೇ ಬೆಳೆದ ಮಗಳು!

"ಲೇ, ಬಾರೇ ಇಲ್ಲಿ."

ತುಟಿಗೆ ಅಂಟಿಕೊಂಡಿದ್ದ ಗಂಜಿಯ ಅನ್ನದ ಅಗಳು, ಹಾರುತ್ತಾ ಕುಣಿಯುತ್ತಾ ಮಗಳು ಮುಂದೆ ಬಂದು ನಿಂತಳು.

ಕಿವಿಗಳಿಗೆ ಚಿನ್ನದ ಆಭರಣ.

"ಏನೇ ಇದು?"

"ಚಿನ್ನ."

"ಎಲ್ಲಿಂದ?"

"ಅಮ್ಮನಿಗೆ ಕುರಿ ಫಂಡಿನ ಹಣ ಸಿಕ್ತು."

"ಎಲ್ಲಿ ನೋಡಾಣ."

ಅವಳು ಒಂದು ಹೆಜ್ಜೆ ಹಿಂದಿಟ್ಟಳು. ಅನುಮಾನ ತುಂಬಿದ ನೋಟ! ಅಮ್ಮಂದೇ ನೋಟ! ಇವಳು ಅಮ್ಮನ ಮಗಳೇ ಸರಿ!

"ಹಾಗಾದ್ರೆ ನನ್ನ ಮುಂದೆ ನಿಲ್ಲಬೇಡ, ಹೋಗು"

ಅವಳು ಹೋಗದೆ ಅಲ್ಲೆ ನಿಂತಿದ್ದಳು.

ಹುಡುಗ ಹೇಳಿದ:

"ಅದೋ ತೆಂಗಿನ ಚಿಪ್ಪು"

"ಚಿಪ್ಪನ್ನ ತಿನ್ನೊಕ್ಕಾಗತ್ತೇನೋ?"

ಹುಡುಗ ಬಿಸಿಯಾರದ ಸಗಣಿಯನ್ನು ಹುಡುಕಿಕೊಂಡು ಗುಡ್ಡದ ಮೇಲಕ್ಕೆ ಹೋದ. ಒಂದು ಗೇರು ಬೀಜಕ್ಕೆ ನಾಲ್ಕು ಪೈಸೆ ಸಿಗತ್ತೆ. ಹಸುವಿನ ಹೊಟ್ಟೆಯಲ್ಲಿದ್ದಿದ್ದಕ್ಕೆ. ನಾಯರ್ರು ಮೂರು ಪೈಸೆನೇ ಕೊಡೋದು. ಆದರೂ...

ಅಪ್ಪನ ಪ್ರಶ್ನೆಗೆ ಉತ್ತರ ಹೇಳದೇ ಅವನು ಓಡಿದ.

ಸೂತಕ ಸ್ನಾನದ ಊಟ ಮುಗಿಸಿ ಬಂದ ಮೇದರ ಕೇಶವ, ಅವನ ಎದುರು ಬಂದು ನಿಂತಾಗ ದೀರ್ಘವಾದ ತೇಗೊಂದನ್ನು ಬಿಟ್ಟ.

ಏನನ್ನೂ ಕಾಣದಂತಹ, ಏನನ್ನೂ ಕೇಳಿಸಿಕೊಳ್ಳದಂತಹ ಭಾವನೆಯಲ್ಲಿ, ವೇಲು ಚಿಪ್ಪುಗಳನ್ನು ಜೋಡಿಸಿ ಬೆಂಕಿ ಹಚ್ಚಿದ. ಹದಿನೈದು ಪೈಸೆಗೆ ಒಂಭತ್ತು ಚಿಪ್ಪು!

ಇದೇನು ಚಿನ್ನದ್ದೇ, ಈ ಚಿಪ್ಪು! ಅವನಿಗೆ ಆಶ್ಚರ್ಯವಾಯಿತು. ತುಂಬ ಹಸಿವು, ಇದರ ಬಗ್ಗೆ ಜ್ಞಾಪಿಸಿಕೊಳ್ಳದೇ ಇರಲು ಅವನು ಪ್ರಯತ್ನಿಸಿದ. ಇಸ್ತ್ರಿ ಮಾಡಿದ ಬಟ್ಟೆಗಳನ್ನು ಮನೆಗಳಿಗೆ ತಲುಪಿಸಿದ್ರೆ ನಾಯರ್ರ ಹೋಟೆಲಿನಿಂದ ಪೊರೊಟ್ಟಾ ಚಾಪ್ಸು.

ಜೊತೆಗೆ, ಬೇಕೂಂತಾದ್ರೆ ಒಂದು ಸ್ಟ್ರಾಂಗ್ ಚಹಾನೂ!

ಆಗ ಹಿಂದಿನಿಂದ ಎರಡನೇ ತೇಗು.

ಪಕ್ಷಿ ಶಾಸ್ತ್ರದ ಆರ್ಮುಗ.

ವೇಲು ತಿರುಗಿ ನಿಂತ.

ಈ ಆರ್ಮುಗನತ್ರ ಎರಡು ಮಾತು ಕೇಳಿದ ಮೇಲೇನೇ, ಮುಂದಿನ ಮಾತು.

ಅವನೇ ಹೇಳಿದ್ದು, ಅವನ ಪಕ್ಷಿ ಹೇಳಿದ್ದು ತಪ್ಪಾಗೊದಿಲ್ಲಾಂತ.

ಪಕ್ಷಿ ಹೇಳಿತ್ತು:

"ನಾಲ್ಕು ದಿನ ಕಳೆದು, ನಾಲ್ಕೂ ದಿಕ್ಕನ್ನೂ ಹಾದುಹೋದರೆ ಸ್ವರ್ಣದಿಂದ ನಿರ್ಮಿಸಿದ ಗೋಪುರ. ಮತ್ತೆ ನಡೆಯೋದು ಬೇಡಾಂತ."

ಮಡಚಿ ಬಿದ್ದ ಹರಿದ ಅಕ್ಷರಗಳು ಚಿನ್ನದ ಲಿಪಿಗಳಂತೆ ಅನಿಸಿತು.

"ನಾಲ್ಕು ದಿಕ್ಕುಗಳನ್ನೂ ಹಾದು ಹೋಗಬಹುದೇ?" ವೇಲು ಕೇಳಿದ.

ಅದು ಶಾಸ್ತ್ರ. ನಾಲ್ಕು ರಾಜಬೀದಿ ಹಾದು ಹೋದರೇ..... ಆರ್ಮುಗ ಮುಖದಲ್ಲಿ ನಗುವನ್ನು ಹರಡಿದ.

"ನನ್ನನ್ನು ಅವರು ತಗೋತಾರಾ?" ವೇಲು ಕೇಳಿದ.

" ಏನೂ ತಗೋಬಾರದೇ! ಗಟ್ಟಿಗೊಂಡ ಕೈಗಳೆರಡೂ ಬಹಳ ಇಷ್ಟಾನ?"

ಗಟ್ಟಿಗೊಂಡ ಕೈ ನೋಡಿದ. ಅವರು ಅವನಿಗೊಂದು ಕೆಲಸಕೊಟ್ರು. ಸಿಮೆಂಟಿನ ಮಡಕೆಗಳು ಅವನನ್ನು ಯಂತ್ರವನ್ನಾಗಿಸಿತು. ಹತ್ತು ಅಮ್ಮಿಣಿಗಳಿಗೆ ಸಮವಾಗಿದ್ದ ಒಬ್ಬ ಮೇಸ್ತ್ರಿ.

ಅವನ ತೋಳಿನ ಮೂಳೆಗಳು ಮುರಿದವು. ಸೊಂಟದ ಕಟ್ಟು ಬಿಚ್ಚಿಕೊಂಡಿತು.

ಮಧ್ಯಾಹ್ನ ಗಂಜಿ ಕುಡಿದು ಅವನು ಗೇರು ಮರದ ಕೆಳಗೆ ಕುಳಿತ. ಸಿಮೆಂಟಿನ ಮಡಕೆಗಳನ್ನು ನೆಲದಲ್ಲಿ ಬೋರಲು ಹಾಕಿ ತಲೆದಿಂಬನ್ನಾಗಿ ಮಾಡಿ ಮಲಗಿದ. ಗಾಳಿಗೂ ಒಳ್ಳೆ ತಂಪು.

ನಂತರ ಅವನಿಗೆ ಎಚ್ಚರವಾದದ್ದು ಸಂಜೆ ಕೆಲಸದವರು, ಕೆಲಸ ಮುಗಿಸಿ ಹೋಗುವುದಕ್ಕಾಗಿ ಇರುವ ಸೈರನ್ ಕೂಗಿದಾಗಲೇ.

ಮೇಸ್ತ್ರಿ ಹೇಳಿದ:

"ವೇಲು ನೀನು ಹೋಗು! ರೇಷ್ಮೆ ಸೀರೆ ಒಗೆದಂಗಲ್ಲ ಇದು."

ಅಲ್ವೇ ಅಲ್ಲ. ಪರ್ಸು ತೆರೆಯದೆ ಅವರು ನಡೆದು ದೂರಾದಾಗ ಅವನಿಗೆ ಕೋಪ ಬಂತು,

ನೆಟ್ಟಗೆ ನದಿ ದಡಕ್ಕೆ ಬಂದ.

ಅಮ್ಮಿಣಿ ಮುಖ ತಿರುಗಿಸಿ ಗುಡ್ಡ ಹತ್ತಿ ಹೋದಳು.

ಹಿಂದೆನೇ ಹೋದ. ಅವಳು ಬಾಗಿಲು ಮುಚ್ಚಿ ಚಿಲಕ ಹಾಕಿದಳು.

"ಅಮ್ಮ, ಯಾರದು?"

"ಯಾವುದೋ ಒಂದು ಬೀದಿ ನಾಯಿ!"

ಅಂಗಳದಲ್ಲಿ ಮೆಲುಕು ಹಾಕುತ್ತಿರುವ ಬೀದಿ ಪಕ್ಕದ ಹಸುಗಳು.

ಬಿಸಿಯಾದ ಗೋಮೂತ್ರದ ಸಗಣಿಯ ವಾಸನೆ ಎದ್ದಿತು.

ಹಗಲು ಅಮ್ಮನ ಗುಡ್ಡವನ್ನು ಇಣುಕಿ ನೋಡುತ್ತಿದೆ.

ಅಂಗಳದಲ್ಲಿದ್ದ ಗೊಬ್ಬರ ಗುಪ್ಪೆಗಳ ಕಡೆ ನೋಡಿ ಅವನು ಆಲೋಚಿಸಲು

ತೊಡಗಿದ.

ಇದರಲ್ಲಿ ಎಷ್ಟು ಗೇರುಬೀಜಗಳಿರಬಹುದು?

'ಎಲ್ಯೆ ಹಸುವೇ, ನೀನು ನಿನ್ನೆ ಎಷ್ಟು ಗೇರುಹಣ್ಣುಗಳನ್ನು ತಿಂದಿದ್ದೆ?'

ಹಸು ಅವನ ಮುಖವನ್ನು ನೋಡಿ ಅಣಕಿಸಿತು. ಕಿವಿ ಅಲ್ಲಾಡಿಸಿತು. ಹಿಂತಿರುಗಿ ನಿಂತು ಮತ್ತೊಮ್ಮೆ ಮಲಮೂತ್ರ ವಿಸರ್ಜನೆಮಾಡಿತು.

ಅಂಗಳದಲ್ಲಿದ್ದ ಒಂದು ಬಿದಿರು ಮುಳ್ಳನ್ನೆತ್ತಿ ಅವನು ಸಗಣಿಯನ್ನು ಕೆದಕಲು ತೊಡಗಿದ.

ಗುಡಿಸಲಿನ ಬಾಗಿಲು ತೆರೆಯಿತು. "ಎದ್ದು ಹೋಗ್ತಿಯಾ ಇಲ್ಲವಾ, ಬೀಜದ ಹುಡುಗ ಆಯ್ದುಕೊಳ್ತಾನೆ."

ವೇಲು ಬಿದಿರು ಮುಳ್ಳನ್ನು ಕೆಳಗೆ ಹಾಕಿದ.

ಇಲ್ಲಿರುವುದೆಲ್ಲಾ ಅವಳಿಗೆ ಸೇರಿದ್ದು. ಬಿದಿರು ಮುಳ್ಳೂ ಬೀದಿ ಹಸುಗಳೂ, ಸಗಣಿ ಎಲ್ಲವೂ.

ಹೀಗಿರುವಾಗ ಬಟ್ಟೆ ಒಗೆಯಲು ಅವಳು ಹೇಳಿದಳು.

ಅವನಿಗೆ ಸಂತೋಷವಾಯಿತು.

ಪ್ರಸನ್ನಳಾಗುವ ಲಕ್ಷಣವಿದೆ. ಮಧ್ಯಾಹ್ನದ ಗಂಜಿಯಾದರೂ.......

ಮೇದಾರ ಕೇಶವ ಎದುರು ಬಂದು ಒಂದು ತೇಗು ಹಾಕಿದ.

"ಇವತ್ತೇನೂ, ಬೆಂಕಿ ಹೊಗೆ ಎಲ್ಲಾ ಕಾಣಿಸ್ತಾ ಇದಿಯಲ್ಲ!" ಅವನು ಹೇಳಿದ.

"ನಿನ್ನ ಚಿತೆಗೆ ಸಿದ್ಧಮಾಡೋಣಾಂತ!" ವೇಲು ಸಿಟ್ಟಿನಿಂದ ಎದ್ದುನಿಂತ. ಬಿಚ್ಚಿ ಉದುರಿ ಹೋಗುತ್ತಿದ್ದ ಪಂಚೆಯನ್ನು ಸರಿಯಾಗಿ ಗಟ್ಟಿಗೊಳಿಸಿ ಸಿಕ್ಕಿಸಿಕೊಂಡು ಅವನು ಅತ್ಯಾಸೆಯಿಂದ ಕೇಳಿದ:

"ಊಟ ಭರ್ಜರಿಯಾಗಿತ್ತಾ? ಹಿರಿಯರೊಬ್ಬರ ಸೂತಕದ ಸ್ನಾನ ಆಗಿದ್ದಲ್ಲವೇ?"

"ಭರ್ಜರೀಂತ ಹೇಳೊಕ್ಕೋದ್ರೆ, ನೋಡು ಇಂತಹ ಒಂದು ಊಟ ನಾನು ಈವರೆಗೂ ಮಾಡೇ ಇಲ್ಲ."

"ಮುಗಿದೋಯ್ತಾ?"

"ನಂದೆ ಕೊನೇ ಪಂಕ್ತಿ. ಇನ್ನು ಬರೀ ಭಿಕ್ಷುಕರೆ ಇರೋದು."

ವೇಲುವಿನ ಹಸಿವಿಗೆ ಶಕ್ತಿ ಹೆಚ್ಚಾಯಿತು.

ಮೇದಾರ ಕೇಶವ ಊಟದ ವ್ಯವಸ್ಥೆ ಬಗ್ಗೆ ವರ್ಣಿಸತೊಡಗಿದ.

"ಅಪ್ಪಾ, ಇವತ್ತು ಅಮ್ಮನಿಂದ ಇದೆ ನಿನಗೆ ಪೂಜೆ." ಕಿವಿ ಆಭರಣ ಆಡಿಸಿಕೊಂಡು ಅವಳು ಹತ್ತಿರಕ್ಕೆ ಬಂದಳು.

ವೇಲು ಬೆಚ್ಚಿ ಹಿಂತಿರುಗಿ ನೋಡಿದ.

ಹಂಬಲಗಳೂ ಆಸೆಗಳೂ ಎಲ್ಲವೂ ಭಸ್ಮ! ಎಲ್ಲಿ ಚಿಪ್ಪಿನ ಕೆಂಡ? ಎಲ್ಲಿ ಪೊರೊಟ್ಟ ಚಹಾ?

"ಲೇ ಹಾಳಾದವಳೇ, ಚಿಪ್ಪುಗಳೆಲ್ಲಾ ಭಸ್ಮವಾಯಿತಲ್ಲೇ?"

ಅಪ್ಪ ಸೂತಕ ಸ್ನಾನಕ್ಕೆ ಹೋಗಿ ಬಂದ ನಂತರ ಚಿಪ್ಪು ಸುಟ್ಟಿದ್ರೆ ಸಾಕಾಗಿತ್ತು.

ಹುಡುಗಿಯ ಮುಖಕ್ಕೆ ಒಂದು ಕೊಡಬೇಕೂಂತ ಅನಿಸಿತ್ತು.

"ಬಟ್ಟೆ ಇಸ್ತ್ರಿಮಾಡಿ ಆಯಿತಾ?" ಮೇಲೆದ್ದ ಕೈ ಸುಮ್ಮನಾಯಿತು. ಒಗೆಯುವ ಬಟ್ಟೆ ಗಂಟು ತಲೆ ಮೇಲಿಟ್ಟುಕೊಂಡ ಅಮ್ಮಿಣಿ ಎದುರಿಗೆ!

ಸಾಯಿಸಿಬಿಟ್ರೆ. ಹಲವಾರು ಸಾರಿ ನೋಡಿದ್ದಲ್ಲವೇ? ಅವಳು ಗಂಟನ್ನು ಕಲ್ಲಿನ ಮೇಲಿಟ್ಟು ಮಗಳ ಹತ್ತಿರ ಹೇಳಿದಳು:

"ಲೇ, ಆ ಚಿಪ್ಪನ್ನು ಈ ಕಡೆ ತಗೊಂಡು ಬಾ!"

ಚಿಪ್ಪನ್ನು ಸುಟ್ಟಾಯಿತು. " ಮತ್ಯಾಕೆ ಯಂತ್ರದಂತೆ ನಿಂತಿದಿಯಾ? ಪೆಟ್ಟಿಗೆ ತಣ್ಣಗಾಗಲ್ಲವೇ?"

"ಪೆಟ್ಟಿಗೆ ತಣ್ಣಗೇ ಇರೊದು!" ಹುಡುಗಿ ಹೇಳಿದಳು.

ಅಮ್ಮಿಣಿ ಮತ್ತೆ ಮಾತನಾಡಲಿಲ್ಲ.

ಅವಳು ಬಟ್ಟೆಗಳಿಗೆ ನೀಲಿ ಹಿಂಡತೊಡಗಿದಳು. ನೀಲಿ ಕಲಕಿದ ನೀರಿನಲ್ಲಿ ಕಣ್ಣೀರಿನ ಉಪ್ಪು ಕಲಕಿದ್ದು ಅವಳು ಗಮನಿಸಿದಳು. ಗಮನಿಸಲಿಲ್ಲ ಎಂದು ನಟಿಸಿದಳು.

ಸುರಿಯುತ್ತಿರುವ ಕರಿಮೋಡದ ಕೆಳಗೆ ವೇಲು ಕುಳಿತುಕೊಂಡ.

ಆಷಾಡದ ಉದ್ದ ಕಡಿಮೆಯ ಬಿಸಿಲು ಮೆಲ್ಲನೆ ಇಣುಕಿ ನೋಡಿತು. ತೀಕ್ಷ್ಣವಾದ ಬಿಸಿಲು.

ಬಟ್ಟೆಯನ್ನು ಒಣಗಲು ಹಾಕಿ ಅವಳು ಮುಂದೆ ನಿಂತಳು.

"ಏನೂ ಕುಳಿತ್ಕೊಂಡಿದಿಯಲ್ಲ?" ಅವಳು ಕೇಳಿದಳು.

ಅವನು ಬಾಯಿ ಬಿಡಲಿಲ್ಲ.

"ನನ್ನ ಗುಡಿಸಲಿನ ವರಾಂಡದಿಂದ ಎದ್ದು ನಡಿತಿರು...."

"ನಾನು ನಿನಗೆ ಏನಾಗಬೇಕು?"

"ಕಟ್ಟಿ ಕೊಂಡೋನು! ಅದೆಲ್ಲಾ ಅಮ್ಮನಿಗೂ ಮಕ್ಕಳಿಗೂ ಖರ್ಚಿಗೆ ಕೊಡೋರದ್ದು! ಅಕ್ಕಿ ಬೇಳೆ ಸಾಮಾನು ತಂದು ಹಾಕ್ಕೋರದ್ದು!" ಅವನ ಮಾತುಗಳನ್ನೇ ಅವನ ಮುಖಕ್ಕೆ ಉಗಿದಳು.

ಅವಳು ಮಗನನ್ನು ಕರೆದುಕೊಂಡು ಹೊರಕ್ಕೆ ಹೋದಳು. ಮಗಳು ತುಂಬ ಹೊತ್ತು ಅತ್ತಳು. ಆಲೋಚನೆ ಮಾಡುತ್ತಾ ವೇಲು ಹೇಳಿದ:

"ಮಗಳೇ, ನಿನಗೆ ಈಜು ಕಲಿಯಬೇಕೆ? ನಾನು ಕಲಿಸಿಕೊಡ್ತಿನಿ."

ಅಳು ನಿಂತಿತು. ದೃಷ್ಟಿಗಳಿಗೆ ಬಿಸಿಲು ಹಾರಿತು.

"ಬಾ, ಸಂಜೆಯಾಗೊಷ್ಟರಲ್ಲಿ..."

"ಅಮ್ಮ ಹೊಡಿತಾಳೆ." ಮಗು ಅನುಮಾನದಿಂದಲೆ ಹೇಳಿತು.

"ಅಮ್ಮ ನಿನ್ನನ್ನು ಅಂಗಡಿಗೆ ಕರ್ಕೊಂಡು ಹೋದ್ರ? ಅಮ್ಮನಿಗೆ ನಿನ್ನನ್ನ ಕಂಡ್ರೆ ಆಗಲ್ಲ. ಅಮ್ಮನಿಗೆ ಅಣ್ಣಾನೇ ಇಷ್ಟ."

"ಅಮ್ಮ ನನಗೆ ಚಿನ್ನದ ಒಡವೆ ಮಾಡಿಸಿಕೊಟ್ಟಿದಾಳೆ."

"ರೇಷನ್ ತಗೊಳೋದಿಕ್ಕೆ ಹಣ ಇಲ್ಲದಿದ್ದಾಗ ಅಡ ಇಡೊದಿಕ್ಕೆ ಅಷ್ಟೇ"

ಹುಡುಗಿ ನಿಂತಳು.

"ನಾನು ಬರೋದಿಲ್ಲ."

"ಯಾಕೆ?"

"ಚಿನ್ನದೊಡವೆ ನದಿಯಲ್ಲಿ ಬಿದ್ದುಹೋಗತ್ತೆ."

"ಇಲ್ಲ ಕಣೆ, ನಾನಿಲ್ವ್ವೇ?"

ಹುರುಪು ಕಡಿಮೆಯಾಗುತ್ತಿರುವ ನದಿ ನೀರಿನಲ್ಲಿ ಹಗಲು ಮುಖ ತೋರಿಸಿತು,

ಮಗಳು ಹೆಗಲ ಮೇಲಿಂದ ಕಾಲಾಡಿಸುತ್ತಿದ್ದಳು.

"ಹುಡುಗಿ ಒಳ್ಳೆ ಭಾರವಾಗಿದ್ದಾಳೆ. ಅಮ್ಮನಿಗೆ ಸಿಕ್ಕಿದ್ದೆಲ್ಲ ಮಗಳಿಗೇ ತಿನ್ನಿಸ್ತಾಳೆ."

"ಈಗ ಸ್ವಲ್ಪ ದೂರ ನಡೆಯೋಣಾ?"

"ಬೇಡ, ಅಪ್ಪ ಎತ್ಕೊಬೇಕು."

"ನನಗೆ ಎತ್ಕೊಳ್ಳೊದಿಕ್ಕೆ ಆಗ್ತಾಯಿಲ್ಲಮ್ಮ. ಒಳ್ಳೆ ಡುಮ್ಮಿ ಹುಡುಗಿ ನೀನು...."

ದುಂಡನೆಯ ಜಲ್ಲಿಕಲ್ಲಿನ ಮೇಲೆ ಇಳಿದು, ಅವರು ಮೆಲ್ಲನೆ ಗುಡ್ಡ ಇಳಿದರು.

ಚಿಕ್ಕ ದಾರಿಗಳ ಬಿದಿರುಮುಳ್ಳು ಕಾಡಿನಲ್ಲಿ, ಅಲ್ಲಲ್ಲಿ ಸತ್ತ ಪ್ರಾಣಿಗಳ ಅವಶೇಷಗಳು ಬಿದ್ದುಕೊಂಡಿದ್ದವು. ಅವನು ಸುತ್ತಲೂ ನೋಡಿದ. ಒಂದು ಹನಿ ನೀರು....

ನದಿ ತೀರದಲ್ಲಿ ತೆಗೆದ ಗುಂಡಿಗಳು ಮುಚ್ಚಿಹೋಗಿದ್ದವು.

ದಾಹವನ್ನು ಹೇಗೋ ಸಹಿಸಿಕೊಂಡ.

ಕೆಂಪು ಬಣ್ಣ ಬೆರಸಿದ ನೀರು ಅವನ ಮುಂದೆಯೇ ನೊರೆ ತುಂಬಿ ಹರಿಯಿತು.

ಬಾಳೆ ತೋಟಗಳೂ ಮುಳ್ಳಿನ ಕಾಡುಗಳೂ ಬೇರು ಸಮೇತ ಕೀಳಲ್ಪಟ್ಟ ಪೊದೆಗಳೂ ನೀರಿನಲ್ಲಿ ಹರಿದುಹೋದವು.

ಅವನು ಹುಡುಗಿಯ ಬಟ್ಟೆ ಬಿಚ್ಚಲು ತೊಡಗಿದ.

"ಅಪ್ಪ, ನನಗೆ ಈಜು ಕಲಿಯೋದು ಬೇಡ."

"ಅದ್ಯಾಕೆ?"

"ನನಗೆ ಹೆದರಿಕೆ ಆಗತ್ತೆ." ಎದುರಿನಲ್ಲಿ ವಿಸ್ತಾರವಾಗಿ ಹರಡಿಕೊಂಡಿದ್ದ ನೀರನ್ನು

ನೋಡಿ ಅವಳು ಹೇಳಿದಳು.

"ಮೊದಲು ಕಲಿತಾ ಇರಲಿಲ್ವಾ?"

"ಅಮ್ಮ ಇರುವಾಗ ಸಾಕು."

"ಈ ಹುಡುಗಿದ್ದೊಂದು ಕೊಂಗಾಟ. ಬೇಕಿದ್ರೆ ಬಾ." ಅವನು ಮೊದಲು ನೀರಿಗಿಳಿದ. ಹೆಚ್ಚು ಹರಿವಿಲ್ಲದ ಒಂದು ಇಕ್ಕಟ್ಟಾದ ಸ್ಥಳದಲ್ಲಿ ನೀರು ಕೊಳದಂತೆ ತುಂಬಿ ನಿಂತುಕೊಂಡಿತ್ತು

ಪೊದೆಗಳಿಂದ ನೀರ್ಕೋಳಿಗಳು ಆಹಾರ ಹುಡುಕುತ್ತಾ ಹೊರಟವು.

ಮಗು ನೀರು ಕೋಳಿಗಳನ್ನು ನೋಡುತ್ತಾ ನಿಂತಿತು.

"ಒಂದನ್ನು ನನಗೆ ಹಿಡಿದು ಕೊಡ್ತಿಯಾ?"

"ಆಯ್ತು, ಹಿಡ್ಕೊಡ್ತಿನಿ."

ಕೊರೆಯುವ ತಣ್ಣನೆ ನೀರಿನಲ್ಲೂ ಅವನು ನಡುಗಿದ. ದವಡೆ ಮೂಳೆಗಳು ಹೊಡೆದು ಕೊಂಡವು.

"ನೀನು ಬರ್ತಿಯಾ ಇಲ್ವಾ?"

ನೀರಿನಲ್ಲಿ ಕೊಚ್ಚಿಕೊಂಡು ಬರುತ್ತಿರುವ ವಸ್ತುಗಳನ್ನು ದೃಷ್ಟಿಸುತ್ತಾ ಮಗು ಇಳಿದು ಬಂತು.

ಶಕ್ತಿ ಕುಂದಿದ ಕೈ ತೋಳಿನಿಂದ ಮಗುವನ್ನು ಅಡ್ಡಕ್ಕೆ ಕೆಳಮುಖ ಮಾಡಿ ಮಲಗಿಸಿ, ಅವನು ಹೇಳಿದ:

"ಕೈ ಕಾಲಿನಿಂದ ಹೊಡಿ."

ಅವನು ಮೆಲ್ಲಗೆ ನೀರನ್ನು ತಳ್ಳತೊಡಗಿದ.

"ಚಳಿಯಾಗ್ತಿದಿಯಾ?"

"ಇಲ್ಲಾ."

"ಹೆದ್ರಿಕೆ ಇದಿಯಾ?"

"ಇಲ್ಲಾ."

ಬಲಕೈ ಮಗುವಿನ ಕಿವಿಯ ಕಡೆಗೆ ಮೆಲ್ಲಗೆ ಸರಿಯಿತು. ಎರಡನೆ ಕಿವಿಯನ್ನು ಮುಟ್ಟಿದಾಗ ಮಗು ಹೇಳಿತು:

"ಅಯ್ಯೋ ನನ್ನ ಜುಮುಕಿ!"

"ನಿನ್ನ ಜುಮಿಕಿನಾ, ಎಲ್ಲಿ?"

ಬರಿದಾದ ಕಿವಿಯನ್ನು ಮುಟ್ಟಿ ನೋಡಿಕೊಂಡ ಎಳೆ ಕೈಗಳು ಬೆಚ್ಚಿದವು.

"ನನ್ನ ಚಿನ್ನ ಹೋಯ್ತು...." ಅವಳು ಅಳಲು ತೊಡಗಿದಳು.

"ನೀರಿನಲ್ಲಿ ಬಿತ್ತಾ? ಅಯ್ಯೋ ದೇವರೇ, ಕೈಕೊಟ್ಯಾ?"

"ನೀರಿನಲ್ಲಿ ಬಿದ್ದಿಲ್ಲ. ಅಪ್ಪಾನೇ ತೆಗಿದಿರಬೇಕು!"

"ನಾನಾ?"

"ಹೌದೂ...ಅಪ್ಪಾನೇ!" ಮಗು ಜೋರಾಗಿ ಕಿರುಚಿತು.

"ಯಾರೇ ಹೇಳಿದ್ದು?" ಅವನು ಸುತ್ತಲೂ ನೋಡಿದ.

"ಯಾರೂ ಹೇಳೊದು ಬೇಡ. ನನಗೆ ಗೊತ್ತು, ಅಪ್ಪಾನೇ ತೆಗೆದಿದ್ದು."

"ಹಾಗಾದ್ರೆ ನಾನೇ ತಗೊತೀನಿ ಬಿಡು. ನೀನು ಹೇಳಿದ್ದು ಸುಳ್ಳೂಂತ ಆಗೊದು ಬೇಡ."

ತಿಳಿ ರಕ್ತ ಕೆಂಪಾಗಿದ್ದ ನೀರು ಗಾಢ ಕೆಂಪಾಯಿತು.

ಮಗು ಗಂಟಲು ಹರಿಯುವಂತೆ ಕೂಗುತ್ತಾ ಅಳುತಿತ್ತು.

"ಅಯ್ಯೋ! ಅಪ್ಪ ನನ್ನ ಚಿನ್ನ ಕದ್ದ್ರು...ಯ್..."

ಹುಡುಗಿ ಮತ್ತೆ ಮತ್ತೆ ಅಳುತ್ತಲೇ ಇದ್ದಳು.

ಹುಡುಗಿಯನ್ನು ಹಿಡಿದಿಟ್ಟುಕೊಂಡಿದ್ದ ಕೈಗಳು ನಡುಗಲು ತೊಡಗಿ, ಸೋಲುತ್ತಾ ಕೈಗಳು ಕುಸಿದು ತಗ್ಗಿದವು.

ಮುಳ್ಳಿನ ಕಾಡುಗಳು ಎದೆ ಬಡಿದುಕೊಂಡು ಅತ್ತವು.

ಮಗುವಿನ ಅಳು ಅಲೆಗಳಲ್ಲಿ ಕರಗಿ ಕರಗಿ.....ಮತ್ತಿಲ್ಲವಾಯಿತು.

ಮೈಮೇಲಿನ ನೀರನ್ನು ಕೊಡವಿಕೊಂಡು ವೇಲು ತೀರಕ್ಕೆ ಬಂದು ಪಂಚೆಯನ್ನು ಉಟ್ಟು ಕೊಂಡ. ಶರ್ಟನ್ನು ಮಗುವಿನ ಬಟ್ಟೆಯ ಹತ್ತಿರ ಹಾಕಿ ಅವನು ನೆಟ್ಟಗೆ ಹರಿವಿನ ವಿರುದ್ಧವಾಗಿ, ಕೆಸರು ತುಂಬಿದ್ದ ನದಿ ತೀರದಲ್ಲಿಂದ ದಾಪುಕಾಲು ಹಾಕಿದ.

ಕಾಲೆಜ್ಜೆಗಳ ಕುಣಿಗಳಲ್ಲಿ ನೀರು ತುಂಬಿಕೊಳ್ಳುತ್ತಿತ್ತು.

✦

ಮಂಡಕದ ದೇವಿ

ಒಂದು ವಾರದಿಂದ ಕೋಳಿಗುಡ್ಡದ ಮೇಲಿನಿಂದ ನರಿಗಳು ಊಳಿಡುವುದನ್ನೂ, ಜಾನಕ್ಕನ ಹುಡುಗನ ಗೊರಕೆ ಶಬ್ದವನ್ನೂ ಹೊಸ ಕೊಟ್ಟಿಗೆಯಲ್ಲಿ ದನಗಳ ಕಾಲಿನ ಗೊರಸಿನ ಶಬ್ದಗಳನ್ನೂ, ದನಕರುಗಳ ಕೂಗು ಮುಂತಾದ ಶಬ್ದಗಳನ್ನೆಲ್ಲವನ್ನೂ ಕೇಳಿಸಿಕೊಂಡು ನಾನು ಕಾಯುತ್ತಾ ಕುಳಿತಿದ್ದೇನೆ........

ಇವತ್ತೂ ಬಾರದಿದ್ದರೇ.....

ನನ್ನಿಂದ ಏನು ತಾನೇ ಮಾಡುವುದಕ್ಕೆ ಸಾಧ್ಯ?

ಆಚೆ ತೀರದಲ್ಲಿ ಕಾಡುವಿಷಸರ್ಪಗಳ ಪೊದೆಗಳ ನಡುವೆ, ಮಿಟುಕಿಸದ ಕಣ್ಣುಗಳೊಂದಿಗೆ ಕುಳಿತಿರುವ ಕುಟುಂಬದೈವಗಳ ಮಂಡಕದೊಳಗೆ ಸೇರಿಕೊಂಡು ಭಾರ್ಗವಿ ಕಲ್ಲಾಗಿ ಮಾರ್ಪಡಾಗುತಿದ್ದಾಳೆ. ಒಮ್ಮೆಯೂ ತೆರೆಯದ, ಒಮ್ಮೆಯೂ ದೀಪ ಹಚ್ಚದ ಮಂಡಕ. ಮಂಡಕದೊಳಗೆ ದೇವಿ ಕುಳಿತುಕೊಂಡಿದ್ದಾಳೆ. ದೇವಿಗೆ ಯಾರೂ ಬಂಧುಗಳಿಲ್ಲ. ಆಸ್ತಿಪಾಸ್ತಿಗಳಿಲ್ಲ. ಯಾವುದೇ ಆಲೋಚನೆಗಳೂ ಭಾವನೆಗಳೂ ಇಲ್ಲ. ತಿನ್ನಲೂ ಉಡಲೂ ಏನೂ ಬೇಡ. ಏಕೆಂದರೆ ದೇವಿ ಮನಷ್ಯಳಲ್ಲವಲ್ಲ.

ಈ ಭಾರ್ಗವಿ ಓರ್ವ ಮನುಷ್ಯಳಾಗಿ ಜನಿಸಿಬಿಟ್ಟಿದ್ದಾಳೆ. ಅನಾಥೆಯಾದರೂ ಅವಳೋರ್ವ ಮನುಷ್ಯಸ್ತ್ರೀ. ಸ್ವಂತಕ್ಕೆ ಯಾರೂ ಇಲ್ಲದಿದ್ದರೂ ಜೊತೆಗೆ ಯಾರಾದರೂ ಬೇಕು. ಅದಕ್ಕಾಗಿ ಈ ತೋಟದ ಮನೆಯಲ್ಲಿ ಕಾದು ಕುಳಿತಿದ್ದೇನೆ.

ನಾನು ಯಾರಿಗಾಗಿ ಕಾದು ಕುಳಿತಿದ್ದೇನೆ?

ಯಾತಕ್ಕಾಗಿ ಕಾದು ಕುಳಿತಿದ್ದೇನೆ?

ಇವತ್ತೂ ಬರೋದಿಲ್ಲವೇ?

ಗುಂಡಿಗಳ ನಡುದಾರಿಯಲ್ಲಿ, ಒಣಎಲೆಗಳನ್ನು ತುಳಿದು ಹಿಸುಕಾಡಿ, ಕಾಲಿಗೆ ಚುಚ್ಚುವ ಬಿದಿರು ಮುಳ್ಳುಗಳನ್ನು ತೆಗೆದು ಪಕ್ಕದ ಬಯಲಿಗೆಸೆಯುತ್ತಾ ಹಲವಾರು ಮಂದಿ ಹಾದು ಹೋಗುತ್ತಿದ್ದಾರೆ. ಅದರಲ್ಲಿ ಕೆಲವರು ವಾಸಕ್ಕಾಗಿ ತೊಡಗಿದ ಈ ಹಳೆಯ ತೋಟದ ಮನೆಯ ಕಡೆಗೆ ಇಣುಕಿ ನೋಡುತ್ತಿದ್ದಾರೆ, ಬಹುಶಃ ಪರಿಚಯಸ್ತರಿರಬಹುದು.

ಭಾರ್ಗವಿ ಇದೆಲ್ಲವನ್ನೂ ಒಳಗೆ ಕುಳಿತುಕೊಂಡೆ ನೋಡುತ್ತಿದ್ದಾಳೆ. ನದಿತೀರದ ಮಂಡಕದೊಳಗಿನ ಭಗವತಿಯಂತೆ, ಭಾರ್ಗವಿಯ ಹೃದಯ ಮಾತ್ರ ಮಿಡಿಯುತ್ತಿದೆ.

ಬರೋದಿಲ್ಲವೇ?

ನಾನು ಕಾಯುತ್ತಿರುವ ವ್ಯಕ್ತಿ ಬರೋದಿಲ್ಲವೇ?

"ಅವರು ಇವತ್ತು ಬರ್ತಾರೆ!" ಭಾಸ್ಕರ ಹೇಳಿದ. ಹುಡುಗ ಎಂದಿನಂತೆ, ಅಂಗಡಿಯಿಂದ ಒಂದು ಚೀಲದಲ್ಲಿ ಅಕ್ಕಿ ತರಕಾರಿಯೊಂದಿಗೆ ಬಂದಿದ್ದ.

ಒಂದು ವಾರದ ಮೊದಲು ಆ ಹುಡುಗನೇ ತಂದಿದ್ದ ಹೊಸ ಮಡಕೆಯೂ ಪಾತ್ರೆಗಳೂ ತೂಕಡಿಸುತ್ತಿವೆ.......

"ಕಣಾರ ಇವತ್ತು ರಾತ್ರಿ ಅಂಗಡಿಯಲ್ಲೇ ಮಲಗೋದು" ಭಾಸ್ಕರ ಹೇಳಿದ.

ಅವನು ದಿವಸವೂ ಅಂಗಡಿಯಲ್ಲೇ ಮಲಗಲಿ, ಏನೀಗ? ಈ ಊರಿನಲ್ಲಿ ಬೇರೆ ಯಾರೂ ದಿನಸಿ ಅಂಗಡಿ ನಡೆಸ್ತಾನೇ ಇಲ್ಲವೇ? ಅದರ ಮಾಲಿಕರೆಲ್ಲಾ ಮನೆಗೆ ಹೋಗದೇ ಸಾಮಾನುಗಳಿಗೆ ಕಾವಲು ಕಾಯುತ್ತಾ ಅಂಗಡಿಯಲ್ಲೇ ಇರ್ತಾರ?

ನನ್ನ ಈ ಪ್ರಶ್ನೆಗಳಿಗೆ ಒಮ್ಮೆಯೂ ಮರುತ್ತರ ಸಿಕ್ಕಿಲ್ಲವೆನ್ನುವುದನ್ನು ಭಾರ್ಗವಿ ನೆನಪಿಸಿಕೊಂಡಳು. ದೀರ್ಘವಾಗಿ ಉಸಿರಾಡುವುದು ಉತ್ತರವಲ್ಲ. ನಾನು ಈ ಪ್ರಶ್ನೆಗಳ ಉತ್ತರಕ್ಕೆ ಅರ್ಹಳಾದ ಹೆಂಡತಿಯಲ್ಲವೇ?

ವಾರದ ಆರು ದಿನವೂ ಮನೆತನದ ಆ ಮನೆಯ ಕೆಲಸದವಳು. ಒಂದು ದಿನದ ಮಟ್ಟಿಗೆ ಹೆಂಡತಿ! ಅದೂ ಒಂದು ದಿವಸ ಪೂರ್ತಿಯಾಗೂ ಇಲ್ಲ.

ದಿಕ್ಕುಗಳೆಲ್ಲವೂ ಕಣ್ಣುಮುಚ್ಚುವಾಗ ರಾತ್ರಿಯಾಗುತ್ತವೆ. ಕೋಳಿಗುಡ್ಡದ ಆಚೆಯಿಂದೆಲ್ಲೋ, ಮೊದಲಿನ ಕೋಳಿ ಕೂಗುವುದು ಕೇಳಿಸಿದಾಗ ಗಂಡ ಅಲುಗಾಡಿಸಿ ಕರೆಯುತ್ತಾನೆ :

"ಭಾರ್ಗವಿ ಎದ್ದೇಳು."

"ಇನ್ನೂ ಬೆಳಕು ಹರಿದಿಲ್ಲ" ಬೆಳಗಿನ ಜಾವ. ಹಾಸಿಗೆಯ ಸುಖವಾದ ಎಳೆಬಿಸಿ.

"ಅಮ್ಮ ಎದ್ದಿದ್ದಾರೆ."

"ಎದ್ದಿರಲಿ!"

"ಬೆಳಿಗ್ಗೇನೇ, ಜಗಳಕ್ಕೆ ದಾರಿಯಾಗಬೇಕಾ?"

ಗಂಡನನ್ನೊಮ್ಮೆ ದಿಟ್ಟಿಸಿ ನೋಡುವಳು.

"ನೀವು ನನ್ನನ್ನು, ಮದುವೆಮಾಡಿಕೊಂಡು ಕರೆದುಕೊಂಡು ಬಂದಿದ್ದಲ್ಲವೇ?

"ಹೌದು"

"ನಾನೇನಾದರೂ ನಿಮ್ಮ ಹಿಂದೆ ಓಡಿಬಂದವಳೇ?"

"ಇಲ್ಲ"

"ಈ ಮನೆಯ ಉಳಿದ ನಾಲ್ಕು ಸೊಸೆಯಂದಿರೂ ನನ್ನ ಹಾಗೆ ಬಂದವರಲ್ಲವೇ?"

"ಹೌದು ಭಾರ್ಗವಿ.... ಆದರೆ......"

"ಏನು ಆದರೆ?"

"ನಿನಗೆ ಒಂದು ದಿವಸ ಅರ್ಥವಾಗುತ್ತೆ....."

"ಎಲ್ಲ ಅರ್ಥವಾಗ್ತಾ ಇದೆ, ಈಗ್ಲೇನೇ...."

ಮತ್ತೊಮ್ಮೆ ಹಿಂತಿರುಗಿ ನೋಡದೆ ಮಂಚದಿಂದ ಇಳಿದು ಹೋಗ್ತಾನೆ.

ಆದರೆ, ಆಕೆಗೆ ಒಮ್ಮೆಯೂ ಅರ್ಥವಾಗಲಿಲ್ಲ.

ಅಮ್ಮನ ಐದು ಜನ ಗಂಡುಮಕ್ಕಳಲ್ಲಿ ಇವರೇ ಕೊನೆಯವರು. ಅಂಗೈಯಲ್ಲಿಟ್ಟ ಬೆಣ್ಣೆಯಂತೆ ಕರಗಿ ಹೋಗಿ ಬಿಡುತ್ತಾರೆಂದು ಅಮ್ಮನಿಗೆ ಹೆದರಿಕೆ. ಮಗನಿಗೆ ಬೇಕಾಗುವ ಹಳೆಅಕ್ಕಿ ಅನ್ನ, ತೆಂಗಿನಹಾಲಿನಲ್ಲಿ ಬೇಯಿಸಿದ ಆಡಿನ ಕರಳು, ಕಾಯಿಸಿದ ಮಜ್ಜಿಗೆ ಎಲ್ಲವನ್ನೂ ಅಮ್ಮ ತನ್ನ ಸ್ವಂತ ಕೈಯಿಂದ ಮಾಡಿ ಕಳುಹಿಸಿ ಕೊಡುತ್ತಿದ್ದಾರೆ. ಒಂದು ವೇಳೆ ಮನೆಹಸು ಹಾಲು ಕರೆಯದೇ ಇದ್ದಾಗ ಹಾಲಿಗಾಗಿ ಊರೆಲ್ಲಾ ತಿರುಗಾಡುತ್ತಾರೆ.

ಯಾತಕ್ಕಾಗಿ?

ಯಾತಕ್ಕಾಗಿ ಈ ರೀತಿಯ ವಿಶೇಷ ಕಾಳಜಿ?

ಯಾತಕ್ಕಾಗಿ ಈ ರೀತಿಯ ಎಲ್ಲೆ ಮೀರಿದ ಮಮತೆ?

ಒಮ್ಮೆ ಕೇಳಿಯೇ ಬಿಟ್ಟೆ : "ಅಂಗಡಿ ಹತ್ತಿರ ತಾನೆ ಇರೋದು? ಬಂದು ಊಟ ಮಾಡಿ ಹೋಗಬಹುದಲ್ಲವೇ?"

ಅಮ್ಮನ ಕಣ್ಣಿನಲ್ಲಿ ಬೆಂಕಿಯ ಕೆಂಡ.

ಒಮ್ಮೆ, ಒಮ್ಮೆ ಮಾತ್ರ.......

ಅಮ್ಮ, ನಾರಯಣಿಯಕ್ಕನ ಹೆರಿಗೆ ಆದಾಗ ಮಗುವನ್ನು ನೋಡಲು ಹೋಗಿದ್ದರು. ಗಂಟೆ ಹನ್ನೆರಡು. ಅಮ್ಮ ಇನ್ನೂ ಬಂದಿರಲಿಲ್ಲ. ಹನ್ನೆರಡೂವರೆ, ಬರುವ ಲಕ್ಷಣ ಕಾಣಲಿಲ್ಲ.

ಒಂದು ಗಂಟೆಯಾದಾಗ ಭಾರ್ಗವಿ ಊಟದ ಪಾತ್ರೆ ಚೀಲದಲ್ಲಿ ಹಾಕಿ ಒಂದು ಒಳ್ಳೆ ಪಂಚೆ ಬ್ಲೌಸ್ ಹಾಕ್ಕೊಂಡು ಹೊರಡಲು ತಯಾರಾದಾಗ, ಅತ್ತಿಗೆ ಕೇಳಿದರು :

"ನೀನೆಲ್ಲಿಗೆ ಹೊರಟಿರೋದು?"

"ಊಟ ತಗೊಂಡ್ಹೋಗಿ ಕೊಡೊದಿಕ್ಕೆ"

"ಮಕ್ಕಳು ಈಗ ಶಾಲೆಯಿಂದ ಬರ್ತಾರೆ"

"ಅಷ್ಟೊತ್ತಿಗೆ ತಡವಾಗತ್ತೆ"

"ನೀನು ಹೋಗೊದು ಬೇಡ"

"ಯಾಕೆ, ನಾನು ಹೋಗ್ತೇನೆ"

"ಅಮ್ಮ ಬಂದಾಗ ಭಯಂಕರ ಕೋಪಕ್ಕೆ ಗುರಿಯಾಗ್ತಿಯಾ"

ಅಂಗಡಿಯಲ್ಲಿ ಬಿಡುವಿನ ವೇಳೆಯಾಗಿತ್ತು. ಹೋದಾಗ ಗಂಡ ದುರುಗುಟ್ಟಿ ನೋಡಿದ. ನಾನೇನು ಪ್ರೇತಾನೇ?

ಆಕೆ ನಿಂತಲ್ಲೇ ಕರಗಿದಳು.

ಊಟದ ಪಾತ್ರೆ ಕೈಯಿಂದ ಬಿದ್ದು ಬಿಡಬಹುದೆ ಎಂದನಿಸಿತು. ಭೂಮಿ ಸೀಳಿಕೊಂಡು ಅದರೊಳಗೆ ಬಿದ್ದು ಕೆಳಕ್ಕೆ ಹೋದರೆ ಸಾಕು ಎಂದನಿಸಿತು.

ಹೆಗಲನ್ನು ಹಿಡಿದು ಕುಲುಕಿ ಕೇಳಿದ :

"ಭಾರ್ಗವೀ,,...."

ಆಗ ಆ ಕಣ್ಣುಗಳ ತೀಕ್ಷ್ಣತೆಯ ಹರಿತ ಸವೆದು ಹೋಗಿತ್ತು. ಒಮ್ಮೆಯೂ ಕಾಣದ ಸೌಮ್ಯ ಭಾವ.

ಒತ್ತರಿಸಿಕೊಂಡು ಬಂದ ಅಳುವನ್ನು ತಡೆದುಕೊಳ್ಳುವ ಸಲುವಾಗಿ ತುಟಿಯನ್ನು ಕಚ್ಚಿ ಅದುಮಿ ಹಿಡಿದೆ.

"ಬಾ..."

ಒಂದು ಯಂತ್ರದಂತೆ ಮೆಟ್ಟಿಲೇರಿದೆ. ಒಂದು ವರಾಂಡ. ಅಗಲ ಕಡಿಮೆಯ ಮಂಚ, ಹಾಸಿಗೆ, ಫ್ಯಾನ್.

ಅವಳನ್ನು ಮಂಚದಲ್ಲಿ ಹಿಡಿದು ಕೂರಿಸಿದ. ಹೂಜಿಯಿಂದ ಹುಲ್ಲೆಣ್ಣೆ ಪರಿಮಳದ ನೀರನ್ನು ಒಂದು ಗ್ಲಾಸು ಕೊಟ್ಟ.

"ಅಮ್ಮ....?"

ಸ್ವಲ್ಪ ಬೆದರಿದ ಧ್ವನಿ.

"ನಾರಾಣಿಯಕ್ಕನ ಮನೆಯಿಂದ ಇನ್ನೂ ಬಂದಿಲ್ಲ."

"ಬಾ... ಈಗ ಬಂದಿರಬಹುದು"

ಆಕೆ ಮಾತನಾಡಲಿಲ್ಲ.

"ನೀನು ಹೋಗು"

"ನೋಡಿ?....."

"ಇಲ್ಲ. ಇದೀಗ ನೀನು ಹೋಗಬೇಕು. ಅಮ್ಮ ಬರುವುದಕ್ಕೂ ಮೊದಲು...."

"ಅಮ್ಮ ಬೇಕಿದ್ದರೆ ನನ್ನನ್ನು ಸಾಯಿಸಿಬಿಡಲಿ"

ಆಕೆಯ ಕಣ್ಣುಗಳೆಡೆಗೆ ನೋಡದೆ ಆತ ಕಿಟಕಿಯ ಸಂದುಗಳ ಮುಖೇನ ಹೊರಗಡೆಗೆ ನೋಡಿದ.

"ಲೇ ಇವಳೆ, ನಾನಲ್ಲ ಕಣೆ.... ನೀನೇ ಇವತ್ತು ಅವನನ್ನು ಸಾಯಿಸೋದು!"

ರಸ್ತೆ ಮಧ್ಯದಿಂದ ಒಂದು ಅಟ್ಟಹಾಸದ ಧ್ವನಿ. ಇಬ್ಬರೂ ಬೆಚ್ಚಿ ಹಾರಿದರು.

ಔತಣಕ್ಕೆ ಹೋಗಿದ್ದ ಅದೇ ವೇಷದಲ್ಲಿ ಅಮ್ಮ!

ವಿಷದ ಹೊಗೆ ತುಂಬಿದ್ದ ಒಂದು ಬಿಲದಿಂದ ಎಂದೆನ್ನುವಂತೆ ಅವಳು ಹೊರಕ್ಕೆ ಹಾರಿದಳು.

"ಲೇ ಇವಳೆ, ನಿಲ್ಲೆ ಅಲ್ಲಿ! ಇವತ್ತು ನಿನಗೆ ಗೊತ್ತಾಗಬೇಕು. ನಾನು ಹೇಳ್ತಿನಿ ತಡಿ!"

ಅದು ಅಳುವಿನಿಂದ ಕೂಡಿದ ಕೂಗಾಗಿತ್ತು.

ಆದರೆ ಅವಳು ನಿಲ್ಲಲಿಲ್ಲ. ಓಡಿದಳು. ಮುಳ್ಳುಗಳಿಂದ ಕೂಡಿದ ಕಲ್ಲುಗುಂಡಿಗಳ ದಾರಿಯಲ್ಲಿ ಒಣಗಿದೆಲೆಗಳ ಮೇಲಿಂದ, ಹಾವಿನ ವಾಸನೆಯನ್ನು ಹರಡುವ ಕಾಸರು ಮರದ ಕೆಳಗಿನಿಂದ...... ಮನೆಯ ಮೆಟ್ಟಿಲು ಮೇಲೆ ನಿಲ್ಲಲಿಲ್ಲ.

ಕೊನೆಯೇ ಇಲ್ಲ ಎಂದು ಅನ್ನಿಸಿದ ದಾರಿ ಮತ್ತೂ ಮುಂದಕ್ಕೆ ಹೋಯಿತು. ಪಾದಗಳು ಹಳದಿ ಮಣ್ಣಿನಲ್ಲಿ ಹೂತು ಹೋದವು. ನದಿತೀರದಲ್ಲಿ ಕಪ್ಪು ಆಳದ ತೀರದಲ್ಲಿ, ಕಾಡುಗೇರು ಮರದ ಕೆಳಗೆ ದಾರಿ ಕೊನೆಗೊಂಡಿತು.

ಸುಳಿಯ ಕಡೆಗೆ ನೋಡುತ್ತಾ ಅವಳು ಕೇಳಿದಳು :

"ನಾನೇನು ಅಲ್ಲಿಯ ಮನೆ ಕೆಲಸದವಳೇ? ಕಸ ಗುಡಿಸಿ ಸಾರಿಸುವಳೇ? ಬಟ್ಟೆ ಒಗೆಯುವವಳೇ? ತನ್ನ ಗಂಡನಿಗೆ, ತನ್ನ ಕೈಯಿಂದ ಒಂದು ಹೊತ್ತಿನ ಊಟ ಬಡಿಸಿಕೊಟ್ಟರೆ ಏನಾಯಿತು?"

"ಕಣ್ಣು ಸಿಂಡರಿಸಿದ ಮುಖ ತೋರಿಸಿ ಅವಳು ನನ್ನ ರಕ್ತ ಹೀರುತಿದ್ದಾಳೆ"

"ಅವಳೊಂದು ರಾಕ್ಷಸಿ"

ಅಲ್ಲ. ನಾನೋರ್ವ ಸ್ತ್ರೀ.....ಆಕೆಯ ಬಿಕ್ಕಳಿಕೆಗಳು, ಬಿದಿರುಕಾಡಿನ ಗೋಡೆಗೆ ಅಪ್ಪಳಿಸಿ ಪ್ರತಿಧ್ವನಿಸಿತು.

ನಾನು ಅಪ್ಪ ಅಮ್ಮ ಇಲ್ಲದವಳಾಗಿ ಬಿಟ್ಟೆ. ನನ್ನ ಅಜ್ಜಿಗೆ ನಾನು, ನನಗೆ ಅಜ್ಜಿಯೂ ನೆರಳಾಗಿದ್ದೆವು.

ನನ್ನ ಸೋದರಮಾವ, ನನ್ನ ತಾಯಿಗೆ ಕೊಟ್ಟ ಮಾತನ್ನು ಪಾಲಿಸಿದರು.

"ನೋಡೆ ಇವಳೇ, ಎರಡನೇ ಮದುವೆ ಎಲ್ಲಾ ಕಡೆ ಇರೋದೆ..."

"ನನ್ನ ಮಗಳು....!" ಅಮ್ಮ ಹೇಳಿರಬೇಕು.

"ಮಗಳನ್ನು ನಾನು ಸಾಕೊಳ್ತಿನಿ. ನೀನು ನಿನ್ನನ್ನು ನೋಡ್ಕೊಳ್ಳೊದು ಕಲಿ ಮೊದಲು!"

ಮಾವ ನನ್ನನ್ನು ಹರಕೆಯ ಕುರಿಯನ್ನಾಗಿಸಿದರು. ಮಂಡಕದ ಮುಂದೆ ನನ್ನನ್ನು ರಕ್ತಬಲಿ ಕೊಟ್ಟರು.

'ಅಮ್ಮ, ಅಮ್ಮ ನೀನು ಇದೆಲ್ಲವನ್ನೂ ನೋಡುತ್ತಿಲ್ಲವೇ?"

'ಅಜ್ಜಿ, ಈ ರಕ್ತಪಾತ ಕಂಡು ನಿನಗೆ ಪಶ್ಚಾತಾಪವಾಗುತ್ತಿಲ್ಲವೇ?'

ನಾನೆಲ್ಲಿಗೆ ಹೋಗಲಿ? ನನಗೂ ಮನೆಯಿಲ್ಲ. ನನ್ನ ಮನೆಯ ಅಡಿಗಲ್ಲನ್ನು

ತೆಗೆದು ಮಾವ, ಸತ್ತ ಅಮ್ಮನ ಅಜ್ಜಿಯ ಅಪ್ಪನ ಮಂಟಪವನ್ನು ಕಟ್ಟಿಸಿದರು. ನನಗೆ ಹಿಂತಿರುಗಿ ಹೋಗಲು ಮನೆಯಿಲ್ಲದಂತಾಯಿತು.

ನನ್ನ ಹೆಗಲ ಮೇಲೆ ಮಾವ ನೇಗಿಲನ್ನು ಹೊರಿಸಿದ್ದಾರೆ.

ಇದನ್ನು ಹೆಗಲಿನಿಂದ ಎತ್ತಿ ಬಿಸಾಡುವ ಶಕ್ತಿ ಕೊಡು.

ಒಂದು ಹೊರೆ ಕೊಳೆ ಬಟ್ಟೆಗಳನ್ನು ಹೊತ್ತುಕೊಂಡು ನಾನು ಈ ಸ್ನಾನಘಟ್ಟಕ್ಕೆ ಯಾವಾಗ ಬಂದೆ. ನಾನೊರ್ವ ಕೆಲಸದಾಕೆ. ನಾನೊಂದು ಕತ್ತೆ. ಇಂದು ಭಾರವಿಲ್ಲದೆಯೂ ನಾನು ಇಲ್ಲಿಗೇ ಬಂದಿದ್ದೇನೆ. ಭಾರ ಹೊರುವ ಕತ್ತೆಯ ಸ್ವಭಾವದಿಂದ.....

ನಗಬೇಕನ್ನಿಸಿತು.

ಅಳಬೇಕೆಂತಲೂ ಅನಿಸಿತು.

ಕಣ್ಣೀರಿನ ಹನಿ ಬೀಳುವ ಸ್ಥಳಕ್ಕೆ ಮೀನುಗಳು ಓಡಿಬಂದವು.

ಎತ್ತರದ ನದಿತೀರದಲ್ಲಿ ಹಳದಿ ಬಣ್ಣದ ಮರಳು ಕಾಲಿನಡಿಯಲ್ಲಿ ತಂಪಾಗುತ್ತಾ ಬಂತು. ಒದ್ದೆಯಾದ ತೀರದ ಪೊದೆಗಳ ನಡುವೆ ನೀರುಕೋಳಿಗಳು ಕೊಕ್ಕಿನಿಂದ ಆಯುತ್ತಾ ನಡೆಯುತ್ತಿವೆ.

ನದಿಜಲ ಹಳದಿಗೊಂಡಿತು. ಕೆಂಪಾಯಿತು. ಕತ್ತಲಾಯಿತು. ಆಗಲೂ ಹರಿವುಗಳ ಮೇಲೆ ಕಾಡಿನ ಹೂಗಳು ಹಣ್ಣಾದ ಎಲೆಗಳೂ ಅತ್ತಿಕಾಯಿಗಳೂ ಪ್ರಯಾಣ ಆರಂಭಿಸಿದವು. ಬಹಳಷ್ಟು ಸುಳಿಗಳಲ್ಲಿ, ಕತ್ತಲಿನಲ್ಲಿ ಅಪ್ರತ್ಯಕ್ಷವಾದವು.

ಸುಳಿಗೆ ಸಿಕ್ಕಿಕೊಳ್ಳದವು ಕೆಳಗಿನ ನಿಲ್ಲದ ಹರಿವಿನೊಂದಿಗೆ ಅನಂತವಾದ ಕತ್ತಲಿನಲ್ಲಿ ಅಪ್ರತ್ಯಕ್ಷವಾದವು. ನೀರುಕೋಳಿಗಳು ಗೂಡು ಸೇರಿಕೊಂಡವು.

ಅವಳ ಉಸಿರಾಟ ಸಂಜೆಯ ಗಾಳಿಯ ತಂಪನ್ನು ಕಡಿಮೆಯಾಗಿಸಿತು.

ಇಲ್ಲ. ಭಾರ್ಗವಿ ನೀರಿಗೆ ಹಾರಿ ಸಾಯುವುದಿಲ್ಲ.

ಭಾರ್ಗವಿಯ ಆಯಸ್ಸಿನ ಉದ್ದ ಕಡಿಮೆಯಾಗಿಲ್ಲ. ಅದರಿಂದಾಗಿಯೇ ಹುಟ್ಟುವುದಕ್ಕೂ ಮೊದಲು ತಂದೆ ತೀರಿಕೊಂಡರೂ ಭಾರ್ಗವಿ ಬದುಕಿರುವುದು.

ಹಿಂತಿರುಗಿ ನೋಡಿದಾಗ! ಜಾನಕ್ಕ!

ಒಂದು ಸಣ್ಣ ಮುಗುಳ್ನಗೆ ಅವರ ತುಟಿಯಂಚಿನಲ್ಲಿ ನೀತುಕೊಂಡಿತ್ತು. ಆಕಾಶದಲ್ಲಿ ಒಂಟಿಯಾಗಿದ್ದ ಮೋಡದ ಹತ್ತಿರದ ಕೆಂಪು ಪ್ರಕಾಶದಂತೆ.

ನೀರಿನ ಹರಿವಿನಲ್ಲಿ ನೆನೆಯಲು ಹಾಕಿದ್ದ ಸೀಳಿದ ಓಲೆಗರಿಗಳ ಕಟ್ಟುಗಳು ಗೂಟದಲ್ಲಿ ಗಟ್ಟಿಯಾಗಿ ನಿಂತಿದೆಯಲ್ಲವೇ ಎಂದು ಮತ್ತೊಮ್ಮೆ ಪರೀಕ್ಷಿಸಿ ಅವರು ಹೇಳಿದರು.

"ಬಾ ನನ್ನ ಜೊತೆಯಲ್ಲಿ!"

"ನಾ ಬರೊಲ್ಲ"

"ಹಾಗಾದರೆ ನಾನೂ ಕೂತ್ಕೊಳ್ತಿನಿ, ನಿನಗೆ ಜೊತೆಯಾಗಿ!"

"ನನಗೆ ಯಾರೂ ಜೊತೆ ಬೇಡ!"

"ಅಷ್ಟೆಲ್ಲಾ ಬೇಸರ ಪಡಬೇಡ, ನೋಡು"

"ನನಗೆ ಮನೆಯಿಲ್ಲ"

"ಆಗತ್ತೆ. ಅಲ್ಲಿವರೆಗೆ..."

ಅವರ ಹಿಂದೆ ಮತ್ತೊಂದು ನೆರಳಾಗಿ ಚಲಿಸಿತು.

ಮಾರನೆಯ ದಿನ ಸಂಜೆ ಅವರು ಹೇಳಿದರು :

"ನಾನು ಮಾತು ತಪ್ಪಲಿಲ್ಲ. ಬಾ"

"ಎಲ್ಲಿಗೆ?"

"ಬಂದಾಗ ನೋಡೋಣ"

ಜಾನಕ್ಕನ ಮನೆಯ ಬೇಲಿಯಿಂದ ಆವರಿಸಿಕೊಂಡಿದ್ದ ಖಾಲಿ ಸ್ಥಳದಲ್ಲಿ ತೇಗ-ತೆಂಗಿನಸಸಿಗಳು ಉತ್ಸಾಹದಿಂದ ನಿಂತಿರುವ ಸ್ಥಳದ ನಡುವೆ, ಅನಾಥವಾಗಿದ್ದ ಮನೆಯ ಮುಂದೆ-ಮನೆಯ ಮುಖದ ಕಡೆ ಬಿಳಿ ಬಣ್ಣ ಬಳಿಯಲಾಗಿತ್ತು.

"ಇದು ದಾಮೋದರನ ತೋಟದ ಮನೆಯಾಗಿತ್ತು"

ನನಗೆ ತೋಟ, ಮನೆ ಅಲ್ಲ ಬೇಕಿರುವುದು.

"ನನ್ನ ಹುಡುಗ ಪಾಸ್ಕರ ನಿನಗೆ ಜೊತೆಗಾರನಾಗುತ್ತಾನೆ."

ಭಾರ್ಗವಿ ಹಲ್ಲುಗಳನ್ನು ಒತ್ತಿ ಕಡಿದಳು.

ಜಾನಕ್ಕ ಅವಳ ಮುಖವನ್ನು ನೋಡಲಿಲ್ಲ.

ಅಕ್ಕಿ ಬಂತು. ತರಕಾರಿ ಉಪ್ಪೂ ಮೆಣಸು ಹುಣಿಸೆ ಎಣ್ಣೆ-ಎಲ್ಲಾ ಬಂತು. ಬರಬೇಕಿದ್ದ ಜನ ಮಾತ್ರ ಬರಲಿಲ್ಲ.

ಯಾಕೆ ಬರಲಿಲ್ಲ?

ಭಾಸ್ಕರ ಹೇಳಿದ :

"ಅಂಗಡಿಯಲ್ಲಿ ಸಾಮಾನು ಯಥೇಚ್ಚವಾಗಿ ಇರುವ ಸಮಯ. ಇಲ್ಲಿ ನಂಬುವಂತಿಲ್ಲ"

"ಯಾಕೆ, ಏನೂ?"

"ಕಳ್ಳ 'ಅತ್ರುಮಾನ್' ಬಂದಿದ್ದಾನೆ!"

"ಯಾರೂ!"

"ಪೋಲಿಸ್ ಸ್ಟೇಷನ್ನಿನ ಬಾಗಿಲು ಒಡೆದು ಮುರಿದು ಪೇಟೆಗೆ ಕೊಂಡ್ಹೋಗಿ ಮಾರಿದ ಕಳ್ಳ 'ಅತ್ರುಮಾನ್'!"

ಅವಳು ಬೆಚ್ಚಿಬಿದ್ದಳು.

ಕೋಳಿಗುಡ್ಡದ ನರಿಗಳು ಯಾವುದೂ ಅಲ್ಲ. ಅತೃಮಾನ್! ಆತ ಇಲ್ಲಿಗೂ ಬರೋದಿಲ್ಲಾಂತ ಏನು ಗ್ಯಾರಂಟಿ! ಈ ತೋಟದ ಮನೆಯ ಗೋಡೆಗಳನ್ನು ಕನ್ನ ಕೊರೆಯಲು ಓರ್ವ ಪೂರ್ಣ ಅತೃಮಾನ್ನಿನ ಅವಶ್ಯಕತೆ ಏನೂ ಬೇಕಾಗಿಲ್ಲ.

ಭಾಸ್ಕರ ಹೇಳಿದ :

"ನೆನಸುವಾಗಲೇ ಹೆದರಿಕೆಯಾಗುತ್ತೆ!"

ಅವಳಿಗೆ ಸಿಟ್ಟುಬಂತು. ಒಂದು ಕೊಟ್ರೆ.....

"ನೀನು ನಿನ್ನ ಅಮ್ಮನ ಹತ್ತಿರ ಹೋಗಿ ಮಲಕ್ಕೊ!"

"ಅಮ್ಮ ಹೊಡಿತಾರೆ"

"ನೀನು ನಿದ್ರೆಮಾಡು"

ಅವಳು ಹುಡುಗನಿಗೆ ಊಟ ಕೊಟ್ಟಳು. ಚಾಚು ಕೋಣೆಯಲ್ಲಿ ಚಾಪೆ ಹಾಸಿ ಕೊಟ್ಟಳು.

"ನೀವು ಈ ಕೋಣೆಯಲ್ಲೇ ಮಲಗಬೇಕು!" ಹುಡುಗ ಹೇಳಿದ.

ಅವಳಿಗೆ ನಗುವೂ ಅಳುವೂ ಒಟ್ಟಿಗೆ ಬಂತು.

ಹುಡುಗನಿಗೆ ಕಾಣುವ ರೀತಿಯಲ್ಲೆ ವರಾಂಡಾದಲ್ಲಿ ಸೀಮೆಎಣ್ಣೆಯ ದೀಪದ ಮುಂದೆ ಕುಳಿತಳು. ನಡುದಾರಿಯಲ್ಲಿ ಹೊತ್ತಿಸಿದ ಓಲೆಗರಿಗಳ ಕಣ್ಣುಗಳನ್ನು ಕಾಣಬಹುದೇ ಎಂದು ಪ್ರಯತ್ನಿಸುತ್ತಿದ್ದಳು.

"ಅಲ್ಲಿ ಹೋಗ್ತಾ ಇರೊದು 'ಎದೆಸೆಟಕ' ನಾರಾಯಣನಾ?" ಕತ್ತಲೆಯಲ್ಲಿ ಚಲಿಸುತ್ತಿದ್ದ ಒಂದು ಓಲೆಗರಿ ಬೆಳಕನ್ನು ನೋಡಿ ಹುಡುಗ ಹೇಳಿದ. ಅವನು ಚಾಪೆಯಲ್ಲಿ ಎದ್ದು ಕುಳಿತಿದ್ದಾನೆ!

ಈ ಅನಿಷ್ಟ ಇನ್ನೂ ನಿದ್ರೆ ಮಾಡಿಲ್ಲವ!

"ಅಲ್ಲಿ ಬರೋದು ಅಬೂಬಕರ್ ಸಾಹೇಬರ ತೆಂಗಿನ ಓಲೆಗರಿ ಬೆಳಕು"

ಅವಳು ಮೌನಿ.

"ಸಾಹೇಬ್ರು ಜಿಪುಣ. ಮುಸ್ಸಂಜೆ ಮನೆಯಿಂದ ಹೊರಡುವಾಗ ಒಂದು ಓಲೆಗರಿ ಕಟ್ಟು ಮೊದಲೇ ತೆಗೆದುಕೊಂಡು ಒಯ್ಯುತ್ತಾರೆ, ಮರ ಕೆತ್ತೊ ಕೆಲಸದ ದಾರಿ ಕಡೆಗೆ!"

"...."

"ಟೈಲರ್ ಚಾತ್ತುಣ್ಣಿ, ಇವತ್ಯಾಕಪ್ಪ ಇಷ್ಟೊಂದು ತಡ?"

ಅವಳು ಹುಡುಗನ ಕಣ್ಣ ಮುಂದಿನಿಂದ, ಬೆಳಕಿನಿಂದ ಸರಿದು ಕುಳಿತಳು.

ಆಕೆ ಆಲೋಚನೆ ಮಾಡಿದಳು:

ಇವತ್ತು ಎರಡರಲ್ಲೊಂದು ಗೊತ್ತಾಗಬೇಕು.

ಒಬ್ಬರು ಅಂಗಡಿಗೆ ಕಾವಲು. ನಾನು ಈ ತೋಟದ ಮನೆಗೆ ಕಾವಲು. ಈ ಭಾಸ್ಕರ ಎನ್ನುವ ಹುಡುಗ ನನಗೆ ಕಾವಲು.

"ಯಜಮಾನ್ರು ಇವತ್ತು ಬರ್ತಾರೆ"

"ಎಲ್ಲಾ ಶನಿವಾರ ಸಾಯಂಕಾಲ ಬರ್ತಾರೆ!"

"ಬರಲಿ"

ಸಂಜೆಯ ಗಾಢವಾದ ಕತ್ತಲು ತಿಳಿಗೊಳ್ಳುತ್ತಾ ಬಂತು. ಮೃದುವಾದ ಒಂದು ಓಲೆಗರಿಯಂತೆ ಅದು ಬೆಳಕನ್ನು ದಾಟಿಸತೊಡಗಿತು. ಬಿದಿರುರಾಶಿಗಳ ಮರೆಯಲ್ಲಿ ಚಂದ್ರನ ಮುಖ ಮೇಲೆದ್ದಿತು. ಅಂಗಳದಲ್ಲಿ ನೆರಳುಗಳು ಗಾಳಿಗೆ ನೃತ್ಯ ಮಾಡಿದವು. ಗರಿಬೆಳಕಿನ ಕಣ್ಣುಗಳು ಕ್ರಮೇಣ ಅಡಗಿದವು. ಬೆಳದಿಂಗಳು ಇಣುಕಿ ನೋಡುವ ಗುಂಡಿಗಳ ದಾರಿಯಲ್ಲಿ ಅಪರಿಚಿತ ಮನುಷ್ಯ ಧ್ವನಿಗಳು ಹಾದುಹೋದವು.

ಕತ್ತಲೆಯ ಅಜ್ಞಾತವಾದ ಯಾವುದೋ ಮೂಲೆಯಿಂದ ಅವ್ಯಕ್ತವಾದ ಒಂದು ಗಾನದ ಅಲೆಗಳು, ನಡುವೆ ಆಡುತ್ತಾ ತೇಲಾಡುತ್ತಾ ಬಂದು ಬೆಳದಿಂಗಳ ತೀರದಲ್ಲಿ ಕರಗಿಹೋಯಿತು.

ಅವಳು ತೆಂಗಿನ ಸಸಿಯ ಕೆಳಗಿನ ನೆರಳಿನಲ್ಲಿ ನಿಂತು ಮೈಯನ್ನು ತೊಳೆದುಕೊಂಡಳು. ಒದ್ದೆ ಬಟ್ಟೆಗಳನ್ನು ಬದಲಿಸಿದಳು. ಬಾಡಿದ ಕೇದಿಗೆ ಹೂವಿನ ಪರಿಮಳವಿರುವ ಬ್ಲೌಸು ಪಂಚೆ ತೆಗೆದುಕೊಂಡಳು. ಕಂಬಕ್ಕೆ ಮೊಳೆ ಹೊಡೆದು ಸಿಕ್ಕಿಸಿದ್ದ ಕನ್ನಡಿಯಲ್ಲಿ ನೋಡಿಕೊಂಡಳು. ಆಕೆ ವಿಸ್ಮಯಗೊಂಡಳು.

ಇದು ನಾನೇನಾ?

ಕೋಳಿಗುಡ್ಡದಲ್ಲಿ ನರಿಗಳು ಊಳಿಡುವುದು ಇದ್ದಕ್ಕಿದ್ದಂತೆ ಹೆಚ್ಚಾಯಿತು. ಆಕೆ ಬೆಚ್ಚಿ ನಡುಗಿದಳು. ಮುಂಭಾಗದ ಬಾಗಿಲನ್ನು ಮುಚ್ಚಿದಳು. ಕಿಟಕಿ ಸಂದುಗಳ ಮೂಲಕ ರಸ್ತೆಯ ಕಡೆಗೆ ನೋಡಿದಳು. ರಾತ್ರಿಯ ಅನಂತವಾದ ನಡುದಾರಿ ಮೂಲಕ, ಕಪ್ಪು ಬೆರೆಸಿದ ಬೆಳದಿಂಗಳ, ತಂಪು ಗಾಳಿಯ, ಒಣಗಿದ ಎಲೆಗಳ ಮರ್ಮರ ಶಬ್ದಗಳ ನಡುವೆ ಹತ್ತಿರ ಹತ್ತಿರ ಬರುವ ಆ ಪಾದ ಪತನಕ್ಕಾಗಿ ಅವಳು ಕಿವಿಗೊಟ್ಟು ಆಲಿಸಿದಳು. ಬರಲಿರುವ ಸುಖದ ಕಾಲಿನ ಸಪ್ಪಳಕ್ಕೆ ಕಿವಿಯೊಡ್ಡಿಕೊಂಡು, ಮೆಲ್ಲ ಮೆಲ್ಲನೆ ತೆವಳಿಕೊಂಡು ಜಾರಿ ಹೋದ ಬಾಲ್ಯದ, ಕೌಮಾರ್ಯದ, ನವಯೌವ್ವನದ ದಿನಗಳನ್ನು ಹೃದಯದಲ್ಲಿ ಉಳಿಸಿಕೊಂಡ ಗುರುತುಗಳನ್ನು ಅವಳು ಕಂಡಳು. ಇದೋ ನೋಡಿ, ನನ್ನ ಕಾಯುತ್ತಿರುವಿಕೆ ಇನ್ನೂ ಕೊನೆಗೊಂಡಿಲ್ಲ.

ಇಂದು ಸಹ ನನ್ನ ಪ್ರೀತಿಯ ಹಂಬಲಗಳು ಸಾಕ್ಷಾತ್ಕಾರಗೊಳ್ಳದೆ ಹಾಗೆಯೆ ಉಳಿದುಕೊಂಡು ಬಿಟ್ಟಿದೆ.

ನನ್ನ ಹೃದಯ ಬೆಳಕನ್ನೂ ಪಡೆಯದೆ, ಪ್ರಕಾಶವನ್ನೂ ಪಡೆಯದೆ, ನದಿದಡದ ಕಾಡುಗೇರು ಮರದ ಕೆಳಗೆ ಕೆಸರಾಗಿ ಉಳಿದುಕೊಂಡಿದೆ.

ಅವಳು ಕಳ್ಳ ಅತ್ಮಮಾನನನ್ನು ಮರೆತಳು.

ಕೋಳಿಗುಡ್ಡದ ನರಿ ತೋಳಗಳನ್ನು ಮರೆತಳು.

ಅತ್ತಿಗೆಯಂದಿರ ಮಾತುಗಳಿಂದ ಹೊರಟ ವಿಷ ತುಂಬಿದ ಮಾತುಗಳ ತೀಕ್ಷ್ಣತೆಯನ್ನು ಮರೆತಳು.

ಬೇಡವಾದ ಮಾತುಗಳನ್ನು ಆಡಿ ಆಡಿ ನಿದ್ರೆಗೆ ಜಾರಿದ ಭಾಸ್ಕರನ ಗೊರಕೆಯನ್ನೂ ಮರೆತಳು.

ಅವಳ ಅಂತರಂಗದಲ್ಲಿ ಒಂದೇ ಒಂದು ಪಾದ ಪತನದ ಮೊಳಗು ಮಾತ್ರ.

ನಿಂತು ಸಾಕಾಯಿತು. ಒಳಗಿನ ಕೋಣೆಯ ಹೊಸ ಚಾಪೆಯಲ್ಲಿ ಹೊಸ ಹಾಸಿಗೆ ಹಾಸಿದಳು. ಹಾಸಿಗೆಯಲ್ಲಿ ಕೆಳಮುಖ ಮಾಡಿ ಮಲಗಿ, ಕಿವಿಗೊಟ್ಟು ಆಲಿಸತೊಡಗಿದಳು.

ಕೊನೆಗೂ ಆಕೆಗೆ ಕೇಳಿಸಿತು :

"ಭಾರ್ಗವಿ!"

ಆಕೆ ಬೆಚ್ಚಿ ಎದ್ದಳು. ಸಾವಿರಾರು ಕಾಲಿನ ಸಪ್ಪಳಗಳು ಎದೆಯೊಳಗೆ ಮೊಳಗಿದವು. ನಡುಗುವ ಕೈಗಳಿಂದ ಬಾಗಿಲನ್ನು ತೆರೆದಳು. ಹೊರಗಿನಿಂದ ಬೀಸಿದ ತಂಪಾದ ಗಾಳಿಯಲ್ಲೂ ಅವಳ ಹಣೆಯಲ್ಲೂ ತುಟಿಗಳಲ್ಲೂ ಸಣ್ಣ ಸಣ್ಣ ಬೆವರಿನ ಕಣಗಳು ಪ್ರಕಟಗೊಂಡವು.

ಅವಳು ಒಂದಕ್ಷರವನ್ನೂ ನುಡಿಯಲಿಲ್ಲ.

"ನೀನಿನ್ನೂ ನಿದ್ರೆಮಾಡಿಲ್ವೆ?" ಗಂಡ ಕೇಳಿದ.

ಆಕೆಗೆ ವಿಸ್ಮಯವಾಯಿತು.

ನಿದ್ರೆ ಮಾಡೋದೆ?

ಇವತ್ತಾ?

ನಾನಾ?

ನನಗೆ ನಿದ್ರೆ ಬರೋದಿಲ್ಲವೆಂದು ಅನಿಸುವ ಒಂದು ರಾತ್ರಿ ಇತ್ತು. ಮೂರು ತಿಂಗಳ ಮೊದಲು! ಅಂದು ನಾನು ಕುಟುಂಬದವರೊಂದಿಗೆ ಊಟಮಾಡುವ ಸ್ಥಳದಲ್ಲಿ ನಿದ್ರೆ ಬಾರದೆ ಮಲಗಿದೆ. ನಂತರ ನಿದ್ರೆ ಮಾಡಿದೆ. ನಿದ್ರೆ ಮುಗಿದು ಏಳುವಷ್ಟರಲ್ಲಿ ನೀವು ಅಂಗಡಿಯಿಂದ ಬಂದಾಗಿತ್ತು! ಮದುವೆ ಮಂಟಪದ ಓಲೆಗರಿಗಳಿಂದ ಮಾಡಿದ ಅಲಂಕಾರಗಳನ್ನು ಬಿಚ್ಚಿ ತೆಗೆಯುವುದಕ್ಕಿಂತಲೂ ಮೊದಲು.

ಇಂದು ನಾನು ನನ್ನ ಮನಸ್ಸಿನಲ್ಲಿ ಮಂಟಪ ಕಟ್ಟಿದ್ದೇನೆ. ಹಂಬಲಗಳ ಸಾವಿರಾರು ತೋರಣಗಳನ್ನು ನೇತಾಡಿಸಿ ಅಲಂಕರಿಸಿದ್ದೇನೆ......

ಮಾತನಾಡಲು ಸಾಧ್ಯವಾಗದೇ ಅವಳು ಆ ಮುಖದ ಕಡೆ ನೋಡಿದಳು. ಕೆಂಪಾದ ಕೆನ್ನೆಗಳಲ್ಲಿ ಹೊಳೆಯುವ ಕಣ್ಣುಗಳು. ಆ ಹೊಳಪು ನನಗೆ ಅರ್ಥವಾಗಲು ಸಾಧ್ಯವಾಗುತ್ತಿಲ್ಲ. ಯಾವುದಕ್ಕೂ ಸಾಧ್ಯವಾಗುತ್ತಿಲ್ಲ. ನಿಮ್ಮೊಳಗೆ ಇರುವುದಾದರೂ

ಏನು? ನನ್ನನ್ನು ಮದುವೆ ಮಾಡಿಕೊಂಡದ್ದು ನಿಮಗಿಷ್ಟವಾಗಲಿಲ್ಲವೇ? ನನ್ನ ಮುಖ ನೋಡುವುದು ನಿಮಗೆ ತೀರಾ ಇಷ್ಟ ಇಲ್ಲವೇ? ನನ್ನ ದುಃಖವನ್ನು ನೀವು ನೋಡುತ್ತಿಲ್ಲವೇ? ಹೇಳಿ....ಹೇಳಿ....ನನ್ನ ಈ ಕಾಯುವಿಕೆಯನ್ನು ಕೊನೆಗೊಳಿಸಿ. ದೀರ್ಘವಾದ ಇಪ್ಪತ್ತೊಂದು ವರ್ಷಗಳ ಕಾಲ ಕಾದು ಕುಳಿತದ್ದನ್ನು ಕೊನೆಗೊಳಿಸಿ.

ಅವಳ ಮುಖವನ್ನು ನೋಡದೆ, ಹೊರ ಕತ್ತಲೆಯ ಕಡೆಗೂ ಕಪ್ಪು ನೆಲದ ಕಡೆಗೂ ಚಂಚಲತೆಯಿಂದ ನೋಡುತ್ತಾ ಆತ ಕೇಳಿದ :

"ನಿನಗೆ ಈ ಮನೆ, ಸುತ್ತಲಿನ ವಾತಾವರಣ ಎಲ್ಲವೂ ಹಿಡಿಸಿತೆ?"

ಉಕ್ಕಿ ಬಂದ ಬಿಕ್ಕಳಿಕೆಯನ್ನು ಆಕೆ ಕಚ್ಚಿ ಅದುಮಿ ಹಿಡಿದುಕೊಂಡಳು.

"ಭಾಸ್ಕರ ದಿನಾನೂ ಬರ್ತಾ ಇದಾನಲ್ಲ?"

"ಹೂಂ"

"ಈಗ ನಿನ್ನ ಭಾರ ಎರಡರಷ್ಟಾಗಿದೆ!"

"ಓ! ಏನು ಭಾರ! ನಿಮಗೆ ಮಾಡಿ ಹಾಕಿ ಬಡಿಸುವುದು ಭಾರವೇ?"

"ಅಲ್ಲ.." ವಿಷಯ ಬದಲಿಸಲು ಆತ ಹೇಳಿದ : "ನನಗೆ ಸ್ನಾನ ಮಾಡಬೇಕು!"

ಅವಳು ಉತ್ಸಾಹದಿಂದಲೇ ಹೇಳಿದಳು :

"ನೀರು ಬಿಸಿಯಾಗಿದೆ. ಹೆಸರುಕಾಳು ಅರೆದು ಇಟ್ಟಿದ್ದೇನೆ."

ಸ್ನಾನ ಮಾಡುವಾಗಲೂ ಊಟ ಮಾಡುವಾಗಲೂ ಗಟ್ಟಿ ಪರದೆಯಂತೆ, ನಿಶ್ಯಬ್ದತೆ ಅವಳೊಂದಿಗೆ ಚಲನವಿಲ್ಲದೆ ನೇತು ಹಾಕಿಕೊಂಡಿತ್ತು.

ಅವಳ ಹೃದಯದಲ್ಲಿ ಅರಳಿದ ಹೂದಳಗಳು ಮೆಲ್ಲಮೆಲ್ಲನೆ ಗುಡ್ಡೆಯಾಗಲು ತೊಡಗಿದವು.

ಆತ ಚೀಲದಲ್ಲಿ ತಂದಿದ್ದ ಸಾಮಾನುಗಳನ್ನು ಒಂದೊಂದಾಗಿ ಒಳಗಿನ ಮೇಜಿನ ಮೇಲೆ ಹರಡಲು ತೊಡಗಿದ.

ನಡುವೆ ಆಕೆಯ ಮುಖವನ್ನು ನೋಡಿದ.

ಅರ್ಧ, ಕಾಲು ಭಾಗ, ಮುಕ್ಕಾಲು ಭಾಗವೂ ಖಾಲಿಯಾಗಿದ್ದ ಬಣ್ಣ ಬಣ್ಣದ ಔಷಧಿ ಬಾಟಲುಗಳು.

"ನಾನು ಅಂಗಡಿಯಲ್ಲಿ ಉಳಿದುಕೊಳ್ಳುವುದನ್ನು ನಿಲ್ಲಿಸಿದ್ದೇನೆ"

ಅವಳಿಗೆ ಅರ್ಥವಾಗಲಿಲ್ಲ.

"ನಾನು ನಿನ್ನನ್ನು ಮದುವೆ ಮಾಡಿಕೊಳ್ಳಬಾರದಾಗಿತ್ತು."

"ಯಾತಕ್ಕಾಗಿ?" ಅದೊಂದು ರೀತಿಯ ಅಳುವಿನಂತಹ ಪ್ರಶ್ನೆಯಾಗಿತ್ತು.

"ನೀನಾಗಿದ್ದಕ್ಕಾಗಿಯಲ್ಲ. ಮದುವೇನೇ ಮಾಡಿಕೊಳ್ಳಬಾರದಾಗಿತ್ತು."

ಅವಳ ಬಾಯಿ ತೆರೆದಂತೆ ಹಾಗೆ ಇತ್ತು. ನೋಟ ಹಾರಿ ಹೋದ ಅವಳ

ದೃಷ್ಟಿಗಳು ನಿಶ್ಚಲವಾಗಿ ನಿಂತಿತು.

"ಭಾರ್ಗವಿ, ಈ ಔಷದ ಬಾಟಲಿಗಳೇ ನನ್ನ ಜೊತೆಗಾರರು. ನಿನ್ನನ್ನು......"

ತಾನು ಉದ್ದಕ್ಕೆ ಸೀಳಿ ಹೋಳಾಗುತ್ತಿದ್ದೇನೆ ಎಂದನಿಸಿತು.

"ಮತ್ಯಾಕೆ ನೀವು ನನ್ನನ್ನು ಮದುವೆ ಮಾಡಿಕೊಂಡಿರಿ ಎಂದು ನೀನು ಕೇಳಬಹುದು"

ಆದರೆ ಯಾವುದೇ ಪ್ರಶ್ನೆ ಅವಳಲ್ಲಿ ಉಳಿದುಕೊಂಡಿರಲಿಲ್ಲ.

ಅವಳ ಅಂತರಂಗಕ್ಕೆ ಕಲ್ಲೊಂದು ಬಿದ್ದಿತ್ತು. ಆ ಕಲ್ಲು ದೊಡ್ಡದಾಗುತ್ತಾ... ದೊಡ್ಡದಾಗುತ್ತಾ... ಅವಳ ಗಾತ್ರದಷ್ಟು ಬೆಳೆಯಿತು. ಕೊನೆಗೆ, ಅವಳೇ ಕಲ್ಲಾಗಿ ಮಾರ್ಪಾಡಾದಳು. ನೆನಪುಗಳನ್ನು ಸಂಗ್ರಹಿಸುವ ಒಂದು ಮಂಡಕವಾಯಿತು.

ಗಂಡನಿಗೆ ಔಷಧವನ್ನು ತೆಗೆದು ಕೊಟ್ಟೆ. ಹಾಸಿಗೆಯನ್ನು ಕೊಡವಿ ಮತ್ತೊಮ್ಮೆ ಹಾಸಿದೆ.

ಆಕೆ ಪಕ್ಕದ ಕೋಣೆಯಲ್ಲಿ ಹುಡುಗನ ಪಕ್ಕದಲ್ಲಿ ಚಾಪೆ ಹಾಸಿದಳು. ನದಿ ತೀರದ ಕತ್ತಲೆಯ ಪೊದೆಗಳನ್ನು ಅವಳು ನೋಡಿದಳು. ಮಂಡಕದಲ್ಲಿ ಯಾರೋ ಒಂದು ದೀಪವನ್ನು ಬೆಳಗಿಸಿ ರಾತ್ರಿಯ ಅನಂತವಾದ ಕತ್ತಲೆಯಲ್ಲಿ ಮರೆಯಾದಳು ಎಂದವಳಿಗೆ ಅನಿಸಿತು. ತಿಳಿಯಾಗಿ ಬೆಳದಿಂಗಳು ಕರಗುವ ಆಕಾಶದಲ್ಲಿ ಮೋಡದ ತುಂಡುಗಳು ಯಾವುದೇ ಗುರಿಯಿಲ್ಲದೆ ಅಲೆದಾಡುತ್ತಿದ್ದವು. ನರಿ ತೋಳಗಳು ಊಳಿಡುವುದನ್ನೂ ಹುಡುಗನ ಗೊರಕೆಯನ್ನೂ ಅವಳು ಕೇಳಿಸಿಕೊಳ್ಳಲಿಲ್ಲ. ನಿಗೂಢತೆಯಿಂದ ಎದ್ದು ಬಂದ ಒಂದು ರೋದನ ಮಾತ್ರ ಅವಳು ಕೇಳಿಸಿಕೊಂಡಳು.

ದುಶ್ಯಂತನೂ ಭೀಮನೂ ಇಲ್ಲದ ಲೋಕ

ನಾನು ಓಡಾಡಿಕೊಂಡಿದ್ದ ನನ್ನ ಹಳೆಯ ದಾರಿಯನ್ನು ನಾನು ತಕ್ಷಣ ಗುರುತಿಸಿದೆ. ಗಾಡಿಯವನಿಗೆ ಹಣ ಕೊಟ್ಟು ಚಿಲ್ಲರೆ ವಾಪಾಸ್ ಪಡೆಯಲು ಕಾಯದೆ ನಾನು, ಈ ಮೊದಲು ನನ್ನದೇ ಆಗಿದ್ದ ಈ ಪೇಟೆದಾರಿಯನ್ನು ಎವೆಯಿಕ್ಕದೆ ನೋಡಿದೆ.

ಗಂಟೆ ಬೆಳಿಗ್ಗೆ ಒಂಭತ್ತುವರೆ. ಆರುಗಂಟೆಗೆ ನಾನು ನನ್ನ ಊರಿನಿಂದ ಟ್ಯಾಕ್ಸಿಯಲ್ಲಿ ಹೊರಟಿದ್ದೆ. ಮಾಧವಣ್ಣನನ್ನು ಬಸ್ಸಿನಲ್ಲಿ ಕರೆದುಕೊಂಡು ಬರುವುದು ಸರಿಯಲ್ಲ ಎಂದು ನಾನು ಆಲೋಚಿಸಿ ಈ ರೀತಿ ತೀರ್ಮಾನಿಸಿದ್ದೆ. ಊರಿನಲ್ಲಿ ಎಲ್ಲರೂ ಅದನ್ನೆ ಹೇಳಿದ್ದರು. ಅವರೆಲ್ಲರಿಗೂ ಕೃತಜ್ಞತೆ ಹೇಳಬೇಕಾಗಿದೆ. ಯಾವುದೇ ತೀವ್ರವಾದ ಕಾಯಿಲೆ ಇಲ್ಲದಿದ್ದರೂ ಕೆಲವೊಮ್ಮೆ ಎಲ್ಲೋ...... ಒಳ್ಳೆಯ ಪಕ್ಕದ ಮನೆಯವರೂ ಪರಿಚಯಸ್ಥರೂ ಜೊತೆಯಲ್ಲೇ ಬಂದರು. ಮಾಧವಣ್ಣನಿಗೆ ಕೂಡಲೇ ಚಿಕಿತ್ಸೆ ನೀಡುವುದು ಅವರುಗಳ ಅವಶ್ಯಕತೆಯೂ ಆಗಿದ್ದರಿಂದ ಅವರ ನಿಸ್ವಾರ್ಥವಾದ ಸಹಾಯ ಸಿಕ್ಕಿತೆಂದು ನಾನೇನೂ ಭಾವಿಸುವುದಿಲ್ಲ. ಅದು ಕೃತಘ್ನತೆಯಾಗುತ್ತದೆ. ಒಂದು ಹೆಣ್ಣು, ಮನೋರೋಗಿಯಾದ ಗಂಡನನ್ನು ಪೇಟೆಗೆ ಕರೆತರುವುದಾದರೂ ಹೇಗೆ, ಅದೂ ಒಬ್ಬಳೆ.....!

ಮಾಧವಣ್ಣನನ್ನು ಪರೀಕ್ಷೆಗೊಳಪಡಿಸಿದ ನಂತರ ಅವರೆಲ್ಲರೂ ಹಿಂತಿರುಗಿದರು. 'ಹೆದರಿಕೊಳ್ಳುವ ಅವಶ್ಯಕತೆ ಏನೂ ಇಲ್ಲ, ಆಯ್ತೆ?'

ಸರಿ. ನನ್ನ ಗಂಡ ಓರ್ವ ಮನೋರೋಗಿ ಎನ್ನುವ ವಿಚಾರ ನಾನು ಸಾಕಷ್ಟು ಮೊದಲೇ ತಿಳಿದುಕೊಂಡಿದ್ದೆ. ಹದಿನಾರನೇ ವಯಸ್ಸಿಗೆ ಅವರು ನನ್ನ ಕುತ್ತಿಗೆಗೆ ತಾಳಿ ಕಟ್ಟಿದ ದಿವಸವೇ ಗೊತ್ತಾಗಿತ್ತು. ಆದರೆ ನಾನು ಯಾರಲ್ಲೂ ಹೇಳಿರಲಿಲ್ಲ. ಹೇಳಿದರೆ ಏನು ತಾನೆ ಉಪಯೋಗ? ಯಾರು ನಂಬುವುದೂ ಇಲ್ಲ.

ಬೇಕಿದ್ದರೆ ನನ್ನ ತಮ್ಮನಲ್ಲಿ ಹೇಳಬಹುದಾಗಿತ್ತು. ಒಂಭತ್ತನೆಯ ತರಗತಿಯಲ್ಲಿ ಓದುತ್ತಿದ್ದ ಈ ತಮ್ಮನಲ್ಲಿ ತಾನೆ ಹೇಳಿ ಏನು ಪ್ರಯೋಜನ? ಅವನು ಕೇಳಿ ನಗುತ್ತಿದ್ದ ಅಷ್ಟೆ.

ಇಂದು ಬೆಳಿಗ್ಗೆ ನಾನು ಟ್ಯಾಕ್ಸಿಯಲ್ಲಿ ಹೊರಟು ಬರುವಾಗ ಅವನ ಕಣ್ಣಿನಲ್ಲಿದ್ದ ನಗು ಬತ್ತಿ ಹೋಗಿತ್ತು.

"ಅಕ್ಕ ಆಸ್ಪತ್ರೆಯಲ್ಲೇ ಉಳೀತಿರಾ?

"ಹೌದು....."

ಮತ್ತೆ ಅವನು ಏನನ್ನೂ ಮಾತನಾಡದೆ ಮೌನಕ್ಕೆ ಶರಣಾದ. ಓಡುತ್ತಿದ್ದ ಗಾಡಿಯ ಹಿಂದಿನ ಗಾಜಿನಲ್ಲಿ ಹಿಂತಿರುಗಿ ನೋಡಿದೆ. ಅವನು, ಅಲ್ಲಿ ತಂದೆಯ ಚಹಾ ಅಂಗಡಿಯ ಮುಂದೆ ಆಗ ನಿಂತಿದ್ದ ಸ್ಥಳದಲ್ಲೇ ಇದ್ದ. ಕೈ ಹಿಂಬದಿಯಿಂದ ಕಣ್ಣೊರಸಿ ಕೈಯನ್ನು ಚಡ್ಡಿಯಲ್ಲಿ ಒರಸಿಕೊಂಡು ಅವನು ಅಲ್ಲೇ........

ಈಗ ನಾನು ನಿಂತುಕೊಂಡಿರುವುದು, ಐದು ವರ್ಷಗಳ ಕಾಲ ನನ್ನದೇ ಆಗಿದ್ದ ಪಟ್ಟಣದ ರಸ್ತೆಯಲ್ಲಿ. ಈಗ ಇದನ್ನು ಪಟ್ಟಣಾಂತ ಕರೆಯೊದಿಕ್ಕೆ ಆಗೊದಿಲ್ಲ. 'ನಗರ'. ರಾಜ್ಯದ ಮಹಾನಗರಗಳಲ್ಲಿ ಒಂದು. ಹಾಗೆಂದೇ ದಿನಪತ್ರಿಕೆಗಳಲ್ಲಿ ವರದಿಯಾಗುತ್ತಿರುವುದು.

ಎಷ್ಟೇ ದೊಡ್ಡದಾದರೂ ನನ್ನ ಮಗು, ನನ್ನದಲ್ಲಾಂತ ಆಗುವುದಿಲ್ಲವಲ್ಲ. ಮಕ್ಕಳಾಗದಿರುವ ನನಗೆ, ನನ್ನ ಈ ಪಟ್ಟಣ, ನನ್ನ ಒಂದು ಮಗು. ಅಥವಾ ನಾನು ಈ ನಗರದ ಮೊದಲ ಕಾಲದ ಒಂದು ಸಂತತಿ. ಎರಡೂ ಒಂದೇ ಅಲ್ಲವೇ?

ಇಲ್ಲಿ ಎಷ್ಟೊಂದು ಬದಲಾವಣೆ! ಹದಿನಾಲ್ಕು ವರ್ಷಗಳಲ್ಲಿ ನಾನು ಸಹ ಬದಲಾಗಿರಬಹುದು. ಇಲ್ಲಿ ನನ್ನ ಹಳೆಯ ಪರಿಚಯಸ್ಥರು ಯಾರನ್ನಾದರು ಭೇಟಿಮಾಡುತ್ತೇನೆ. ಆಗ ಗೊತ್ತಾಗುತ್ತದೆ. ಅಲ್ಲ! ಇದು ಸರೋಜಿನಿ ತಾನೆ? ಇಲ್ಲಿಗೆ ಬರಲು ಗಾಡಿಯನ್ನು ಹತ್ತುವಾಗ ನನ್ನ ಜೊತೆಗಾರ್ತಿಯನ್ನು, ಅದೆ ವರದಳನ್ನು, ಆ ನನ್ನ ದುಶ್ಯಂತನನ್ನು ನೋಡಬಹುದು ಎನ್ನುವ ನಿರೀಕ್ಷೆ ನನ್ನೊಳಗಿತ್ತು. ವರದಳನ್ನು ನೋಡುವ ಸಲುವಾಗಿ ನಾನು ಇಂದು ಸಂಜೆ ಹೋಗುವವಳಿದ್ದೇನೆ. ನಗರದ ಬೀದಿಗಳಲ್ಲಿ ಇದೀಗ ಜನಸಂದಣಿಯ ಉಬ್ಬರ ಅಬ್ಬರ. ದೂರಗಳಿಂದ ಕಳವಳಗೊಂಡು ಓಡಿ ಬಂದು ಸೇರುವ ಅಲೆಗಳ ಸರಣಿ. ಮನುಷ್ಯರ, ಗಾಡಿಗಳ, ಹಲವು ತರಹದ ವಾಹನಗಳ, ಕಾಗೆಗಳ, ಅವುಗಳನ್ನೆಲ್ಲ ಪಡುವಣದ ಗಾಳಿಯಲ್ಲಿ ತೆರೆಗಳು ತಳ್ಳಿ ನಿಯಂತ್ರಿಸಲಾಗದೆ ಬಿಡಿಸಿಕೊಳ್ಳಲಾಗದ ಗಂಟಿನಲ್ಲಿ ಸಿಕ್ಕಿಹಾಕಿಕೊಂಡು, ಸುಳಿಗಳೂ ಜಲಾವೃತಗಳಾಗಿವೆ. ದೂರದಲ್ಲಿ ನಿಂತಿರುವ ಟ್ರಾಫಿಕ್ ಪೋಲಿಸ್ ಕೈಕಾಲುಗಳನ್ನು ಅಡಿಸುತ್ತಿದ್ದಾನೆ. ಕೈಸನ್ನೆಗಳಿಗೆ ಏನನ್ನೂ ಮಾಡುವುದಕ್ಕಾಗುತ್ತಿಲ್ಲ. ಒಂದು ರೀತಿ ನಿಶ್ಚಲಾವಸ್ಥೆ. ಇನ್ನು ಇಲ್ಲಿ ನಿಂತರೆ ನನಗೇನೂ ಸಿಗುವುದಿಲ್ಲ. ಎಲ್ಲವೂ ಸುಳಿಯಲ್ಲಿ ಸಿಕ್ಕಿಹಾಕಿಕೊಂಡಿದೆ. ಕಡಲಿಳಿತ, ಆಗ ತೀರಕ್ಕಪ್ಪಳಿಸುವ ಬೇಡದ ವಸ್ತುಗಳಿಂದ ಹಳೆಯ ಚಿಪ್ಪುಗಳನ್ನಾದರು ನಾನು ಆರಿಸಿಟ್ಟುಕೊಳ್ಳುತ್ತೇನೆ. ಜೊತೆಗೆ ವರದಳನ್ನೂ. ಇದೀಗ ಮಾಧವಣ್ಣನ ಆಸ್ಪತ್ರೆಯ ಪರಿಶೋಧನೆ ಪರಿಶೀಲನೆ ಎಲವೂ ಮುಗಿದು ಎರಡನೆಯ ವಾರ್ಡಿನ ಬೆಡ್ಡಿನಲ್ಲಿ ವಿಶ್ರಮಿಸುತ್ತಿರಬಹುದು. ನನ್ನ ಕೈಗೆ ಬೆಳಗಿನ ಉಪಹಾರದ ಒಂದು ಪೊಟ್ಟಣವನ್ನು ಕೊಟ್ಟು ಮಾಧವಣ್ಣನ ಸ್ನೇಹಿತರೊಬ್ಬರು ಹೇಳಿದರು: "ವಾರ್ಡಿಗೆ ಹೋಗಿ ಆರಾಮಾಗಿ ಕುಳಿತು ತಿಂಡಿಯನ್ನು ತಿನ್ನಿ. ಇಬ್ಬರಿಗೂ ತಂದಿದ್ದೇನೆ". ಪೊಟ್ಟಣವನ್ನು ನೀಡಿದವರು ಸಂತಸದಿಂದ ಬಸ್‌ಸ್ಟಾಂಡಿನ ಕಡೆಗೆ

ನಡೆದರು.

ಹಿಂದೆ ಇದು ಕರ್ನಲ್‌ರಾಜನ್ ಎನ್ನುವ ಡಾಕ್ಟರ್‌ರವರ ನರ್ಸಿಂಗ್ ಹೋಮ್ ಆಗಿತ್ತು. ಇದೇ ಸ್ಥಳದಲ್ಲಿ. ಇದೀಗ ಬೋರ್ಡ್ ಬದಲಾಗಿದೆ. ಹಿಂದಿನ ಕಟ್ಟಡವೂ ಬದಲಾಗಿದೆ. ಆದರೆ ಬದಲಾಗದೆ ಉಳಿದಿರುವುದು, ಮುಂದೆ ಇರುವ ಈ ಕೋರ್ಪರೇಷನ್ನಿನ ಪಾರ್ಕ್ ಮಾತ್ರ. ಹೂ ಬಿಡದ ಗಿಡಗಳು ಮಾತ್ರ ಕಂಡು ಬರುವ, ಆ ಕಾಪೌಂಡಿನ ಒಳಭಾಗ. ಸುತ್ತಲೂ ಚೂಪುಚೂಪಾದ ಕಬ್ಬಿಣದ ತಂತಿ ಬೇಲಿ.

'ಮಾನಸಿಕ ರೋಗ ಚಿಕಿತ್ಸಾಲಯ' ಎಂದು ಗೇಟಿನ ಮೇಲೆ ದಿಟ್ಟಿಸಿ ನೋಡುವ ನಿಶ್ಚಲವಾದ ಅಕ್ಷರಗಳು. ದೊಡ್ಡ ಗೇಟು ತೆರೆದುಕೊಂಡೇ ಇತ್ತು. ಸಾಕಷ್ಟು ಸಂಖ್ಯೆಯಲ್ಲಿ ರೋಗಿಗಳು ಬರುತ್ತಲೇ ಇದ್ದಾರೆ. ಆಸ್ಪತ್ರೆಯ ಮುಂಭಾಗದ ಎರಡೂ ಕಡೆಗಳಲ್ಲಿ ಸಾಲಾಗಿ ವಾಹನಗಳು ತುಂಬಿ ನಿಂತಿವೆ. ನಿಶ್ಶಬ್ದವಾಗಿದ್ದುಕೊಂಡು ಮೆಲುಕು ಹಾಕುತ್ತಿರುವ ವಾಹನಗಳು.

ಗೇಟಿನ ನೇರ ಎದುರಿನಲ್ಲಿ ಅರ್ಧ ಸುರುಳಿ ಸುತ್ತಿಕೊಂಡಿದ್ದ ಕೊಲಾಪ್ಸಿಬಲ್ ಗೇಟೊಂದಿದೆ. ಅದೇ ಮನೆ ಹೆಬ್ಬಾಗಿಲು. ಇಕ್ಕಟ್ಟಾದ ಏಣಿ. ಎರಡೂ ಕಡೆಗೆ ತಂತಿಯಿಂದ ಕಟ್ಟಿ ಗಾಜಿನಿಂದ ಮರೆಮಾಡಿದ ಪಾರದರ್ಶಕವಾದ ಗೋಡೆಯಲ್ಲಿ, ನಗರದ ರಸ್ತೆಗಳ ನೋಟಗಳು. ಒಳಗೇನಿದೆ ಎಂದು ತಿಳಿದುಕೊಳ್ಳಬೇಕೆನ್ನುವ ಓರ್ವ ಗ್ರಾಮೀಣ ಮಹಿಳೆಯಾದ ನಾನು, ಜಿಜ್ಞಾಸೆಯಿಂದ ಕಣ್ಣುಗಳ ಕಡೆಗೆ ಮುಂಗೈಗಳನ್ನು ಸೇರಿಸಿಟ್ಟುಕೊಂಡೆ.

ಏಣಿಯ ಮೇಲಿನ ಮೊದಲ ಮೆಟ್ಟಲಿನ ಹತ್ತಿರ ನಿಂತಿದ್ದ ಸೆಕ್ಯೂರಿಟಿ ಗಾರ್ಡ್‌ನನ್ನು ನಾನು ಗಮನಿಸಿರಲಿಲ್ಲ.

"ಏನೂ, ನೋಡ್ತಾ ನಿಂತು ಬಿಟ್ಟರಲ್ಲ? ಮೇಲೆ ಹತ್ತಿ ಬನ್ನಿ...."

ಏನದು ಕೆಳ ಅಂತಸ್ತಿನ ನೋಟ? ನಾನು ಮೆಲ್ಲನೆ ಒಂದೊಂದೆ ಮೆಟ್ಟಲನ್ನು ಹತ್ತುತ್ತಿದ್ದೆ.

"ಸ್ವಲ್ಪ ಬೇಗ ಬೇಗ ಮೇಲೆ ಬನ್ನಿ. ಜನರು ಮೇಲೆ ಕೆಳಗೆ ಓಡಾಡ್ತಾ ಇರ್ತಾರೆ."

ಹೆಚ್ಚು ಕಡಿಮೆ ಮೂರಡಿ ಅಗಲವಿರುವ ಮೆಟ್ಟಿಲುಗಳು, ನನಗೆ ಮಾತ್ರ ಇರುವುದಲ್ಲವಲ್ಲ. ನಾನು ವೇಗದಲ್ಲಿಯೇ ಮೆಟ್ಟಲನ್ನೇರಿದೆ. ಪಡಸಾಲೆಯಲ್ಲಿ ಸಾಕಷ್ಟು ಜನರಿದ್ದಾರೆ. ರೋಗಿಗಳು ಹಾಗೂ ಅವರ ಸಹಾಯಕರುಗಳು ಯಾರು ಯಾರೆಂದು ಗುರ್ತಿಸಲು ಸಾಧ್ಯವಾಗ್ತಾ ಇಲ್ಲ. ಡಾಕ್ಟರುಗಳ ಕನ್ಸಲ್ಟಿಂಗ್ ಕ್ಯಾಬಿನ್ನುಗಳು ಮುಚ್ಚಿಕೊಂಡಿವೆ. ಎರಡೋ ಮೂರೋ ಡಾಕ್ಟರುಗಳು ಇದ್ದಿರಬಹುದು.

ಕರ್ನಲ್‌ರಾಜನ್ ಎನ್ನುವ ಡಾಕ್ಟರವರಿಗೆ ಒಂದೇ ಒಂದು ಕನ್ಸಲ್ಟಿಂಗ್ ರೂಮ್ ಇದ್ದಿದ್ದು. ಬಹುಶಃ ಇದೇ ಸ್ಥಳದಲ್ಲಿರಬೇಕು. ಹಳೆಯ ಕಟ್ಟಡದ ಮೇಲಿನ ಅಂತಸ್ತಿನಲ್ಲಿ, ಪಾರ್ಕಿಗೆ ಎದುರು ಮುಖವಾಗಿದ್ದ, ಆ ಒಂದು ರೂಮಿನಲ್ಲಿದ್ದುಕೊಂಡೇ ಡಾಕ್ಟರ್ ರಾಜನ್ ಹಲವಾರು ತರಹದ ರೋಗಿಗಳನ್ನು ಪರೀಕ್ಷಿಸಿದ್ದಾರೆ. ಯಾವುದೇ ಭೇದ–

ಭಾವ ಮಾಡಿರಲಿಲ್ಲ. ರೋಗಿಗಳೊಂದಿಗೂ, ಅವಯವಗಳೊಂದಿಗೂ, ಕಿವಿಯಿಂದ ಇಳಿಯುತ್ತಿದ್ದ ಕೀವುಗಳ ರೋಗಿಗಳಿಂದಲೂ, ಅಲುಗಾಡುತ್ತಿದ್ದ ಹಲ್ಲುಗಳೂ, ಉಸಿರುಕಟ್ಟಿಕೊಂಡ ಎದೆಯೂ, ಆಹಾರದ ತೊಂದರೆಗಳಿಂದ ನರಳುತ್ತಿದ್ದ ಉದರವ್ಯಾದಿ ರೋಗಿಗಳಿಂದಲೂ, ಮಕ್ಕಳಾಗದ ಗರ್ಭಕೋಶದ ತೊಂದರೆ ಮುಂತಾದ ಎಲ್ಲ ತರಹದ ರೋಗಿಗಳೂ ಸಮಾನ ದುಃಖಿತರಾಗಿದ್ದವರು. ಸಾಂತ್ವನ ಹಾಗೂ ಕಾರುಣ್ಯ ತುಂಬಿದ ಮಾತುಗಳು. ಪ್ರಭಾವಶಾಲಿಯಾದ ಔಷಧಗಳು. ಇವುಗಳೆಲ್ಲದರ ಹಿಂದೆ ಡಾಕ್ಟರ್ ರಾಜನ್ ದೂರದ ಗ್ರಾಮೀಣ ಭಾಗದಿಂದ ಬರುತ್ತಿದ್ದ ಕುಟುಂಬದ ಯಜಮಾನ ಔಷಧ-ಕತ್ತಿ-ಪೆಟ್ಟಿಗೆ ಹೊತ್ತು, ಡಾಕ್ಟರ್‌ರವರ ಯುದ್ಧಕಾಲದ ಕಾರಿನಲ್ಲಿ ನಗರದ ರಸ್ತೆಗಳಲ್ಲಿ ದೂರದ ಸ್ಥಳಗಳಿಗೆ ಓಡೋಡಿ ಹೋಗುತ್ತಲಿದ್ದರು. ಈ ಡಾಕ್ಟರ್‌ರವರ ಮಗಳೇ ನನ್ನ ವರದ, ನನ್ನ ತರಗತಿಯಲ್ಲೇ ಓದುತ್ತಿದ್ದಳು. ಈ ಮಗಳು, ಮನೆಯಲ್ಲಿ ತಂದೆಯನ್ನು ನೋಡದ ಎಷ್ಟೋ ದಿನಗಳಿದ್ದವು. ಆಕೆಗೆ ತಾಯಿಯೂ ಇರಲಿಲ್ಲ. ಸರಿಯಾಗಿ ಕಣ್ಣು ಕಾಣದ ವಯಸ್ಸಾದ ಕೆಲಸದಾಕೆ ಮಾತ್ರ ಮನೆಯಲ್ಲಿದ್ದಳು.

ವರದಳು ಇಲ್ಲೆಲ್ಲೋ ಹತ್ತಿರದಲ್ಲೇ ವಾಸಮಾಡ್ತಾ ಇರಬೇಕು. ಹದಿನಾಲ್ಕು ವರ್ಷದೊಳಗೆ ಒಂದು ಇಡೀ ಕುಟುಂಬದ ಪೂರ್ತಿ ಹೆಸರುಗಳು ಅಳಿಸಿ ಹೋಗುವುದಕ್ಕೆ ಸಾಧ್ಯವಿಲ್ಲವಲ್ಲ. ವರದಳಿಗೆ ನಗರ ಜೀವನವನ್ನು ಬಿಟ್ಟು ಜೀವಿಸುವುದಕ್ಕೆ ಊಹಿಸಲೂ ಸಾಧ್ಯವಾಗುವುದಿಲ್ಲವೇನೋ? ನನ್ನ ತರಗತಿಯಲ್ಲಿದ್ದ ವರದಳು, ಸೈಕಲ್ ಸವಾರಿ ಮಾಡಿಕೊಂಡು ಬರುತ್ತಿದ್ದ ಏಕೈಕ ಹೆಣ್ಣುಹುಡುಗಿಯಾಗಿದ್ದಳು. ಹೆಣ್ಣುಮಕ್ಕಳ ಶಾಲೆಯಲ್ಲಿ ಮಕ್ಕಳು ಸೈಕಲ್ ಸವಾರಿ ಮಾಡುವುದಕ್ಕೆ ನಾಚಿಕೊಳ್ಳುತ್ತಿದ್ದರು. ಅವಳೋರ್ವ ಡಾಕ್ಟರರ ಮಗಳಾಗಿದ್ದರಿಂದ ಅವಳಿಗೆ ನಾಚಿಕೆ ಇಲ್ಲ ಎಂದು, ಕ್ಲಾಸ್‌ಟೀಚರ್‌ಗಳು ಮಾತಾಡಿಕೊಳ್ಳುತ್ತಿದ್ದರು. ಒಂದು ವೇಳೆ ಓರ್ವ ಚಹಾ ಮಾರುವವನ ಮಗಳು ಈ ರೀತಿ ಸೈಕಲ್ ಸವಾರಿ ನಗರದಲ್ಲಿ ಮಾಡುತ್ತಿದ್ದರೆ ಅದು ಅವಳ ಅಹಂಕಾರ ಎಂದು ಹೇಳಿ ಕೊಳ್ಳುತ್ತಿದ್ದರೇನೋ. ಇಂತಹವರಿಗೆಲ್ಲ ಓಡಾಡಲು ಕೇವಲ ಬಸ್ಸುಗಳೇ ಸಾಕು ಎನ್ನುವುದೇ ಊರಿನವರ ಅಂಬೋಣ!

ರಸ್ತೆಯ ಜನನಿಬಿಡತೆಯಿಂದ ಕಣ್ಣನ್ನು ಹಿಂತೆಗೆದು ನಾನು ಡಾಕ್ಟರವರ ಕೋಣೆಗೆ ಹೋದೆ.

"ನೀವು, ಮಿಸ್ಸೆಸ್ ಮಾಧವನ್ ಅಲ್ಲವೇ? ಹೆಸರು ಶಕುಂತಳ....."

"ಅಲ್ಲ. ನಾನು ಸರೋಜಿನಿ."

"ನನ್ನ ತಪ್ಪಲ್ಲ, ಮಾಧವನ್‌ರವರೆ ಹಾಗಂತ ನನ್ನಲ್ಲಿ ಹೇಳಿದ್ದರು"

"ಆದರೆ, ತಾವು ನನ್ನನ್ನು ಸರೋಜಿನಿ ಎಂದು ಕರೆದರೆ ಸಾಕು."

"ಓ! ಕೆಲವು ಸಮುದಾಯಗಳಲ್ಲಿ ಇಂತಹ ಕೆಲವು ಸಂಪ್ರದಾಯ ಇರುವುದಾಗಿ ಕೇಳಿದ್ದೇನೆ. ಮದುವೆಯ ನಂತರ ಹೆಂಡತಿಯ ಹೆಸರನ್ನು ಬದಲಾಯಿಸಲಾಗುವುದಂತೆ. ಅಲ್ಲದಿದ್ದರೂ ಯಾರೂ ಕೇಳುವುದಿಲ್ಲವಲ್ಲ ನಮಗೆ ಹೆಸರಿಡುವಾಗ, ನಿನಗೆ ಈ

ಹೆಸರು ಇಷ್ಟವಾಯಿತಾಂತ!"

ಡಾಕ್ಟರು ನಗುತ್ತಿದ್ದಾರೆ. ನಾನೂ ನಗಬೇಕಲ್ಲ. ಶಕುಂತಳ ಅನ್ನುವವಳೇ ಮಾಧವಣ್ಣನ ಈ ರೋಗಕ್ಕೆ ಕಾರಣ ಎಂದು ಹೇಳಬೇಕೆಂದಿದ್ದೇನೆ. ಒಂದೇ ಒಂದು ಸಲ, ನಾಟಕದಲ್ಲಿ ಅಭಿನಯಿಸಿ ಬಿಟ್ಟಿದ್ದೇನೆ ಎಂದು...... ನೀನು ನಿನ್ನ ಮನಸ್ಸಿನೊಳಕ್ಕೆ ಮುಖವನ್ನು ಹುದುಗಿಸಿ ನಿನ್ನಲ್ಲೇ ಕೇಳುತ್ತಾಳೆ ಸರೋಜಿನಿ. ನೀನು ಮಾಧವಣ್ಣನ ಸರೋಜಿನಿಯೋ? ದುಶ್ಯಂತನ ಶಕುಂತಳೆಯೋ?

ಡಾಕ್ಟರವರ ಕುರ್ಚಿಯ ಹಿಂದಿರುವ ಕಿಟಕಿಗೆ ಸರಳುಗಳಿಲ್ಲ. ತೆರೆದುಕೊಂಡೇ ಇರುವ ಕಿಟಕಿ. ತೇವಗೊಂಡ ದೃಷ್ಟಿಗಳಿಂದ ನಾನು ಆಚೆ ಕಡೆ ನೋಡುತ್ತಿದ್ದೇನೆ. ನಾನು ಓದಿದ ಶಾಲೆ. ನಾನು ಐದು ವರ್ಷ ಓದಿದ ಶಾಲೆ. ಹೆಣ್ಣುಮಕ್ಕಳ ಶಾಲೆ. ಪುರುಷರಿಗೆ ಅದರೊಳಗಡೆಗೆ ಪ್ರವೇಶನವಿರಲಿಲ್ಲ. ಕಳೆದ ಶತಮಾನದಲ್ಲಿ ಹುಟ್ಟಬೇಕಿದ್ದ ಓರ್ವ ಹೆಡ್‌ಮಿಸ್ಟ್ರೆಸ್. ಶಾಲಾ ವಾರ್ಷಿಕೋತ್ಸವ ಎಂದು ಕೇಳಿದಾಕ್ಷಣ ಅವರ ಮುಖ ದಪ್ಪಗಾಯಿತು. ಈ ಹಿಂದೆ ಅದೆಲ್ಲಾ ಇಲ್ಲಿರಲಿಲ್ಲ. ಇದೀಗ ಕಾಲ ಬದಲಾಗಿದೆ ಎಂದು ಧೈರ್ಯಶಾಲಿಯಾದ ನಮ್ಮ ಕ್ಲಾಸ್ ಟೀಚರ್ ನೆನಪಿಸಿದರು. ಅದೂ ಅಲ್ಲದೆ ಈ ವಿದ್ಯಾಲಯದ ನೂರನೆ ಹುಟ್ಟುಹಬ್ಬ. ನಿಜವೇ? ಯಾವಾಗ? ಇತ್ತೀಚೆಗೆ ಒಂದು ಪತ್ರ ಬರೆದಾಗಲೇ ನಮಗೆ ಇದರ ಕತೆ ಗೊತ್ತಾಗಿದ್ದು. ಪತ್ರ ಎಂದು ಕೇಳಿದಾಕ್ಷಣ ಹೆಡ್‌ಮಿಸ್ಟ್ರೆಸ್ಸಿನ ಮುಖ ಕಪ್ಪೇರಿತು. ಬೇಕಾಗಿದೆಯಾ? ಅದು ಬೇಕಾ? ಇನ್ನು ಮೇಲೆ 'ಅವರುಗಳೆಲ್ಲ' ಇಲ್ಲಿ ಹತ್ತಿ ಇಳಿಯ ತೊಡಗುವರು. ಯಾತಕಾಗಿ ಶತಮಾನೋತ್ಸವವನ್ನು ಆಚರಿಸಲಾಗುತ್ತಿಲ್ಲ ಎಂದು ಕೇಳುವುದಕ್ಕಾದರೂ ಅವರಿಲ್ಲಿಗೆ ಬರಬಹುದು. ಹೆಡ್‌ಮಿಸ್ಟ್ರೆಸ್ ಒಮ್ಮೆ ಹೂಂಗುಟ್ಟಿದರು. ಅದರ ಫಲವಾಗಿಯೇ ಅಲ್ಲವೆ ಶಾಕುಂತಳ ನಾಟಕವು..... ವರದಳಿಗೆ ದುಷ್ಯಂತನ ಪಾತ್ರ......ಡಾಕ್ಟರ್ ರಾಜನ್‌ರವರ ನೀಳ ದೇಹದ ಮಗಳು. ಸಾಧ್ಯವಾದಷ್ಟು ಸಮಯವನ್ನು ಮನೆಯ ಹೊರಗಡೆ ಕಳೆಯುವುದು ಅವಳಿಗೆ ಹೆಚ್ಚು ಪ್ರಿಯವಾದ ವಿಚಾರವಾಗಿತ್ತು. ಶಕುಂತಳೆಯಾಗಿ ನಟಿಸಲು ನಾನೆ ಬೇಕಾಗಿತ್ತು ಅವಳಿಗೆ. ಈ ಬಗ್ಗೆ ಅವಳೇ ಪ್ರಕಟಣೆ ಹೊರಡಿಸಿದಳು. ನನ್ನ ಕಣ್ಣುಗಳಿಗೆ ಕತ್ತಲಾವರಿಸಿತು. ಏನೂ! ನಾನು ರಂಗಸ್ಥಳದ ಮೇಲೆ? ದೇವರೇ! ನನ್ನ ಇಡೀ ದೇಹ ಗಡಗಡ ನಡುಗುವುದನ್ನು ನೋಡಿದ ವರದಳು ನನ್ನನ್ನು ತಬ್ಬಿ ಹಿಡಿದುಕೊಂಡಳು. ಹೆದರಿಕೆ ಯಾತಕ್ಕೆ? ನಾನಿಲ್ಲವೇ?

ನನಗೆ ಮಾತುಗಳನ್ನು ನೆನಪಿಸಿಕೊಳ್ಳುವುದು ಸಾಧ್ಯವಿರಲಿಲ್ಲ. ನಾಟಕ ಎನ್ನುವುದು ಬಾಯಿಪಾಠ ಮಾಡುವುದಲ್ಲ. ಮತ್ತೆ ಹೇಗೆ? ಬೇಕಾದಾಗ ಎಲ್ಲವೂ ತಾನಾಗೆ ಬರುತ್ತದೆ! ಮೊದಲನೆ ರಿಹರ್ಸಲ್ ತೀರ ಕಷ್ಟಕರವಾಗಿತ್ತು. ಅದೊಂದು ಸೋಲು ಎಂದೇ ತಿಳಿದಿದ್ದೆ. ಮಾತುಗಳು ಗಂಟಲಲ್ಲೇ ಕಟ್ಟಿಕೊಂಡಿತ್ತು. ಬೇಡ, ನಮಗೆ ರಿಹರ್ಸಲ್ಲೇ ಬೇಡ. ನೀನೊಮ್ಮೆ ಗಟ್ಟಿ ಮನಸ್ಸು ಮಾಡಿದರೆ ಸಾಕು.

ಮಧ್ಯಾಹ್ನದ ಬಿಡುವಿನ ವೇಳೆಯಲ್ಲಿ ವರದ, ಅದೋ ಅಲ್ಲಿ ಕಾಣುತ್ತಿರುವ ಅಂಗಡಿಯಿಂದ, ಆ ಅಂಗಡಿ ಈಗ ಇಲ್ಲ. ಆ ಸ್ಥಳದಲ್ಲೀಗ ಮಾರುತಿ ಶೋರೂಮಿದೆ.

ಎಲ್ಲಾ ಗಾಜಿನ ಗೋಡೆಗಳು. ಒಳಗಡೆ ಎಲ್ಲವೂ ಸ್ಪಷ್ಟವಾಗಿ ಕಾಣುವ ಮಾರುತಿ ಕಾರುಗಳು. ಈ ಹಿಂದೆ ಇದು, ಎತ್ತರ ಕಡಿಮೆ ಇದ್ದ ಹಂಚಿನ ಅಂಗಡಿಯಾಗಿತ್ತು. ಚಾಚು ಕೋಣೆಯ ಸೈಕಲ್ ಅಂಗಡಿ. ಮಾರಾಟದ ಅಂಗಡಿಯಲ್ಲ. ಬಾಡಿಗೆಗೆ ಕೊಡುವ ಅಂಗಡಿ. ವರದಳು ಸೈಕಲೊಂದನ್ನು ಬಾಡಿಗೆಗೆ ಪಡೆದಳು. ಹಿಂದೆ ಕ್ಯಾರಿಯರ್‌ನಲ್ಲಿ ಕುಳಿತು ಕೊಳ್ಳಲು ತರಬೇತಿಯನ್ನೂ ಧೈರ್ಯವನ್ನೂ ಕೊಟ್ಟಳು. ಸ್ವಂತವಾಗಿ ಸೈಕಲೊಂದರಲ್ಲಿ ಹತ್ತಿಕೊಂಡು ಸವಾರಿ ಮಾಡಲು ಈ ಜನ್ಮದಲ್ಲಿ ನನ್ನಿಂದ ಸಾಧ್ಯವಿಲ್ಲ ಎನ್ನುವ ವಿಚಾರ ವರದಳು ಆಗಲೆ ತಿಳಿದುಕೊಂಡಿರಬೇಕು.

ನಮ್ಮ ಸೈಕಲ್ಲು ಬೀಚ್ ರಸ್ತೆ ಮೂಲಕ ಕಡಲ ಗಾಳಿಯನ್ನು ಸವಿಯುತ್ತಾ ಉಲ್ಲಾಸದೊಂದಿಗೆ ತೆಂಕು-ಬಡಗು ದಿಕ್ಕುಗಳೆಡೆಗೆಲ್ಲ ಸಂಚರಿಸುತ್ತಿತ್ತು. ಮೀನುಗಾರರ ಮಕ್ಕಳು ಮೊದಮೊದಲು ನಮ್ಮನ್ನು ಮುತ್ತಿಕೊಳ್ಳುತ್ತಿದ್ದರು. ನಂತರ ನಮ್ಮ ಸೈಕಲ್ಲಿನ ಗಾಳಿ ತೆಗೆದುಬಿಡುವುದಕ್ಕೆ ಪ್ರಯತ್ನಿಸಿದರು. ಒಬ್ಬ ಹುಡುಗನ ಮುಖಕ್ಕೆ ವರದಳು ಒಂದು ಸಲ ಏಟನ್ನೂ ಕೊಟ್ಟಳು. ಉಳಿದವರಿಗೆ ಅವಳು ತನ್ನ ಮಧುರ ಮಂದಹಾಸದ ಮಿಠಾಯಿಗಳನ್ನು ಕೊಟ್ಟು ಅವರನ್ನು ತನ್ನ ವಶಪಡಿಸಿಕೊಂಡಳು. ನಮ್ಮ ಗುರಿ ಇದ್ದಿದ್ದು ಕಡಲಕರೆಯ ಚವೋಕ್ ಮರಗಳ ಕಾಡಾಗಿತ್ತು. ಸೈಕಲ್ಲನ್ನು ಪಕ್ಕದಲ್ಲಿಟ್ಟು ನಾವು ಮರಳಿನಲ್ಲಿ ವಿಶ್ರಮಿಸಿದೆವು. ನನ್ನ ಚಪ್ಪಲಿ ಧರಿಸಿದ ಪಾದಗಳಲ್ಲಿ ಚುಚ್ಚಿಕೊಳ್ಳದ ಮುಳ್ಳುಗಳೆಲ್ಲಿ ಎಂದು ಕೇಳಿದ ದುಷ್ಯಂತನು ನನ್ನನ್ನು ಲಾಲಿಸಿದಳು. ನನ್ನ ಕಾಂತಿಯುತವಾದ ಕೆನ್ನೆಗಳನ್ನು ಆಕೆ ಪ್ರೀತಿಯಿಂದ ಚುಂಬಿಸಿದಳು. ನಾಟಕವೆನ್ನುವುದು ಬದುಕು ಸಹ ಹೌದೆನ್ನುವುದನ್ನು ನನಗೆ ಅವಳು ಹೇಳಿಕೊಟ್ಟಳು. ನಾಟಕ ಮುಗಿದ ಮಾರನೆಯ ದಿನ ಬೇಸಿಗೆ ರಜೆ ಪ್ರಾರಂಭವಾಯಿತು. ಚಹಾ ಅಂಗಡಿಯ ಹಿಂದಿದ್ದ ಗ್ರಾಮೀಣ ಭವನದಲ್ಲಿ ನಾನು ಹುದುಗಿಕೊಂಡೆ. ಶಕುಂತಳೆ ಹೊಸಲಿನಾಚೆಗೆ ಹೋದಳು.

ಒಂದು ದಿನ ಮಧ್ಯಾಹ್ನ ಮಾಸುವ ಸಮಯದಲ್ಲಿ ಅಂಗಳದಲ್ಲೊಂದು ಸಿಡಿಲು ಎರಗಿತು.

“ಲೇ ಸರೋಜಿನಿ.....”

ಇದು ಅಪ್ಪನ ಶಬ್ದ ತಾನೇ? ಈ ಅಪ್ಪನ ಮಗಳೆಲ್ಲಿಗೆ ಹೋದಳು!

ನಾನು ಮಿಸುಕಾಡಲೇ ಇಲ್ಲ. ಅಮ್ಮ ಮೆಲ್ಲಮೆಲ್ಲನೆ ಹೊರಬಾಗಿಲಿನ ಹತ್ತಿರ ಬಂದರು.

“ಇದು ನಿನ್ನ ಮಗಳಿಗೆ ಬಂದ.........”

“ಏನದು?”

“ಪ್ರೇಮ ಪತ್ರ!”

“ದೇವರೇ....”

“ಅವತ್ತೇ ನಾನು ಹೇಳಿದ್ದೆ, ಈ ಹುಡುಗಿಯನ್ನು ಓದುವುದಕ್ಕೆ

ಕಳುಹಿಸಬೇಡಾಂತ...."

ಅದು ದುಷ್ಯಂತನ ಪ್ರೇಮಪತ್ರವಾಗಿತ್ತು.

"ಇದ್ಯಾರು ಮಗಳೆ ಈ ದುಷ್ಯಂತ. ಏನೂ ಸುಳ್ಳಿನ ಹೆಸರೇ?"

"ಅಲ್ಲ!"

"ಅವನ್ಯಾಕೆ ನಿನಗೆ ಪತ್ರ ಬರೆಯಬೇಕು?"

"ಅವನಲ್ಲ. ಅವಳು"

ಇದನ್ನು ಕೇಳಿದ ನನ್ನ ತಮ್ಮ ಕೇಕೆಹಾಕಿ ನಕ್ಕ. ನಾನು ಓಡ್ಹೋಗಿ ಅವನ ಎರಡೂ ಕೆನ್ನೆಗಳ ಮೇಲೆ ನನ್ನ ಸಿಟ್ಟು ತೀರಿಸಿಕೊಂಡೆ.

ನಾನು ಪತ್ರಕ್ಕೆ ಉತ್ತರಿಸದೇ ಇದ್ದಿದ್ದರಿಂದ ದುಷ್ಯಂತನ ಪತ್ರ ಮತ್ತೂ ಬಂತು.

ಪ್ರೇಮ ಪತ್ರಗಳಿಂದಾಗಿ ನಾನೇನಾದರೂ ಗರ್ಭಿಣಿಯಾಗಬಹುದೆಂದು ಅಪ್ಪ ಹೆದರಿರಬೇಕು. ಇನ್ನು ಹೆಚ್ಚು ತಡಮಾಡಬಾರದು. ಅಪ್ಪನ ಚಹಾ ಅಂಗಡಿಯಲ್ಲಿ ಸಹಾಯಕ್ಕಾಗಿ ಕೆಲಸ ಮಾಡಿಕೊಂಡಿದ್ದವ ಮಾಧವಣ್ಣ...... ಮನೆ ಮುಂಭಾಗ ಚಪ್ಪರ ಏಳುವಾಗ ಅಕ್ಕಿ ಹಿಟ್ಟು ಮಾಡುತ್ತಿದ್ದ ಅಮ್ಮಾಳೂ ಮತ್ತು ಜೊತೆಗಾರರೂ ಮೂಗಿನ ಮೇಲೆ ಬೆರಳಿಟ್ಟುಕೊಂಡರು. ಇಷ್ಟೊಂದು ಕಾಠಿಣ್ಯತೆ ಬೇಡವಾಗಿತ್ತು...... ಹುಡುಗಿ ಓದಿ ಹತ್ತನೆಯ ತರಗತಿಯಲ್ಲಿ ತೇರ್ಗಡೆಯಾಗಿದಿದ್ದರೆ......

ಮೊದಲ ರಾತ್ರಿಯಲ್ಲಿ ಮಾಧವಣ್ಣ, ನೀರು ಸೇದಿ ಗಡಸಾದ ತನ್ನ ಕೈಗಳಿಂದ ನನ್ನ ತೋಳುಗಳನ್ನು ಹಿಡಿದು ಕುಲುಕಿ ಕೇಳಿದ:

"ಇನ್ನೂ ಅವನ ಪತ್ರಗಳು ಬರಬಹುದೇ?"

ಮೊದಲು ಒಮ್ಮೆ ಜೋರಾಗಿ ಕಿರುಚಿಕೊಂಡು ಅಳಬೇಕೆನಿಸಿತು. ಛೆ! ಇವನಂತಹವನ ಮುಂದೆ ಅಳುವುದೇ? ನಾಚಿಕೆಗೇಡು.

"ಪರವಾಗಿಲ್ಲ. ಬಿಡು, ಹೋಗಲಿ!"

"ಏನದು ಪರವಾಗಿಲ್ಲ?"

"ಅದೆ ಪತ್ರಗಳು... ದುಷ್ಯಂತನ ಪತ್ರಗಳು....."

ನಾನು ನನ್ನ ಕಣ್ಣಿಂದಲೆ ಅವನನ್ನು ಹಿಡಿದೆತ್ತಿದೆ. ಆಕಾಶಕ್ಕೆ ಎತ್ತಿಡಿದು ಭಯಗೊಳಿಸಿದೆ.

"ಅಯ್ಯೊ ನನ್ನ ಚಿನ್ನಾ! ಅವನ ಬಗ್ಗೆ ಇನ್ನೆಂದಿಗೂ ಏನನ್ನೂ ಕೇಳೊದಿಲ್ಲ ಆಯಿತಾ?"

ಸ್ವಲ್ಪ ಸಮಯದ ನಂತರ ಆತ ಮತ್ತೆ ಕೇಳಿದ:

"ನಾನು ನಿನ್ನನ್ನು ಶಕುಂತಳಾ ಎಂದು ಕರೆಯಲೇ?"

"ಬೇಡ!"

"ಸರೋಜಿನಿಗಿಂತ ಚೆನ್ನಾಗಿ ನಿನಗೆ ಸೇರುವ ಹೆಸರು!"

"ಬೇಡಾಂತ ಹೇಳಿದೆನಲ್ಲ"

ಆದರೆ ಇವತ್ತು ಮಾಧವಣ್ಣ ಡಾಕ್ಟರ್ ಹತ್ತಿರ ಹೇಳಿಬಿಟ್ಟಿದ್ದಾರೆ. ತನ್ನ ಪ್ರಿಯತಮೆಯ ಹೆಸರು ಶಕುಂತಳಾಂತ. ನನ್ನ ಮೈ ಉರಿದು ಹೋಗುತ್ತಿದೆ. ಮಾಧವಣ್ಣನಿಗೆ ಬುದ್ಧಿಭ್ರಮಣೆಯಾಗಿದೇಂತ ಯಾರು ಹೇಳಿದ್ದು? ನಾನೆ ಅಲ್ಲವೇ?

ಮದುವೆ ಮಾರನೆಯ ದಿವಸದಿಂದ ಮಾಧವಣ್ಣ ಎಲೆ ಅಡಿಕೆ ಬಾಯಲ್ಲಿ ತುಂಬಿಸಿಕೊಂಡು ನಾಲಿಗೆ ಕೆಂಪಗಾಗಿಸಲು ತೊಡಗಿದ.

"ಇದೇನಪ್ಪಾ , ಇವನಿಗೆ ಯಾವತ್ತೂ ಇಲ್ಲದ ಹೊಸ ಅಭ್ಯಾಸ ಶುರು ಆಯ್ತಲ್ಲ!" ಅಪ್ಪ ಅಮ್ಮನ ಹತ್ತಿರ ಕೇಳ್ತಾ ಇದಾರೆ.

"ಹಿಂದೆಲ್ಲ ಎಲೆ ಅಡಿಕೆ ಹಾಕೊದಿರಲಿ, ಸರಿಯಾಗಿ ನಿಂತು ತಲೆ ಕೆರೆದುಕೊಳ್ಳೊದಿಕ್ಕೂ ನೀವು ಬಿಡ್ತಾ ಇರಲಿಲ್ಲವಲ್ಲ"

ಪ್ರತಿಯೊಂದು ಸಲಾನೂ ಎಲೆ ಅಡಿಕೆ ಹಾಕಿಕೊಂಡಾಗ ನನ್ನ ಹತ್ತಿರ ಕೇಳ್ತಾ ಇದ್ದರು:

"ನೋಡು. ಕೆಂಪಾಯಿತಾ?"

"ಹೂಂ.."

"ಚೆನ್ನಾಗಿ ಕೆಂಪಾಯಿತಾ?"

"ಹೋಗಿ ಕನ್ನಡಿ ನೋಡ್ಕೊಳಿ"

"ನಿನಗೆ ಅಲ್ಲದಿದ್ದರೂ......"

ಒಂದು ದಿನ ಮಾಧವಣ್ಣ ಹೇಳಿದ.

"ಎಲೆ ಅಡಿಕೆ ಅಭ್ಯಾಸ ಶೂರತ್ವದ ಲಕ್ಷಣ. ಒಳ್ಳೆ ರಕ್ತ ಕುಡಿದದ್ದರ ಬಣ್ಣ"

ಮತ್ತೊಂದು ದಿನ ಪೇಟೆಗೆ ಹೋಗಿದ್ದ ಮಾಧವಣ್ಣ, ಬರುವಾಗ ಕೆಂಪು ಬಣ್ಣದ ಹಲ್ಲು ಪುಡಿಯನ್ನು ಕೊಂಡು ತಂದರು.

ಬಾವಿಕಟ್ಟೆ ಮೇಲೆ ನಿಂತು ಹಲ್ಲುಜ್ಜಿ, ಅಡಿಕೆ ಮರದ ಹತ್ತಿರ ಬಾಯಿ ಕೆಂಪಾಗಿಸಿಕೊಂಡು ಉಗುಳುವಾಗ ನನ್ನಲ್ಲಿ ಹೇಳಿದರು:

"ನಾನೀಗ ಭೀಮ. ದುಶ್ಯಾಸನನ ಕರುಳ ಬಳ್ಳಿಗಳನ್ನು ಬಗೆದು ಹೊರ ತೆಗೆದು ರಕ್ತ ಹೀರಿ ಉಗುಳಿದ ಭೀಮನನ್ನು ಕೇಳಿಲ್ಲವೇ? ಅದಕ್ಕೆ ನೀನು ಯಾವ ಆಟ (ಕಥಕ್ಕಳಿ) ನೋಡಿದ್ದಿಯಾ?. ಸಮಯ ಹಾಳು ಮಾಡುವ ನಾಟಕದಲ್ಲಲ್ಲವೆ ನಿನಗೆ ಹೆಚ್ಚಿನ ಹುಚ್ಚು". ನಾನೊಮ್ಮೆ ದಿಟ್ಟಿಸಿ ದೃಷ್ಟಿ ಹಾಯಿಸಿದೆ. ಆ ಕೂಡಲೆ ಬಾಯಿ ಮುಖ ತೊಳೆದುಕೊಂಡು ಮಾಧವಣ್ಣ ಅಂಗಡಿ ಕಡೆಗೆ ಹೊರಟು ಹೋದರು.

ನಿನ್ನೆ ರಾತ್ರಿ ಎಲೆ ಅಡಿಕೆ ಹಾಕಿಕೊಂಡಿದ್ದರ ಉಗುಳನ್ನು ಕೈಗಳಲ್ಲಿ ಒರೆಸಿಕೊಂಡು ನನ್ನ ತಲೆಕೂದಲನ್ನು ಕಟ್ಟಲು ನನ್ನ ಹತ್ತಿರಕ್ಕೆ ಬಂದ ಮಾಧವಣ್ಣನೇ, ನನಗೆ ವಿಚಾರದ ಸೂಕ್ಷ್ಮತೆ ಬಗ್ಗೆ ತಿಳುವಳಿಕೆ ನೀಡಿದ್ದು. ಈಗ ಸಮಯ ಬಂದಾಗಿದೆ,

ಎಂದು ಗೊತ್ತಾಯಿತು.

"ಅಂಗಡಿಯಲ್ಲಿದ್ದಾಗಲೂ ಅವನ ನಡವಳಿಕೆ ಅಷ್ಟು ಸರಿಯಾಗಿಲ್ಲ" ಅಪ್ಪ, ಅಮ್ಮನ ಹತ್ತಿರ ಹೇಳುತ್ತಿರುವುದನ್ನು ನಾನೂ ಕೇಳಿಸಿಕೊಂಡೆ.

ಹೀಗಾಗಿಯೆ ನಾನೀಗ ಇಲ್ಲಿಗೆ ಬಂದಿರುವುದು. ಡಾಕ್ಟರ್ ರಾಜನ್‌ರವರ ನರ್ಸಿಂಗ್‌ಹೋಮ್ ಸೇರುವುದೇ ನಮ್ಮ ಗುರಿ. ಅವರ ನಿರ್ದೇಶನದಂತೆ ನಡೆಯೋಣ. ನನಗೆ ಪರಿಚಯವಿರುವವರೂ ಯಾವುದೇ ರೋಗವಾದರೂ ಅದಕ್ಕೆ ಚಿಕಿತ್ಸೆ ನೀಡುವ ಏಕೈಕ ಡಾಕ್ಟರ್ ಅಂದರೆ ಇವರೇ. ವರದಳ ತಂದೆ ನನಗೆ ಸಹಾಯ ಮಾಡದೇ ಇರುವುದಿಲ್ಲ. ವರದಳನ್ನು ಮತ್ತೊಮ್ಮೆ ನೋಡಬೇಕೆಂಬ ತವಕ ನನ್ನಲ್ಲಿ ಹೆಚ್ಚುತ್ತಲೇ ಹೋಯಿತು.

ಇಷ್ಟು ದಿನಾನೂ ನಾನವಳನ್ನು ಮನಸಾರೆ ಮರೆಯುವುದಕ್ಕೆ ಪ್ರಯತ್ನಿಸುತ್ತಲೇ ಇದ್ದೆ.

ಮಾಧವಣ್ಣನಿಗೆ ಸಂಜೆಗೆ ತಿನ್ನಲು ಕ್ಯಾಂಟಿನ್‌ನಿಂದ ಏನನ್ನಾದರೂ ಕೊಂಡು ತರಬೇಕು. ನನ್ನ ಕಾಲಿನ ಸಪ್ಪಳ ಕೇಳಿದ ಮಾಧವಣ್ಣ ತಲೆಯೆತ್ತಿದರು. ಎಲೆ ಅಡಿಕೆ ಹಾಕಿಕೊಳ್ಳಲು ಸಾಧ್ಯವಾಗದೆ ಇದ್ದಿದ್ದರಿಂದ, ಬಿಳುಚಿ ಬೆಳ್ಳಗಾಗಿರುವ ಆತನ ಬಾಯಿ, ಯಾವುದೋ ಪ್ರಾಣಿಯ ಬಾಯಿ ತರಹ ಅನ್ನಿಸುತಿತ್ತು.

ಪರ್ಸನ್ನು ತೆಗೆದು ಕೈಯಲ್ಲಿಟ್ಟುಕೊಂಡಾಗ ಮಾಧವಣ್ಣ ಕೇಳಿದರು:

"ನೀನು ಎಲೆ ಅಡಿಕೆ ತಗೋತಿಯಾ?

"ಡಾಕ್ಟರ್ ಹತ್ತಿರ ಕೇಳಬೇಕು"

"ಅದಕ್ಕೇನಂತೆ" ಪಕ್ಕದ ಬೆಡ್ಡಿನಿಂದ, "ಎಲೆ ಅಡಿಕೆ ನಿಷಿದ್ಧಗೊಂಡ ಯಾವ ರೋಗ ಈ ವಾರ್ಡಿನಲ್ಲಿರುವವರಿಗೆ ಇರೋದು?". ಆಚೆ ಬೆಡ್ಡಿನಲ್ಲಿದ್ದ ಯುವಕ ಒಂದು ಸಿನಿಮಾ ವಾರಪತ್ರಿಕೆಯನ್ನು ಓದುತ್ತಾ ತನ್ನಷ್ಟಕ್ಕೆ ರಂಜಿಸಿಕೊಳ್ಳುತ್ತಿದ್ದ. ತಲೆ ತಿರುಗಿಸಿಕೊಂಡು ಹಿಡಿದು ಚಿತ್ರಗಳನ್ನು ಆತ ಬಹಳ ಆಶ್ಚರ್ಯಕರವಾಗಿ ನೋಡುತ್ತಿದ್ದ.

"ನನಗೆ ಎರಡು ಮಿಠಾಯಿ ಕೊಡಿಸುತ್ತೀರಾ ಸಿಸ್ಟರ್?" ಆತ ಅಂಗಲಾಚಿದ.

"ಆಯಿತು, ಕೊಡಿಸುತ್ತೇನೆ"

"ಹಲ್ಲಿನ ಪುಡಿ ತಗೊಳೋಕ್ಕೆ ಮರಿಬೇಡ!" ಮಾಧವಣ್ಣ ನೆನಪಿಸಿದರು.

ನಾನು ಮುಖ ತಿರುಗಿಸಿ ನಡೆಯುವಾಗ ಕೇಳಿಸಿತು. ಮಾಧವಣ್ಣನ ಧ್ವನಿ:

"ನೀನು ಹೇಳು ರಮೇಶ, ದುಷ್ಯಂತನಿಗಿಂತ ಮೇಧಾವಿಯಲ್ಲವೇ ಭೀಮ?"

ನನ್ನ ಕಾಲುಗಳ ಅಡಿಯಿಂದ ಮರಗಟ್ಟುವಿಕೆ ಹರಡುತ್ತಾ ಮೇಲಕ್ಕೆ ಏರುತ್ತಿದೆ.....

ಮೆಟ್ಟಲಿನ ಹತ್ತಿರ ಕುಳಿತಿದ್ದ ವಾಚ್‌ಮ್ಯಾನ್ ಪ್ರಶ್ನಿಸಿದ:

"ಎಲ್ಲಿಗೆ?"

"ಹಲ್ಲಿನ ಪುಡಿ ತಗೊಳೋದಿಕ್ಕೆ. ಹಣ್ಣೂ ತಗೊಬೇಕು......"

"ಇಲ್ಲಿರೊ ಕ್ಯಾಂಟೀನಿನಲ್ಲೂ ಸ್ಟೋರಿನಲ್ಲೂ ಸಿಗದೇ ಇರೋ ಯಾವ ಹಲ್ಲು ಪುಡಿ ಯಾವ ಹಣ್ಣು ಬೇಕಿದೆ ನಿಮಗೆ......?"

ದಾರಿಯಲ್ಲಿ ನಿಂತು ಮಾತುಗಳನ್ನಾಡುವುದು ಬೇಡಾಂತ, ನಾನು ಮೆಟ್ಟಲನ್ನು ಇಳಿಯತೊಡಗಿದೆ. ಕೊಲಾಪ್ಸಿಬಲ್ ಗೇಟು ಮತ್ತಷ್ಟು ಸೇರಿಸಿ ಮುಚ್ಚಲ್ಪಟ್ಟಿತ್ತು. ಹೇಗಾದರು ಮಾಡಿ ಒಬ್ಬರು ನುಸುಳಿಕೊಂಡು ಹೋಗಬಹುದಾಗಿತ್ತು. ಅರ್ಧ ಕೆಲಸ ಮುಗಿಸಿದ ವಾಚ್‌ಮ್ಯಾನ್ ಕಾದುಕೊಂಡು ಕೂತಿದ್ದ.

ನಗರದ ರಸ್ತೆಗಳಲ್ಲಿ ತೆರೆಗಳ ಅಬ್ಬರದ ಮಹಾಪೂರ. ನನ್ನ ಪ್ರೀತಿಯ ರಸ್ತೆ ಪೂರ್ಣವಾಗಿ ಮುಳುಗಿ ಹೋಯಿತು. ವರದಳ ಮನೆ ಅದಕ್ಕೂ ಆಚೆಗಿದೆ. ಶಾಲೆಯ ಕಾಂಪೌಂಡಿನ ಅಂಚು ಸೇರಿಕೊಂಡು ಪಡುವಣದತ್ತ ಹೋಗಿ ಮರೆಯಾಗುವ ಒಂದು ದಾರಿ. ಈಗ ಅದೊಂದು ದೊಡ್ಡ ರಸ್ತೆಯಾಗಿ ಮಾರ್ಪಾಡಾಗಿರಬಹುದೇ? ವರದಳ ಮನೆ ಈಗ ಬುಡ ಸಮೇತ ಬಿದ್ದು ಹೋಗಿರಬಹುದೇ? ನನಗೆ ಯಾವಾಗಲೂ ನೆರಳನ್ನು ನೀಡುತ್ತಿದ್ದ ಆ ಮರ? ಮನೆ ಒಂದು ವೇಳೆ ಇದ್ದರೂ ಅದು ಆಚೆ ತೀರದಲ್ಲಿರಬೇಕು. ನಾನು ಹೇಗೆ ಈ ಹರಿವನ್ನು ಅತಿಕ್ರಮಿಸಿ ಹೋಗುವುದು. ಝಿಬ್ರಾಗೆರೆಯನ್ನು ತುಳಿದುಕೊಂಡು ಜನರು ಸಾಗರೋಪಾದಿ ಓಡುತ್ತಲೇ ಇದ್ದಾರೆ. ಮನುಷ್ಯರೂ ಗಾಡಿಗಳೂ ಬಿಡುವಿಲ್ಲದೇ ಓಡಾಟದ ಪೈಪೋಟಿ ನಡೆಸುತ್ತಿವೆ.

ಕೊನೆಗೆ ಧೈರ್ಯದಿಂದ ನುಗ್ಗಿದೆ. ಹಿಂದು ಮುಂದು ನನ್ನ ಹಾಗೆ ದಡದಿಂದ ದಡಕ್ಕೆ ಹೋಗಲು ಕಾದು ನಿಂತವರು. ಒಂದು ನಿಮಿಷ ಪರಸ್ಪರ ಮರೆಯಾದೆವು, ತಪ್ಪಿಸಿಕೊಂಡೆವು, ಎಲ್ಲಿಂದಲೋ ಬರುವವರು ಎಲ್ಲಿಗೋ ಹೋಗುವವರೊಂದಿಗೆ ನಾನು ಆಚೆ ಸೇರಿದೆ. ವರದಳ ಮನೆಗೆ ಹೋಗುವ ದಾರಿ ನನ್ನೆದುರಿನಲ್ಲೇ ಇದೆ. ತಳ್ಳುಗಾಡಿಗಳ ನಡುವೆ ಇರುವ ಅದೇ ಹಳೆಯ ರಸ್ತೆ. ಗುಂಡಿ ಹಳ್ಳ ಇನ್ನೂ ಹೆಚ್ಚಾಗಿವೆ. ಕಟ್ಟಡಗಳು ಶಾಲಾಮಕ್ಕಳಂತೆ ಹಿಂಡಿ ಹಿಪ್ಪೆಕಾಯಿಯಾಗಿ ಉಸಿರು ಕಟ್ಟಿ, ಆದರೂ ಪ್ರಸನ್ನವದನರಾಗಿ......

ವರದಳ ಮನೆಗೆ ಏನೋ ಆಗಿದೆ ಎಂದು ನಾನು ಒಂದೇ ನೋಟದಲ್ಲಿ ತಿಳಿದುಕೊಂಡೆ. ಮರದಲ್ಲಿ ಮಾಡಿ, ಪಾಲಿಷ್ ಮಾಡಿಸಿಕೊಂಡು ಹೊಳೆಯುತ್ತಿದ್ದ ಹಳೆಯ ಬಾಗಿಲುಗಳೂ ಕಿಟಕಿಗಳೂ ಬ್ಯೂಟಿ ಪಾರ್ಲರುಗಳಿಂದ ಹೊರಬರುವ ಹೆಣ್ಣುಮಕ್ಕಳ ಮುಖದಂತೆ–ಬಣ್ಣಬಳಿದುಕೊಂಡೂ ಬಿಳಿಚಿಕೊಂಡೂ..... ತೆಳುವಾದ ಪರದೆಗಳು ಎತ್ತಿದ ಕಿಟಕಿ ಬಾಗಿಲುಗಳ ಒಳಗಿರುವ ನಗ್ನತೆಯನ್ನು ತೆರೆದುಕೊಂಡೂ ಅದೊಂದು ಮಹಿಳಾ ಹಾಸ್ಟೆಲಾಗಿ ಮಾರ್ಪಾಡಾಗಿದೆ ಎಂದು ನನಗೆ ಅನಿಸಿತು.

ಹಿಂದುಗಡೆಯ ಅಂಗಳದಲ್ಲಿ ಹಲವು ತರಹದ ಹೆಣ್ಣುಮಕ್ಕಳ ಉಡುಪುಗಳನ್ನು ನೇತುಹಾಕಲಾಗಿತ್ತು. ಇಬ್ಬರು ಹೆಣ್ಣುಮಕ್ಕಳು ಒಂದೊಂದೇ ಬಟ್ಟೆಯನ್ನು ಹಿಂಡುತ್ತಾ ಕೈಗಳ ಮೇಲೆ ಹಾಕಿಕೊಳ್ಳುತ್ತಿದ್ದರು. ಹೊಸ್ತಿಲಿನ ಹತ್ತಿರ ಶಬ್ದ ಕೇಳಿಸಿಕೊಂಡ ಮೇಕಪ್ ಮಾಡಿಸಿಕೊಂಡ ಮುಖಗಳು ತಿರುಗಿ ತಿರುಗಿ ನೋಡುತ್ತಿವೆ.

ಕರ್ನಲ್‌ರಾಜನ್ ಡಾಕ್ಟರ್‌ರವರ ನೇಮ್ ಬೋರ್ಡ್ ತೂಗುಹಾಕಿದ್ದ

ಸ್ಥಳ ಭೂತಕಾಲಕ್ಕೊಂದು ಸಣ್ಣ ಕಿಟಕಿಯಂತೆ ದೀರ್ಘ ಚತುರಾಕೃತಿಯಲ್ಲಿ ಹೊಳೆಯುವುದನ್ನು ನೋಡಬಹುದು. ಬೋರ್ಡಿಲ್ಲ. ಅದನ್ನು ಸಿಕ್ಕಿಸಲು ಹೊಡೆದ ಮೊಳೆಗಳ ತೂತು ಕಣ್ಣಿನ ಗುಡ್ಡೆಗಳಂತಾಗಿದೆ.

ವರದ ಇಲ್ಲಿಂದ ಹೊರಟು ಹೋಗಿರಬಹುದೇ? ಮದುವೆ ಮಾಡಿಕೊಂಡು, ಮನೆಬಿಟ್ಟು,

ನೆನಪುಗಳೆನ್ನೆಲಾ ತ್ಯಜಿಸಿ ದೂರದಲ್ಲೆಲ್ಲಾದರೂ...... ಅವಳನ್ನು ಒಬ್ಬರ ಹೆಂಡತಿಯನ್ನಾಗಿ ಕಲ್ಪಿಸಿಕೊಳ್ಳಲೂ ನನ್ನ ಕತ್ತಲಾವರಿಸಿದ ಮನಸ್ಸೇಕೋ ಸಹಕರಿಸುತ್ತಿಲ್ಲ.

ತುಟಿಗೆ ಬಣ್ಣಬಳಿದುಕೊಂಡ ಓರ್ವ ಹೆಣ್ಣುಮಗಳು, ಮೂರನೆಯವಳು, ಮುಂದುಗಡೆಯಿದ್ದ ಮೆಟ್ಟಿಲುಗಳನ್ನು ಇಳಿದು ಬಂದು ಮುಗುಳ್ನಕ್ಕಳು.

ನಾನಾಗ ಕೇಳಿದೆ:

"ವರದಳೆಲ್ಲಿ?"

"ಯಾರು?"

"ಈ ಹಿಂದೆ ಈ ಮನೆಯಲ್ಲಿ ವಾಸವಾಗಿದ್ದ ವರದ! ಕರ್ನಲ್‌ರಾಜನ್ ಡಾಕ್ಟರ್‌ರವರ ಮಗಳು......"

"ಓ! ಮ್ಯಾಡಮ್ಮಾ? ಅವರಿಲ್ಲೇ ಇದ್ದಾರಲ್ಲ! ಎಲ್ಲಿಗೂ ಹೋಗಿಲ್ಲ!"

ಹೆಣ್ಣುಮಗಳು ಹುಬ್ಬೇರಿಸಿದಳು. ನನ್ನನ್ನೊಮ್ಮೆ ಮೇಲಿಂದ ಕೆಳಗಿನವರೆಗೂ ಅಳೆದು ನೋಡಿದಳು. ನಂತರ ಒಂದಕ್ಷರವನ್ನೂ ಮಾತನಾಡದೆ ಬಾಗಿಲಿನ ಮರೆಯನ್ನು ತಳ್ಳಿ ಅಪ್ರತ್ಯಕ್ಷಳಾದಳು.

ಬಾಗಿಲನ್ನು ತುಂಬಿ ನಿಂತಿದ್ದ ವರದಳ ಪ್ರತ್ಯಕ್ಷತೆಯಲ್ಲಿ ನನ್ನ ಎದೆಯ ಮಧ್ಯದಿಂದ ಮಿಂಚಿನ ಬೆಳಕೊಂದು ಹಾದು ಹೋದ ಅನುಭವ ನನಗಾಯಿತು. 'ವರದೆ.....ವರದೆ....ಇದೋ ನಾನು! ನಿನ್ನ....ನಿನ್ನ...ಶಕುಂತಳ!'. ಎರಡೂ ಕೈಗಳನ್ನು ಚಾಚಿ ಮೆಟ್ಟಿಲಿಳಿದು ಬರುತ್ತಿದ್ದಾಳೆ. ನನ್ನ ಮುಖವನ್ನು ನೋಡು ನೋಡುತ್ತಲೇ ಕೇಳುತ್ತಿದ್ದಾಳೆ:

"ಓ...ಎಷ್ಟು ಕಾಲವಾಯ್ತು ನನ್ನ ಈ ಬಂಗಾರಾನ ನೋಡಿ......!"

ಕಿಟಕಿಯ ಸರಳುಗಳ ಮೂಲಕ ಕಾಣ ಬರುತ್ತಿದ್ದ ದೂರದ ಹಲವು ನೋಟಗಳನ್ನು ನೋಡುತ್ತಿದ್ದ ನಾನು ಖೇದಗೊಳ್ಳುತ್ತಿದ್ದೆ. ನನ್ನ ಶರೀರದೊಳಗೆ ಅಗ್ನಿಯು ಉರಿಯ ತೊಡಗಿತು. ರೋಮಕೂಪಗಳು ಬೆಂಕಿಯ ಜ್ವಾಲೆಗಳು ದಹಿಸುತ್ತಿವೆ.....

ನನ್ನನ್ನು ತಬ್ಬಿಹಿಡಿದುಕೊಂಡಿದ್ದ ವರದಳು ನನ್ನನ್ನು ಒಳಗಡೆಗೆ ಕರೆದುಕೊಂಡು ಹೋದಳು.

ವರದಳ ಕೋಣೆಯ ಸೋಫಾದ ಮೇಲೆ ಕುಳಿತಾಗ ನನ್ನ ಗಂಟಲು ಒಣಗಿತು.

ಕಣ್ಣುಗಳು ಉರಿಯತೊಡಗಿತು. ಉದ್ದನೆಯ ದೊಡ್ಡ ಗ್ಲಾಸಿನಲ್ಲಿ ಶರ್ಬತ್ತನ್ನು ತಂದು ನನ್ನ ತುಟಿಗಂಟಿಸುವಂತೆ ಹಿಡಿದಳು.

"ಕುಡಿ. ನೀನು ಬಹಳ ಬಡಕಲಾಗಿದ್ದಿಯಾ....."

ನನಗೆ ಮಾತನಾಡಲು ಸಾಧ್ಯವಾಗುತ್ತಿಲ್ಲ.

ನನ್ನ ಕುತ್ತಿಗೆಯಲ್ಲಿದ್ದ ತಾಳಿಯನ್ನು ಹಿಡಿದು ಆಕೆ ಕೇಳಿದಳು:

"ನಿನಗೆ ಮದುವೆ ಮಾಡಿಕೊಳ್ಳಲು ಬಹಳ ಅವಸರವಾಯಿತಲ್ಲವೇ? ನನ್ನ ಒಂದು ಪತ್ರಕ್ಕೂ ಸಹ ನಿನಗೆ ಉತ್ತರಿಸಲು ಸಮಯ ಸಿಗಲಿಲ್ಲ ಅಲ್ಲವೇ?"

ನಾನೇನು ಮಾತನಾಡಲೇ ಇಲ್ಲ.

"ನೋಡು, ನಿನ್ನ ಈ ಉಗುರುಗಳ ಕಡೆಗೆ. ಎಷ್ಟೊಂದು ಕೊಳೆ ತುಂಬಿಕೊಂಡಿದೆ! ನೀನಿವತ್ತು ಸ್ನಾನಾನೂ ಮಾಡಿಲ್ಲ. ಇದೆಂತಹ ವೇಷ!"

ನಾನು ನನ್ನ ಕಾಟನ್ ಸೀರೆಯಲ್ಲಿ, ಕೊಳೆ ತುಂಬಿದ್ದ ಬೆರಳತುದಿಯಿಂದ ಚಿತ್ರ ಬರೆಯುತ್ತಿದ್ದೆ.

ಆಕೆ ನನ್ನ ಗಲ್ಲವನ್ನು ಹಿಡಿದೆತ್ತಿ ಅಸಹ್ಯದಿಂದ ಹೇಳಿದಳು.

"ದಡ್ಡಿ! ನೀನು ಇಷ್ಟೊಂದು ಬುದ್ಧಿಗೇಡಿ ಎಂದು ನಾನು ಅಂದುಕೊಂಡಿರಲಿಲ್ಲ....."

ನಾನು ನನ್ನ ಚರ್ಮದೊಳಗೆ ಸುರುಳಿಯಂತೆ ಸುತ್ತಿಕೊಂಡು ಒಂದು ಪ್ರಾಣಿಯಂತೆ ರೂಪಾಂತರಗೊಳ್ಳುತ್ತಿದ್ದೆ. ವರದಳ ಮಾಂಸ ತುಂಬಿದ ಕೆಂಪು ಕೆನ್ನೆಗಳು, ಎದ್ದಿರುವ ಕೆನ್ನೆಯ ಮೂಳೆಗಳನ್ನು ತೆಳ್ಳಗಾಗಿಸಿ ಅಳಿಸಿದಂತಾಗಿಸಿದೆ. ಕಿವಿಯಂಚಿನವರೆಗೂ ಸೇರಿಸಿ ಕ್ರಾಫು ಮಾಡಿದ ತಲೆಕೂದಲಿನಲ್ಲಿ ಬೆರಳಾಡಿಸಿಕೊಂಡು ಆಕೆ ಹೇಳಿದಳು:

"ನಿನ್ನನ್ನು ಇಲ್ಲಿಂದ ಕಳುಹಿಸಿಕೊಡುವ ಆಲೋಚನೆಯೇ ಇಲ್ಲ....."

ಎರಡು ಕಪ್ ಚಹಾವನ್ನು ಒಂದು ಟ್ರೇನಲ್ಲಿಟ್ಟು ಕೋಣೆಯ ಬಾಗಿಲ ಹತ್ತಿರ ಪ್ರತ್ಯಕ್ಷಗೊಂಡ ಮಧ್ಯವಯಸ್ಕನಲ್ಲಿ, ಅವಳು ಹೇಳಿದಳು:

"ಅದನ್ನಲ್ಲಿಟ್ಟು ಹೊರಡಿ. ಯಾರೊಬ್ಬರೂ ಇಂದು ನನ್ನ ಕಣ್ಣೆದುರಿಗೆ ಕಾಣಬಾರದು.....!"

ಬಾಗಿಲು ಹಾಕಿಕೊಂಡಿತು. ಪಡಶಾಲೆಯಲ್ಲಿ ಗಂಡು ಧ್ವನಿಗಳೂ ಕಾಲಿನ ಸಪ್ಪಳವೂ ದೂರಾಗುತ್ತಾ ಹೋಯಿತು.

"ವರದೆ, ನೀನಿಲ್ಲಿ ಏನು ಮಾಡ್ತಾ ಇದ್ದಿಯಾ?"

"ಬಿಸಿನೆಸ್"

ಆಕೆ ನನ್ನನ್ನು ತಲೆಯಿಂದ ಕಾಲಿನವರೆಗೆ ಚುಂಬಿಸತೊಡಗಿದಳು. ಪುಕ್ಕ ಉದುರಿದ ನನ್ನ ಮನಸ್ಸು ಸ್ಫಟಿಕದಂತೆ ಹೊಳೆಯತೊಡಗಿತು.

ಹಸಿ ಗೇರುಬೀಜದ ರುಚಿ

ಆಷಾಡದ ಮಳೆಯಲ್ಲಿ ಒದ್ದೆಯಾದ ಒಣಗಿದೆಲೆಗಳ ಕೆಸರಿನಲ್ಲಿ ಮಂಡಿ ಊರಿ, ಮತ್ತೆ ಮೈ ನಿಮಿರಿಸಿಕೊಂಡು ಎದ್ದೇಳುವ ಒಂದು ಮೊಳಕೆಯೊಡೆದ ಗೇರು ಗಿಡ, ನಡುವೆ ಹಾರಿ ಬಂದು ಬಿದ್ದ ಎಳೆ ಬಿಸಿಲಿನಲ್ಲಿ, ಹಳದಿ ಬಣ್ಣಕ್ಕೆ ತಿರುಗಿದ ಕೆನ್ನೆಗಳಲ್ಲಿ, ನೀಳ ತುಟಿಯು ಸ್ವಲ್ಪ ಅರಳಿ, ನಾಲಿಗೆ ತುದಿಯನ್ನು ಮುಂದೆ ಮಾಡಿ, ಮುಖ ಚೇಷ್ಟೆ ಮಾಡಿ ತೋರಿಸುವ ಒಂದು ನಗು. ನಾನು ವಿಸ್ಮಯದಿಂದ ಸ್ವಲ್ಪ ಅಸೂಯೆಯಿಂದಲೇ ನೋಡುತ್ತಾ ನಿಂತೆ.

ನೀನಾ ರಾರಿಚ್ಚ?

ರಾರಿಚ್ಚನ ಮುಖ ಬಿಳಿಚಿಕೊಂಡಿತ್ತು. ಅವನು ಚಾಚಿದ ತೆಳುವಾದ ಕೈಗಳಲ್ಲಿ ದುಂಡು ತಾವರೆ ಎಲೆಯ ತೇವಾಂಶದೊಳಗೆ ಮೂರು ಗೋಡಂಬಿ ಬೀಜಗಳು. ಮೊಳೆತು ಬೆಳೆದ ಬೀಜಗಳು. ಅದರ ರುಚಿಯಿಂದಾಗಿ ಬಾಯಲ್ಲಿ ತೇಗಿನೊಂದಿಗೆ ನೀರಿಳಿಯುತ್ತಿದೆ.

"ಜಯಂತಾ, ತೆಗೆದುಕೋ. ಮತ್ತ್ಯಾವಾಗಲೂ ಸಿಗೋದಿಲ್ಲ. ಒಣಗಿದ ಗೇರುಬೀಜಗಳಿಗಿಂತಲೂ ರುಚಿಯಿದೆ."

ನನ್ನ ಹೆಸರು ಜಯಂತಿ ಎಂದಿದ್ದರೂ ರಾರಿಚ್ಚ ನನ್ನನ್ನು ಜಯಂತ ಎಂದೇ ಕರೆಯುತ್ತಾರೆ. ಅದು ತೀರ ಸ್ವಾಭಾವಿಕವಾಗಿಯೇ ಕರೆಯುವುದು. ಕೇಳುತ್ತಾ ನಿಂತಿದ್ದ ಜೊತೆಯಲ್ಲಿ ಆಡುತ್ತಿದ್ದ ಚಿಕ್ಕಮಾಮನು ನನ್ನನ್ನು ಜಯಂತ ಎಂದೇ ಕರೆಯತೊಡಗಿದ. ಎಲೆಯ ಪೊಟ್ಟಣ, ಅಂಗಳದಲ್ಲಿ ಒರಗು ಬೆಂಚಿನ ಕಾಲುಗಳ ಸಂದಿಯಿಂದ ನನ್ನ ಕೈಯಲ್ಲಿಟ್ಟು ಕೊಡುವಾಗ ಮುತ್ತಜ್ಜಿ ಅದನ್ನು ಕೇಳಿಸಿಕೊಂಡು ಕೇಳಿತು:

"ಯಾಕೆ ರಾರಿಚ್ಚ ನೀನು ಅವಳ ಹೆಸರು ಬದಲಿಸಿ ಕರೀತಿದಿಯಾ?"

ರಾರಿಚ್ಚ ತಲೆತಗ್ಗಿಸಿ ವಂದಿಸಿ ಅಲ್ಲಿಂದ ಅಂಗಳಕ್ಕಿಳಿದ. ಮತ್ತೆ ಮೆಲ್ಲಮೆಲ್ಲನೆ ಮೆಟ್ಟಲಿಳಿದು ಹೊರಟು ಹೋದ. ಅಂದು ನಮ್ಮ ತೆಂಕುಗೊಡೆಯ ಔಡಲಮರದ ಗೂಟಗಳು ಕಿತ್ತುಬರುವಂತೇನು ಅಲುಗಾಡಿರಲಿಲ್ಲ.

ನನಗಿಂತಲೂ ನಾಲ್ಕುವಯಸ್ಸು ಮಾತ್ರ ದೊಡ್ಡವನಾದ ನನ್ನ ಚಿಕ್ಕಮಾಮನೂ ರಾರಿಚ್ಚನೂ ಯಾವಾಗಲೂ ಜೊತೆಯಲ್ಲೇ ಆಡುವ ಜೊತೆಗಾರರಾದಾಗ ಬೇಲಿಯನ್ನು ಅವರಿಬ್ಬರೂ ಸೇರಿ ಅಲುಗಾಡಿಸಿ, ಒಂದೇ ಹೊಡೆತಕ್ಕೆ ಅದರ ನಡುವಿನಲ್ಲಿ ಒಂದು ಕಂಡಿ ಉಂಟಾಗುವಂತೆ ಮಾಡಿದರು. ಕಂಡಿಗಿಂತಲೂ ಆಚೆಗೆ ಒಣಭೂಮಿಯಲ್ಲಿ

ನಾಲ್ಕು ಬಾಳೆಸಸಿಗಳು ತಲೆಎತ್ತಿ ನಿಂತಿರುವುದೂ ಅದರ ಹಿಂಭಾಗದಲ್ಲಿ ಓಲೆಗರಿ ಭಾವಣಿಯ ಕಾವಿಬಣ್ಣ ಬಳಿದ ಮಣ್ಣಿನ ಗುಡಿಸಲು ಎದ್ದು ನಿಂತಿರುವುದೂ ಒಂದು ದಿನ ನನಗೆ ಕಾಣಲು ಸಾಧ್ಯವಾಯಿತು. ಬಾಳೆಗಿಡಗಳು ದಪ್ಪವಾದ ರೆಕ್ಕೆಗಳನ್ನು ಬಿಡಿಸಿಕೊಂಡು ಗುಡಿಸಲನ್ನು ಮರೆಮಾಡಿತ್ತು. ಭಯಂಕರ ಶಬ್ದ ಮಕ್ಕಳನ್ನು ಹೆದರಿಸಿ ಅಲ್ಲಿಂದ ದೂರಕ್ಕೆ ಓಡಿಸುತ್ತಿತ್ತು. ಅಲ್ಲಿಂದ ನಂತರ ರಾರಿಚ್ಚ ನನ್ನ ಬಾಲ್ಯಕಾಲದ ಜೀವನಕ್ಕೆ ಬಂದು ಸೇರಿಕೊಂಡ.

ತೆಂಕು ಅಂಗಳದಲ್ಲಿ ಬೆಳೆದು ಚಪ್ಪರದೊಂದಿಗೆ ನಿಂತಿರುವ ಒಂಭತ್ತು ಕಾಫಿ ಗಿಡಗಳೂ ಇದ್ದವು. ಇದೀಗ ಅವುಗಳಿಗೆ ಮರದ ಪ್ರಾಯ. ಕೆಳಗೆ ಚೇರು ಅಜ್ಜಿ ಗುಡಿಸಿ, ನೀರಾಕಿ, ಒರೆಸಿ ಹೊಳೆಯುವಂತೆ ಮಾಡಿತ್ತು. ರಾರಿಚ್ಚ ಸರಿಯಾದ ಅಳತೆಯಲ್ಲಿ, ಅಲ್ಲಿ ಸಣ್ಣ ಇಡ್ಲಿ ಗುಂಡಿಗಳನ್ನು ಮಾಡಿದ. ಬಿಳಿಯಾದ ದುಂಡನೆಯ ದೊಡ್ಡ ಗೋಲಿಗಳನ್ನೂ ಸೋಡ ಬಾಟಲಿಗಳಲ್ಲಿರುವ ಬಣ್ಣದ ಗೋಲಿಗಳನ್ನೂ ಕೊಂಡು ತಂದರು.

ನಾನು ಕೇಳಿದೆ:

"ನನ್ನನ್ನೂ ಗೋಲಿ ಆಟಕ್ಕೆ ಸೇರಿಸಿಕೊಳ್ತಿರಾ?"

ರಾರಿಚ್ಚ ನನ್ನನ್ನು ನೋಡಿ ವಿಸ್ಮಯಗೊಂಡರು. "ಬರಲಿ ಅಲ್ಲವೇ? ಜಯಂತ ನೀನೂ ಆಟದಲ್ಲಿ ಸೇರಿಕೊ." ಗೋಲಿಯಾಟದಲ್ಲಿ ನನಗೆ ಯಾವಾಗಲೂ ಸೋಲುವುದೇ ಕೆಲಸ. ನನಗೆ ತೀರಾ ಪರಿಚಯವಿಲ್ಲದ ಆಟವಾಗಿತ್ತದು. ಮನಸ್ಸಿಗೆ ಬಂದಂತೆ ಆಡುವ ಆಟವಾಗಿತ್ತದು. ತಂದೆ ತಾಯಿ ಜೊತೆಯಲ್ಲಿರಲಿಲ್ಲ. ಸೋಲಿನ ಕೊನೆಯಲ್ಲಿ ಗೋಲಿ– ಗುಂಡಿಗಳ ಹತ್ತಿರದಲ್ಲಿ ಮಡಿಚ್ಚಿಟ್ಟ ಬೆರಳುಗಳ ಮೇಲೆ ಗುರಿಯಿಟ್ಟು ಶಿಕ್ಷೆ ವಿಧಿಸಿದ್ದು ಚಿಕ್ಕಮಾಮನೋ? ರಾರಿಚ್ಚನೋ? ಈಗ ಜ್ಞಾಪಕಕ್ಕೆ ಬರುತ್ತಿಲ್ಲ. ಕೈ ಬೆರಳುಗಳಿಗೆ ಒಮ್ಮೆಯು ನೋವುಂಟಾಗಿರಲಿಲ್ಲ. ಸೋತರೂ ಆಟ ಮುಂದುವರಿಯುತ್ತಿತ್ತು. "ಜಯಂತಳಿಗೆ ಸೋಲು" ಎಂದು ರಾರಿಚ್ಚ ಕೂಗಿಹೇಳುತ್ತಿದ್ದ. ಆದರೆ ಆ ಕೂಗು, ಮುತ್ತಜ್ಜಿಯ ಕಿವಿಗೆ ಬೀಳದ ರೀತಿಯಲ್ಲಿತ್ತು.

ಆದರೆ ಹದಿನೈದು ನಾಯಿಹುಲಿ ಆಟವಾಡುವುದರಲ್ಲಿ ನಾನು ರಾರಿಚ್ಚನನ್ನು ಸೋಲಿಸಿಬಿಟ್ಟಿದ್ದೆ. ಅದನ್ನು ಆತ ನಿರೀಕ್ಷಿಸಿರಬೇಕು. ಬಹಳ ದೊಡ್ಡದಾದ ಹದಿನೈದು ನಾಯಿಕಲ್ಲುಗಳನ್ನು ಮತ್ತೆ ಹೆಚ್ಚು ದಪ್ಪವಿರುವ ಐದು ಹುಲಿಹಲ್ಲುಗಳನ್ನು ರಾರಿಚ್ಚ ಭದ್ರವಾಗಿ ಸಂದಿಯಲ್ಲಿಟ್ಟು ಕಾಪಾಡಿದ್ದ. ಚಿಕ್ಕಮಾಮ ಪತ್ರಿಕೆ ಓದಲು ಚಹಾ ಅಂಗಡಿಗೆ ಹೋಗುವ ಸಮಯಗಳಲ್ಲಿ ನಾಯಿಹುಲಿಗಳೂ ಸಾಲುಸಾಲಾಗಿ ಹೋರಾಟ ನಡೆಸುತಿದ್ದವು.

ಇನ್ನು ಮೇಲೆ ಹೇಗೆ ಅಂತ ಆಲೋಚನೆ ಮಾಡುತ್ತಿರುವಾಗಲೇ ರಾರಿಚ್ಚ ತನ್ನ ನಿರ್ಧಾರದ ಘೋಷಣೆ ಮಾಡಿದ್ದು. "ನಾನು ಒಂದು ಲಾರಿಯ ಡ್ರೈವರಾಗ್ತೀನಿ. ಯಾಕೆ? ಮೈಸೂರು ಕಡೆಯಿಂದ ಸಕ್ಕರೆ ಚೀಲಗಳನ್ನು ಲಾರಿಯಲ್ಲಿ ತುಂಬಿಸಿಕೊಂಡು ಕೋಳಿಕೋಡಿಗೆ ತಂದು ಕಳ್ಳಪೇಟೆಯಲ್ಲಿ ಮಾರಾಟಮಾಡ್ತೀನಿ. ಆಮೇಲೆ?

ಶ್ರೀಮಂತನಾಗ್ತೀನಿ. ಹಾಗೆ ಎಷ್ಟೊಂದು ಜನರು ಇಲ್ಲಿ ರಾತ್ರೋರಾತ್ರಿಯೊಳಗೆ ಶ್ರೀಮಂತರಾಗಿಬಿಟ್ಟಿದ್ದಾರೆ ಗೊತ್ತಿದೆಯಾ?"

ನನಗೆ ನಂಬಿಕೆ ಬರಲಿಲ್ಲ. ರಾರಿಚ್ಚನ ತರಹದ ತೆಳ್ಳಗಿನ ದುರ್ಬಲ ವ್ಯಕ್ತಿಯೊರ್ವ ಲಾರಿಯನ್ನು ಕೊಂಡುಕೊಳ್ಳಲು ಸಾಧ್ಯವೇ? ಕೊನೆಪಕ್ಷ ಒಂದು ಸೈಕಲ್ ತುಳಿದುಕೊಂಡಾದರೂ ಓಡಾಡಬಹುದೇನೊ.

ಅವನ ಆಸೆ, ಒಂದು ಲಾರಿ ಸ್ವತಃ ತಾನೆ ತಯಾರು ಮಾಡುವುದರಲ್ಲಿ ಕೊನೆಗೊಂಡಿತು.

ಏಳನೆಯ ತರಗತಿಯ ವಾರ್ಷಿಕ ಪರೀಕ್ಷೆ ಮುಗಿದು ರಜೆ ಬಂದಿದ್ದರಿಂದ ಚಿಕ್ಕಮಾಮನಿಗೆ ಸಂತೋಷವಾಗಿದೆ. ಬಾಳೆತೋಪಿನಿಂದ ಐದಾರು ಬಾಳೆ ಕಂಬಗಳೂ ಬಹಳಷ್ಟು ಹಸಿ ತೆಂಗಿನಗರಿಗಳ ಕಡ್ಡಿಗಳೂ ತಾಳೆ ಮರದ ನಾರುಗಳೂ ಮುಂತಾದವುಗಳನ್ನು ಶೇಖರಿಸಿದರು. ನಾಳೆ ಅಲ್ಲ ಆಚೆನಾಡಿದ್ದಿನವರೆಗೆ ಕಾದುಕೊಂಡಿರಲು ಸಾಧ್ಯವಿಲ್ಲ. ಅಳತೆ ಕೋಲನ್ನು ಇಟ್ಟು ತುಂಡುಮಾಡಿ ತೆಗೆದ ಬಾಳೆಕಂಬ ನಾರೂ ಹಸಿ ತೆಂಗಿನಗರಿ ಕಡ್ಡಿ ಇವುಗಳೊಂದಿಗೆ ನಾನು ಅವರಿಗೆ ಸಹಾಯ ಮಾಡಿದೆ. ಕೇಳುವ ಸಾಮಗ್ರಿಗಳನ್ನು ತೆಗೆದು ಕೊಡುವುದಷ್ಟೆ ಕೆಲಸ. ಮಧ್ಯಾಹ್ನ ಊಟಕ್ಕಿಂತ ಮೊದಲು ಲಾರಿಯ ಕ್ಯಾಬಿನ್ ರೆಡಿಯಾಯಿತು. ಮತ್ತೆ ಕ್ಯಾರಿಯರ್ ತಯಾರು ಮಾಡಬೇಕು. ಎರಡನ್ನೂ ಜೋಡಿಸಿ ಒಂದು ಮಾಡಬೇಕು. ಕ್ಯಾಬಿನ್ನಿನಿಂದ ಉದ್ದನೆಯ ಬಲವಾದ ನೆಟ್ಟಗಿರುವ ಒಂದು ಮರದ ಕಂಬ, ಮೇಲ್‌ಭಾವಣಿ ತೂತುಮಾಡಿ ವಾಲಿಸಿ ಹೊರಕ್ಕೆ ತಂದರು. ಒಂದುವರೆ ಗಜ ಉದ್ದವಿರುವ ಮರದ ಕಂಬದ ತುದಿಯಲ್ಲಿ ಒಂದು ದೊಡ್ಡ ಸ್ಟಿಯರಿಂಗ್. ಗಾಡಿಯ ಹಿಂದಕ್ಕೆ ನಡೆದು ತಿರುಗಿಸುವಂತಹ ಒಂದು ಚಕ್ರ, ತಾಳೆನಾರುಗಳಿಂದ ಹೆಣೆದು ತಯಾರು ಮಾಡಲಾಯಿತು.

ಚಿಕ್ಕಮಾಮ ಸ್ಟೀಲ್ ಪೆನ್ನಿನಿಂದ ಒಂದು ಕಾಗದದ ತುಂಡಿನಲ್ಲಿ ಬರೆದರು – "ಫೋರ್ಡ್."

ಮೊದಲಿನ ಆರ್ಡರ್ ಆಲದ ಮರದ ಕೆಳಗಿನ ಅಂಗಡಿಯಿಂದ ಒಂದು ಕಟ್ಟು ಹಪ್ಪಳ ಕೊಂಡು ತರಬೇಕಾಗಿತ್ತು. ಮುತ್ತಜ್ಜಿಯ ಕಡೆಯಿಂದ. ನಾಕಾಣೆ ನಾಣ್ಯವನ್ನು ಕಿವಿಯಲ್ಲಿಟ್ಟುಕೊಂಡು ಚಿಕ್ಕಮಾಮನೂ ರಾರಿಚ್ಚನೂ ಹೊರಟಾಗ ನಾನು,

"ನಾನು ಬರ್ತಿನಿ."

"ಬೇಡ." ಚಿಕ್ಕಮಾಮ ಹೇಳಿದರು: "ನಾಳೆ ನೋಡೋಣ."

ನಾಳೆ ಸಕ್ಕರೆಗೆ ಆರ್ಡರ್ ಸಿಗುತ್ತೆ, ರಾರಿಚ್ಚ ಹೆಸರು ಜಯಂತನೆಂದು ಬದಲಾಯಿಸಿದ್ದರೂ ಸಂಜೆಗೆ ಗೇಟು ದಾಟಿ ಹೋಗಲು ನನಗೆ ಅನುಮತಿ ಇಲ್ಲ. ಒಂದು ಚಡ್ಡಿ ಶರ್ಟು ಹಾಕಿಕೊಂಡರೆ.......?

"ಸ್ವಲ್ಪ ಬೇಗ ಬನ್ನಿ ಮಕ್ಕಳೇ..." ಅಜ್ಜಿ ಅಂಗಳಕ್ಕಿಳಿದು ನಿಂತರು. ಕತ್ತಲೆಯಲ್ಲಿ

ಲೈಟಿಲ್ಲದೆ ಗಾಡಿ ಬಂತು. ಸಂಧ್ಯಾ ಸಮಯದ ಬೆಳಕಿನ ಕೆಳಗೆ ಬಂದಾಗ ಗಾಡಿ ನಿಂತಿತು.

"ಅಮ್ಮ, ಸಾಮಾನು ಇಳಸಿಕೊಳ್ಳಿ."

ಸಾಮಾನು ಗಾಡಿಯಲ್ಲಿರಲಿಲ್ಲ. ಒಂದು ದುಂಡು ತಾವರೆ ಎಲೆ ಮಾತ್ರ ಇತ್ತು. ಮತ್ತೆ ಅದನ್ನು ಪೊಟ್ಟಣವಾಗಿ ಕಟ್ಟಿದ್ದ ನಾರು.

"ಎಲ್ಲಿ?"

"ಕಳ್ಳರು ಕೊಂಡೊಯ್ದಿರಬಹುದು." ನಾನು ಹೇಳಿದೆ.

"ಓ! ದೇವರೇ, ಕಾಲು ರೂಪಾಯಿ ಯಾರಿಗಾದರೂ ಬಿಕ್ಷುಕರಿಗೆ ಕೊಟ್ಟಿದ್ದರೆ!"

ಲಾರಿಯ ಮಾಲಿಕ ರಾರಿಚ್ಚ ಸಪ್ಪಗಾದ. ಅವನು ಸ್ಪೇರ್ ಪಾರ್ಟ್ಸ್‌ಗಳನ್ನು ಒಂದೊಂದೆ ಬಿಚ್ಚಿ ತೆಗೆದುಬಿಟ್ಟ.

ನಿನಗೆ ಒಂದು ಗಾಡಿಯನ್ನು ತಯಾರಿಸಲು ಸಾಧ್ಯವಿದೆಯೇ? ಆ ಪ್ರಶ್ನೆ ಒಂದು ಸವಾಲಿನಂತಿತ್ತು. ಒಂದನೆಯ ತರಗತಿಗೆ ಚಿಕ್ಕಮಾಮನ ಜೊತೆ ಪ್ರಯಾಣ ಆರಂಭಿಸಿ ಅರ್ಧ ದಾರಿಯಲ್ಲಿ ಅವನು ನಿಂತು ಬಿಟ್ಟ. ಮತ್ತೆ ದಾರಿ ಬೇರೆ-ಬೇರೆಯಾಯಿತು. ದಾರಿ ಬೇರ್ಪಟ್ಟರೂ ಅವನು ಜೊತೆ ಬಿಡಲಿಲ್ಲ. ನಂತರ ಅವರು ಕೊನೆಯದಾಗಿ ಯಾವಾಗ ಬೇರ್ಪಟ್ಟರೆಂದು ನನಗೆ ತಿಳಿಯದೇ ಹೋಯಿತು.

ಒಂದು ದಿವಸ ಸಾಯಂಕಾಲ ಗಟ್ಟಿಮುಟ್ಟಾದ ಮಾವಿನ ಕೊಂಬೆಗೆ ಉಯ್ಯಾಲೆಯನ್ನು ಕಟ್ಟಿ ಅವನು ಹೇಳಿದ:

"ಜಯಂತ ನೀನು ಹತ್ತಿ ಕುಳಿತುಕೊ ನಾನು ಆಡಿಸುತ್ತೇನೆ". ನಾನು ಶಂಕೆಯೊಂದಿಗೆ ಅವನ ಮುಖದ ಕಡೆ ನೋಡಿದೆ:

"ಬೇಡ ಸ್ವತಃ ನಾನೆ ಆಡಿಸಿಕೊಳ್ಳುತ್ತೇನೆ."

"ನಾನು ನಿನ್ನನ್ನು ಸೋಲಿಸಿ ಬಿಡ್ತಿನಿ."

"ಆಗೊದಿಲ್ಲ."

"ನೋಡೋಣ."

ದಿಗಂತದ ಕಡೆ ಎತ್ತರಕ್ಕೆ ಹಾರುತ್ತಿರುವ ಉಯ್ಯಾಲೆಯ ಹಲಗೆ ಮೇಲೆ ಕುಳಿತಿರುವ ನನ್ನ ಎದೆಬಡಿತ ಹೆಚ್ಚಾಗುತ್ತಿದೆ.

ಉಸಿರು ಕಟ್ಟುತ್ತಿದೆ.

"ಹೇಳು. ಸೋತೇಂತ ಹೇಳು ಜಯಂತ."

"ಹೇಳೋದಿಲ್ಲ. ನಿನ್ನ ಹತ್ರ ನಾನು ಸೋಲೊದಿಲ್ಲ!"

"ಇನ್ನೊಂದು ಸಲ, ನಾನು ಇನ್ನೂ ಎತ್ತರಕ್ಕೆ ಹೋಗಿ ಆಡಬೇಕಾ?

"ಬೀಳ್ತಿನಾ?"

"ಇಲ್ಲ."

"ಗಟ್ಟಿಯಾಗಿ ಹಿಡಿದುಕೊಳ್ಳಬೇಕು ಆಯ್ತಾ?

"ಹಿಡಿದುಕೊಂಡಿದ್ದೀನಿ."

ತೆಂಗಿನ ಗರಿಗಳು ಕಾಲಿನ ಕೆಳಗೆ ಬಾಗುತ್ತಿವೆ. ಹಾರಿ ಹಾರಿ. ಕೈಗಳಿಗೆ ನೋವಾಗುತ್ತಿದೆ.

'ಹೇಳಿಬಿಡು. ಸೋತೇಂತ. ಹೇಳು. ಒಂದೇ ಒಂದು ಸಾರಿ.'

ತುಟಿಕಚ್ಚಿ ಒಸರುತ್ತಿದ್ದ ರಕ್ತದ ರುಚಿಕಂಡುಕೊಂಡ ನಾಲಿಗೆ ಅಲುಗಾಡುತ್ತಿಲ್ಲ. ಅಂಗೈಯಲ್ಲಿ ಗುಳ್ಳೆಗಳು ಒಡೆಯುತ್ತಿವೆ.

"ಅಯ್ಯಯ್ಯೊ. ಏನೋ ಪೋಕರಿ, ಹುಡುಗಾಟಿಕೆ ಆಡ್ತಾ ಇದಿಯಾ?" ಅಜ್ಜಿಯ ಆರ್ಭಟ. ಆಕಾಶ ತುಂಡು ತುಂಡಾಗಿ ಕಾಲಿನಡಿಯಲ್ಲಿಯೇ ಬಿದ್ದಿವೆ. ಉಯ್ಯಾಲೆಯ ಉದ್ದನೆಯ ಹಗ್ಗದ ಕೊನೆ ರಾರಿಚ್ಚನ ಕೈಗಳಿಂದ ಬಿಡಿಸಿಕೊಂಡು ಬೀಳುತ್ತಿರುವುದು ಗೊತ್ತಾಗ್ತಾಯಿದೆ. ಎದುರಾಳಿಯಾದ ನಾನು, ನಷ್ಟ ಹೊಂದಿದ ಮೌಢ್ಯತೆಯ ತಣ್ಣನೆಯ ಆಟದ ಉಯ್ಯಾಲೆಯಲ್ಲಿ ತಲೆತಗ್ಗಿಸಿ ಕುಳಿತುಕೊಂಡಿದ್ದೇನೆ.

"ನೋಡು ಜಯಂತಿ, ನಿನ್ನ ಹತ್ತಿರಾನೆ ಹೇಳ್ತಾ ಇರೊದು, ಒಳಕ್ಕೆ ಹೋಗೂಂತ. ಹೋಗು ಒಳಕ್ಕೆ". ಅಜ್ಜಿ ಜೋರುಜೋರಾಗಿ ಶಬ್ದಮಾಡುತ್ತಾ ಆಕ್ರೋಶಗೊಳ್ಳುತ್ತಿದ್ದಾರೆ. ಈ ರೀತಿಯಲ್ಲಿ ಅಜ್ಜಿಯನ್ನು ನೋಡಿದ್ದು ಇದೇ ಮೊದಲು. ಆದರೆ ಅಜ್ಜಿಗೆ ಈ ರೀತಿ ಜೋರಾಗಿ ಶಬ್ದ ಮಾಡ್ತಾ ಇರೊದು ಗೊತ್ತಾಗ್ತಾಯಿದೆಯೇ! ಗಂಟಲು ಅದುರುತ್ತಿರುವುದನ್ನು ಕೇಳಿ, ಅಂಗೈಯಲ್ಲಿ ಗಾಯದ ರಕ್ತವನ್ನು ಕಂಡು, ನಾನು ಒಳಗಡೆಗೆ ಹೋದೆ.

ಅಂದು ರಾರಿಚ್ಚ ಆಟವನ್ನು ಕೊನೆಗೊಳಿಸಿದ. ಅವನು ಮತ್ತೆಂದಿಗೂ ನನ್ನನ್ನು ಹದಿನೈದು ನಾಯಿಹುಲಿ ಆಟ ಆಡಲು ಕರೆಯಲಿಲ್ಲ. ಹಲಸಿನ ಕೊಂಬೆಗೆ ಸಣ್ಣದೊಂದು ಉಯ್ಯಾಲೆಕಟ್ಟಿ ಏನನ್ನೂ ಮಾತನಾಡದೆ ಹೊರಟು ಹೋಗುತ್ತಾನೆ.

ಸಣ್ಣ ಉಯ್ಯಾಲೆ ಅವನ ಪ್ರತಿಭಟನೆಯ ಸಂಕೇತವಾಗಿತ್ತು.

ಮತ್ತೊಂದು ದಿನ ಪಕ್ಕದಿಂದ ಮರಗಿಡಗರಿಗಳನ್ನೆಲ್ಲ ತೂರಿಕೊಂಡು ಅಳುವುದರ ಶಬ್ದ ಕೇಳಿಬಂತು. ಬೇಲಿಯ ಕಂಡಿಯವರೆಗೂ ಓಡಿಬಂದೆ. ಅಜ್ಜಿಯು ಅದಕ್ಕೂ ಮುಂದೆ ಸಾಗಿ, ಅವರ ಪ್ರಾಯದ ಅನುಮತಿಯಿಂದಾಗಿ ಆಚೆ ಕಡೆಯ ಮನೆಗೆ ಓಡಿಬಂದರು. ರಾರಿಚ್ಚನ ತಾಯಿ ಸುಂದರಿ ಮಾಣಿಕ್ಯಮ್ಮಳೂ ಹಳೆಹಗ್ಗವೂ ಮರದ ಬಕೇಟಿನೊಂದಿಗೆ ಬಾವಿಯ ಆಳಕ್ಕೆ ಹಾರಿದ್ದರು. ರಾರಿಚ್ಚನ ಅತ್ತಿಗೆ ಜೋರಾಗಿ ಅಳುತ್ತಾ ಕೂಗಿಕೊಳ್ಳುತ್ತಿದ್ದರು. ರಾರಿಚ್ಚನೂ ಬಾವಿಗೆ ಹಾರುವ ಪ್ರಯತ್ನದಲ್ಲಿದ್ದ.

ಅಜ್ಜಿ ಹೇಳಿದರು:

"ಬುದ್ಧಿಹಾಳದ ಹುಡುಗನೇ! ಎರಡು ಶವಗಳನ್ನೂ ಒಟ್ಟಿಗೆ ತೆಗೆಯಬೇಕಾಗತ್ತೆ. ಆ ತಾಯಿಯೋ ಹೋದರು. ನೀನೂ....."

ಮತ್ತೊಂದು ಅಳುವಿನಲ್ಲಿ ರಾರಿಚ್ಚನ ತಾಯಿಯ ಶವಸಂಸ್ಕಾರ ನಡೆಯುತ್ತಿದೆ

ಎಂದು ಗೊತ್ತಾಯಿತು. ಮತ್ತೆ ಸುಮಾರು ದಿವಸಗಳವರೆಗೆ ರಾರಿಚ್ಚ ಬೇಲಿ ದಾಟಿ ಬರಲಿಲ್ಲ.

ರಾತ್ರಿ ಬಂದಾಗ ಚಿಕ್ಕಮಾಮ ಹೇಳಿದರು:

"ಪಾಪ! ಬಹಳ ಅನ್ಯಾಯವಾಯಿತು. ಅವನಿಗೆ ಅವರ ಅಮ್ಮ ಒಬ್ಬರೆ ಇದ್ದಿದ್ದು!"

"ಹಾಗಾದರೆ ನಾವೆಲ್ಲ ಏನೂ, ಅವನಿಗೆ?"

ಚಿಕ್ಕಮಾಮ ಪುಸ್ತಕಗಳ ಕಡೆಗೆ ನಡೆದರು.

ಸೂತಕ ಕಳೆದ ಮೇಲೆ ರಾರಿಚ್ಚ ಬಂದ. ಆದರೆ ಮೊದಲಿನ ರಾರಿಚ್ಚ ಅಲ್ಲ, ಬೇರೆಯೆ ರಾರಿಚ್ಚ. ಈಗ ಚಡ್ಡಿ ಶರ್ಟು ಅಲ್ಲ. ಪಂಚೆಯಲ್ಲಿದ್ದ. ಬಟನ್‌ಗಳಿಲ್ಲದ ಚಡ್ಡಿಯ ಮೇಲೆ ಸೊಂಟಕ್ಕೆ ಸುತ್ತುವ ಪಂಚೆಯಂತೆ, ಅವನು ಅವರ ಅಮ್ಮನ ಹಳೆಯ ಪಂಚೆ ಉಟ್ಟುಕೊಂಡಿದ್ದ. ಈಗ ಅವನು ಚಿಕ್ಕಮಾಮನಿಗಿಂತ ಎತ್ತರ ಇದ್ದಾನೆ. ದೊಡ್ಡ ತರಗತಿಗಳಲ್ಲಿ ಓದುವವರೆಲ್ಲ ಹೆಚ್ಚು ಎತ್ತರ ಇರುತ್ತಾರೆ ಎನ್ನುವ ನನ್ನ ಅಭಿಪ್ರಾಯವನ್ನು ಅವನು ತಿದ್ದುಪಡಿ ಮಾಡಿದ. ಅಜ್ಜಿ ಕೊಟ್ಟ ಹಲಸಿನಕಾಯಿಯ ಪಲ್ಯವನ್ನು ತಿಂದು ಕರಿಕಾಫಿ ಕುಡಿದು ಅವನು ಹೇಳಿದ:

"ಜಯಂತ ಯಾವತ್ತು ಕಾಲೇಜಿಗೆ ಸೇರುವುದಕ್ಕೆ ಹೋಗೋದು?"

"ಬರೊ ಒಂದನೇ ತಾರೀಖಿಗೆ."

"ಮರೆತು ಬಿಡ್ತಿಯಾ?"

ನನಗೆ ವಿಸ್ಮಯ. ನಗು. ನಿನ್ನನ್ನು ಯಾರಿಗಾದರೂ ಮರೆಯೊದಿಕ್ಕೆ ಸಾಧ್ಯವಾಗತ್ತ? ನಾನೇನನ್ನೂ ಮಾತನಾಡಲಿಲ್ಲ. ಒಳದಾರಿಯಲ್ಲಿ ನಡೆದೆವು. ಬೇಲಿಯ ಆಚೆ ಕಡೆಗೆ ಬಂದು, ಕಂಡಿಯ ಕಂಬಗಳನ್ನು ಹಾಕಿ ಅವನು ಆ ಕಡೆಗೆ ನಡೆದು ಕೊಂಡುಹೋದ.

ಒಮ್ಮೆ ಹಾಸ್ಟಲ್ಲಿಗೆ ಬಂದಿದ್ದ ಚಿಕ್ಕಮಾಮ ಹೇಳಿದರು:

ರಾರಿಚ್ಚ ಊರುಬಿಟ್ಟ.

ನಂತರ ನಾನು ಅಜ್ಜಿಯಲ್ಲಿ ಕೇಳಿದೆ.

"ಯಾಕೆ ರಾರಿಚ್ಚ ಊರುಬಿಟ್ಟದ್ದು? ಅವರ ಅಮ್ಮ ತೀರಿಕೊಂಡಿದ್ದಕ್ಕೊ?"

"ಗಂಡುಮಕ್ಕಳಿಗೆ ಆ ರೀತಿ ಏನಾದರೂ ಕಾರಣ ಬೇಕಾ?" ಊರಿನಿಂದ ಆಗಾಗ್ಗೆ ಓಡಿಹೋದ ಮಕ್ಕಳ ಹೆಸರುಗಳನ್ನು ಸಾಲುಸಾಲಾಗಿ ಅಜ್ಜಿ ಹೇಳಿದರು: "ಸಾಕಾದಮೇಲೆ, ತಿರುಗಿಬರುವವರೇ ಹೆಚ್ಚಿನವರು"

ಅಂದು ಅದರ ತಿರುಳು ನನಗೆ ಗೊತ್ತಾಗಲಿಲ್ಲ. ಆಲಸ್ಯ, ಜಿಗುಪ್ಸೆಗಳ ಪ್ರಾರಂಭವೋ ಅವಸಾನವೋ ಒಂದು ಹೆಣ್ಣು ಮಗುವಿಗೆ ಗೊತ್ತಾಗುತ್ತಿಲ್ಲ. ಗೊತ್ತಾದರೂ ತಿಳುವಳಿಕೆ ಬರುವುದಿಲ್ಲ.

ಬಹಳ ವರ್ಷಗಳ ನಂತರ ರಾರಿಚ್ಚ, ಹೊಗೆಯ ಸುರುಳಿಗಳ ನಡುವಿನಲ್ಲಿ ನನ್ನನ್ನು ಮುಟ್ಟಿದ.

ಅಜ್ಜಿಯ ಚಿತೆಯ ಉಸಿರಾಡುವಿಕೆಯ ಏರಿಳಿತಗಳನ್ನೂ ಅವು ತಾಳೆಮರದ ಗರಿಗಳೆಡೆಯಿಂದ ಮೆಟ್ಟಿಹತ್ತಿ ಸ್ವರ್ಗಕ್ಕೆ ಹೋಗುವುದನ್ನೂ ನೋಡುತ್ತಾ ನಾನು ಮನೆಯ ತೆಂಕು ಅಂಗಳದಲ್ಲಿ ನಿಂತಿದ್ದೆ. ಹೊಗೆಯ ಮರೆಯನ್ನು ತಳ್ಳಿ ನನ್ನ ಒಳಕಣ್ಣುಗಳು ಅಜ್ಜಿಯನ್ನು ಹುಡುಕುತಿತ್ತು. ಮೆತ್ತನೆಯ ಪಿಸುಧ್ವನಿಯಲ್ಲಿ ಸಣ್ಣಸಣ್ಣ ಜನರ ಗುಂಪುಗಳು ಮಾತಿನಲ್ಲಿ ತೊಡಗಿಕೊಂಡಿದ್ದರು. ತೆಂಕು ಅಂಗಳದಲ್ಲಿ ಮನೆಯ ಗಾಢವಾದ ನೆರಳು. ಬೆಳಕಿನ ಒಂದು ಬಲ್ಬ್ ಇದ್ದಿದ್ದನ್ನು ಯಾರೋ ಕಳಚಿಕೊಂಡು ಹೋಗಿದ್ದರು. ಕತ್ತಲೆಗೂ ತಂಪು. ಕಣ್ಣುಗಳ ಉರಿ ತಗ್ಗುತ್ತಿದೆ. ಇನ್ನು ಈ ಮನೆಗೆ ನಾನು ಬರುತ್ತೇನೋ ಎನ್ನುವ ಚಿಂತೆ ನನ್ನನ್ನು ಬಹಳಷ್ಟು ಕಾಡಿಸಿತು. ಕಾಫಿಗಿಡಗಳನ್ನು ಕಡಿದು ನೆಲವನ್ನು ಸಮಮಾಡಿದ ವಿಶಾಲವಾದ ಅಂಗಳದಲ್ಲಿದ್ದ ಗೋಲಿ ಗುಂಡಿಗಳು ಸುಮ್ಮನೆ ನನ್ನ ಮನಸ್ಸಿನಲ್ಲಿ ಉಳಿದುಬಿಟ್ಟಿತ್ತು.

ಕತ್ತಲೆಯಲ್ಲಿ ಒಂದು ಹಳೆಯ ಸ್ಪರ್ಶ.

"ಜಯಂತಾ!"

ನಾನು ಬೆಚ್ಚಿದೆ. ಹೌದು, ತೆಂಗಿನ ನೆರಳಿನಿಂದಾನೇ ಒಂದು ತೆಳುವಾದ ಉದ್ದ ನೆರಳು, ತೆಂಗಿನಿಂದ ಬೇರ್ಪಟ್ಟು ಬೆಳಕಿನಲ್ಲಿ ಚಲಿಸುತ್ತಾ ಬರುತ್ತಿದೆ. ನಾನು ನೆರಳನ್ನು ಬಿಟ್ಟು ಬೆಳಕಿದ್ದಲ್ಲಿ ಬಂದು ನಿಂತು ನೋಡಿದೆ. ಕ್ಷೌರ ಮಾಡದ ಮುಖದ ಕಾಡಿನೆಡೆಯಿಂದ ಎರಡು ಕಣ್ಣುಗಳು ಮಿನುಗುತ್ತಿವೆ. ಹುಣ್ಣಿಮೆ ದಿನದ ಹಾಳಾದ ಬಾವಿಯ ನೀರಿನಂತೆ.

"ರಾರಿಚ್ಚ, ನೀ......"

"ನಾನು ನಿನ್ನೆ ರಾತ್ರಿಯ ಗಾಡಿಯಲ್ಲಿ ಬಂದು ತಲುಪಿದೆ. ಬರಬೇಕೂಂತ ಅನ್ನಿಸಿತು. ಟಿಕೆಟಿಲ್ಲದೆ ರೈಲುಗಾಡಿಯಲ್ಲಿ ಬಂದೆ. ಯಾರೂ ನನ್ನನ್ನು ಹಿಡಿದು ಕೆಳಗಿಳಿಸಲಿಲ್ಲ. ಅಲ್ಲದಿದ್ದರೂ ಯಾರು ತಾನೆ ನನ್ನನ್ನು ಓರ್ವ ಪ್ರಯಾಣಿಕಾಂತ ಅಂದುಕೊಳ್ಳುತ್ತಾರೆ! ನೀನು ಬರ್ತಿಯಾಂತ ನನಗೆ ಗೊತ್ತಿತ್ತು, ಜಯಂತಾ. ಅಜ್ಜಿಯನ್ನೂ ನಿನ್ನನ್ನೂ ಕಂಡು......"

"ಅಜ್ಜಿ ತೀರಿಕೊಂಡದ್ದು ಹೇಗೆ ಗೊತ್ತಾಯಿತು?"

ಯಾರೋ ಕರೆಯುತ್ತಿದ್ದಾರೇಂತ ಅನ್ನಿಸಿತು.

ಮುಂದಿನ ನಿಮಿಷದಲ್ಲಿ ಅವನು ಮುಖ ತಿರುಗಿಸಿಕೊಂಡು ಇಳಿದು ಹೊರಟುಹೋದ. ಜನರ ಗುಂಪು ಅವನನ್ನು ನುಂಗಿಹಾಕಿತು, ಹಾಗೆ ಕತ್ತಲೆಯು.

ಜಲಪಕ್ಷಿಗಳು

ರೆಕ್ಕೆ ಮುರಿದ ಹಗಲು. ಬಣ್ಣ ಮಾಸಿದ ರೆಕ್ಕೆಪುಕ್ಕಗಳ ನಡುವೆ ಕೆಂಪು ಕಲೆಗಳು.

ಆಕೆ ಆತುರಾತುರದಲ್ಲಿ ನಡೆಯುತ್ತಿದ್ದಳು.

ರೆಕ್ಕೆಪುಕ್ಕ ನೇತಾಡಿಸಿಕೊಂಡು, ಕಣ್ಣುಗಳನ್ನು ಹಳದಿಗೆ ತಿರುಗಿಸಿಕೊಂಡು ಕುತ್ತಿಗೆ ಜೋತಾಡಿಸಿಕೊಂಡು, ದಾರಿಯಲ್ಲಿ ಬಿದ್ದುಕೊಂಡಿರುವ ಪಕ್ಷಿಯೂ ಆಕೆಯನ್ನು ಅಸ್ವಸ್ಥಗೊಳಿಸಿತು. ಬಿಸಿಯಾರದ ಹಳದಿ ಮರಳು ಪಾದಗಳಿಗೆ ಮೆತ್ತಿಕೊಂಡವು.

ಅಡಕೆ ಗುಡಿಸಲಿನ ಅಂಗಳದಲ್ಲಿ ವೇಲಾಯುಧನ ನೆರಳು. ತಂಪಾದ ಆಶ್ರಯ ಕೊಡುವ ಸಾನಿಧ್ಯ. ನಿರ್ಜನದಲ್ಲಿ ನೆಮ್ಮದಿಯ ಸ್ನಾನ. ನಡೆಯುವಾಗಿನ ವೇಗ ತಗ್ಗಿತು. ಅವಸರಗೊಂಡು ಮನೆಗೆ ಹಿಂತಿರುಗಿ ಏನನ್ನು ಮಾಡಬೇಕಾಗಿದೆ! ತಂದೆಯ ತಪಸ್ಸು! ಕಳ್ಳಭಟ್ಟಿ ಪಾತ್ರೆಯ ಕೊಳವೆ ಮುಖಾಂತರ ಹನಿಹನಿಯಾಗಿ ಬೀಳುವ ಕಣ್ಣೀರು. ಕಣ್ಣೀರನ್ನು ಅಮೃತವನ್ನಾಗಿಸಿ ಮಾರಾಟ ಮಾಡುವ ತಂದೆ!

ದಾರಿಯು ಗಿಡ ಗಂಟಿ ಪೊದೆಗಳ ಮರೆಯಲ್ಲಿ ಮುಂದೆ ಹೋಗುತ್ತಾ ನದಿತೀರದ ಮರಳಿನಲ್ಲಿ ಕೊನೆಗೊಂಡಿತು. ಗುಂಡಿಯಾಗಿ ತಗ್ಗಿರುವ ಕಡೆ ಕಡಿಮೆ ಹರಿವು ಇರುವ ನದಿ ಜಲ. ಜಲದೊಳಗೆ ಸಿಕ್ಕಿಹಾಕಿಕೊಂಡ ಕಪ್ಪು ನೆರಳುಗಳು. ಮರಳನ್ನು ಸಾಗಿಸುವ ಪ್ರಯಾಸದಲ್ಲಿ ಅವು ತೀರದಲ್ಲಿ ಚದುರಿಹೋಗಿವೆ. ಬಿಳಿ ನದಿ ತೀರದಲ್ಲಿ ಕಪ್ಪುಕಲೆಗಳು.

ಗಿಡ ಗಂಟಿ ಪೊದೆಗಳ ಆಚೆ ಅಪರಿಚಿತವಾದ ಧ್ವನಿಗಳು. ಆಕೆಗೆ ಈಜಲು ಮನಸ್ಸಾಗಲಿಲ್ಲ.

ಕೊಳೆಗಳನ್ನು ಹೋಗಲಾಡಿಸಿಕೊಂಡು ಒಮ್ಮೆ ಮುಳುಗಬೇಕು. ದೇಹವನ್ನು ಆಲಂಗಿಸಿದ ಕೈಗಳ ಅಪರಿಚಿತ ವಾಸನೆ ಆಕೆಯನ್ನು ನಡುಗಿಸಿತು. ಕಪ್ಪು ಜಲದೆಡೆಗೆ ಆಕೆ ದಿಟ್ಟಿಸಿ ನೋಡಿದಳು. ನಂಬಿಕೆ ಬರುತ್ತಿಲ್ಲ. ಕೈ ಬೊಗಸೆಯ ನೀರಿಗೆ ನಾಲಿಗೆಯ ಸ್ಪರ್ಶ. ನಂಬಿಕೆಯು ಬೆರಳುಗಳ ನಡುವೆ ಸೋರಿ ಹೋದವು.

ಉಪ್ಪೇ! ಉಪ್ಪು! ಕಡಲ ನೀರಿನ ಉಪ್ಪು.! ನದಿತೀರದ ಸಂಬಂಧಗಳನ್ನು ಕತ್ತರಿಸಿ ತುಂಡು ಮಾಡಿ ಹಾದು ಬರುತ್ತಿರುವ ಸಮುದ್ರ ಜಲದ ಉಪ್ಪು, ಕೊಬ್ಬು, ಜಿಡ್ಡು. ಸ್ನಾನ ಮುಗಿದರೂ, ಜಿಡ್ಡು ದೇಹದಲ್ಲಿ ಉಳಿದು ಹೋಯಿತು.

ಉತ್ಸಾಹ ಸೋರಿಹೋದ ಮುಖ, ಕಪ್ಪು ಕನ್ನಡಿಯಲ್ಲಿ ಮತ್ತಷ್ಟು ಕಪ್ಪಾಯಿತು.

ಕೊನೆಯಲ್ಲಿ ನೀನು ಸಹ ನನ್ನನ್ನು ವಂಚಿಸಿರುವೆ. ನನ್ನ ಬಂದಿಖಾನೆಯಿಂದ

ಹೊರಗಡೆಗಿರುವ ಒಂದೇ ಒಂದು ಕಿಟಕಿಯ ಮುಂಭಾಗ ನೀನು ಕಾದು ನಿಂತು ಬಲೆ ಬೀಸಿರುವೆ. ಇನ್ನು ನಾನು ಸಂಧ್ಯಾ ಸಮಯಗಳಿಗಾಗಿ ಕಾದು ನಿಲ್ಲುವುದಿಲ್ಲ. ಧೂಳೂ ಕೆಸರೂ ಮೆತ್ತಿಕೊಂಡಿರುವ ನನ್ನ ಕ್ಷೀಣಿಸಿರುವ ಶರೀರವನ್ನು ತೊಳೆದು ಶುದ್ಧಗೊಳಿಸಲು ಸಹ ನಾನು ಹೊರಗಡೆಗೆ ಹೋಗಬೇಕಾಗಿಲ್ಲ.

ಪೊದೆಗಳಿಗೂ ಆಚೆ ಅಪರಿಚಿತ ಧ್ವನಿಗಳು ಮೊಳಗಿದವು.

ಉಪ್ಪು ನೀರಿನ ತೀಕ್ಷ್ಣ ವಾಸನೆ ಮೈತುಂಬ ಕೊರೆದು ಸೇರಿಕೊಂಡಿತು. ಹರಿವು ಕಳೆದುಕೊಂಡ ಆಳದೆಡೆಗೆ ಆಕೆ ದಿಟ್ಟಿಸಿ ನೋಡಿದಳು.

ನಿನ್ನ ನಗು ಎಲ್ಹೋಯ್ತು?

ನನ್ನ ಮುಖದ ಕನ್ನಡಿ ಕಪ್ಪಾಯ್ತು.

ಕಪ್ಪಿನ ಅಗಾಧತೆಯಲ್ಲಿ ಬಿಳಿ ರೆಕ್ಕೆಗಳನ್ನು ಬಿಡಿಸಿಕೊಂಡು ಬೀಸುತ್ತಾ ಜಲಪಕ್ಷಿಗಳು ಹಾರುತ್ತಾ ದೂರಕ್ಕೆ ಹೋದವು.

ಆಕೆ ಬೆಚ್ಚಿದಳು.

ಬಂದೂಕಿನಿಂದ ಗುಂಡು ಹಾರಿದ ಶಬ್ದ.

ಬೇಸಿಗೆಯಲ್ಲಿ ಒಣಗಿ ಹೋಗಿದ್ದ ಪೊದೆಗಳು ಗಲಾಟೆ ಮಾಡಿದವು. ಬಾಯಿಬಿಟ್ಟು ಜೋರಾಗಿ ಅಳತೊಡಗಿದವು. ರೆಕ್ಕೆಗಳನ್ನು ಬಡಿದುಕೊಂಡವು. ಆರ್ತನಾದವನ್ನು ಅದುಮಿಡಿದು ಪ್ರಪಾತದ ಅಂಚಿನಲ್ಲಿ ಅಲುಗಾಡಲಾಗದೆ ಆಕೆ ನಿಂತಿದ್ದಳು. ದೂರದಲ್ಲಿ ನದಿತೀರದ ಮೇಲೆ, ಪೊದೆಗಳ ನಡುವೆ, ಆಸೆಗಳ ಬಿಳಿ ರೆಕ್ಕೆಗಳು ಬಾಡಿ ಬಿದ್ದು ಹೋದವು. ಒಂದು ಬಿಕ್ಕಳಿಕೆ. ಗುರಿಯಿಟ್ಟ ಉದ್ದನೆಯ ಬಂದೂಕಿನ ನಳಿಕೆ. ಹಿಂದಿನಿಂದ ಅಪರಿಚಿತವಾದ ಮನುಷ್ಯ ಧ್ವನಿ. ಕಪ್ಪಾದ ಕೊಬ್ಬಿದ ಕೈಗಳಿಂದ ಉದುರಿದ ಮರಣದ ಕೊನೆಯ ರೆಕ್ಕೆ ಬಡಿತ.

"ಮತ್ತೊಂದು ಸಲ ನೋಡೋಣವೇ?"

"ಯಾತಕ್ಕೆ? ಒಂದು ಗುಂಡು ಹೊಡೆದರೆ ಎರಡು ಗಿಳಿಗಳು. ಇದು ಧಾರಾಳವಾಯ್ತು."

"ಮಹಾ ಪಾಪವಲ್ಲವೇ?" ವೇಲಾಯುಧನ ಆರ್ದ್ರ ಧ್ವನಿ. ಆಕೆ ಮುಖವನ್ನೆತ್ತಿದಳು. ತೇವಗೊಂಡ ಕಣ್ಣುಗಳು ಚಡಪಡಿಸಿದವು.

"ಕೊಂದ ಪಾಪ ತಿಂದರೆ ತೀರುತ್ತೆ" ಅಪರಿಚಿತನ ನಗು. ಒಡೆದು ಚದರಿ ಹೋದ ಗಾಜಿನ ತುಂಡುಗಳು. ಗಾಯಗೊಂಡು ಆಕೆ ವಿಲವಿಲ ನರಳಿದಳು. ಪೊದೆಗಳಲ್ಲಿ ಸಂಜೆಯ ರಕ್ತವು ಕೆಂಪಾಗಿ ಹಾರಿ ಹರಿದು ಹೋಯಿತು. ನಂತರ ಗಟ್ಟಿಗೊಂಡು ಕಪ್ಪಾದವು. ಸಮಯವು ಅವಳ ಮೇಲಿಂದ ಹರಿದು ಹೋದವು. ಕಾಲುಗಳನ್ನು ಒಂದಕ್ಕೊಂದು ಸುತ್ತಿಕೊಂಡು ಜಲಪಕ್ಷಿ ನೀರಹಾವಿನಂತೆ ತೆವಳಿಕೊಂಡು ಮುಂದಕ್ಕೆ ಹೋಯಿತು.

'ತಿಂದರೆ ತೀರುವ ಪಾಪ'ದ ಭಾರವನ್ನು ಕೈಗಳಲ್ಲಿ ಹೊತ್ತುಕೊಂಡು ಆತ

ನದಿತೀರದ ಮೇಲಿಂದ ಮೂಡಣದೆಡೆಗೆ ನಡೆದ. ದಿಕ್ಕುಗಳ ಕತ್ತಲೆಯಲ್ಲಿ ಆತನ ನೆರಳು ಮುಳುಗಿತು.

ವೇಲಾಯುಧನ ಕಣ್ಣುಗಳೊಳಗಿನ ನಕ್ಷತ್ರಗಳು ಪೊದೆಗಳ ಮೇಲೆ ಒಂದು ನಿಮಿಷ ಉಜ್ವಲವಾಗಿ ಪ್ರಕಾಶಿಸಿದವು.

ಆಕೆ ಅರ್ಧ ಒಣಗಿದ್ದ ರವಿಕೆಯನ್ನು ನದಿತೀರದ ಮರಳ ಮೇಲಿಂದ ತೆಗೆದು ಧರಿಸಿದಳು.

ರಾತ್ರಿ ಬೀಡುಬಿಟ್ಟಿದ್ದ ಬಿದಿರಿನ ರಾಶಿಯೊಳಗಡೆ ಮುಳುಗಿಹೋಗಿದ್ದ ಕಾಲುದಾರಿಯಲ್ಲಿ ವೇಗವಾಗಿ ನಡೆದರು. ತಲೆಕೂದಲ ತುದಿ ಬಿಡಿಸಿಕೊಂಡಿತ್ತು. ಉದುರಿದ ಕಣ್ಣೀರಿನ ಕಣಗಳು ಒಣಗಿದ ಮರಳಿನ ಮಣ್ಣಿನಲ್ಲಿ ಬಿದ್ದು ಉರುಳಿಕೊಂಡು ಶೂನ್ಯವಾದ ಪೊದೆಗಳ ಹತ್ತಿರ ತಲುಪಿದವು. ಜಲಪಕ್ಷಿಗಳು ತಮ್ಮ ಮನಸ್ಸುಗಳಲ್ಲೇ ರೆಕ್ಕೆ ಬಡಿದುಕೊಂಡವು.

"ಸ್ನಾನ ಮಾಡಲಿಲ್ಲವೇ? ರೆಕ್ಕೆಬಡಿತ ಮೊಳಗಿತು.

"ಇನ್ನು ಇಲ್ಲಿ ಸ್ನಾನ ಮಾಡುವುದಕ್ಕಾಗುವುದಿಲ್ಲ, ನೀರೆಲ್ಲ ಉಪ್ಪು."

ಬಿದಿರಿನ ರಾಶಿಗಳ ಬಿಕ್ಕಳಿಕೆ. ವೇಲಾಯುಧ ಮತ್ತಿನ್ನೇನೋ ಹೇಳಿದ. ಆಕೆ ಕೇಳಿಸಿಕೊಳ್ಳಲಿಲ್ಲ. ಆಕೆ ಕೇಳಿಸಿಕೊಂಡದ್ದು, ಅಸ್ವಸ್ಥಗೊಂಡಿದ್ದ ರೆಕ್ಕೆಬಡಿತದ ಶಬ್ದಗಳಾಗಿದ್ದವು.

ರೆಕ್ಕೆಬಡಿತದ ಶಬ್ದ ಅವಳನ್ನು ಹಿಂಬಾಲಿಸಿದವು. ನೀರು ಬತ್ತಿಹೋಗಿದ್ದ ತೋಡಿನ ಮೇಲೆ ಒಂಟಿಮರದ ಸೇತುವೆ ಮೇಲೆ ಸಮೀಪಿಸಿದಾಗ ಹಿಂದಿನಿಂದ ಮುಚ್ಚುವ ನೆಲದ ಹಲಗೆಗಳ ಶಬ್ದ.

ನಡುದಾರಿಯಲ್ಲಿಯ ಹಳದಿ ಮರಳಿನಲ್ಲಿ ಗಟ್ಟಿಯಾಗಿ ಘನರೂಪಕ್ಕೆ ತಿರುಗಿದ ರಕ್ತದ ಹನಿಗಳಂತೆ ಗುಲುಗುಂಜಿ ಬೀಜಗಳು ಕೆಳಗೆ ಬಿದ್ದುಕೊಂಡಿದ್ದವು.

ಮುಚ್ಚಿದ್ದ ಬಾಗಿಲುಗಳು ತೆರೆದುಕೊಂಡಿವೆ.

"ಅಯ್ಯೋ, ನನ್ನ ಬಾಳೆಗಿಡಗಳು!" ಆಕೆಗೆ ಗೊತ್ತಾಗದೆ ಅವಳ ಬಾಯಿಂದ ಬಂದ ಶಬ್ದ. ಮದದಿಂದ ನಡೆಯುತ್ತಿರುವ ಎತ್ತು ಗೂಳಿಗಳನ್ನು ಅರಸುತ್ತಾ ಆಕೆಯ ಕಣ್ಣುಗಳು ಕತ್ತಲೆಯ ಬೇಲಿಯೆಡೆಗೆ ಹಾರಿತು, ಒಣಗಿದ ಬಾಳೆ ಎಲೆಗಳೊಂದಿಗೆ ಕಣ್ಣಮುಚ್ಚಾಲೆ ಆಡುತ್ತಿದ್ದ ಒಣಗಾಳಿಗೆ ಕುಚೋದ್ಯದ ನಗು.

"ಯಾರದು ಹೊರಬಾಗಿಲನ್ನು ತೆರೆದಿಟ್ಟಿರುವುದು?" ಮನೆಮುಂಭಾಗಕ್ಕೆ ಬಂದಾಗ ಆಕೆ ಕೇಳಿದಳು.

ಮುಚ್ಚಿದ್ದ ಚಾಚುಕೋಣೆಯ ಬಾಗಿಲಿನ ಅರ್ಧಭಾಗ ತೆರೆದು ಕೊಂಡಿದೆ.

ತಂದೆ ತಪಸ್ಸಿನಿಂದ ಎಚ್ಚರಗೊಂಡಿಲ್ಲ.

ತಪಸ್ಸಿಗೂ ಮುಂದೆ ಆರದ ಹೋಮಾಗ್ನಿ; ಅಗ್ನಿಗೂ ಮುಂದೆ ಎರಡು

ಕಪ್ಪುನೆರಳುಗಳು. ತಂದೆಗೆ ವರ ನೀಡಲು ಬಂದವರ್‍ಯಾರು? ಒದ್ದೆ ಬಟ್ಟೆಗಳನ್ನು ಹೊತ್ತುಕೊಂಡು ಉತ್ತರದ ಕಡೆಗೆ ನಡೆದಳು. ಮನಸ್ಸಿನೊಳಗೆ ಆಗಲೂ ಉಳಿದುಕೊಂಡಿದ್ದ, ಪೊದೆಗಳ ನಡುವಿನ ಅಪರಿಚಿತ ಧ್ವನಿ. ಅದರ ಪುನರಾವರ್ತನೆ. ಆಕೆ ಒಮ್ಮೆ ನಡುಗಿದಳು.

ಅಂಗಳದಲ್ಲಿ ಕೇಳಿದ ಕಾಲಿನ ಸಪ್ಪಳದಿಂದ ಎಚ್ಚರಗೊಂಡ ತಂದೆಯ ತಪಸ್ಸು.

"ಏನೇ, ನೀನು ಬಂದೆಯಾ?"

ಬಲವಾಗಿ ಮೆಟ್ಟಿಕೊಂಡಿದ್ದ ಪಾದದ ನಡುವೆ ಮನೆ ಮುಂಭಾಗದಲ್ಲಿ ಹರಡಿಕೊಂಡಿದ್ದ ಜಲ್ಲಿಕಲ್ಲುಗಳು ರೋದಿಸತೊಡಗಿದವು.

"ನಿನ್ನ ನೀರಿನಾಟಕ್ಕೆ ಎಷ್ಟು ಸಮಯ ಬೇಕು? ಸರಿ, ಈ ಕಡೆಗೊಮ್ಮೆ ಬೇಗ ಬಾ ಈಗ"

"ಇನ್ನು ಈ ನಾನು ಹೇಳಿದಂತೆ ಕೇಳಿ ನಡೆದುಕೊಳ್ಳಬೇಕು. ಇನ್ನು ಸ್ನಾನ ಮಾಡುವುದಕ್ಕೂ ನೀರಲ್ಲಾಡುವುದಕ್ಕೂ ಹೋಗುವುದು ಬೇಡ. ನದಿಯಲ್ಲಿ ಉಪ್ಪು ನೀರು ಹರಿದು ಬಂದಿದೆ."

"ಒಳ್ಳೆಯದಾಯ್ತು"

ಆಕೆ ಬಾವಿ ಕಟ್ಟೆಯ ಕಡೆಗೆ ನಡೆದಳು. ಒದ್ದೆ ಬಟ್ಟೆಗಳನ್ನು ಒಣಗು ಹಾಕಿದಳು. ಎರಡು ಬಕೆಟ್ ನೀರನ್ನು ಬಾವಿಯಿಂದ ಸೇದಿ ಮೈಮೇಲೆ ಸುರಿದುಕೊಂಡಳು. ಮೈಮೇಲಿನ ಉಪ್ಪಿನ ಜಿಡ್ಡು ಹೋಗಲಿಲ್ಲಾಂತ ಅನಿಸಿತು. ಇನ್ನೆಷ್ಟು ತೊಳೆದರೂ ಎಂದಿಗೂ ತೊಳೆದು ಹೋಗಲಾಡಿಸಿಕೊಳ್ಳಲಾಗದ ದುರ್ಗಂಧದಂತೆ ಅದು ಅವಳನ್ನು ಮೆತ್ತಿಕೊಂಡಿತ್ತು......

ಎಣ್ಣೆ ಬಾಟ್ಲಿಯ ಬತ್ತಿಹೋದ ಒಳತಳದಲ್ಲಿ ಬತ್ತಿ ನೆನೆಯುತ್ತಿಲ್ಲ. ದಾಹ ತೀರದ ಬತ್ತಿಯ ದೀರ್ಘಶ್ವಾಸ. ಲಾಟೀನಿನ ಗಾಜಿನ ಕೊಳವೆ. ಚಿಮ್ನಿಯನ್ನು ಅದುಮಿ ಒರೆಸುತ್ತಿರುವುದರ ನಡುವೆ ತಂದೆಯ ಗಟ್ಟಿಯಾದ ಕೂಗು :

"ಇವತ್ತಿಲ್ಲಿ ಅಡುಗೆ ಒಲೆ ಹೊತ್ತಿಸುವುದು ಬೇಡವೇ?"

ಚಿಮ್ನಿಯ ಮುಖ ಒರೆಸಿದರೂ ಹೊಳೆಯಲಿಲ್ಲ. ಕಪ್ಪಾದ ಗಾಜಿನೊಳಗೆ ಉಸಿರು ಕಟ್ಟುವ ಬೆಳಕಿನ ಮುಖ.

ಒಳಗಡೆಗೆ ಹೋಗುವಾಗ ಕಾಲಿನ ಬುಡದಲ್ಲಿ ರೆಕ್ಕೆಯ ಬಡಿತ. ಮಂದ ಬೆಳಕಿನ ನಡುಕ. ಆಕೆಯ ಕಾಲುಗಳು ಮರಗಟ್ಟಿದವು.

"ಸ್ವಲ್ಪ ಬೇಗನೆ ತೊಡಗಿಕೊ. ಚೆನ್ನಾಗಿ ಹುರಿಯಬೇಕು."

ಬೆಳಕು ನಂದಿ ಹೋಗಿ ಕಣ್ಣುಗಳ ಮೇಲೆ ಅರ್ಧ ಮುಚ್ಚಿದ ಕಣ್ಣುರೆಪ್ಪೆಗಳು.

"ಚೆನ್ನಾಗಿ ಕೊಯ್ದು ಸರಿಪಡಿಸಲು ನಿನಗೆ ಗೊತ್ತಿದೆಯಾ?"

ವೇಲಾಯಧನ ಕಣ್ಣಮುಂದೆ, ಕಾಡಿನ ಪೊದೆಯಲ್ಲಿ, ಯಾರಿಂದಲೂ

ಗಮನಿಸಲಾಗದೆ ಅರಳಿದ ಬಿಳಿ ಹೂಗಳು. ಗೋಣು ಮುರಿದು ಬಿದ್ದ ಹೂಗಳು ಉಗ್ರರೂಪ ತಾಳಿದವು. ಮರಣದ ರೆಕ್ಕೆ ಬಡಿತ ಅವಳನ್ನು ನಡುಗಿಸಿತು. ಹಾವುಗಳಂತೆ ಹೆಡೆ ಎತ್ತಿ ಆಡಿದವು. ಅದು ವಿಷ ಕಾರುತ್ತಾ ಆಕೆಯ ಪಾದಗಳ ಮೇಲೆ ಹರಿದಾಡತೊಡಗಿತು. ವಿಷದ ಗಾಳಿ ಉಗುಳಿತು. ವಿಷ ಆಕೆಯ ಕಣ್ಣುಗಳ ಸುತ್ತ ಹೆಪ್ಪುಗಟ್ಟಿತು. ಹೃದಯದ ಚಲನೆ ನಿಂತಿತು.

ನಡುಗುವ ಕೈಗಳಿಂದ ಎತ್ತಿಕೊಂಡ ಶವಗಳೊಂದಿಗೆ ಆಕೆ ಬಡಗು ದಿಕ್ಕಿನ ಅಂಗಳಕ್ಕೆ ನಡೆದಳು.

ಅವಳನ್ನು ಕತ್ತಲಲ್ಲಿರಿಸಿ ಚಾಚುಕೋಣೆಯ ಬಾಗಿಲು ಮುಚ್ಚಿಕೊಂಡಿತು. ಮುಚ್ಚಿದ ಬಾಗಿಲಿನ ಹಿಂಭಾಗ ಗಾಜುಗಳ ವಾಗ್ವಾದ. ಗಂಟು ಬಿಡಿಸಿಕೊಂಡು ಹರಡಿಕೊಂಡ ಮಾತುಗಳು. ಗೂಡು ಕೆಡವಿ ಆರ್ತವಾಗಿ ನಗುತ್ತಿರುವ ವನ್ಯಮೃಗಗಳ ಸಂತೋಷ. ಬಾಗಿಲಿನ ರಂಧ್ರದ ಮೂಲಕ ಹೊರಬಂದ ಗಾಢವಾದ ವಾಸನೆ ವಿಷವಾಯುವಿನಂತೆ ಆಕೆಯನ್ನು ಸುತ್ತಿ ಆವರಿಸಿಕೊಂಡಿತು.

ಅಂಗಳದ ಬರಿಮಣ್ಣಿನಲ್ಲಿ ಆಸೆಗಳ ಕಿತ್ತು ತೆಗೆದ ರೆಕ್ಕೆರಾಶಿ ಬಿದ್ದಿದ್ದವು. ಪಾತ್ರೆಯಲ್ಲಿ ರಕ್ತಭರಿತ ಮಾಂಸದ ತುಂಡುಗಳು.

"ಭಾನುವಿಗೆ ಇಷ್ಟು ಚೆನ್ನಾಗಿ ಮಾಂಸದಡುಗೆ ಮಾಡಲು ಬರುತ್ತದೆಯೆಂದು ಅಂದುಕೊಂಡಿರಲಿಲ್ಲ." ಹೆಂಡದಲ್ಲಿ ಮುಳುಗಿದ್ದವರ ಅಭಿನಂದನೆಗಳ ಬಾಣಗಳು. ವಿಷಪೂರಿತ ಬಾಣಗಳು.

"ನನ್ನ ಕೈಯಲ್ಲಿ ಆಗೋ ಕಾಲದಲ್ಲಿ ದಿನವೂ ಹತ್ತು ಹನ್ನೆರಡರಷ್ಟನ್ನು ನಾನು ಚೆನ್ನಾಗಿ ಸರಿಪಡಿಸಿ ಅಡಿಗೆ ಮಾಡಿದ್ದೇನೆ. ಅಂದು ಇವಳು ಇನ್ನೂ ಚಿಕ್ಕ ಮಗು."

"ಇನ್ನೂ ಈ ಬಗ್ಗೆ ಹೆಚ್ಚಿನ ಗಮನ ಹರಿಸಿ ಉತ್ಸಾಹ ತೋರಬೇಕು, ಆಯ್ತಾ ಮಗಳೇ!"

"ಅತ್ರುಮಾನ್ ಕುಟ್ಟಿ ಇನ್ನು ಇವತ್ತು ಹೋಗಲ್ಲವೇ?"

"ಅಲ್ಲಿ ವ್ಯಾಪಾರ ಅಷ್ಟೇನೂ ಚೆನ್ನಾಗಿಲ್ಲ, ಇಲ್ಲಿನ ಕರಾರುಗಳೇ ಪರವಾಗಿಲ್ಲ!"

"ಹೆಂಡತಿ ಮಕ್ಕಳ ತಾಪತ್ರಯ ಏನೂ ಇಲ್ಲವ ಅಲ್ಲಿ?"

"ಅದೆಲ್ಲವನ್ನು, ಕಳಚಿಕೊಂಡೆ. ಕಾಯಿ ಕೊಟ್ಟು ಕಳಚಿಕೊಂಡೆ."

"ಇನ್ನು ಇಲ್ಲೇ ಎಲ್ಲಾ ಹೊಸದಾಗಿ ಶುರು ಮಾಡೋಣ..... ಇಲ್ಲೇ ಊರಲ್ಲೆ ಒಂದು ಮದುವೇನೂ ಮಾಡ್ಕೊಂಡ್ರೆ ಆಯ್ತು"

"ಅದೇ ಆಲೊಚನೆ ಇದೆ. ಅಷ್ಟರೊಳಗೆ ಚೇಕುಟ್ಟಿಕ್ಕಾನ ಅಂಗಡಿಯ ಊಟ ಮಾಡಿ ಹೊಟ್ಟೆ ಉಬ್ಬಿಸ್ಕೊಂಡು ಸಾಯ್ತಿನಿ."

"ನನ್ನ ಕೈಯಲ್ಲಿ ಆಗೋ ಕಾಲದಲ್ಲಾಗಿದ್ದರೆ ಈ ರಾರು ಮನಸ್ಸುಮಾಡಿ ಅಮೃತಮಾನ್ ಕುಟ್ಟಿಗೆ ಎರಡೂ ಹೊತ್ತಿನ ಊಟ ಕೊಡಬಹುದಾಗಿತ್ತು."

"ಈಗ್ಲಾದ್ರು ಏನಂತೆ? ನಿಮಗೆ ಬೇಕಾದುದನ್ನು ಇಲ್ಲಿಗೆ ತಂದು ಹಾಕ್ತೀನಿ"

"ಊಟವನ್ನು ಬೇಡಿಕೊಂಡು ತಿನ್ನಬಾರದು"

"ನಮಗೆ ಬೇಕಾದವರ ಹತ್ತಿರ ಏನು ಬೇಕಾದರೂ ಬೇಡಿ ಪಡ್ಕೋಬಹುದು". "ಬೇಡ್ಕೋ ಬೇಡ, ಬೇಡ್ಕೋಬೇಡ, ಆಯ್ತು, ನಾಳೆ ಮಧ್ಯಾಹ್ನ ಬರ್ತೀಯಾ?"

"ಬರ್ತೀನಿ. ಇಲ್ಲಿಯ ಕರಾರು ಮುಗಿಯುವವರೆಗಾದರೂ ಬರ್ತಿನಿ. ಬಾರದೇ ಇದ್ರೆ ಆಗೊಲ್ಲ."

ಕೈತೊಳೆಯುವಾಗ ತಂದೆ ಕೇಳಿದರು :

"ಇನ್ಯಾವಾಗ ಲಾರಿ ಬರೋದು. ಕೊನೆ ಲಾರಿ"

"ಇನ್ನಿವತ್ತು ಬರೊಲ್ಲ. ತೆಂಕಿನಿಂದ ಎರಡು ಲಾರಿ ಕಲ್ಲು ಸಾಗಿಸಬೇಕು".

"ಮಲಗೋದು?"

"ವೇಲಾಯುಧನನ ಅಡಿಕೆ ಅಂಗಡಿ ವರಾಂಡದಲ್ಲಿ."

"ಅಂಗಡಿ ವರಾಂಡದಲ್ಲಿ ಒಬ್ಬನೆ ಮಲಗೋದಿಕ್ಕೆ ಅದು ಅಷ್ಟು ಒಳ್ಳೆ ಜಾಗ ಅಲ್ಲ. ಇವತ್ತು ಈ ಅಂಗಳದಲ್ಲಿ ಹೇಗಾದರೂ ಕಳೆಯೋಣ. ಆಯ್ತಾ? ಇಲ್ಲೇ ಅದೂ ಇದೂ ಮಾತಾಡ್ಕೊಂಡು ಇವತ್ತೊಂದು ದಿವಸವಾದರು ಮಲಗೋಣ. ಲೇ ಭಾನು, ಒಂದು ಚಾಪೆ ಮತ್ತೆ ತಲೆದಿಂಬು ತಗೋ....."

ಅಂಗಳದಲ್ಲಿ ಹಾಕಿದ್ದ ಜಲ್ಲಿಕಲ್ಲುಗಳ ರೋದನ. ಗಟ್ಟಿಯಾದ ಕಾಲಿನ ಸಪ್ಪಳ. ಕತ್ತಲೆಯ ಹೃದಯದಲ್ಲಿ ಪ್ರಕಾಶಿಸುತ್ತಿರುವ ಒಂದು ಬೆಳಕು.

"ಯಾರದು?"

"ನಾನು!" ಧ್ವನಿ ಯಾರದೆಂದು ತಿಳಿಯುತ್ತಿದ್ದಂತೆ ಆಕೆ ದಿಗಿಲುಗೊಂಡಳು.

"ವೇಲಾಯುಧನಾ, ಏನೂ?"

"ಅತ್ರುಮಾನ್ ಕುಟ್ಟಿ ಸಾಹೆಬರಿಗೆ ಕೋಣೆ ಬೀಗದ ಕೈ ಕೊಡಬೇಕಿತ್ತು. ಮಾತು ಕೇಳಿಸ್ತಲ್ಲಾ ಹಾಗೆ ನೋಡೋಣಾಂತ ಬಂದೆ."

"ಬೇಕೂಂತಿಲ್ಲ" ತಂದೆ ಹೇಳಿದರು. ಆಕೆ ಕಿಟಕಿ ಸರಳುಗಳನ್ನು ಗಟ್ಟಿಯಾಗಿ ಹಿಡಿದುಕೊಂಡಳು.

ಹೊಳೆಯುತ್ತಿದ್ದ ಕಣ್ಣುಗಳು ಅಗ್ನಿಬಾಣಗಳಾದವು.

ಆಕೆ ಕತ್ತಲೆಯಲ್ಲಿ ತನ್ನನ್ನು ತಾನೆ ಅಡಗಿಸಿಕೊಂಡಳು.

ಕತ್ತಲೆಡೆಗೆ ಹಾರಿಬಂದ ಆಗ್ನೇಯಾಸ್ತ್ರಗಳು ಅವಳನ್ನು ದಹಿಸಿತು.

ಮಾರನೆ ದಿನ ಅದಕ್ಕೂ ಮಾರನೆ ದಿನ ನಂತರ ಬಂದಂತಹ ಎಲ್ಲಾ ಬೇಸಿಗೆಯ ಸಂಜೆಗಳಲ್ಲಿ ಆಕೆ ಬಾವಿಕಟ್ಟೆಯಲ್ಲೆ ಸ್ನಾನ ಮಾಡಿದಳು. ಅಂದಿನ ಉಪ್ಪಿನ ಜಿಡ್ಡು ದೇಹದಿಂದ ಕೊನೆಗೂ ಹೋಗಲೇ ಇಲ್ಲಾಂತ ಅನ್ನಿಸಿತು.

ನದಿ ತೀರಗಳಿಂದ ಲಾರಿಗಳು ನಗರಗಳಿಗೆ ಜಿಗಿದವು. ನದಿಗಳ ಹೃದಯವು

ಕುಸಿದು ಪಾತಳಕ್ಕೆ ತಗ್ಗಿತು. ತಗ್ಗಿದ ಆಳಗಳಲ್ಲಿ ನಗರದ, ಸಮುದ್ರದ ಕಪ್ಪು ಕೆಸರುಗಳು ತುಂಬಿಕೊಂಡವು. ಆಕೆ ದಿನ ಕಳೆದಂತೆ ಹೆಚ್ಚು ಹೆಚ್ಚು ಕಳಂಕಿತಳಾದಳು. ಆಕೆಯ ಮನಸ್ಸಿನೊಳಗಡೆಗೆ ಒಮ್ಮೆಯೂ ಸೂರ್ಯನ ಬೆಳಕು ಹಾಯಲೇ ಇಲ್ಲ. ಆಕೆಯ ಬಡಕಲಾಗಿದ್ದ ದೇಹ ತುಂಬಿ ಕೊಂಡಿತು. ಆಳದಿಂದ ಆಳಕ್ಕಿರುವ ಹರಿವು ಕುಗ್ಗಿತು. ತನ್ನ ಹೃದಯಾಂತರಾಳದಲ್ಲಿ ತುಂಬಿಕೊಂಡಿದ್ದ ಉಪ್ಪನ್ನು ಕಪ್ಪು ಜಲದಿಂದ ಅಡಗಿಸಲು ಪ್ರಯತ್ನಿಸಿದಳು. ಹಗಲುಗಳ ತೀಕ್ಷ್ಣ ನೋಟಗಳ ಮುಂದೆ ಕಪ್ಪು ಜಲದ ಮೇಲ್‌ಪದರ ಕನ್ನಡಿಯಾಯಿತು. ಊರಿನವರು ಅವಳನ್ನು ಶಪಿಸಿದರು. ಬೇಸಿಗೆಯಲ್ಲೂ ಸಾಗಣೆ ದೋಣಿಯಲ್ಲಿ ಸಂಚರಿಸಬೇಕಾದ ಗತಿಗೇಡಿಗಾಗಿ ಶಪಿಸಿದರು. ಹತ್ತು ಪೈಸೆಯಷ್ಟೂ ಖರ್ಚುಮಾಡಲು ಸಾಧ್ಯವಾಗದ ಅವರು ಆಕೆಯ ತೀರಗಳಲ್ಲಿ ಜೊತೆಯಾಗಿ ನಡೆದರು. ಉಪ್ಪು ನೀರು ಏರದ ಸಣ್ಣ ಕಾಲುವೆಯನ್ನು ಒಳದಾರಿಯಲ್ಲಿ ಹಳೆ ಸೇತುವೆ ಮೂಲಕ ದಾಟಿದರು. ಆವಾಗೆಲ್ಲಾ ಅವರು ಅವಳನ್ನು ಶಪಿಸುತ್ತಲೇ ಇದ್ದರು. ಜೋರು ನಗುವಿನೊಂದಿಗೆ ಓಡಿಹೋಗಬೇಕೆನ್ನುವ ಆಕೆಯ ಗತಿಸಿ ಹೋದ ಕಾಲದ ಪರಿಶುದ್ಧತೆಯನ್ನು ಆಕೆ ಸ್ಮರಿಸಿಕೊಂಡಳು. ಉಪ್ಪು ಜಲದ ಕಡೆಯಿಂದ ಬೀಸಿ ಬಂದ ದುರ್ಗಂಧ ಕಾರುವ ಗಾಳಿಯಂತೆ ಅವರು ಆಕೆಯ ಮುಖದ ಮೇಲೆ ಕ್ಯಾಕರಿಸಿ ಉಗುಳಿ ಬಹಳ ಶೀಘ್ರವಾಗಿ ಅಲ್ಲಿಂದ ನಿರ್ಗಮಿಸಿದರು.

ನದಿ ತೀರದ ಪೊದೆಗಳು ಉಪ್ಪು ನೀರಿನಲ್ಲಿ ಅರ್ಧ ಮುಳುಗಿದವು. ಮತ್ತೆಂದೂ ಜಲಪಕ್ಷಿಗಳು ಅಲ್ಲಿ ಗೂಡು ಕಟ್ಟಲೇ ಇಲ್ಲ. ಅವುಗಳು ಉಪ್ಪಿಲ್ಲದ ನೀರನ್ನು ಅರಸುತ್ತಾ ಹಾರಿ ಹೋದವು.

ಅತ್ರುಮಾನ್ ಕುಟ್ಟಿಯ ಕಂಟ್ರಾಕ್ಟ್ ಪ್ರಾರಂಭಗೊಂಡಿತು. ಮರಳು ಲಾರಿಗಳು ಸಕ್ಕರೆ ಮರಳಿನ ಬದಲಿಗೆ ಕಪ್ಪು ಧೂಳು ಮಣ್ಣನ್ನು ಬೆರಸಿ ಮರಳೆಂದು ಸಾಗಿಸತೊಡಗಿದರು. ಅವನ ಜೋಬುಗಳು ತುಂಬುತ್ತಲೇ ಹೋದವು.

ಅತ್ರುಮಾನ್ ಕುಟ್ಟಿ ತಂದೆಯ ಆತ್ಮೀಯ ಗೆಳೆಯನಾದ.

ಆ ಜಲಪಕ್ಷಿಗಳು ದೊರಕದಿದ್ದಾಗ ಅವರುಗಳೆಲ್ಲಾ ಸೇರಿಕೊಂಡು ಆಳದ ನೀರುಗಳಲ್ಲಿ ವಿಷ ಬೆರೆಸಿದರು.

ಬೇಸಿಗೆಯ ಹಗಲುಗಳ ಹಣ್ಣಾಗಿ ಬಿದ್ದು ಹೋದ ಸಂಜೆಯ ಸಮಯಗಳ ಹೊಸಲಿನಲ್ಲಿ ದಾಸವಾಳ ಕಾಡಿನ ಮರೆಯಲ್ಲಿ ನಿಂತು ಆಕೆ ನೋಡುತ್ತಲಿದ್ದಳು.

ಆಕಾಶದ ಅನಂತ ವಿಶಾಲತೆಯಲ್ಲಿ ಹಾರಿ ದೂರಾಗುವ ಬಿಳಿ ಹೆಣ್ಣುಚಕ್ರವಾಕಗಳು, ದೂರದ ಒಣಗಿ ಬತ್ತಿಹೋದ ಬಯಲಿನಾಚೆ ತೆಂಗಿನ ತೋಪುಗಳ ಬಲವಾದ ಕೈಗಳೊಳಗೆ ಸುರಕ್ಷತ್ವವನ್ನು ಅರಸುತ್ತಾ ಅವುಗಳು ಹಾರುತ್ತಾ ಹೊರಟು ಹೋಗುತ್ತಿವೆ.

ಪೂರಂ

ಸಂದೀಪ :

ಹಾಯ್ ಪೂರಂ! ಈಸಲ ಮೇಲಿನ ಕಾವಿಲ್ ಪೂರಂ ಇರುವುದಿಲ್ಲಾಂತ ನಾನು ಭಾವಿಸಿದ್ದೆ. ಕುತ್ತಿಗೆಯ ಒಳಗಿನಿಂದ ಎರಡೂ ಕಾಲುಗಳನ್ನು ಅಪ್ಪನ ಎದೆಯ ಮೇಲೆ ಇಳಿಬಿಟ್ಟು ಪೂರಂ ನೋಡಲು ಹೋಗುವುದನ್ನು ನಾನು ನೆನಪಿಸಿಕೊಳ್ಳುತ್ತೇನೆ. ಅದರ ಮುಂದಿನ ವರ್ಷ ಅಪ್ಪ ನನ್ನನ್ನು ಕೆಳಗಿಳಿಸಿ ಒಂದು ಕೈಯನ್ನು ಹಿಡಿದುಕೊಂಡು ನಡೆದರು. ಬೇಗನೆ ನಡೆದರೆ 'ಬರುವು' ತಲುಪುವದಕ್ಕಿಂತ ಮೊದಲು ಜಾತ್ರೆಯನ್ನು ನಡೆದುಕೊಂಡೇ ನೋಡಬಹುದು. ಆಟದ ಪಿಸ್ತೂಲು ತೆಗೆಸಿಕೊಡುತ್ತೇನೆ ಎಂದು ಹೇಳಿ ನನ್ನಲ್ಲಿ ಉತ್ಸಾಹ ತುಂಬಿದ್ದರು.

"ಗುಂಡು ಸಹ." ನಾನು ಹೇಳಿದೆ: "ಪಿಸ್ತೂಲಿನ ಕೀಲಿ ಎಳೆದರೆ ಗುಂಡು ಬೆಂಕಿ ಉಗುಳುತ್ತಾ ಹಾರಬೇಕು. ಹಾರೊದಿಲ್ಲವೆ?"

"ಓ! ಹಾರತ್ತೆ."

ಆದರೆ ನಾನು ಯಾರಿಗೆ ತಾನೆ ಪಿಸ್ತೂಲಿನಿಂದ ಹೊಡೆಯಬೇಕು! ಬೆಕ್ಕುಗಳನ್ನು ಗೋಣಿಚೀಲದಲ್ಲಿ ಹಾಕಿ ಊರಿನ ಹೊರಗೆ ಬಿಟ್ಟು ಬರುವ ರಾಮಣ್ಣನಿಗೆ ಹೊಡೆದರೆ ಹೇಗೆ?

ಆ ಬಗ್ಗೆ ಆಲೋಚಿಸೋಣ. ಮೊದಲೊಂದು ಪಿಸ್ತೂಲು ತಗೊಬೇಕು. ನಡೆಯುವಾಗ ಹೆಚ್ಚಿನ ಉತ್ಸಾಹ ಕಂಡು ಬಂತು. ಹೆಗಲ ಮೇಲೆ ಕೂತು ಜಾತ್ರೆಗೆ ಹೋಗೋದು ನಾಚಿಕೆಗೇಡೂಂತ ಅಪ್ಪ ಹೇಳಿದರು.

ಅದರ ಮುಂದಿನ ವರ್ಷ, ಅಪ್ಪನ ಅನುಮತಿ ಪಡೆದು ನಾನು, ಸೋಮನೊಂದಿಗೆ ಕಾವಿಲ್‌ಗೆ ಹೋದೆ. ಈ ಸಲ ಅಪ್ಪ ಹತ್ತು ರೂಪಾಯಿ ಕೊಟ್ಟಿದ್ದರು. ಬೀಡಿ ಕಂಪನಿಯ ಬೋನಸ್ ಅಪ್ಪನಿಗೆ ಮೊದಲೇ ಸಿಕ್ಕಿತ್ತು.

ಕಳೆದ ವರ್ಷ ನಾನು ಯಾರನ್ನೂ ಜೊತೆಗೆ ಕರೆದುಕೊಂಡು ಹೋಗಿರಲಿಲ್ಲ. ಒಬ್ಬನೇ ಹೋಗಿದ್ದೆ. ಹೋದಾಗ ಅಲ್ಲಿ, ಪೂರಂನ ಮೈದಾನದಲ್ಲಿ ನನ್ನ ಕ್ಲಾಸ್ಸಿನಲ್ಲಿ ಓದುತ್ತಿದ್ದ ಚಕ್ರಪಾಣಿ, ದೇವ, ಕರುಣಾ, ಕುಂಜ್ಞಿಕಣ್ಣ ಎಲ್ಲರೂ ಇದ್ದರು. ಅಂಗಡಿಗಳಲ್ಲಿ ಕ್ರಿಕೆಟ್ ಬ್ಯಾಟ್‌ಗಳನ್ನು ಅಂದವಾಗಿ ತೂಗುಹಾಕಿದ್ದರು. ಒಂದು ತಂತಿ ಬುಟ್ಟಿ ತುಂಬ

ಒಳ್ಳೆ ಭಾರವಿರುವ ಚೆಂಡುಗಳಿದ್ದವು. ಆದರೆ ಇರುವ ಹಣ ಸಾಕಾಗೊದಿಲ್ಲ. ಕರುಣನ ಕೈಯಲ್ಲಿ ಹದಿನೇಳು ರೂಪಾಯಿ ಇತ್ತು. ಅಮ್ಮನ ಅಕ್ಕಿ ಡಬ್ಬದಿಂದ ಕದ್ದು ತಂದದ್ದು. ಅಬ್ಬಾ! ಎಷ್ಟೊಂದು ಧೈರ್ಯ!. 'ಹೌದು ಕಣೋ ಧೈರ್ಯಬೇಕು' ಕರುಣನೇ ಹೇಳಿದ. ಆಗಲೇ ತೆಂಕುಕೋಣೆಯಲ್ಲಿ ಅಜ್ಜಿ ಮಲಗುವ ಮಂಚದ ಕೆಳಗೆ ಒಂದು ಕಾಶಿ ಹುಂಡಿಯನ್ನು ಮಣ್ಣಿನಲ್ಲಿ ಹುದುಗಿಟ್ಟಿರುವ ವಿಷಯ ನನಗೆ ಜ್ಞಾಪಕಕ್ಕೆ ಬಂತು. ಅದರೊಳಗಿರುವುದರ ಅರ್ಧ ಭಾಗವನ್ನು ನನಗೆ ಕೊಡುತ್ತೇನೆಂದು ಅಜ್ಜಿ ಹೇಳಿದ್ದಾರೆ. ಅರ್ಧ ಹಣ ಅಜ್ಜಿಗೆ ಎಲ್ಲಾದರು ಆತಿಥ್ಯ ಸ್ವೀಕರಿಸಲು ಹೋಗುವಾಗ ಬೇಕಾಗತ್ತಲ್ಲ. ಜಾತ್ರೆ ಇದೀಗ ತಾನೆ ಶುರು ಆಗಿದ್ದಲ್ಲವೇ? ಇಂದು ಧ್ವಜಸ್ಥಂಭ ನೆಟ್ಟಾಯಿತು. ಧ್ವಜಗಳ 'ಬರುವು'ಗಳು ಇನ್ನು ಎಷ್ಟೊ ಇರಬಹುದು. ಐದು ದಿನಗಳ ಉತ್ಸವ ಮುಗಿದ ನಂತರ ಅವಭೃಥ ಸ್ನಾನ. ರಾತ್ರಿ ನಿದ್ರೆ ಬರಲೇ ಇಲ್ಲ.

ಬಾಯಲ್ಲಿ ಬಡಗಿನ ಹಾಡು ಹಾಡುತ್ತಾ ಬೆರಳುಗಳನ್ನು ನನ್ನ ಸಣ್ಣ ತಲೆಕೂದಲುಗಳಲ್ಲಿ ಆಡಿಸುತ್ತಾ ಅಜ್ಜಿ ಕೇಳಿದರು : "ಮಗೂ, ಇನ್ನೂ ಯಾಕೆ ನಿದ್ರೆ ಮಾಡಿಲ್ಲ?"

"ಹುಂಡಿ!"

"ಏನಂದೆ?"

"ಓ! ಏನೂ ಇಲ್ಲ."

"ಹಾಗಾದರೆ ತಿರುಗಿ ಮಲಕ್ಕೊಂಡು ನಿದ್ರೆಮಾಡು! ಅಪ್ಪ ಕಾವಿಲ್‌ಗೆ ಹೋಗೋವಾಗ ಕರಿತೀತಿನಿ."

ಅಜ್ಜಿ ಮಲಗಿ ನಿದ್ರೆಮಾಡಿದರು. ನಾನು ನಿದ್ರೆ ಮಾಡದೆ ಕಾಯುತ್ತಾ ಸುಮ್ಮನೆ ಮಲಗಿದ್ದೆ. ಕಾಶಿ ಹುಂಡಿ ಇರುವ ಮೂಲೆಗೆ ಹೋಗಿ ನೋಡಿದೆ. ನಾಣ್ಯ ನುಂಗುವ ಸಮಯದಲ್ಲಿ ಮಾತ್ರ ಸಣ್ಣ ಬಾಯಿ. ನಾಣ್ಯ ತೆಗೆಯೊಕ್ಕೆ ಆಗಲ್ಲ. ತುಳಿದು ಒಡೆದು ಹಾಕಿದರೆ ಹೇಗೆ? ಬೇಡ, ಅಜ್ಜಿ ಎದುರು ಮರ್ಯಾದೆ ಹೋಗತ್ತೆ. ವಸ್ತ್ರ ಪೆಟ್ಟಿಗೇನ ಎಳದೆ, ಕಾಶಿ ಹುಂಡಿಯ ಬಾಯಿ ಪೂರ್ಣ ಅಗಲಕ್ಕೆ ತೆರೆದುಕೊಂಡಿತು.

"ಎಲೈ, ಪಟಿಂಗ ವೀರ, ನೀನಾ?"

"ಹೌದು ನಾನೇ, ನನಗೆ ಕ್ರಿಕೆಟ್ ಬ್ಯಾಟ್ಟುಬಾಲು ತಗೊಳೋದಕ್ಕೆ ಹಣಬೇಕು."

ಮಣ್ಣಿನಡಿಯಿಂದ ಕಾಶಿ ಹುಂಡಿ ಹೇಳಿತು: "ತಗೊ ಮಗೂ, ಆದರೆ ಅಜ್ಜಿಯ ಹತ್ತಿರ ಹೇಳಲೇ ಬೇಕು"

ಕಾಶಿ ಹುಂಡಿ ನನ್ನ ಬೆರಳುಗಳ ಸ್ಪರ್ಶನಗೊಂಡಾಗ ಕಿಲಕಿಲ ನಕ್ಕಿತು. ಒಂದು ಹಿಡಿಯಷ್ಟು ಬಾಚಿ ತೆಗೆದೆ. ಎಲ್ಲ ನಾಕಾಣೆ ಎಂಟಾಣೆ. ಒಂದು ರೂಪಾಯಿದು ಒಂದೂ ಇರಲಿಲ್ಲ. ರೂಪಾಯಿಗಳನ್ನು ಸಂಗ್ರಹಿಸುವುದು ಮಣ್ಣಿನ ಹುಂಡಿಯಲ್ಲಲ್ಲ. ಮರದ ವಸ್ತ್ರದ ಪೆಟ್ಟಿಗೆಯ ಒಳಗಿನ ಚಿಕ್ಕ ರಹಸ್ಯ ಪೆಟ್ಟಿಗೆ ಯಲ್ಲಿ ಎಂದು ಅಜ್ಜಿಯ ನಂಬಿಕೆ. ಅಜ್ಜಿಯ ಪೆಟ್ಟಿಗೆ ತೆರೆಯುವ ಅಧಿಕಾರ ಮತ್ಯಾರಿಗೂ ಇರುವುದಿಲ್ಲ.

ನಾಣ್ಯಗಳನ್ನು ಕಿಸೆಯಲ್ಲಿ ತುಂಬಿಸಿಕೊಂಡೆ.

ಅಮ್ಮ ಕೂಗಾಡಿದಳು.

"ಸಂದೀಪ ಈ ರಾತ್ರಿ ಹೊತ್ತಿನಲ್ಲಿ ಎಲ್ಲಿಗೆ ಹೊರಟ್ಟಿದ್ದಿಯಾ?"

" 'ಕಾವಿಲ್'ಗೆ"

"ಹೋಗಬೇಡ ಮಗೂ"

"ಇಲ್ಲ ಹೋಗ್ತೀನಿ"

"ಇವತ್ತು ಎಲ್ಲೋ ಬ್ಯಾಂಕಿನ ಚುನಾವಣೆಯಂತೆ. ಜಗಳ ಹೊಡೆದಾಟ ಇದೆಯಂತೆ. ಆ ದಾರಿಯಲ್ಲಿ ಬಸ್ ಓಡಾಟ ಸಹ ನಿಂತುಹೋಗಿದೆ."

"ಇಲ್ಲೇ ಹತ್ತಿರ ಅಲ್ಲವೆ ಅಮ್ಮ, ಕಾವ್? ನಾನು ಒಂದೇ ಓಟಕ್ಕೆ ಬಂದು ಬಿಡ್ತೀಡ್ತಿನಿ. ನೀನು ಅಕ್ಕಿ ಹುರಿದು , ಸಕ್ಕರೆ ತೆಂಗಿನ ಕಾಯಿ ಹಾಕಿ ಉಂಡೆ ಮಾಡಿಡು. ನನಗೆ ಒಳ್ಳೆ ಹಸಿವು."

"ನೀನು ತಿಂದ್ಕೊಂಡೇ ಹೋಗು ಮಗು. ನಾನು ಆಗ್ಲೆ ಅಕ್ಕಿ ಉಂಡೆ ಮಾಡಿ ಇಟ್ಟಿದ್ದೇನೆ."

ಮುಂದಿಟ್ಟ ಹೆಜ್ಜೆ ಹಿಂದೆ ತೆಗೆಯೋ ಪ್ರಶ್ನೆನೇ ಇಲ್ಲ. ಮನೆಯಿಂದ ಹೊರಟ. ಒಳದಾರಿಯ ಆಳದಲ್ಲಿ ಮೀನುಗಾರ ಮೊಯಿದೀನ್‌ಕಾ ಸೈಕಲಿನಲ್ಲಿ ಖಾಲಿಬುಟ್ಟಿಯನ್ನು ಇಟ್ಕೊಂಡು ಹಾರುತ್ತಾ ಬರುತ್ತಿದ್ದಾನೆ.

"ಇವತ್ಯಾರೂ ಹಸಿಮೀನು ತಿನ್ನಬೇಡ್ರಪ್ಪಾ! ಪೇಟೆಯಿಂದ ಒಬ್ಬರನ್ನೂ ಬಿಡ್ತಾಯಿಲ್ಲ. ಆ ಕಡೆಗೂ ಇಲ್ಲ ಈ ಕಡೆಗೂ ಇಲ್ಲ."

ಕಯ್ಯಾಲಪುರದಲ್ಲಿ ಮೀನಿನ ಮಡಕೆ ಪಾತ್ರೆಗಳನ್ನು ಹಿಡಿದುಕೊಂಡು ಕಾಯುತ್ತಿದ್ದ ಹೆಂಗಸರೆಲ್ಲಾ ನಿರಾಸೆಯಿಂದ ಹಿಂತಿರುಗಿದರು.

"ಎಂತಹ ಗತಿ ಬಂತಲ್ಲ! ನೀನೆಲ್ಲಿಗೋ ಸಂದೀಪಾ? ಬೇಗ ಮನೆಗೆ ಓಡು! ಇವತ್ತು ಕಾವಿಲ್‌ನಲ್ಲೂ ಜಾತ್ರೆಲೂ ಯಾರೂ ಜನ-ಪನ ಇರೋದಿಲ್ಲವಂತೆ!"

ನಾನು ಉತ್ತಮಣ್ಣನ ಅಂಗಡಿ ಕಡೆಗೆ ಓಡಿದೆ. ಹೊಲಿಯೊಕ್ಕೆ ಕೊಟ್ಟಿದ್ದ ಅಂಗಿ ತಗೋಬೇಕಿತ್ತು. ಅಪ್ಪ ಪಂಚೆಯ ಅಂಚು ಹೊಲಿಯೋಕ್ಕೆ ಕೊಟ್ಟಿದ್ದನ್ನು ತಗೋಬೇಕು. ಹೊಸಪಂಚೆ ಇಲ್ಲದೆ ಅಪ್ಪ ನಾಳೆ ಪೂರಂಗೆ ಬರೋದಿಲ್ಲ. ಬೇರೆ ಪಂಚೆನೂ ಇಲ್ಲ.

ಉತ್ತಮಣ್ಣನ ಅಂಗಡಿಯಲ್ಲಿ ಹಲವಾರು ತರಹದ ಧ್ವಜಗಳು. ಕಾವಿಲ್ ಪೂರಂಗಾಗಿಯೇ ಇರುವಂತಹದ್ದು. ಹಳದಿ, ಕೆಂಪು ಕಪ್ಪು ಬಿಳಿ ಇವುಗಳದ್ದೆ ಸಂತೆ! ಆನೆ ಮಾವುತನ ಕೋಲು, ಮನೆಗಳ ತೊಲೆ, ಮುಂಭಾಗದ ಹುಣಸೆಮರದ ರಂಬೆ ಕೊಂಬೆಗಳ ಮೇಲೆಲ್ಲ ಗಿರಾಕಿದಾರರನ್ನು ಕಾಯುತ್ತಾ ಗಾಳಿ ಸೇವಿಸುತ್ತಿರುವ ಧ್ವಜಗಳು, ಬಿಸಿಲಿನಲ್ಲಿ ಹೊಳೆಯುತ್ತಿರುವ ಬಣ್ಣಗಳು. ಒಂದು ವಾರದಿಂದ ಉತ್ತಮಣ್ಣನ ಹೊಲಿಗೆ ಮೆಷಿನ್ನಿಗೆ ಪುರುಸೊತ್ತೇ ಇಲ್ಲ. ಇನ್ನು ಪೂರಂ ಮುಗಿದರೆ ಉತ್ತಮಣ್ಣ

ಒಂದು ವಾರ ನಾಪತ್ತೆ. ಎಲ್ಲಿದ್ದಾನೇಂತ ಯಾರೂ ಹೇಳೋದಿಲ್ಲ. ಉತ್ತಮಣ್ಣನಿಗೆ ಈ ಊರು ಸಾಕಾಯ್ತೂ ಅಂತಾನೆ. ಅವನ ಜೊತೆಗಾರರು ಹೇಳ್ತಾ ಇರೋದು. ಊರಿನ ಹಿರಿಯರಾದರೂ ಅವನಾಯ್ತು ಅವನ ಪಾಡಾಯ್ತೂಂತ ಹೇಳಿ ತಪ್ಪಿಸ್ಕೊಳ್ತಾ ಇದ್ರು.

ಒಮ್ಮೆ ನಾನು ಅನುಪಮಕ್ಕನ ಹತ್ತಿರ ಕೇಳಿದೆ: "ಪಟ್ಟಣಕ್ಕೆ ಹೋಗಿ ವಾಸ ಮಾಡೊದಿಕ್ಕೆ ಈ ಉತ್ತಮಣ್ಣನಿಗೆ ಹೋಟೆಲಿನಲ್ಲಿ ರೂಮು ಇದೆಯಾ?"

"ಓ, ರೂಮೂ! ಒಂದು ಹೊತ್ತು ಸರಿಯಾಗಿ ಊಟಮಾಡಿದ್ರೆ ಆಯ್ತು! ಹತ್ತು ದಿವಸ ಕಳೆದು ಬರುವಾಗ ನೋಡಬೇಕು ಅವನ ವೇಷ! ಗಡ್ಡ ಬಿಟ್ಕೊಂಡು, ಒಗೆಯದ ಕೊಳೆ ಬಟ್ಟೆ ಹಾಕ್ಕೊಂಡು, ಸ್ನಾನಾನೂ ಮಾಡ್ದೆ, ಪಟ್ಟಣದ ಜನರು ನೀನ್ಯಾರು, ನಿನ್ನ ಧ್ವಜ ಯಾವುದು ಅಂತ ಯಾರೂನೂ ಕೇಳೊದಿಲ್ಲವಂತೆ!" ಉತ್ತಮಣ್ಣ ಹಿಂತಿರುಗಿ ಬರುವವರೆಗೆ, ಅನುಪಮಕ್ಕನ ಚಿತ್ರದ ಹೊಲಿಗೆ ಮೇಷಿನು ಮಂತ್ರ ಹೇಳ್ತಾ ಅಂಗಡಿಗೆ ಜೀವವಿದೆ ಎಂದು ನೆನಪಿಸುತ್ತಾ ಇರತ್ತೆ.

ಅನುಪಮಕ್ಕ ಸ್ವಯಂ ತಾವೇ ಕೆಲಸ ಮಾಡುತ್ತಾರೆ. ವಾರಕ್ಕೊಮ್ಮೆ ಅವರ ಹೊಲಿಗೆ ಕೆಲಸ ಪಡೆಯಲು ಪಟ್ಟಣದಿಂದ ಜನ ಬರ್ತಾರೆ. ಮೊದಲೇ ಅರ್ಧ ಹಣ ಕೊಟ್ಟು ಬಿಡ್ತಾರೆ. ಉಳಿದ ಅರ್ಧ ಹಣ ಕೊಡೋಡೊದಿಲ್ಲ. ಅದು ಯಾವಾಗಲೂ ಸಿಗೋದಿಲ್ಲವಂತೆ. ಹಾಗೇಂತ ಅನುಪಮಕ್ಕ ಹೇಳೊದು. ಆದರೂ ಸ್ವಂತ ಕೆಲಸ ಅಲ್ಲವೇಂತ ಮಾಡಬೇಕಾಗುತ್ತೆ! ಆ ಬೀಡಿ ಸುತ್ತೊದಿಕ್ಕಿಂತ ಒಳ್ಳೆದಲ್ಲವೆ. ಬಿ.ಎ. ಕಲಿತವಳು ಬೀಡಿ ಕೆಲಸಕ್ಕೆ ಹೋಗೋದು ಬೇಡಾಂತ ತಂಗಿ ಹತ್ತಿರ ಉತ್ತಮಣ್ಣ ಹೇಳಿದ್ದನಂತೆ! ಹೊಗೆಸೊಪ್ಪಿನ ಘಾಟು ದೇಹದ ಒಳಗೋದ್ರೆ ಅವಳ ಆಸ್ತಮ ಇನ್ನೂ ಹೆಚ್ಚಾಗಬಹುದೂಂತ. ನನ್ನ ಅಂಗಿಯ ಕಿಸೆ ಮೇಲೆ ಅಲಂಕರಿಸುತ್ತಿರುವ ಹಳದಿ ಬಣ್ಣದ ಬ್ಯಾಟಿನ ಬಿಳಿ ಬಣ್ಣದ ಬಾಲಿನ ಚಿತ್ರವನ್ನೂ ಅನುಪಮಕ್ಕ ಹೊಲಿದು ಕೊಟ್ಟದ್ದು. ನನ್ನ ಹತ್ತಿರ ಇದ್ದಿದ್ದೆ ನಾಕಾಣೆ. ಅದನ್ನು ಕೊಡೊಕ್ಕೆ ಹೋದಾಗ, ಅದನ್ನು ಮಿಠಾಯಿ ತಗೊಂಡು ತಿಂದ್ಕೊ ಎಂದು ಅವರು ಹೇಳಿದರು. ಕ್ರಿಕೆಟ್ ಬ್ಯಾಟಿಗೆ ಹೊಲಿಗೆ ಕೂಲಿ ತೆಗೆದುಕೊಳ್ಳಲೇ ಇಲ್ಲ.

ಉತ್ತಮಣ್ಣ ಹೊಲಿಗೆ ಮೆಷಿನ್ನಿನ ಮುಂದೆ ಬಗ್ಗಿ ಕುಳಿತ್ತಿದ್ದರು. ಅರ್ಧ ಕುಡಿದ ಚಹಾ ತುಂಡು ಗೋಡೆಯ ಮೇಲಿದೆ. ಅವನ ತುಂಡು ಗಡ್ಡಕ್ಕೆ ಹಲವು ತರಹದ ಬಣ್ಣದ ಪುಡಿಗಳು ಅಂಟಿಕೊಂಡಿದೆ.

ಅಂಗಿಯನ್ನು ಕಾಗದದಲ್ಲಿ ಕಟ್ಟಿ ಕೈಗೆ ಕೊಡುವಾಗ ಅನುಪಮಕ್ಕ ಹೇಳಿದರು: "ನಾಳೆ ಕಾವಿಲ್‌ಗೆ ಹೋಗುವಾಗ ನನ್ನನ್ನೂ ಕರೆಯಬೇಕು, ಆಯ್ತಾ!"

ನನಗೆ ಬಹಳ ಸಂತೋಷವಾಯಿತು. ಅನುಪಮಕ್ಕನ ಜೊತೆಯಲ್ಲಿ ಹೋದರೆ ನನಗೆ ನಡೆದುಕೊಂಡೆ ಜಾತ್ರೆ ನೋಡಬಹುದು. ಅನುಪಮಕ್ಕ ತುಂಬ ಮಾತನಾಡುವುದೂ ಜೋರಾಗಿ ನಗುವುದೂ ನನಗೆ ತುಂಬ ಇಷ್ಟವಾದ್ದರಿಂದ ನಾನೂ ಅದನ್ನೂ ಕೇಳಬಹುದು. ಅವರ ದೊಡ್ಡ ದೊಡ್ಡ ಕಣ್ಣುಗಳಲ್ಲಿ ಮಿಣುಕು ಹುಳಗಳ ಓಡಾಟ ನೋಡಬಹುದು. ಉತ್ತಮಣ್ಣನ ಅಂಗಡಿಯ ಹಿಂದಿನ

ಕೋಣೆಯಲ್ಲಿ ಕುಳಿತು ಚಿತ್ರದ ಹೊಲಿಗೆ ಮಾಡುವ ಅನುಪಮಕ್ಕ, ಆ ಅಂಗಡಿಯ ಮತ್ತೊರ್ವರು. ಅವರಂತೂ ಆ ಯಂತ್ರದ ಒಂದು ಭಾಗವೆ ಆಗಿಬಿಟ್ಟಿದ್ದಾರೆ. ಒಂದು ಯಂತ್ರ ಸುಮ್ಮನೆ ಹೇಗೆ ಚಿಕ್ಕಚಿಕ್ಕ ಹಲ್ಲುಗಳು ಹೇಗೆ ಕಚ್ಚಿಕೊಂಡಿದೇಂತ ಅನ್ನಿಸುತ್ತಿತ್ತು. ತಂತಾನೆ ವಟಗುಟ್ಟುತ್ತಿರುವ ಒಂದು ಯಂತ್ರ.

ಬೇಳೆಸಾರು ಅನ್ನ ತಿಂದು ಊಟ ಮುಗಿಸಿ, ಹೊಸ ಬಟ್ಟೆಯನ್ನುಟ್ಟು, ಅನುಪಮಕ್ಕಳನ್ನು ಕರೆಯಲು ಹೋದಾಗ ನೋಡಿದ್ದಾದರೂ ಏನನ್ನು? ಹಗ್ಗ ಬಿಡಿಸಿಕೊಂಡ ಗೂಳಿಯಂತೆ ಎದುರಿನಿಂದ ಓಡುತ್ತಾ ಹಾರುತ್ತಾ ಬರುತ್ತಿರುವವರು ಮೂಗಿಗೆ ಗುದ್ದಿ, ಸೊಂಟಕ್ಕೆಲ್ಲ ಉಜ್ಜಿ ಜಜ್ಜಿ ದಾಟಿ ಹೋದಾಗ ಪೇಟೆ ಮಾತ್ರ ನಿಶ್ಚಲವಾಗಿದೆ. ನಿನ್ನೆ ಧ್ವಜ ತೋರಣಗಳು ನೇತಾಡಿ ಕೊಂಡಿದ್ದ ಹುಣಸೆ ಮರದ ರೆಂಬೆ ಕೊಂಬೆಗಳ ಕೈಗಳು ಸುಟ್ಟು ಹೋಗಿವೆ, ಹೊಸ ಧ್ವಜಗಳಳೆನ್ನೆಲ್ಲಾ ಈ ಮೊದಲೇ ಮಾಲಿಕರು ಕೊಂಡೊಯ್ದರು ಎಂದು ಅಲ್ಲಿದ್ದವರು ಹೇಳಿದರು. ಉತ್ತಮಣ್ಣ ಎಂದಿನಂತೆ ಕೆಲಸ ಮುಗಿಸಿ ಪಟ್ಟಣ ದರ್ಶನಕ್ಕೆ ಹೋಗಿದ್ದ. ಸುಟ್ಟು ಹೋಗಿದ್ದರ ಅವಶೇಷ, ಒಂದು ಬೂದಿ ಗುಪ್ಪೆ. ಹಲ್ಲು ಕಿರಿಯುತ್ತಿರುವ ಬಹಳಷ್ಟು ಕಟ್ಟಿಗೆ ತುಂಡುಗಳು, ಒಡೆದು ಹಾರಿ ಹೋದ ಹಂಚುಗಳು, ಬೆಳ್ಳಗೆ ನಗುತ್ತಿರುವ ಓಲೆ ಹೆಣೆದ ಚಾಚುಕೋಣೆ. ಅದರೊಳಗೆ ಬೂದಿಯಲ್ಲಿ ಒಂದು ಪ್ರಾಣಿಯ ಸುಟ್ಟು ಕರಕಲಾದ ಅಸ್ಥಿಪಂಜರ. ಅನುಪಮಕ್ಕ ಹತ್ತು ಸಾವಿರ ರೂಪಾಯಿ ಸಾಲ ತೆಗೆದು ಕೊಂಡು ಕೊಂಡಿದ್ದ ಹೊಲಿಗೆ ಮೆಷಿನು! ಸಾವಿನ ನೆಲದ ಮೇಲೆ ಕಪ್ಪು ಮುಷ್ಟಿಯಲ್ಲಿ ಹೊಲಿಗೆ ಸೂಜಿ ಹಿಡಿದು ತಲೆ ತಗ್ಗಿಸಿ ಭೂಮಿಯನ್ನು ನೋಡುತ್ತಿರುವ ಒಂದು ನಿಸ್ಸಹಾಯಕ ಪ್ರಾಣಿಯಂತಿತ್ತು ಆ ಮೆಷಿನು. ನನಗೆ ಗಟ್ಟಿಯಾಗಿ ಅಳಬೇಕೂಂತ ಅನ್ನಿಸುತ್ತಿತ್ತು. ಆದರೆ, ಯಾರೋ ಕತ್ತುಹಿಡಿದು ಹಿಚುಕುತ್ತಿದ್ದಾರೆ. ತುಟಿ ಬಿಚ್ಚಲು ಬಾರದಂತೆ.

ಎಲ್ಲಿದ್ದಾರೆ ಅನುಪಮಕ್ಕ?

ಯಾರು ಏನನ್ನೂ ಮಾತನಾಡುತ್ತಿಲ್ಲ. ಸಂಬಂಧಿಕರ ಸ್ಮಶಾನ ನೋಡಿ ಧೀರ್ಘ ಶ್ವಾಸ ಬಿಡುವವರೇ ಅಲ್ಲಿರುವವರೆಲ್ಲ. ಉತ್ತಮಣ್ಣ ಹತ್ತಿಸಿಡುತ್ತಿದ್ದ ಹದಿನಾಲ್ಕನೆ ನಂಬರಿನ ಸೀಮೆಎಣ್ಣೆ ದೀಪದ ಬಳೆ ತರಹದ ಟೊಪ್ಪಿ ಹಾರಿ ಹೋಗಿ ರಸ್ತೆಯಲ್ಲಿ ಬಿದ್ದು ಕೊಂಡಿದೆ.

ಪಾಪ! ಅವನೇನು ತಪ್ಪು ಮಾಡಿದ್ದ ?. ಯಾರೊ ಶ್ವಾಸ ಬಿಟ್ಟ ಸದ್ದು. ಆ ಹೆಣ್ಣುಮಗಳು ಎಲ್ಲಿಗೆ ಓಡಿಹೋದಳು?

ಯಾರೂ ಉತ್ತರಿಸಲಿಕ್ಕೆ ಹೋಗಲಿಲ್ಲ. ಅಲೆಗಳಲ್ಲಿ ನೀರಿನ ಗುಳ್ಳೆಗಳು ಅಡಗಿ ಹೋಗುವ ಹಾಗೆ ಮನುಷ್ಯರು ಅಳಿಸಿಹೋದರು.

ಅದರ ನಡುವೆ, ಎಲ್ಲಿಂದಲೊ ಬೆಂಕಿ ಚೆಂಡು ನನ್ನ ತಲೆಯಮೇಲೆ. ಒಂದು ಸಿಡಿ ಮದ್ದು ಸಿಡಿದು ಹೋಗುವ ಹಾಗೆ.

ಬೇಡ ಮಾಡಬೇಡ, ರಾಮೋದರ, ಆ ಮಗು ಯಾರಿಗೇನು ಮಾಡ್ತು?

ಯಾರೋ ಅಳುತ್ತಾ ಕೂಗಾಡ್ತಾ ಇದ್ದಾರೆ.

ಕಳೆದ ಸಲ, ಕಾವಿಲ ಉತ್ಸವದ ಮರುದಿನ, ನಮ್ಮ ದಾಸನನ್ನು ಬಾಂಬ್‌ಎಸೆದು ಕೊಂದದ್ದು ಅವನ ಕಡೆಯವರೇ ಅಲ್ಲವೇ!

ಏನೂ, ನನ್ನ ಕಡೆಯವರಾ! ಭಾರ ಹೊರುವ ಕೂಲಿಕೆಲಸಕ್ಕೆ ಹೋಗುವ ನನ್ನ ಅಮ್ಮನೂ ಬೀಡಿ ಕಟ್ಟುವ ಕೆಲಸಕ್ಕೋಕ್ಕೊಗುವ ನನ್ನ ಅಪ್ಪನೂ ಯಾವತ್ತಾದರೂ ಯಾರನ್ನಾದರೂ ಕೊಂದಿದ್ದಾರೆಯೇ? ಜಗಳ ಬೈದಾಟ ಮಾಡಿ, ಸಭೆ ಸೇರಿಸಿ ಯಾವುದಾದರೂ ಒಂದು ಬಾವುಟ ಹಿಡಿದು ಸಾರ್ವಜನಿಕ ರಸ್ತೆಯಲ್ಲಿ ನಡೆದುದಾದರೂ ಇದೆಯೇ? ಹೆದರಿಕೆಯಿಂದ ವೋಟು ಹಾಕಲು ಸಹ ಹೊರ ಹೋಗದೇ.... ಕೆಲವೊಮ್ಮೆ ನನ್ನ ಮುತ್ತಜ್ಜನ ಮುತ್ತಜ್ಜ ಇರಬಹುದು! ಅಜ್ಜಿ ಹೇಳ್ತಾ ಇದ್ದ ಹೊಡೆದಾಟದವ 'ಚಂತೂಪ್ಪರ್'.

ನೆನಪುಗಳು ಅಳಿಸಿ ಹೋಗುತ್ತಿವೆ. ನಾನೊಂದು ಅಚ್ಚ ಬಿಳಿ ಹತ್ತಿಯಕಟ್ಟು ಆಗಿ, ಆಕಾಶಗಳ ಮೂಲಕ........... ನಿನ್ನೆ ನಾನು ಅಪ್ಪನನ್ನು ನೋಡಿದೆ. ಕಣ್ಣುಗಳು ಒಳಕ್ಕೆಹೋಗಿವೆ. ಗಡ್ಡದಲ್ಲಿ ಅಲ್ಲೊಂದು ಇಲ್ಲೊಂದು ನೆರೆಕೂದಲು.

ಬಿಸಿ ಹಬೆ ಹಾರುತ್ತಿದ್ದ ಒಂದು ಬಟ್ಟಲು ಗಂಜಿಯೂ ಅದರೊಳಗೊಂದು ತೆಂಗಿನ ಚಿಪ್ಪಿನ ಸಣ್ಣ ಸೌಟೂ ಮತ್ತೆರಡು ಗುಳಿಯಿರುವ ಪಿಂಗಾಣಿ ಬಟ್ಟಲಿನೊಂದಿಗೆ ಅಮ್ಮ, ಅಪ್ಪನ ಹತ್ತಿರ ಬಂದು ಕುಳಿತರು. ನನ್ನ ಗುಡಿಸಿಲಿನ ಅಂಗಳದಲ್ಲಿ. "ಒಂದು ಹನಿ ನೀರನ್ನು ಸಹ ಕುಡಿಯದೆ ಹೀಗೆ ಇದ್ದು ಬಿಟ್ಟರೇ, ನೀವು ಬದುಕುವುದಕ್ಕೆ ಸಾಧ್ಯವೇ?" ಅಮ್ಮ.

"ಬೇಡ, ಸಾಯ್ತಿನಿ! ಅವತ್ತು, ಕಳೆದ ಮಾರ್ಗದರ್ಶಿರದಲ್ಲಿ ನಮ್ಮ ಸಣ್ಣವ ಹೇಳಿದ್ದು ನಿನಗೆ ನೆನಪಿಲ್ಲವೇ, ದೇವಿ."

"ಏನು ತಾನೇ ಅವನು ಹೇಳಿದ್ದು?"

"ರಾಮದಾಸ ಬಾಳೆ ತೋಟದಿಂದ ಒಂದು ಪ್ಲಾಸ್ಟಿಕ್ ಚೀಲ ನೆಲ ಅಗೆದು ಹೊರ ತೆಗೆದು ಕೊಂಡು ಹೋದದ್ದನ್ನು ನೋಡಿದಾಂತ...."

"ಓ."

"ಅದು ಬಾಂಬುಗಳಾಗಿದ್ದವು. ಚೀಲದ ತುಂಬಾ! ಕ್ರಿಕೆಟ್ ಆಟ ಮುಗಿದು ರಾತ್ರೋರಾತ್ರಿ ಕತ್ತಲೆಯ ಸಮಯದಲ್ಲಿ ಅವನು, ನಮ್ಮ ಸಣ್ಣವ, ಸಂದೀಪ, ಆ ಕಡೆಯಿಂದ ಬಂದಿದ್ದೇ ಆಪತ್ತಾಗಿದ್ದು!"

ಅಪ್ಪ, ಕಟ್ಟಿ ಹೆಣೆದ ಹಸಿ ಹಲಸಿನ ಎಲೆಯಿಂದ ಹಬೆ ಹಾರುತ್ತಿದ್ದ ಗಂಜಿಯನ್ನು ಎತ್ತಿ ಬಾಯೊಳಗೆ ಹಾಕಿಕೊಂಡರು. ಏನೋ ತಳಮಳ ಗಾಬರಿ.

"ನೀವೇನಿದು ಮಾಡ್ತಾ ಇರೋದು? ಗಂಜಿಯನ್ನು ಆರಿಸಿ ಕೊಡೊದಿಲ್ಲವೇ ನಾನು?"

"ನಾನು ಉತ್ತಮನ ಹತ್ತಿರ ಅಂಗಿ ಹೊಲಿಸಿಕೊಂಡದ್ದನ್ನು ತರೊದಿಕ್ಕೆ

ಹೋಗಬೇಕು!"

"ಯಾವ ಅಂಗಿ?"

"ಸಣ್ಣವನು ಕಾವಿಲ್‌ಗೆ ಹೋಗುವಾಗ ಹಾಕಿಕೊಳ್ಳಬೇಕಾಗಿರೋದು!"

ಸೌಟು ಅಮ್ಮನ ಕೈಯಿಂದ ಕೆಳಕ್ಕೆ ಬಿದ್ದು ಉರುಳುತ್ತಿದೆ. ಕೈಗಳಿಂದ ಮುಖವನ್ನು ಒತ್ತಿ ಮುಚ್ಚಿ ತಲೆ ತಗ್ಗಿಸಿ ಕುಳಿತಿದ್ದಾರೆ. ಬಹಳ ಸಮಯಗಳ ಅಳುವಿನ ನಂತರ, ಅಮ್ಮ :

"ಉತ್ತಮನ ಅಂಗಡಿಗೆ ಅವರು ಬೆಂಕಿ ಇಟ್ಟ ದಿನ ಅಲ್ಲವೇ. ನಮ್ಮ ಮಗನನ್ನು......... ಇನ್ಯಾರಿಗೆ ಅಂಗಿ? ಇನ್ಯಾರಿಗೆ ಕಾವಿಲ ಉತ್ಸವ? ಈ ಸಲ ನಾನು ಕಲಂಕರೆಗೆ ಹೋಗಿಲ್ಲ. ಇನ್ನು ಈ ಮನೆಯಿಂದ ನಾನು ಎಲ್ಲಿಗೂ ಬರೋದಿಲ್ಲ. ಸಾಕು, ದುಡಿದದ್ದೂ ತಿಂದದ್ದೂ........ಎಲ್ಲಾ ಸಾಕು."

ಅಪ್ಪ ನಿದ್ರೆಯಲ್ಲಿರುವಾಗ ಎನ್ನುವಂತೆ ಬೆಚ್ಚಿ ಬಿದ್ದು ಗಾಬರಿಯಿಂದ ಎಚ್ಚರವಾಗಿ ಅಮ್ಮನನ್ನು ನೋಡುತ್ತಾ ಸುಮ್ಮನೆ ಅಲುಗಾಡದೆ ಕುಳಿತ್ತಿದ್ದಾರೆ. ಮತ್ತೆ ಯಾವುದೇ ತಿಳುಳವಳಿಕೆ, ಗುರಿಯಿಲ್ಲದೆ ನಡೆದ ಜಗಳದಿಂದ ಗಂಜಿಯ ಬಟ್ಟಲು ತಾಗಿ ಕೆಳಗೆ ಬಿದ್ದು, ಕಪ್ಪು ಸಾರಿಸದ ಅಂಗಳದಲ್ಲಿ ಗಂಜಿ ಹರಿದು ಹೋಗುತ್ತಿದೆ. ದಿನ್ನೆಯ ಅಂಚಿನಿಂದ ಗಂಜಿಯ ಕಣ್ಣೀರು, ಕೆಳಗೆ ಅಂಗಳಕ್ಕೆ ಹನಿ ಹನಿಯಾಗಿ......... ಬೇಡ. ಅಪ್ಪನಿಗೂ ಅಮ್ಮನಿಗೂ ನನ್ನನ್ನು ನೋಡುವುದಕ್ಕೆ ಆಗುತ್ತಿಲ್ಲ. ಕಣ್ಣು ಮುಚ್ಚಿದರೆ ಕಣ್ಣೀರು. ನಾನು ನನ್ನ ಆಕಾಶಗಳಲ್ಲಿ......

ಕೆಳಗೆ, ಬೀದಿಗಳಲ್ಲಿ ಜನರ ಆಗಮನ, ಹಣೆಪಲಕ ಕಟ್ಟದೆ ಇರುವ ಆನೆ, ಆಭರಣಗಳನ್ನು ಧರಿಸದ ಹೆಣ್ಣುಮಕ್ಕಳ 'ತಾಲಪೊ಼ಲಿ' ತಟ್ಟೆ. ಬಟ್ಟಲಿನಲ್ಲಿ ಒಡೆದ ತೆಂಗಿನಕಾಯಿ. ಪ್ರತೀಕಾರದಿಂದ ಪ್ರಖರವಾಗಿ ಉರಿಯುತ್ತಿರುವ ದೀಪದ ಸಣ್ಣ ಬತ್ತಿ. ಪೆರುವಣ್ಣಾನ್ ಬಾಬು ಮತ್ತು ಸಂಗಡಿಗರಿಂದ ಚೆಂಡೆ ಮೇಳ.

ಈ ಸಲ ಧಾರಾಳ ಧ್ವಜ ಬರುವುದಕ್ಕಿದೆ.

ನಾನು ಈ ಸಣ್ಣ ಮಾವಿನ ಮರದ ತುದಿಯ ರೆಂಬೆ ಕೊಂಬೆಗಳಿಂದ ಭೂಮಿಯನ್ನು ಸ್ಪರ್ಶಿಸದೆ ನೃತ್ಯವನ್ನು ಮಾಡುತ್ತಿದ್ದೇನೆ. ನಾನೂ ಒಂದು ಧ್ವಜವಾಗಿ ಮಾರ್ಪಾಡಾಗಿದ್ದೇನೆ. ನನ್ನ ಎದೆಯ ಮೇಲೆ ಒಂದು ಕ್ರಿಕೆಟ್ ಬ್ಯಾಟೂ ಬಾಲೂ ಹೊಲಿದು ಸೇರಿಸಿರುವುದು ನಮ್ಮ ಅನುಪಮಕ್ಕನೇ, ಮತ್ಯಾರೂ ಅಲ್ಲ. ಸುಟ್ಟು ಹಾಕಲಾಗಿದ್ದು ಅವರ ಹೊಲಿಗೆ ಯಂತ್ರವನ್ನೇ, ಅದೃಷ್ಟವಶಾತ್ ಅವತ್ತು ಅನುಪಮಕ್ಕ ಅವಘಡದಿಂದ ಪಾರಾದರು. ಮಿಂಚನ್ನು ನೋಡಿ ಭಯಗೊಂಡಿದ್ದ ಹಸುವನ್ನು ಕಟ್ಟಿದ್ದ ಹಗ್ಗ ಬಿಚ್ಚಿ ಕೊಟ್ಟಿಗೆಯೊಳಕ್ಕೆ ತಗೊಂಡು ಹೋಗಿದ್ರಂತೆ! ಉತ್ತಮ ನಂತರ ಊರಿಗೆ ಹಿಂತಿರುಗಿ ಬರಲೇ ಇಲ್ವಂತೆ!

ಅದೋ ನನ್ನ ಬಲ ಭಾಗದಲ್ಲಿ ದೊಡ್ಡ ಆಲದ ಮರದ ಕೊಂಬೆಗೆ ಒಂದು ಬಲವಾದ ಧ್ವಜ ನೇತಾಡ್ತಾಯಿದೆ. ಹಳದಿ ಬಿಳಿ ಕೆಂಪು ಕಪ್ಪು. ಅದರ ತಲೆಭಾಗದಲ್ಲಿ

ಕೊಟ್ಟಿಯೂರ್ ಪೆರುಮಾಳಿನ ಚಿತ್ರ, ಮರುಭಾಗದಲ್ಲಿ ಸೂರ್ಯ, ಅಡ್ಡವಾಗಿ ಒಂದು ಬಿಳಿ ಬಟ್ಟೆಗೆ ಎರಡು ಸಾಲುಗಳಲ್ಲಿ, 'ಪನಯ್‌ಕ್ಕಲ್ ರಾರುಮುಪ್ಪನ್' ಎಂದು ಬರೆಯಲಾಗಿದೆ.

ಧ್ವಜ ನನ್ನನ್ನು ನೋಡಿ ಕೈಬೀಸುತ್ತಿದೆ.--ಬಾ, ಬಾ, ಬಾ.

ಸಂದೀಪಾ, ನೀನು ಈ ಉತ್ತಮಣ್ಣನ ಮರೆರತುಬಿಟ್ಯಾ?

ಉತ್ತಮಣ್ಣ....ಣ್ಣ,,,,,,ಣ್ಣ.

ರಾರುಮೂಪ್ಪನ್:

ನನಗೆ ಮರಣವಿಲ್ಲ. ಕಳೆದ ವಾರವಲ್ಲವೇ, ನಾನು ಮಣತ್ತಣಕ್ಕೆ ಹೋಗಿ ಪುಟ್ಟಮಾಣಿಕ್ಯಳನ್ನು ನೋಡಿ ಕೊಂಡು ಬಂದದ್ದು.

ಫಲ್ಗುಣ ಮಾಸದಲ್ಲಿ ನಾನು ಬರುವುದು ಗೊತ್ತಾಗಿ ಮಾಣಿಕ್ಯಳಿಗೆ ದಿಗಿಲಾಯಿತು. ಮಾಣಿಕ್ಯಳ ಮೊಲೆಗಳನ್ನು ಎರಡು ತಲೆದಿಂಬುಗಳನ್ನಾಗಿ ಮಾಡಿ, ಒಂದು ಮಗುವನ್ನು ಎದೆಯ ಮೇಲೆ ಒತ್ತಿ ಕೊಂಡಳು. ಅವಳ ಎರಡು ತೋಳುಗಳಲ್ಲೂ ಮಗುವಿನ ಕೈಗಳನ್ನು ಸೇರಿಸಿದಳು. ಕೊಬ್ಬೇರಿದ ತೊಡೆಗಳಲ್ಲಿ ಮಗು ಕಾಲು ಸೇರಿಸಿ ತೂಗಾಡುತ್ತಿದೆ.

ಆಡಾಡು ಮಗುವೇ ಆಡಾಡು...

ಆಡಾಡು.........

ಮಗುವಿನ ಹಣೆಗೆ ಮುದ್ದಿಸಿ ಮೈಯೆಲ್ಲ ಸವರುವಾಗ ಪುಟ್ಟಮಾಣಿಕ್ಯ ನಗುತ್ತಿತ್ತು. ಎಲೆ ಅಡಿಕೆ ಹಾಕಿ ಕೆಂಪುಗೊಂಡ ತುಟಿ, ಹಲ್ಲು, ಅಂಗಾರದ ಹೂವಿನಂತೆ ಅರಳಿತು.

"ಯಾರು ಪುಟ್ಟ, ಹೊಸಲು ದಾಟಿ ಬರ್ತಾ ಇರೋದು? ಕೊಟ್ಟಿಯೂರ್ ಪೆರುಮಾಳೋ ಅಥವಾ ಬೇರೆ ಯಾರೋನ?"

ಮಗುವಿನ ಕಾಲುಗಳ ತೂಗಾಟ ನಿಂತಿತು. ಕಣ್ಣು ತುಂಬ ಕಣ್ಕಪ್ಪು ಬಳಕೊಂಡು, ಕಪ್ಪು ಹಣೆಬೊಟ್ಟು ಹಾಕ್ಕೊಂಡಿರುವ ಒಂದು ನೀಲವರ್ಣ ಮುಖ, ತಿರುಗಿ ನೋಡುತ್ತಿದೆ.

ನನ್ನ ಮುಂಭಾಗ ಕೆಂಪು ರಾಶಿ ತುಂಬಿದ ಓರ್ವ ಸೂರ್ಯನೂ ಪ್ರಕಾಶವನ್ನು ಅರಳಿಸುವ ಬೆಳದಿಂಗಳೂ ಒಮ್ಮೆಲೇ ಉದಯಿಸುತ್ತಿದೆ.

"ಹಾಗೆ ಪುಟ್ಟಮಾಣಿಕ್ಯ, ನನ್ನ ಬರುವಿಗಾಗಿ ಕಾದು ಕಾದು ಸಾಕಾದಾಗ ಒಂದು ಮದುವೆ ಮಾಡಿಕೊಳ್ತು. ಅಲ್ಲವೇ?"

ಪುಟ್ಟಮಾಣಿಕ್ಯ ಮಗುವನ್ನು ಸೊಂಟಕ್ಕೇರಿಸಿ ಎದ್ದುನಿಂತಳು. ಉಟ್ಟ ಸೀರೆಯ ನೆರಿಗೆ ಬಿದ್ದು ಅರಿಷಣದ ಬೀಜಗಳಂತಹ ಕಾಲು ಬೆರಳುಗಳು ಅಳಿಸಿ ಹೋದವು.

ತೆಳುವಾದ ಬಿಳಿ ರವಿಕೆ ಎಳೆದು ಕೆಳಗೆ ಮಾಡಿ, ಕಾಲದ ಹರಿವು ಕಾಣದೆ ಪುಟ್ಟಮಾಣಿಕ್ಯ ಹೇಳಿದಳು:

"ಫಾಲ್ಗುಣ ಮಾಸದ ಬಿಸಿಲು ಸುಡುತ್ತಾ ಇದೆ. ಒಳಗೂ ಹೊರಗೂ ಜೋರು ಹೊಯ್ದಾಟ!"

"ಪುಟ್ಟಮಾಣಿಕ್ಯ, ನೀನು ನನ್ನನ್ನು ಮರೆತಿಲ್ವಾ?" ನಾನು ಊರುಕೋಲು ಅಂಗಳದ ಪಕ್ಕದ ಚಾಚು ಮಣೆಯ ಹತ್ತಿರ ಇಟ್ಟೆ. ಮನೆಯ ಮೆಟ್ಟಿಲಿನ ಮೇಲಿದ್ದ ನೀರಿನ ಗಿಂಡಿ ತಗೊಂಡೆ. ನಡೆದು ಬೆಂದು ಹೋದ ಪಾದಗಳ ನಡುವೆ ತಣ್ಣನೆಯ ನೀರು ಲಜ್ಜೆಯೊಂದಿಗೆ ಓಡುತ್ತಾ ಮರೆಯಾಯಿತು.

ಪುಟ್ಟಮಾಣಿಕ್ಯಳ ಮೂಗುತಿಯ ಕೆಂಪುಕಲ್ಲು ನನ್ನ ಹೃದಯಕ್ಕೆ ಒಂದು ಬಾಣದಂತೆ ಸ್ಪರ್ಶಿಸುತ್ತಿದೆ. ನನ್ನ ಮುಖ ತಗ್ಗಿಹೋಯಿತು. ನಾನು ಕತ್ತಲೆಯ ಭೂಮಿಯಲ್ಲಿ ಪ್ರಾರ್ಥಿಸಿದೆ.

'ಬೇಕೂಂತ ಏನೂ ಅಲ್ಲ. ಬರಬೇಕು ಬರಬೇಕೂಂತ ಅಂದು ಕೊಳ್ತೀನಿ. ಕೊಟ್ಟಿಯೂರಿನ ಎಳನೀರಿನಾಟವನ್ನು, ನಾನು ಕೊಟ್ಟಿಯೂರ್ ಪೆರುಮಾಳಿನೊಂದಿಗೆ ನನ್ನ ಮನಸ್ಸಿನಲ್ಲಿ ಸ್ಥಾಪಿಸಿದ್ದೆ.'

ಪುಟ್ಟಮಾಣಿಕ್ಯ ತುಟಿ ಬಿಚ್ಚಲಿಲ್ಲ. ಚಿಕ್ಕ ಪುಟ್ಟ ಒಳಗಿನ ಬಾಗಿಲಿನ ನೇರಕ್ಕೆ ಕೈ ಚಾಚುತ್ತಾ ಏನೊ ಹೇಳಿತು.

"ಮಗುವಿಗೆ ಸ್ನಾನ ಮಾಡಿಸಿದ ಮೇಲೆ ಏನೂ ಕೊಟ್ಟಿಲ್ಲ. ಅವನ ಅಮ್ಮನ ಹತ್ತಿರ ತಗೊಂಡು ಹೋಗಿ ಕೊಡ್ತೀನಿ!" ಉಟ್ಟಪಂಚೆಯ ತುದಿಯನ್ನೊಮ್ಮೆ ಹಿಡಿದು ಕುಕ್ಕಿ, ಒಳಪಂಚೆಯ ತುದಿಯನ್ನು ತೋರಿಸಿ ಕೊಂಡು ಆಕೆ ಅಂಗಳಕ್ಕೆ ಇಳಿದು ಪಕ್ಕದ ಅಡುಗೆಮನೆಯ ನೇರಕ್ಕೆ ನಡೆದಳು. ಗಾಳಿಯಲ್ಲಿ ಒಂದು ಬಿಳಿ ಕೋಳಿ ಪುಕ್ಕಕ್ಕೆ ನೃತ್ಯ ಮಾಡುವ ಚಾಪಲ್ಯ. ಬಗ್ಗದ ವಾಲಾಡದ ನೃತ್ಯ. ನನ್ನ ಹಳೆಯ ಪುಟ್ಟಮಾಣಿಕ್ಯ. ವರ್ಷಗಳೆಷ್ಟು ಕಳೆದವು? ಎಷ್ಟೆಷ್ಟು ಎಳನೀರಾಟಗಳು ಮುಗಿದುಹೋದವು!

ಬಸ್ಸು ಹತ್ತುವಾಗ ಊರಿನ ಯುವಕರು ಸುತ್ತು ನಿಂತು ಮಾತನಾಡುತ್ತಿದ್ದರು. ಗುಸುಗುಸು. ಗುಸುಗುಸು. ಗಂಟಲು ತೆರೆದು ಮಾತನಾಡಲು ಇತ್ತೀಚೆಗೆ ಯುವಕರು ಮರೆತೇ ಬಿಟ್ಟಿರಬೇಕು. ಮಾತಿನೊಳಗೆ ಸಿಡಿಮದ್ದು ಕುಕ್ಕಿಕುಕ್ಕಿ ತುಂಬಿಸಿದರು. ಬೀಡಿ ಕಟ್ಟುವ ಯುವಕರು ದಿನಪತ್ರಿಕೆ ಓದುವುದನ್ನು ನಿಲ್ಲಿಸಿದ್ದಾರೆ. ಈಗ ಒಬ್ಬೊಬ್ಬರ ಮನೆಯಲ್ಲೂ ಪತ್ರಿಕೆ ಇದ್ಯಲ್ಲಾ. ದಾರಿಗಳಲ್ಲಿ ಸಿಗುವ ಔಷಧಗಳ ಗಿಡಗಳಂತೆ. ಆದರೂ ಅವರಲ್ಲಿ ಪ್ರಾಯವಾದವನೊಬ್ಬ ಕೇಳಿದ:

"ರಾರುಮೂಪ್ಪರ್ ಯಾವ ಕಡೆಗೇಂತ ಕೇಳಬೇಕಾಗಿಲ್ಲವಲ್ಲ!"

"ಬಡಗುಕಾವಿಲ್‌ನ ಕಡೆಗಲ್ಲವೇ!" ನಗು. ಹಳೇ ಕಾಲದ ನಗುವಿನ ಬೆಳದಿಂಗಳೂ ತಿಳಿ ಬಿಸಿಲೂ ಯಾವುದೂ ಇರಲಿಲ್ಲ. ಮಳೆ ಮೋಡ ಮುಚ್ಚಿದಂತಹ ಒಂದು ನಗು. ಪರವಾಗಿಲ್ಲ, ಬಿಡಿ. ಈಗಿನವರು ಬೇರೆ ಏನೇ ಆದರೂ ಹೀಗೆ

ಮಾತನಾಡಿಸುವಷ್ಟಾದರೂ ಸೌಜನ್ಯತೆಯನ್ನು ಉಳಿಸಿಕೊಂಡಿದ್ದಾರಲ್ಲ, ಅದೇ ಸಮಾಧಾನ.

'ರಾರುಮೂಪ್ಪರ್ ಬಡಗುಕಾವಿಲ್‌ಗೆ ಹೋಗ್ತಾ ಇದಾರೆ' ಅನ್ನೊದೆ, ಯುವಕರು ಸಂಬಂಧ ಕುದುರಿಸೋಕೆ ಹೋಗುವಾಗ ಊರಿನವರು ಹೇಳೋ ಮಾತು. ಹೇಳ್ಕೊಳ್ಳಿ. ಅದು ಗಂಡಸರಿಗೆ ಹೇಳಿರೋ ವಿಚಾರ ತಾನೆ! ಆದರೂನು ನಾನು ಪುಟ್ಟಮಾಣಿಕ್ಯಳ ವಿಚಾರದಲ್ಲಿ ನಡೆದುಕೊಂಡದ್ದು ಸರಿಯಲ್ಲಾಂತ ನನ್ನ ಮನಸ್ಸಿನಲ್ಲಿ ಚುಚ್ತಾಯಿದೆ. ಆ ದಿನಗಳಲ್ಲೆಲ್ಲ ಪ್ರಾಕೂಳಂ ಮುಗಿದು ಜೇಷ್ಠಾರ್ಧದ ಮಳೆ ಪ್ರಾರಂಭದ ನಡುವೆ, ಸ್ಥಳ ತೊರೆದು, ಭತ್ತ ತುಂಬಿದ ಬಯಲುಗಳನ್ನೂ, ಕಾಸರು ಹಣ್ಣುಗಳೂ ನೇರಳೆ ಹಣ್ಣುಗಳೂ ಬಿದ್ದು ಕೊಂಡಿರುವ ಹಳ್ಳ ದಿನ್ನೆಗಳ ದಾರಿಗಳನ್ನೆಲ್ಲಾ ದಾಟಿ, 'ಗಂಜಿಪುರ'ಗಳನ್ನು ಹುಡುಕಿ, ಕೈ ಕಾಲು ಬೀಸುತ್ತಾ ನಡೆಯುವಾಗ, ಊರಿನವರು ಹೇಳ್ತಾ ಇದ್ದಿದ್ದು 'ರಾರೂ ಮೂಪ್ಪರ್ ಪುಟ್ಟಮಾಣಿಕ್ಯಳನ್ನು ವಂದಿಸುವುದಕ್ಕೆ ಹೋಗುತ್ತಿರುವುದು' ಎಂದಾಗಿತ್ತು. ಅದಕ್ಕೀಗ ಅಂತ ನಾಚಿಕೆಗೆಡುವಂತಹದ್ದು ಏನೂ ಇಲ್ಲ. ರಾರುಮುಪ್ಪನ್ ತನ್ನ ಹೃದಯದ ಬಡಿತ ನಿಲ್ಲುವವರೆಗೂ ಬಡಗುಕಾವಿಲಿಗೆ ವಂದಿಸಲು ಹೋಗುತ್ತಾನೆ! ಮೊದ ಮೊದಲು ಕೆಲವು ಹಿರಿಯರ ಹೆದರಿಕೆ ಇತ್ತು.

"ಏನೋ ರಾರುಪುಟ್ಟ, ವಂದಿಸಲು ಹೋಗಿ ವಾಪಾಸು ಬರೊದಿಕ್ಕೆ ಯಾಕಿಷ್ಟು ತಡ!"

ಈ ಹಿರಿಯರಿಗೆ ಗೊತ್ತಿಲ್ಲದೆ ಇರುವಂತಾಹದ್ದೇನೂ ಅಲ್ಲವಲ್ಲ? ಈ ಹಿರಿಯರು ವಂದಿಸುವುದಕ್ಕೆ ಹೋಗುತ್ತಿದ್ದ ಕಾಲದಲ್ಲೂ 'ಗಂಜಿಪುರ'ಗಳು ಇದ್ದಿತ್ತಲ್ಲ. ಆ 'ಗಂಜಿಪುರ'ಗಳಲ್ಲಿ ಸುಂದರಿಗಳಾದ ಹೆಣ್ಣುಮಕ್ಕಳು ಇದ್ದ ಬಗ್ಗೆ ಯಾರೂ ಗಟ್ಟಿಯಾಗಿ ಹೇಳಲಿಲ್ಲ ಅಷ್ಟೆ.

ಕೊಟ್ಟಿಯೂರ್ ಅಮ್ಮನನ್ನು ವಂದಿಸಬೇಕೆಂದು ನನ್ನ ಹಣೆಯಲ್ಲಿ ಬರೆದಿದೆ. ಮನೆತನದ ಮನೆಯ ಎಲ್ಲಾ ಅಂತಸ್ತುಗಳಲ್ಲೂ ಉತ್ತರಾಸಗಳಲ್ಲೂ ಎತ್ತರದ ಬಾಗಿಲಿನ ಚೌಕಟ್ಟಿನ ಮೇಲೂ ಎಷ್ಟೊಂದು ಬಿದಿರಿನ ಹೂವುಗಳನ್ನು ತೂಗು ಹಾಕಲಾಗಿದೆ! ಪೆಟ್ಟಿಗೆ ತುಂಬ ಕೊಟ್ಟಿಯೂರಿನಿಂದ ಖರೀದಿಸಿದ ಕಬ್ಬಿಣದ ಉಂಗುರಗಳೂ, ತಾಮ್ರದ ಉಂಗುರಗಳೂ, ಬೆಳ್ಳಿಯ ಉಂಗುರಗಳೂ, ಪಂಚ ಲೋಹವನ್ನು ಬೇರ್ಪಡಿಸಿ ತಯಾರಿಸಿದ ಉಂಗುರಗಳೂ ಇದ್ದಾವೆ. ಬಂಗಾರದ ಉಂಗುರವನ್ನು ನಾನು ನನ್ನ ಹೃದಯದಲ್ಲಿ ಭದ್ರವಾಗಿರಿಸಿದ್ದೇನೆ. ಜೊತೆಯಲ್ಲಿ ಒಂದು ಕೆಂಪು ಮೂಗುತಿಯನ್ನೂ.

ಎಳನೀರಿನ ಗೊನೆ ಎತ್ತುವುದಕ್ಕೆ ಆಗದೇ ಇದ್ದಾಗಲೇ, ಮಣತ್ತಣದ ಗಂಜಿಪುರಕ್ಕೇಂತ ಅಂದು ಓರ್ವ ಯುವಕನನ್ನು ಕೆಲಸಕ್ಕೆ ಇಟ್ಟುಕೊಂಡಿದ್ದು. ಅದರಲ್ಲಿ ಪುಟ್ಟಮಾಣಿಕ್ಯಳ ಹಠವೂ ಸೇರಿತ್ತು.

ಮಾಲೂರ್ ಗುಡ್ಡದ ತುತ್ತತುದಿಯ ಮೇಲ್ಭಾಲ್‌ಭಾಗದ ನೆಲ ಅಗೆದು ಗುಂಡಿ ತೆಗೆದು ಕಳರಿ ವಿದ್ಯೆಯನ್ನು ಅಭ್ಯಾಸ ಮಾಡುತ್ತಿದ್ದ ಯುವಕ ಅರಗು ಹಚ್ಚಿದ್ದ ಹೊಳೆಯುವ ಮೈಯನ್ನು ಕುಲುಕಿ ಕೂಗಿ ಕೇಳುತ್ತಿದ್ದ:

"ರಾರುಮುಪ್ಪರ್ರೆ ಎಳನೀರಿನ ಗೊನೆ ಹೊರುವುದಕ್ಕೆ ನಾನು ಬರಲೇ?" ಅದರೊಂದಿಗೆ ಕಳರಿ ಅಭ್ಯಾಸದವರಿಗಿದ್ದ ಒಂದು ದೊಡ್ಡ ಗುಂಪು ನಗು.

"ಬೇಡ ಕಣೋ ನಾನೇ ಸಾಕು! ಬೇಕೂಂತ ಅನ್ನಿಸಿದಾಗ ಹೇಳ್ತಿನಿ, ಆಯ್ತಾ!"

ಈಗಿನ ಯುವಕರಿಗೆ ಈ ರೀತಿ ನಗುವುದಕ್ಕೆ ಬರುತ್ತದೆಯೋ? ಇಂದು ನಗುತ್ತಿರುವುದು ಬರೀ ಬಾಂಬುಗಳು. ಅದನ್ನು ತಯಾರಿಸಲು ಅವರಿಗೆ ಗೊತ್ತಿದೆ. ಸ್ವಂತ ನಗುಗಳೆಲ್ಲ ಗಾಜು, ಮೊಳೆಗಳನ್ನು ಸೇರಿಸಿ ಔಷಧದವನ್ನು ತುಂಬಿಸಿ ಕಲಸು ಮೇಲೋಗರ ಮಾಡಿ ಅವರು ಭದ್ರವಾಗಿ ಪೊಟ್ಟಣವಾಗಿ ಹೊದಿಸಿ ಕಟ್ಟಿ, ಕಪ್ಪು ಮಂದಸ್ಮಿತದ ಸಿಡಿಯುವ ಔಷದ ಸೇರಿಸಿ........... ದೇವರೇ, ಕೊಟ್ಟಿಯೂರ್ ಪೆರುಮಾಳೇ ನನ್ನ ಪುಟ್ಟಮಾಣಿಕ್ಯ.........

"ನಿಂತಕಾಲಿನಲ್ಲೇ ಏನನ್ನು ಜ್ಞಾಪಿಸಿಕೊಳ್ಳುತ್ತಿರುವುದು?" ಅರ್ರೆ! ಮಾಣಿಕ್ಯ ನನ್ನ ಮುಂದೇನೆ ತಲೆಕೂದಲನ್ನು ಚೆನ್ನಾಗಿ ಬಾಚಿ ವ್ಯವಸ್ಥಿತವಾಗಿ ಕಟ್ಟಿದ್ದಾಳೆ! ರವಿಕೆಯ ಮೇಲೆ ಒಗೆದು ಶುಚಿಮಾಡಿದ ಎರಡನೇ ಪಂಚೆ. ಅದು ಎದೆಯನ್ನು ಮರೆಮಾಚುತ್ತಿಲ್ಲ. ಗತಿಸಿದ ಕಾಲವನ್ನೂ ಮರೆ ಮಾಡಲೂ ಆಗುತ್ತಿಲ್ಲ.

ಅನೇಕ 'ಜೇಷ್ಠಮಾಸಾರ್ಧ'ಕ್ಕಿಂತ ಮೊದಲೂ ಪುಟ್ಟಮಾಣಿಕ್ಯಳದ್ದು ನನ್ನ ಮುಂದೆ ಇದೇ ನಿಂತ ನಿಲುವು. ಅರಳಲು ಹವಣಿಸುವ ಒಂದು ಕರಿಮೊಗ್ಗಿನ ದಿಟ್ಟತನ. ಗೂಟ ಹೊಡೆದಷ್ಟೆ ಖಾತರಿ. ಇದೀಗ ಬೆಳೆದು ತಲ್ಲಣಗೊಂಡಿದೆ.

ಜೊತೆಗಾರ ಕುಮಾರನೊಂದಿಗೆ ಮೊದಲ ತೀರ್ಥಯಾತ್ರೆ–'ಮೃಗಶಿರ'ದ ಭತ್ತದ ಕೃಷಿಯ ನೆಡುವ ಕೆಲಸ ತೊಡಗಿದ ನಡುರಾತ್ರಿಯಲ್ಲಿ ಮಳೆಯ ಬಿರುಸು ಜೋರಾಗಿ ಸುರಿಯಲು ಪ್ರಾರಂಭಿಸಿತು.

"ಸ್ನಾನ ಮಾಡಿ ವೃತ ಕೈಗೊಂಡಿದ್ದೀಯ ವೃತಾನ ತಪ್ಪಿಸಬೇಡ" ಮುತ್ತಪ್ಪ ಹೇಳಿದ್ದು.

"ಕುಮಾರ, ನಿನಗೆ ಈಜಲು ಬರುತ್ತಲ್ಲವೇ? ಹೊಳೆ ಕಟ್ಟಾಕಿದೆಯೋ ಏನೋ!"

ಇಬ್ಬರೂ ಒಗೆದ ಮಡಿಯಲ್ಲಿದ್ದ ಬಿಳಿ ಬಟ್ಟೆಗಳನ್ನೂ ಅವಲಕ್ಕಿ ತೆಂಗಿನಕಾಯಿಯೆಲ್ಲವನ್ನೂ ಸೇರಿಸಿದ ಗಂಟು. ಬಿಗಿಯಾಗಿ ಕಟ್ಟಿದರು. ಆಗಸದಲ್ಲಿ ಭಯಂಕರ ಮಳೆಯ ಕಥಕ್ಕಳಿ ಪದ್ಯ. ನಡೆದು ನಡೆದು ಗೊತ್ತೇ ಆಗಲಿಲ್ಲ. ಬೇಸಿಗೆ ಬಿಸಿ ರೆಕ್ಕೆ ಬಡಿದು ಹಾರಿ ಹೋಯಿತು. ಮರುದಿನ ಮಧ್ಯಾಹ್ನ ಪೆರಾವೂರ್ ನದಿದಡ ತಲುಪುವಾಗ ಅಲ್ಲೊಂದು ಸೇತುವೆ. ಹೊಸ ಸೇತುವೆ. ಬಂಗಾರದ ಬಣ್ಣದಲ್ಲಿರುವ ಬೆತ್ತದ ಬಳ್ಳಿಗಳಿಂದ ಹೆಣೆದ ತೂಗುಸೇತುವೆ. ಪಾದಗಳಿಗೆ ಸಣ್ಣದೊಂದು ಆಧಾರ ಕೆಳಗೆ ಸೇರಿಸಿಟ್ಟ ಎರಡು ಬಿದಿರುಗಳು. ಮೇಲೆ ಸೇರಿಸಿ ಕಟ್ಟಿ ಹಾಸಿದ ಬೆತ್ತದ ಬಳ್ಳಿಗಳನ್ನು ಎಳೆದು ಕಟ್ಟಲಾಗಿದೆ. ಕೈಯನ್ನು ಗಟ್ಟಿಯಾಗಿ ಸೇರಿಸಿ ಹಿಡಿದು ಮೆಲ್ಲಮೆಲ್ಲನೆ ಸರಿದು ಮುಂದೆ ಹೋದರೇ ಆ ತೀರಕ್ಕೆ ಹೋಗಬಹುದು. ಮೊದಲು ನಾನು. ಹಿಂದೆ ಕುಮಾರ. ಕುಳ್ಳನೆಯ ದಪ್ಪ ಕೈಬೆರಳುಗಳಿಂದ ಬೆತ್ತದ ಬಳ್ಳಿಗಳನ್ನು ಗಟ್ಟಿ ಹಿಡಿಯಲು

ಕುಮಾರ ಹೆಣಗಾಡುತ್ತಿದ್ದ.

ಆಚೆ ತೀರದಲ್ಲಿ ನಿಂತು ನಾನೊಮ್ಮೆ ಉಸಿರು ಬಿಗಿಯಾಗಿ ಹಿಡಿದೆ.

"ಕುಮಾರ, ಹುಷಾರು, ಮೆಲ್ಲಗೆ, ಮೆಲ್ಲಗೆ ಕೈಬಿಡಬಾರದು."

ಕುಮಾರ ಕೈಬಿಡಲಿಲ್ಲ. ಆದರೆ ಬೆತ್ತದ ಬಳ್ಳಿ ತೀರದಿಂದ ಆಧಾರವಾಗಿದ್ದ ಮಹಾವೃಕ್ಷದ ಕೈ ಬಿಟ್ಟಿತು. ಕುಮಾರ ಬೇರೆ ಗತಿಯಿಲ್ಲದೆ ಒಂದು ಪಕ್ಷಿಯಂತೆ ಕೆಳಗೆ ಹರಿಯುತ್ತಿದ್ದ ನೀರಿನಲ್ಲಿ ತಲೆ ಮುಂದು ಮಾಡಿ ಹಾರಿದ. ಅವನು ಎತ್ತಿದ ಕೈಗಳು ಒಂದು ನಿಮಿಷ ಜಲರಾಶಿಗಳಲ್ಲಿ ಮುಂದಕ್ಕೆ ಸರಿಯುತ್ತಿತು. ಅದರ ಹಿಂದೆ ಒಗೆದು ಮಡಿಮಾಡಿದ ಬಿಳಿ ಬಟ್ಟೆಗಳ ಗಂಟು. ಎತ್ತಿದ್ದ ಕೈಗಳು ಗಂಟನ್ನು ಮುಟ್ಟಿತೋ ಇಲ್ಲವೋ ಅಂತ ಗೊತ್ತಾಗಲಿಲ್ಲ. ಒಂದೇ ಒಂದು ಬಾತುಕೋಳಿಯಂತೆ ಅದು ಈಜಿ....ಈಜಿ.........

ಆ ಮಹಾನದಿಯ ನೀರಿನ ಅಟ್ಟಹಾಸದಲ್ಲಿ ಗರಬಡಿದವನಂತಿದ್ದ ನನ್ನನ್ನು ಒಂದು ಪ್ರಶ್ನೆ ಎಚ್ಚರಿಸಿತು.

"ಏನೂ ಇಲ್ಲೇ ನಿಂತುಬಿಟ್ಟಿದ್ದು?"

ನನ್ನ ಶಬ್ದ ಹೊರಗೆ ಬರಲಿಲ್ಲ. ಮರಕೊಯ್ಯುವವನನ್ನು ನೋಡಿ ಹಿಂತಿರುಗುವ 'ಒತೆನನ್ ಮೂಪ್ಪರ್'.

"ಬಂದು ಬಿಡು!" ಮುಪ್ಪರ್ ಹೇಳಿದರು.

ನಾನು ಒಂದು ಪ್ರೇತದಂತೆ ಹಿಂದೆ ನಡೆದೆ. ನನ್ನ ಪಾದಗಳು ಭೂಮಿಯನ್ನು ಸ್ಪರ್ಶಿಸುತ್ತಿರಲಿಲ್ಲ.

"ಮೃಗಶಿರದಲ್ಲಿ ನಟ್ಟಿ ಕೆಲಸಕ್ಕೆ ಬರೋದು ಅಂದರೆ ಒಳ್ಳೆ ಕೆಲಸಾನೆ ಆಗತ್ತೆ...... ." ಒತೆನನ್ ಮುಪ್ಪರ್ ಹೇಳಿದರು.

ಎಳನೀರಿನವರಿಗೂ ತುಪ್ಪದವರಿಗೂ 'ಬರುವುದು ಒಂದು ಶಿಕ್ಷೇನೇ. ಏನೇ ಆದರೂ ಬರ್ತಾರೆ.

ಮಣ್ಣಿನ ಗೋಡೆಯ ಕೆಳಗಿನ ಮೆಟ್ಟಲಿನ ಮೇಲೆ ನಿಂತು ಒತೆನನ್ ಮೂಪ್ಪರ್: ಮೇಲಕ್ಕೆ ಬೆರಳನ್ನು ತೋರಿಸಿದರು.

"ಅದೋ 'ಗಂಜಿಪುರ.".

"ಗೊತ್ತಿದೆ. ನಾನು ಈ ಮೊದಲು ಇಲ್ಲಿಗೆ ಬಂದಿದ್ದೇನೆ".

ನೀರಿನಲ್ಲಿ ನೆನೆದು ಗುಪ್ಪೆಯಾಗಿ ತಾಯಿಕೋಳಿಯಂತಿರುವ ಮಣತ್ತಣದ ಗಂಜಿಪುರ. ವರಾಂಡದಲ್ಲಿ ಮಳೆಯನ್ನು ನೋಡುತ್ತಾ ನಿಂತಿರುವ ಹಲವಾರು ಜನರು.

ಅವರು ಚಾಚಿಕೊಂಡಿರುವ ವರಾಂಡಾದ ಕೆಳಗೆ ಬಗ್ಗಿನೋಡಿದರು.

"ಚೆನ್ನಾಗಿ ಸಿಕ್ತು, ಅಲ್ಲವೆ?"

"ಸಿಕ್ತು. ಹಾಗೇನೇ ಚೆನ್ನಾಗಿ ಕೊಟ್ಟೆ."

"ಏನೂ?"

"ನನ್ನ ಜೊತೆಗಾರನನ್ನು. ಕುಮಾರನನ್ನು!"

ಅವನು ನನ್ನನ್ನು ಸುತ್ತುವರಿದ.

"ಸೇತುವೆಯಿಂದ ಬಿದ್ರ?"

"ಜೊತೆಗಾರ ಬೀಳಲಿಲ್ಲ. ಆದರೆ ಸೇತುವೆ ಬಿತ್ತು."

"ನಿನ್ನೆ ತಾನೇ ಕಟ್ಟಿದ ಸೇತುವೆ. ಹುಡುಗರೆಲ್ಲಾ ಸೇರಿ ಬೆಳಗಿನ ಜಾವದವರೆಗೆ ಕೆಲಸ ಮಾಡಿ ಕಟ್ಟಿದ್ದು. ಮಿಂಚು ಸಿಡಿಲಿನ ಬೆಳಕಿನಲ್ಲೇ ರಾತ್ರಿಯೆಲ್ಲಾ ಕೆಲಸ ನಡೆದಿತ್ತು. ಪ್ರಾಕೂಳಮ್ಮಿನ ದಿನವೆ ಆಕಾಶದ ವಾತವರಣದ ಸ್ಥಿತಿ ಬದಲಾಗಿದೆ".

"ಸ್ನಾನ ಮಾಡಿ ಪಂಚೆ ಬದಲಾಯಿಸಿಕೊಳ್ಳೊಣ! ನಂತರ ಒಳ್ಳೆ ಬಿಸಿಬಿಸಿ ಗಂಜಿ ಕುಡಿಯೋಣ."

ನನ್ನ ನಡುಕ ಹೆಚ್ಚಾಯಿತು. ತಲೆ ಮೇಲೆ ಒಂದು ಕಟ್ಟು ಬಾಳೆಎಲೆ ಇಟ್ಟೆ. ಅಂಗಳದಿಂದ ಮಾಣಿಕ್ಯ ನಡೆದು ಹೋದಳು. ಅಡುಗೆಮನೆಯ ಕಟ್ಟೆಯ ಮೇಲೆ ಎಲೆಕಟ್ಟನ್ನಿಟ್ಟು ಅಕೆ ಹಿಂತಿರುಗಿ ಹೋದಳು. ಮಸ್ತಕದಲ್ಲಿ ತಾವರೆ ಕೈಗಳನ್ನು ಅರಳಿಸಿಟ್ಟಿತು.

ಗುಂಪಿನಲ್ಲಿದ್ದ ಪ್ರಾಯದವರೊಬ್ಬರು ಅಂಗಳಕ್ಕೆ ಕೂಗು ಹಾಕಿದರು.

"ಹೆಣ್ಣೆ ಮಾಣಿಕ್ಯ, ಈ ಕೆಲಸದವರಿಗೆ ಒದ್ದೆ ಬಟ್ಟೆ ಬದಲಾಯಿಸೊದಿಕ್ಕೆ ಬಟ್ಟೆ ಬೇಕಂತೆ. ನೊಡು, ಸ್ವಲ್ಪ ಹಿರಿಯ ಜನ.

ಅವಳ ನೋಟಕ್ಕೆ ನಾನು ಕರಗಿ ಹೋದೆ.

ನಗುವನ್ನು ಅಡಗಿಸಿಕೊಂಡು ಅವಳು ಓಡಿ ಹೋದಳು. ಬೆಳ್ಳಿಯ ಕಾಲಿನ ಚೈನು, ಮಳೆ ಶಬ್ದದೊಂದಿಗೆ ಕುಲುಕಾಡಿತು.

ಬಕುಳದ ಹೂವಿನ ಪರಿಮಳವಿರುವ ಒಂದು ಕಪ್ಪುಪಟ್ಟಿ ಪಂಚೆ. ಅದೊಂದು ಹೆಣ್ಣಿನ ಪಂಚೆ ಎನ್ನುವುದು ಒಂದೇ ನೋಟದಲ್ಲಿ ಗೊತ್ತಾಗಿ ಬಿಟ್ಟಿತು.

ಪಂಚೆ ಕೊಟ್ಟ ಮುಪ್ಪನ್ ಹೇಳಿದ:

"ನೋಡ್ತಾ ನಿಲ್ಲಬೇಡ. ಬದಲಾಯಿಸಿ ಉಟ್ಟುಕೊ. ನೀರುಹಾವು ಹಿಡೀಬಹುದು. ಹೊಸ ಮಳೆಗೆ ಜ್ವರ ಬಂದ್ರೆ ಹತ್ತು ದಿವಸ ಇರತ್ತೆ ." ಹಳೆಅಕ್ಕಿ ಅನ್ನ, ಅರಿಷಣ ಕಡೆದ ಬಣ್ಣದಸೌತೆ ಸಾಂಬಾರಿನ ಪರಿಮಳ, ಸಂಶಯವನ್ನು ಹೊರಗಟ್ಟಿತು. ಗಂಜಿಪಸೆ ಸೇರಿಸಿ ನೀಲಿ ಹಾಕಿದ ಪಂಚೆಯನ್ನು ಸಣ್ಣದಾಗಿ ಕಲಕಿದ.

ಆದರೆ ಪಂಚೆ ರಕ್ಷಣೆ ಕೊಡಲಿಲ್ಲ. ಜ್ವರ ಹಿಡಿದೇ ಬಿಟ್ಟಿತು. ಗಂಜಿಪುರದಲ್ಲಿ ಗಲಾಟೆಯೋ ಗಲಾಟೆ. ಸಾಕಷ್ಟು ಜನರಿದ್ದಾರೆ. ಉತ್ಸವ ಮತ್ತೊಂದು ಕಡೆ ನಡೆದು ಮುಗಿದೂ ಹೋಯಿತು. ಎಳನೀರಿನ ಜನರೂ ಆಚೆ ಕಡೆ ಮನೆಯಲ್ಲಿದ್ದ ತುಪ್ಪದವರೂ

ಹಿಂತಿರುಗಿದರು.

ಗಂಜಿಪುರದ ವರಾಂಡದಲ್ಲಿ ಚಾಪೆ ಹಾಸಿ ಪೂರ್ತಿ ಹೊದ್ದುಕೊಂಡು ಮಲಗುವ ಹೊತ್ತು ಎಲೆ ಉದುರುವಂತೆ ಕಾಲಿನ ಸಪ್ಪಳ. ಚಾಚು ಕೋಣೆಯಿಂದ ಒಂದು ತೆಂಗಿನ ಕಾಯಿ ತಕ್ಕೊಂಡು ಮಾಣಿಕ್ಯಳು ದಿನ್ನೆಯ ತುದಿಯಿಂದ ನಡೆದು ಬಂದಳು.

"ಕಡಿಮೆ ಆಯ್ತಾ?" ಆಕೆ ಕೇಳಿದಳು.

"ಹೂಂ"

"ಕಾಳು ಮೆಣಸು ಪುಡಿ ಮಾಡಿ ನುಚ್ಚಕ್ಕಿ ಗಂಜಿ. ಕುಡಿದರೆ ಜ್ವರ ಇಳಿಯುತ್ತೆ.".

ಬಟ್ಟಲಿನ ತಲೆಮೇಲೆ ಮುಚ್ಚಿಟ್ಟಿದ್ದ ಗಂಜಿಯನ್ನು ತೆರೆದು ನೋಡಿದಳು. ಬಟ್ಟಲಿನಿಂದ ಬಿಸಿ ಹಬೆ ಹಾರುತಿತ್ತು.

"ಆರುವುದಕ್ಕೂ ಮೊದಲು ಕುಡಿಯಿರಿ!" ಆಕೆ ಹೇಳಿದಳು. ಅಲ್ಲ, ಆಕೆ ಆಜ್ಞೆ ಮಾಡಿದಳು.

ಈ ಮಾಣಿಕ್ಯಳಿಗೆ ಆಜ್ಞೆ ಮಾಡುವುದಕ್ಕೆ ಮಾತ್ರ ಗೊತ್ತಿರೋದೂಂತ ಮತ್ತೆ ಖಾತ್ರಿ ಆಯಿತು.

ಜ್ವರ ಕಡಿಮೆಯಾಗಿ ಮಲಗುವಾಗ ಆಚೆ ಕಡೆ ಚಾಚು ಮಣೆಯಲ್ಲಿದ್ದ ಒತೆನನ್ ಮೂಪ್ಪರ್ ಹೇಳಿದರು.

"ಇವತ್ತು ರಾರು ಗುಂಪಿನ ಜನ ಬರ್ತಾರೆ. ಜನಾನ ಬಿಟ್ಟಿದಾರೆ"

ಹತ್ತಿರ ಕುಳಿತಿದ್ದ ಜೊತೆಗಾರನಲ್ಲಿ ಅವರು ಹೇಳಿದರು:

"ಒಳ್ಳೆ ಚಿಕ್ಕ ಪ್ರಾಯದ ಹುಡುಗ! ಹುಡುಗಿ ಮಾಣಿಕ್ಯಳಿಗೆ ಹೊಂದಿಕೆಯಾಗುತ್ತೆ"

ಯಜಮಾನರು ಸಿಡಿ ಮದ್ದು ಉಡಾಯಿಸಿದರು.

"ಗಂಜಿಪುರದ ಹೆಣ್ಣುಗಳನ್ನು ಕಟ್ಕೊಳಾಕೆ ಇನ್ನೂ ಸಮಯ ಬಂದಿಲ್ಲ, ಈ ಕುನ್ನುಮ್ಮ ಮನೆತನದಲ್ಲಿ ಜನಿಸಿದ ಗಂಡು ಮಕ್ಕಳಿಗೆ."

ಮದುವೆ ಮಾಡಿಕೊಳ್ಳದಿದ್ದರೆ ಬೇಡ. ಮಾಣಿಕ್ಯ ಮಾಣಿಕ್ಯಳೇ. ಹಾಗೆನೇ ಈ ಬಡಗುಕಾವ್, ಹೃದಯದ ರಂಗಸ್ಥಳವಾಗಿದ್ದು. ಈ ರಂಗಸ್ಥಳದಲ್ಲಿ ಮಾಣಿಕ್ಯಳನ್ನು ಸ್ಥಾಪಿಸುವುದಕ್ಕೆ ಯಾರಲ್ಲೂ ಕೇಳಬೇಕಾಗಿಲ್ಲವಲ್ಲ.

ಯಜಮಾನರು ಬಿದ್ದಲ್ಲಿಂದ ಮೊಳೆತು ಎದ್ದರು:

"ಕುನ್ನುಮ್ಮ ಮನೆತನದ ಗಂಡುಮಕ್ಕಳಿಗೆ ಈ ಮೊದಲೂ ಇದ್ದವು ಎರಡೆರಡು ಸಂಬಂಧಗಳು! ಒಳಗೂ ಹೊರಗೂ."

ಹೊರಗಿನ ಮಾಣಿಕ್ಯಳನ್ನು ಒಳಗಡೆಗೆ ಕರೆದು ತಂದು ಕೂರಿಸಿದ್ದು ಯಾರಿಗೂ ಅಷ್ಟಾಗಿ ಹಿಡಿಸಲಿಲ್ಲ.

"ಹಾಗಾದರೆ ಬೇಡ. ಆಕೆ ಮಣತ್ತಣದಲ್ಲೇ ಇರಲಿ. ಆಗಾಗ್ಗೆ ಈ ಬಡಗುಕಾವಿಗೆ

ಹೋಗುವುದಕ್ಕೆ ಇನ್ನೊಬ್ಬರ ಅನುಮತಿ ಬೇಕಾ?"

ಆ ಹಿರಿಯರ ಕಾಲ ಮುಗಿಯುವವರೆಗೂ ಈ ಪ್ರಶ್ನೆ ಮನಸ್ಸಿನೊಳಕ್ಕೆ ಮಂಡಿಯೂರಿ ನಿಲ್ಲತ್ತೆ.

ತೆಂಗಿನಕಾಯಿಗೂ ಅಡಕೆಗೂ ಬೆಲೆ ಕಡಿಮೆಯಾಗಿ, ಅಂಗಳದಲ್ಲೂ ತೆಂಗಿನಗುಡ್ಡೆಯಲ್ಲೂ ಬಯಲುಗಳಲ್ಲೂ ಗುಪ್ಪೆ ಹಾಕಿಕೊಂಡಿದ್ದ ಒಂದು ವರ್ಷ, ಮಾಣಿಕ್ಯಳಲ್ಲಿ ವಿದಾಯ ಹೇಳುವಾಗ.,

"ಮಾಣಿಕ್ಯ, ನೀನು ನನಗೋಸ್ಕರ ಕಾದುಕೊಂಡು ಇನ್ನೆಷ್ಟು ಕಾಲ ಇರಬಹುದು? ಗಾಡಿಯಲ್ಲಿ ಹೋಗಿ ಬರುವುದರ ಖರ್ಚು ಇದೀಗ ಹೆಚ್ಚಾಗಿದೆ. ನಡೆದು ಬರುವ ಕಾಲದಲ್ಲೂ ಅಂತಹ ಮನಸ್ಸು ಇದ್ದಿರಲಿಲ್ಲ. ನೀನಿನ್ನು ಬೇರೆ ಯಾರನ್ನಾದ್ರೂ ಕಟ್ಟಿಕೊ!"

"ಅದಕ್ಕೀಗ ಬೇರೆ ಯಾರದ್ದು ಒತ್ತಾಸೆ ಬೇಕಾಗಿಲ್ಲ" ಬಾಣ ಹೊಡೆದಂತೆ ಮಾಣಿಕ್ಯ ಹೇಳಿದಳು.

"ನಿನಗೆ ಇದುವರೆಗೂ ನನ್ನ ಸಂಬಂಧದಿಂದ ಮಕ್ಕಳೇನೂ ಆಗಿಲ್ಲವಲ್ಲ!"

"ಅಯ್ಯೊಪ್ಪೊ, ಗಂಜಿ ತರಹ ಹೆಂಗಸರು ಆ ರೀತಿ ಹೆರೊದಿಕ್ಕೆ ಆರಂಭಿಸಿದ್ರೆ....... ......ನೋಡು, ನನ್ನಿಂದ ಇನ್ನು ಹೆಚ್ಚು ಮಾತನಾಡಿಸೋಕೆ ಹೋಗಬೇಡ......".

ವರಾಂಡಾದ ಗೋಡೆಯಲ್ಲಿ ನೇತು ಹಾಕಿದ್ದ ಕ್ಯಾಲೆಂಡರುಗಳ ದೇವರ ಚಿತ್ರಗಳಂತೆ, ಮಾಣಿಕ್ಯಳ ಚಿತ್ರವು ಮನಸ್ಸಿನ ಗೋಡೆಯಲ್ಲಿ ಉಳಿದು ಧೂಳೂ ಜೇಡರ ಬಲೆಯೂ ಹಿಡಿದುಕೊಂಡಿತ್ತು. ರಾತ್ರಿಯ ನಿದ್ರೆಯಲ್ಲಿ ಬೆಚ್ಚಿಬಿದ್ದು ಎಚ್ಚರವಾಗಿ ಗಿಂಡಿಯಲ್ಲಿದ್ದ ತಂಪು ನೀರನ್ನು ಒಂದು ಗುಟುಕು ಕುಡಿಯುವಾಗ ಚಿತ್ರವನ್ನು ತೊಳೆದು ತೆಗೆದ ಹಾಗೆ ಕೆಲವೊಮ್ಮೆ ಹೊಳೆಯುತ್ತಿತ್ತು.

ಕಳೆದ ತಿಂಗಳು ಸುಣ್ಣ ಬಳಿಯಲು ಗೋಡೆಗಳನ್ನೆಲ್ಲಾ ಗುಡಿಸಿ ಒರೆಸಿ ಶುದ್ಧಗೊಳಿಸುವಾಗ ಮಕ್ಕಳು ಬಿದಿರಿನ ಹೂವನ್ನೆಲ್ಲಾ ಮಹಡಿಯ ಮೇಲಿಂದಲೂ ಬಡಗು ಭಾಗದಿಂದಲೂ ಮನೆಯ ಮೇಲ್ಭಾಗದಿಂದಲೂ ಬಾಗಿಲಿನ ಹೊಸಲಿನ ಮೇಲಿನಿಂದಲೂ ಕಳಚಿ ತೆಗೆದರು.

ಸುಗತನ್ ಎನ್ನುವ ಕೆಲಸದಾಳು ಕೇಳಿದ:

"ದೊಡ್ಡಪ್ಪ ಯಾಕೆ ಹಾಳಾಗಿರುವ ಈ ಬಿದಿರಿನ ಹೂವನ್ನು ಶೇಖರಿಸಿಟ್ಟಿರುವುದು."

"ಅಷ್ಟೇನೂ ಹಾಳಾಗಲಿಲ್ಲ ಸುಗತಾ........"

ಅವನೂ ಜೊತೆಗಾರನೂ ಕೂಡಿ ಎತ್ತಿ ಬಾಚಿ ತೆಗೆದು, ಅಂಗಳದ ಮಾವಿನ ಮರದ ಬುಡಕ್ಕೆ ಹೂವುಗಳನ್ನೆಲ್ಲವನ್ನು ಜೋಡಿಸಿಟ್ಟರು. ಮುಗಿದುಹೋದ ಎಳನೀರಾಟಗಳ ನೆನಪುಗಳು.

"ದೊಡ್ಡಪ್ಪ ಬಡಗುಕಾವಿಲ್‌ಗೆ ಈಗ ಮತ್ತೊಮ್ಮೆ ಹೋಗಬಾರದೇ. ಒಳ್ಳೆ ಬಿಳಿ ಬಣ್ಣದ ಬಿದಿರಿನ ಹೂವುಗಳನ್ನು ಕೊಂಡು ಹಿಂತಿರುಗಿ ಬರಬಹುದಲ್ಲ.

ನಡೆಯುವುದೇನು ಬೇಡ. ಈಗ ಬಡಗುಕಾವಿಲ್‌ಗೆ ನೇರ ಹೋಗುವ ಬಸ್ಸಿದೆ."

ಆದರೆ ಅದಕ್ಕೀಗ ಎಳನೀರು ಗೊನೆ ಎತ್ತಿಕೊಳ್ಳುವುದಕ್ಕೆ ಆಗೊದಿಲ್ಲವಲ್ಲ. ಮಣತ್ತಣಕ್ಕೆ ಹೋದ ಕೆಲಸಗಾರರಲ್ಲಿ ಎತ್ತಿಕೊಳ್ಳುವುದಕ್ಕೆ ಹೇಳಬೇಕು. ವಿಷು ಹಬ್ಬಕ್ಕೆ ಹೊಡೆಯುವ ಪಟಾಕಿಗಳ ಶಬ್ದ ಕೇಳಿ ಬಯಲಿನಲ್ಲಿ ಹೆಚ್ಚಿನ ಜ್ವಾಲೆಯಿಂದ ಉರಿಯುವ ಸೊಪ್ಪು ಕಸಕಡ್ಡಿಗಳ ಕೆಂಪು ಬೆಳಕನ್ನು ನೋಡಿ, ನಿದ್ರೆ ಬಾರದೆ ಮಲಗುವಾಗ ವಿಷು ಪಕ್ಷಿ ನಿರಂತರವಾಗಿ ಕೇಳುತ್ತಲಿದೆ:

"ರಾರುಪ್ಪರೆ......ರಾರುಪ್ಪರೆ....

ಮಾಣಿಕ್ಯಳನ್ನು ನೋಡಿದಿರಾ? ಮಾಣಿಕ್ಯಳನ್ನು ನೋಡಿದಿರಾ?

ಮದುವೆ ಮಾಡಿಕೊಳ್ಳಲ್ಲವೇ? ಮದುವೆ ಮಾಡಿಕೊಳ್ಳಲ್ಲವೇ?

ಎದ್ದು ಕುಳಿತು ಹಲವು ಸಲ ನೀರು ಕುಡಿದೆ. ಕಂಚಿನ ಬಟ್ಟಲು ಖಾಲಿಯಾಯಿತು.

ಬೇಕಾ? ಬೇಕಾ?

"ಮಿಂದು ಬಂದೆ. ಗಂಜಿ ಮಾಡಿ ವ್ರತ ಕೈಗೊಂಡಾಗ ಮನೆಯಲ್ಲಿ ಎಲ್ಲರೂ ಕೇಳುತ್ತಿದ್ದಾರೆ:",

ದೊಡ್ಡ ಮಾಮ ಎಲ್ಲಿಗೆ?

ದೊಡ್ಡಪ್ಪ ಎಲ್ಲಿಗೆ?

ಮುತ್ತಜ್ಜ ಎಲ್ಲಿಗೆ?

ಬಡಗುಕಾವಿಲಿಗೆ--ಬಡಗುಕಾವಿಲಿಗೆ--ಬಡಗುಕಾವಿಲಿಗೆ.

ಕೆಲವರು ತಲೆ ಅಡ್ಡಕ್ಕೆ ಆಡಿಸಿದರು.

ವಯಸ್ಸಾದರೇ ಕೆಲವರು ಹಾಗೆ!

ಒಬ್ಬೊಬ್ಬರ ವಿಧಿ!

ಇಷ್ಟು ಕಾಲದ ನಂತರ ಇದೀಗ!

ಅಲ್ಲಿಗೆ ಹೋಗಬೇಕೂಂತಿರುವಾಗ ಬಡಗುಕಾವಿಲಿಗೂ ಹೋಗಿ ಒಮ್ಮೆ ವಂದಿಸಿ ಬರೋಣಾಂತ ಅನ್ನಿಸುತ್ತಿರಬೇಕು.

ಮುಪ್ಪರ್ರ ಹತ್ತಿರ ಹೇರಳ ಹಣ ಇದೆ.

ಹೇಗಾದರೂ ಖರ್ಚು ಮಾಡಿ ಮುಗಿಸಬೇಕಲ್ಲ!

ರಜೆಗೆ ಬಂದಿರುವ ಮೇಜರ್‌ಸದಾನಂದ ಎನ್ನುವ ಮಗಳ ಅಳಿಯ ಕೇಳ್ತಾ ಇದ್ದಾನೆ:

"ಒಂದು ಟ್ಯಾಕ್ಸಿ ಏರ್ಪಾಡು ಮಾಡೋಣ. ಅಥವಾ ನನ್ನ ಕಾರಿನಲ್ಲಿ ಕರೆದುಕೊಂಡು ಹೋಗಿ ಬಿಟ್ಟುಬರೋಣ."

"ಬೇಡ ಸದಾನಂದ. ನನಗೀಗ ನಡೆಯುವುದಕ್ಕೆ ಏನೂ ತೊಂದರೆ ಇಲ್ಲ."

"ಕಾಲ ಬದಲಾಗಿದೆ. ಈಗ ಅಲ್ಲಲ್ಲಿ ಗಲಾಟೆ ಇದೆ. ಹೋಗುವ ದಾರಿಯಲ್ಲಿ ಎರಡು ಕಡೆಗಳಲ್ಲಿ ಕರ್ಫ್ಯೂ ಇದೆ."

"ನಮ್ಮ ಈ ಹುಡುಗರದ್ದೇ ಅಲ್ಲವೇ? ಇರಲಿ ಬಿಡಿ! ಘಟಿಂಗ ಅಧಿಕ ಪ್ರಸಂಗಿಗಳು!"

"ಅಲ್ಲಲ್ಲ! ಅವರ ತಾಯಂದಿರಿಗೂ ಇರೊದಿಲ್ಲವೇ, ಬೇಕೂಂತ ಸೋಲನ್ನು ಒಪ್ಪಿಕೊಂಡರೆ, ಹಸಿಗರಿ ಕಟ್ಟಿ ಎಳೆಯುವಂತಹ ಸಾವಿನ ಗತಿ ಬರಬಾರದೆಂದು!"

ಮೇಜರ್‌ಸದಾನಂದ ಮತ್ತೇನನ್ನೂ ಮಾತನಾಡಲಿಕ್ಕೆ ಹೋಗಲಿಲ್ಲ. ಮೂರು ಜೊತೆ ವಸ್ತ್ರಗಳನ್ನು ಬೆಳ್ಳಗೆ ಒಗೆದು ತಂದಿದ್ದಾನೆ ರಾಮ. ತಮ್ಮನ ಮೊಮ್ಮಗ ಅವುಗಳನ್ನು ಅಚ್ಚುಕಟ್ಟಾಗಿ ಒಂದು ಒಳ್ಳೆ ಸೂಟ್‌ಕೇಸಿನಲ್ಲಿ ತುಂಬಿಸಿಟ್ಟ.

"ಬೇಡಮ್ಮ ಅಪರ್ಣ. ಸ್ನಾನದ ಟವೆಲಿನಲ್ಲಿ ಕಟ್ಟಿದರೆ ಸಾಕು. ಹೆಗಲ ಮೇಲೆ ಹಾಕ್ಕೊಂಡು ನಡಿಯಬಹುದಲ್ಲ."

"ಅಯ್ಯೋ! ಈ ದೊಡ್ಡಜ್ಜನಿಗೆ ಏನಾಯ್ತು? ಈ ಕಾಲದಲ್ಲಿ ಯಾರಾದರೂ ಹೀಗೆ? ಅದು ಸಾಕು! ಅದು ಸಾಕು!"

"ಅಲ್ಲದಿದ್ದರೆ.... ಅಲ್ಲದಿದ್ದರೆ...."

"ಏನು ದೊಡ್ಡಜ್ಜಾ?"

"ಅವಳು ನನ್ನ ಗುರ್ತು ಹಿಡಿಯದೇ ಇದ್ರೆ...?"

"ಯಾರೂ"

"ಅದೆ ಮಾಣಿಕ್ಯ!"

ತದ ನಂತರ ಕೇಳಿದ್ದು ಆನೆ ಪಟಾಕಿಯಂತಹ ಭಯಂಕರ ಶಬ್ದ. ಜೋರಾಗಿ ಕಿರುಚಾಡಿದ ನಗು. ಅದನ್ನು ಕೇಳಲಾರದೇ ನಾನು ಅಲ್ಲಿಂದ ಹಿಂತಿರುಗಿ ನೋಡದೇ ಒಂದೇ ಸಮನೆ ನಡೆದುಬಿಟ್ಟೆ. ಮುಖ ನೋಡಿ ನೋಡಿ, ಇಡೀ ಒಂದು ಜನ್ಮವನ್ನೇ ಹಾಳುಗೆಡವಿದೆನಲ್ಲ, ನಾನು! ಮನಸ್ಸಿನೊಳಗೆ ಹೊಕ್ಕು ನೋಡಬೇಕು! ಮನಸ್ಸಿನೊಳಗೆ! ಅದನ್ನು ಬಿಟ್ಟು ಬೇಕಾದವರೆಂದು ಹೇಳುವವರ ಮುಖದ ಕಡೆಗಲ್ಲ, ನೋಡಬೇಕಾಗಿರೋದು.

ಧೂಳು ತುಂಬಿದ ಬಾಗಿಲಿನ ಬಿಜಾಗರ. ಒಂದು ಬಾಗಿಲಿನ ಕರಕರ ಶಬ್ದ ಕೇಳಿದಾಗ ಬೆಚ್ಚಿ ಬಿದ್ದೆ.

ನನ್ನ ಹತ್ತಿರವೇ! ಉಸಿರು ನನ್ನ ಗಂಟಲೊಳಗೆ ಸಿಕ್ಕಿಕೊಳ್ಳುತ್ತಿದೆ. ಮುಖದೆಡೆಗೆ ನೋಡಿ. ಮಾಣಿಕ್ಯಳ ಕೆಂಪು ಮುಖ. ರಕ್ತದ ಕಣ್ಣೀರಿನಂತೆ ಮೂಗುತಿ. ಆ ಮುಖ ಮತ್ತಾರದೂ ಅಲ್ಲ. ಅದು ಒಳಗಿನ ಮುಖವೇ.

"ನಿಂತಲ್ಲೆ ನಿಂತು ಆಯಾಸಗೊಂಡು ನಿದ್ರಿಸಿಬಿಟ್ಟಿರಾ?"

"ಇಲ್ಲ ಚಿನ್ನಾ!"

"ಕೂತ್ಕೊಳಿ."

ಅವಳು ಸ್ವಚ್ಛವಾಗಿದ್ದ ಒರಗು ಮಣೆಯನ್ನು ಗೋಡೆಯಲ್ಲಿ ನೇತು ಹಾಕಿದ್ದ ಪಂಚೆಯ ತುದಿಯಿಂದ ಮತ್ತೊಮ್ಮೆ ಒರೆಸಿ ಶುಭ್ರಗೊಳಿಸಿದಳು.

"ಬರ್ತಿರಾಂತ ನನಗೆ ಗೊತ್ತಿತ್ತು!"

"ನಿಜವಾಗಲೂ"

"ಇಲ್ಲ, ಸುಳ್ಳು! ನಾನು ಯಾವತ್ತಾದರೂ ಸುಳ್ಳಾಡಿದ್ದೇನೆಯೇ?

ಮೆಲ್ಲನೆ ಕೈಹಿಡಿದು ಮಣೆ ಮೇಲೆ ಕೂರಿಸಿದೆ. ಹಿತ್ತಾಳೆಯ ಎಲೆಅಡಿಕೆ ಪೆಟ್ಟಿಗೆಯನ್ನು ಮುಂದಕ್ಕೆ ಸರಿಸಿಟ್ಟೆ.

"ಅಡಿಕೆ ಪುಡಿ ಮಾಡಲೇ?" ಅವಳು ಬಿಳಿ ಮುತ್ತುಗಳನ್ನು ಹೊರಗಡೆ ತೋರಿಸಿ ನಕ್ಕಳು.

"ಬೇಡ. ಹಲ್ಲುಗಳೆಲ್ಲ ಅದರ ಪಾಡಿಗಿದೆ. ಆದರೆ ನಾನು ಎಲೆಅಡಿಕೆ ಹಾಕುವುದನ್ನು ನಿಲ್ಲಿಸಿದೆ. ಇಲ್ಲಿಂದ ಹೊರಟ ದಿನದಿಂದ ನಿಲ್ಲಿಸಿ ಬಿಟ್ಟೆ."

ಸುತ್ತಿಟ್ಟಿದ್ದ ಎಲೆ ಅವಳ ಬೆರಳುಗಳ ನಡುವಿನಲ್ಲೇ ಅದುರಿತು.

ಒಂದು ದಿವಸದ ವಾಸ್ತವ್ಯ ಕಳೆಯಿತು. ಹಳೆಯ ಗಂಜಿಪುರ ಅಲ್ಲವೆಂದೂ ಅದರ ಪಕ್ಕದಲ್ಲೇ ಹೊಸ ಧನಿಕನೋರ್ವ ಮರುಭೂಮಿಯಿಂದ ಗಳಿಸಿ ಕೊಂಡು ತಂದ ಸಂಪತ್ತಿನಿಂದ ನಿರ್ಮಿಸಿದ ಕಾಂಕ್ರಿಟ್ ಮನೆಯ ಡ್ರಾಯಿಂಗ್ ಕೋಣೆಯಲ್ಲಿ ಸ್ಥಾಪಿಸಿರುವ ಹೊಸ ಒರಗು ಮಣೆಯ ಮೇಲೆನೇ ಕುಳಿತಿರುವುದು ಎಂದೂ ತಿಳಿದುಕೊಳ್ಳಲು ಸ್ವಲ್ಪ ಸಮಯಬೇಕಾಯಿತು. ಗಂಜಿಪುರಕ್ಕೂ ಕಾಂಕ್ರಿಟ್ ಮಹಡಿ ಮನೆಗೂ ನಡುವೆ ಒಂದು ಗೋಡೆ. ಗೋಡೆ ಮೇಲೆ ಅಳವಡಿಸಿದ ಗಾಜಿನ ಗೋಡೆಯ ಸಂಜೆಯ ಬಿಸಿಲು ರಕ್ತ ಸೂಸುತ್ತಾ ಹಲ್ಲು ಕಿರಿಯುತ್ತಿವೆ. ಗಂಜಿಪುರ ಈಗಲೂ ಇದೆ. ಕೆತ್ತಿ ಸವರದೆ ಇದ್ದಿದ್ದ ಕೆಂಪು ಕಲ್ಲಿನ ಗೋಡೆಗಳು. ಬಾಗಿಲುಗಳಿಗೆ ಎರಡು ಭಾಗಗಳಿದ್ದು ಅವುಗಳಿಗೆ ಸಿಕ್ಕಿಸಿದ ಹಿತ್ತಾಳೆಯ ಕೊಂಡಿ ಹಿಡಿಗಳನ್ನು ನೋಡಬಹುದು. ಈ ಹಿಂದಿನ ಗೋಡೆಗಳಿಗಾದರೂ ಮುಳ್ಳಿರುವ ಚೌಕಾಕಾರದಲ್ಲಿದ್ದ ಎತ್ತರದ ಬೇಲಿ. ಬೇಲಿಗಳ ನಡುವೆ ಒಬ್ಬರಿಗೆ ಸೇರಿ ನುಸುಳಬಹುದಾದ ಸಂದಿ.

"ಮಾಣಿಕ್ಯ, ಗಂಜಿಪುರಕ್ಕೆ ಎಳನೀರಿನವರು ಈಗ ಬರುತ್ತಿಲ್ಲವೇ?"

"ಬರ್ತಾರೆ. ಹಳೆ ಜನರು ಈ ಕಡೆಯಿಂದ ಹೋಗುವಾಗ ಒಮ್ಮೆ ಒಳಗಡೆಗೆ ಕಣ್ಣು ಹಾಯಿಸುತ್ತಾರೆ. ನಂತರ ಬೇಗ ನಡೆದು ಮುಂದೆ ಹೋಗುತ್ತಾರೆ"

"ಯಾಕೆ"

"ಬಹುಶಃ ಹೆದರಿಕೆ...."

"ಈಗ ಅದರ ಒಳಗಿನ ಕೋಣೆಯಲ್ಲಿರೋದು ಎಳನೀರಲ್ಲ. ಅದೇನು ಬಾಂಬಾ, ಸೇರಿಸಿಟ್ಟಿದೆಯಲ್ಲ!"

"ಯಾರೂ?"

"ಹೊಸ ಬಾಂಬಿನವರು"

"ಅವರಿಗೂ ಗಂಜಿನಾ"

"ಪಕ್ಷದ ವತಿಯಿಂದ"

"ಯಾವ ಪಕ್ಷ"

"ಮನುಷ್ಯರನ್ನು ಕೊಲ್ಲುವ ಎಲ್ಲಾ ಪಕ್ಷದವರು! ಒಬ್ಬೊಬ್ಬರಿಗೂ ಒಂದೊಂದು ಗಂಜಿಪುರ!"

"ತಲೆ ತಿರುಗ್ತಾಯಿದೆ."

"ಮಲಗಬೇಕಾ?"

ಕ್ಷಣಾರ್ಧದಲ್ಲಿ ಚಾಪೆ ಹಾಸಾಯಿತು. ಶುಭ್ರಗೊಳಿಸಿದ ಬಟ್ಟೆಯಿಂದ ಆವರಿಸಿದ ತಲೆದಿಂಬು ಬಂದಿತು.

"ಮಲಕ್ಕೋಳಿ! ನಡೆದು ದಣಿದಿದ್ದಿರಾ."

"ಅಲ್ಲ, ಮಾಣಿಕ್ಯ! ಕೇಳಿ ತಲೆ ತಿರುಗಿದ್ದು."

ಎರಡು ದಿವಸ ಮಾಣಿಕ್ಯ ಉಪಚರಿಸಿದಳು. ಅವಳುಟ್ಟ ಪಂಚೆಯಿಂದಲೂ ಅವಳ ಬೆವರಿನಿಂದಲೂ ಹೊರಟ ಪರಿಮಳ ಮನಸ್ಸಿನ ಅಂತರಂಗದಲ್ಲಿ ನಡುಕದಿಂದ ಅಂಟಿಕೊಂಡಿತ್ತು. ಆವಿ ಹಾರುತ್ತಿದ್ದ ಜೀರಿಗೆಮಾವು ಸಣ್ಣಬಟ್ಟಲಿನಲ್ಲಿ ಕೊಯ್ದಿಟ್ಟು ಸುಟ್ಟ ಹಪ್ಪಳದೊಂದಿಗೆ ಅವಳು ಬಂದು ಹತ್ತಿರ ಕುಳಿತಳು. ಅದು ಹೋದ ಜನ್ಮದ್ದಾ ಈ ಜನ್ಮದ್ದಾ ಎಂದು ನನಗೆ ನಿರ್ಣಯಿಸಲು ಆಗುತ್ತಿಲ್ಲ. ಮಾಣಿಕ್ಯಳ ಕಣ್ಣಿನಲ್ಲಿ ನೀರಾಡುತ್ತಿತ್ತು. ಹೊಸ ಕಣ್ಕಪ್ಪು ಹಚ್ಚಿದ್ದಾಗಿ ಆಕೆ ಹೇಳಿದಳು. ಇದನ್ನು ಹಚ್ಚಿದರೆ ಕಣ್ಣಿನ ಸಮಸ್ಯೆ ಬರುವುದಿಲ್ಲವಂತೆ!

ಈ ಕಾಲದಲ್ಲಿ ಕಣ್ಣಿನ ಸಮಸ್ಯೆ ಇರುವುದೇ ಒಳ್ಳೆಯದು!

ಒಳಕಣ್ಣಿಗೂ ಕುರುಡುತನ ಬಂದವರೊಂದಿಗಲ್ಲವೇ ನಾವು ವ್ಯವಹರಿಸ ಬೇಕಾಗಿರುವುದು!

ದೇವಸ್ಥಾನದ ಕೆಳಗಿನ ಕೊನೆಯ ಹದಿಮೂರನೆಯ ಮೆಟ್ಟಿಲಿನಿಂದ ನಾನು ಹಿಂತಿರುಗಿ ನೋಡಿದೆ,

ಪುಟ್ಟಮಾಣಿಕ್ಯಳು ನನ್ನ ಹಿಂದಿನ ಮೆಟ್ಟಿಲಿನಲ್ಲೇ ಇದ್ದಾಳೆ. ಅವಳ ಶ್ವಾಸ ನನ್ನ ತಲೆಯ ಮಧ್ಯದಲ್ಲಿ ಬೀಳುತ್ತಿದೆ.

"ಪುಟ್ಟಮಾಣಿಕ್ಯ?"

"ಏನಾಗಬೇಕಿದೆ?"

"ಇನ್ನು ನನ್ನ ಬರವು ಮುಂದೆ ಇರಲಿಕ್ಕಿಲ್ಲ."

"ಅದ್ಯಾಕೆ?"

132 ಹಲಿಗುರುಪುಷ್ಪದ ಜೇನು

“ಜಾಗ ಖಾಲಿಮಾಡುವ ಸಮಯ ಕಳೆಯಿತು. ನಾಡಿದ್ದು ಮೊಮ್ಮಗ ದೇವನ ಮದುವೆ. ಅದೂ ನೋಡಿದ ಮೇಲೆ........”

“ಸಾಕಾಗಲಿಲ್ಲ ಅಲ್ಲವೇ?”

“ಉಹೂಹೂ... ಹಿಂದೆಲ್ಲಾ ನಾನು ಹಾಗೆ ಅಂದುಕೊಂಡಿದ್ದೆ. ಎಷ್ಟು ಜೀವಿಸಿದರೂ ಸಾಕಾಗೊದಿಲ್ಲಾಂತ. ಈಗ ಊರಿನಲ್ಲಿ ನಡೆಯುವ ಒಂದೊಂದು ಘಟನೆಗಳನ್ನು ನೋಡುವಾಗ ಸಾಕು ಅನ್ನಿಸಿ ಬಿಡತ್ತೆ. ಹೋರಾಟ, ಹೊಡೆದಾಟ ಮಾಡುವುದಕ್ಕೂ ಒಂದು ನ್ಯಾಯ ನೀತಿ ಬೇಡವೇ!”

“ಅದೋ ಅಲ್ಲಿ ಕಾಣಿಸ್ತಾ ಇದಿಯಲ್ಲಾ ಬಸ್ಸು ನಿಲ್ಲಿಸುವ ಸ್ಥಳ. ನಾನು ಇಲ್ಲೇ ನಿಲ್ಲುತ್ತೇನೆ. ಸಂಜೆಯ ಬಸ್ಸಿನ ವೇಳೆಯಾಯಿತು. ನೋಡ್ಕೊಂಡು ಗಮನಿಸಬೇಕು, ಮನುಷ್ಯರಿಗೂ ಮನುಷ್ಯರಲ್ಲದವರಿಗೂ ಒಂದೇ ಹೆಸರು. ಕೆಲವೊಮ್ಮೆ ನನಗೂ ಅನ್ನಿಸುತ್ತೆ, ಕಬ್ಬಿಣದಿಂದ ಮಾಡಿದ ಆ ಬಸ್ಸಿಗೇನೆ ಒಳ್ಳೆತನ ನ್ಯಾಯ ನಿಯತ್ತು ಎಲ್ಲಾ ಇರೋದೂಂತ. ಒಂದು ದಿವಸಾನೂ ಪುರುಸೊತ್ತು ಇಲ್ಲದ ಓಡಾಟ. ಸಮಯವನ್ನೂ ತಪ್ಪಿಸೊದಿಲ್ಲ. ಯಾರನ್ನೂ ಹತ್ತಿಸದೇ ಹೋಗೊದಿಲ್ಲ. ಯಾವುದೇ ತಾರತಮ್ಯ ತೋರದ ಒಂದು ಪ್ರಾಣಿ!”

ರಸ್ತೆ ಪಕ್ಕದ ಹಳೆಯ ಹೂವರಸಿಮರದ ಹೂಗಳು ಕೆಂಪಾಗಿ, ಅರಳಿ ಬೀಳುವುದಕ್ಕೆ ಕಾದು ನಿಂತಿದೆ. ದೂರದಿಂದಲೇ ಕಾಣುತ್ತಿದ್ದ ಗಾಡಿ ಬಂದು ನಿಂತಿತು.

“ಏಯ್ ಮೂಪ್ಪರ್ರೆ, ಏನೂ ನಿಂತ್ಕೊಂಡೇ ನಿದ್ರೆ ಮಾಡ್ತಿದಿರಾ! ಹತ್ತಿ ಹತ್ತಿ! ಇಳಿಯುವವರೆಲ್ಲಾ ಬೇಗ ಇಳಿಯಿರಿ. ಎಷ್ಟೊತ್ತು ಇಳಿಯೋಕೆ?”

ನಾನು ನನ್ನ ಕನಸಿನಿಂದ ಬೆಚ್ಚಿ ಬಿದ್ದು ಎಚ್ಚರಗೊಂಡೆ.

ಗಾಡಿ ರಾತ್ರಿಯ ಬಿಸಿಲುಗಳೊಂದಿಗೆ ಬೆದೆಗೆ ಬಂದ ಎತ್ತು ಕಾಲನ್ನು ನೆಲಕೆತ್ತಿ ಓಡುವಂತೆ ಓಡಿತು, ನೋವುಗಳನ್ನು ಹೊತ್ತ ಒಂದು ಆತ್ಮದಂತೆ ಅದು ಪಾಪವನ್ನು ಹೊತ್ತು ಗುರುಗುರು ಎಂದು ಗೊಣಗುಟ್ಟುತ್ತಾ ನಿಂತಿತು. ಚಲಿಸಿ ಓಡಿತು. ಮತ್ತೆ ನಿಂತಿತು. ಉತ್ತಮನ ಟೈಲರ್ ಅಂಗಡಿಯ ಮುಂದೆ ಇರುವ ಬಸ್ ಸ್ಟಾಪ್ಪಿನಲ್ಲಿ ಇಳಿಯಲು ಬೇರೆ ಯಾರೂ ಇಲ್ಲ. ಸ್ಮಶಾನದಲ್ಲಿ ನಿಂತಿದ್ದೇವೆ ಎಂಬಂತೆ, ಜಂಕ್ಷನ್ನಿನ ಚಿತೆಯಿಂದ ಹೊಗೆಯೇಳುತ್ತಿದೆ. ಅಂಗಡಿಗಳೆಲ್ಲಾ ಮುಚ್ಚಿಕೊಂಡಿವೆ. ಟೈಲರ್ ಅಂಗಡಿಯೊಂದಿಗಿರುವ ಮೂರು ಅಂಗಡಿ ಕೋಣೆಗಳೂ ಭಸ್ಮವಾಗಿ ಹೋಗಿದೆ.

ಒಂದು ಬೆಂಕಿ ಹತ್ತಿಸಿಕೊಂಡ ಓಲೆಗರಿ ಬೇಕು. ನಂದನನ ಅಂಗಡಿ ಬೀಗ ಹಾಕಿದೆ. ಇಂದಿಗೂ ಓಲೆಗರಿಯನ್ನು ಮರೆಯದೇ ಇರುವವ ಈ ನಂದನ. ಟಾರ್ಚ್ ಕೈಯಲ್ಲಿ ಇರುವವರೂ ನಂದನನ ಒಂದು ಓಲೆಗರಿ ತೆಗೆದುಕೊಂಡು ಬೆಂಕಿ ಹತ್ತಿಸಿಕೊಳ್ಳುತ್ತಾರೆ. ಟಾರ್ಚ್‌ನೊಂದಿಗೆ ನಡೆದುಕೊಂಡು ಹೋಗುವವರು ಮುಖವನ್ನು ಹೊರಗಿನವರಿಗೆ ತೋರಿಸುವುದಕ್ಕೆ ಇಷ್ಟವಿಲ್ಲದವರೆಂದೆ ಊರಿನವರ ನಂಬಿಕೆ. ಅಂಗಡಿಗಳ ಮುಂದೆ ಒಂದು ನರಪಿಳ್ಳೆಯೂ ಇಲ್ಲ.

ನಡೆಯೋಣ. ದಾರಿ ಗೊತ್ತಿದೆಯಲ್ಲ. ಲೆಕ್ಕವಿಲ್ಲದಷ್ಟು ಸಲ ರಾತ್ರಿಗಳಲ್ಲಿ ಈ ದಾರಿಗಳಲ್ಲಿ ನಡೆದಿದ್ದೇವೆ, ಬೆಳಕಿನ ವ್ಯವಸ್ಥೆ ಇದ್ದರೂ ಇಲ್ಲದಿದ್ದರೂ ದೃಷ್ಟಿಗೆ ಯಾವುದೇ ವ್ಯತ್ಯಾಸ ಇಲ್ಲ. 'ಇದೋ ದೊಡ್ಡ ರಾರುಪ್ಪರ್ ಈ ಕಡೆನೆ ಹೋಗ್ತಾ ಇದಾರೆ' ಅಂತ ಕಯ್ಯಾಲೆಪ್ಪುರಕ್ಕೆ ಸುದ್ದಿ ಮುಟ್ಟಿಸೋಕ್ಕೆ ಟಾರ್ಚ್ ಇರೊದು. ಈಗ ನನ್ನ ಬರುವಿಕೆ ಹೋಗುವಿಕೆ ಯಾರಿಗೆ ಗೊತ್ತಾಗಬೇಕಿದೆ, ಯಾರು ತಾನೆ ಹೇಳೊದಿಕ್ಕೆ ಹೋಗ್ತಾರೆ? ಆದರೂನೂ ದೇವ ಹೇಳೊದು, ದೊಡ್ಡಜ್ಜ ಈ ರೀತಿ ಕಣ್ಣೂ ಬೆಳಕೂ ಇಲ್ಲದೆ ನಡೆದುಕೊಂಡು ಹೋಗಬಾರದೂಂತಾನೆ. ಕಾಲ ಬದಲಾಗಿದೆ.

"ಅದರಿಂದೇನಾಯಿತು ದೇವಾ? ಇನ್ನು ಸತ್ತರೇನೂ ಕೊಂದರೇನೂ? ಎಲ್ಲಾ ಬಂಡೆಕಲ್ಲುಗಳಲ್ಲೂ, ಗುಡ್ಡಗಳ ಮೇಲೂ, ಕಲ್ಲಿನಗುಂಡಿಗಳಲ್ಲೂ ಕಲ್‌ವರ್ಟಿನ ಕೆಳಗಡೆಗಳಲೆಲ್ಲಾ ಬಾಂಬಿನ ಗುಂಡುಗಳು ಉರುಳಾಡುತ್ತಾ ಸಂಗ್ರಹಗೊಳ್ಳುತ್ತಿವೆ. ಹೋಗಿ ಹೇಳಬೇಕು ಕೊಟ್ಟಿಯೂರೂ ಗಂಜಿಪುರಗಳಲ್ಲೂ ಬಾಂಬು ಬೇಯುತ್ತಿದೆ ಮಗನೆ, ಎಂದು.

ಪಾಲಕ್ಕಂಡಿ ಕಾವಿನ ಮೂರ್‌ಕ್ಕೈ ದಾರಿ ತಲುಪಿದಾಗ, ಆಕಾಶ ಒಡೆದು ತಲೆ ಮೇಲೆಯೇ ಬಿತ್ತು.

ದೇವ ಸಿಗದಿದ್ದರೆ ದೇವನ ಮುತ್ತಜ್ಜ! ಅವನು ಆ ರೀತಿ ಕಾವಿ ರುದ್ರಾಕ್ಷಿ ಹಾಕ್ಕೊಂಡು ಮಿಂಚುವುದು ಬೇಡ!

ಮತ್ತೇನದು ಹೇಳಿದ್ದು? ಕೇಳಿಸಲಿಲ್ಲ. ಕೇಳಿಸ್ಕೊಳ್ಳಬಾರದು. ಮದುವೆ ಮುಗಿಸಿ ಬರುವಾಗ ಅವನು ನನ್ನ ಚಿತೆ ಉರಿಯುವುದರ ಹೊಗೆ ಕಾಣುತ್ತಾನೆ! ಮತ್ತೆ ಅವನು ನನಗೋಸ್ಕರ ತಿರುಗಿ ನಿಂತು ಯುದ್ಧ ಮಾಡಬೇಕಲ್ಲ ಭಗವತೀ........

ಈ ಅರಳಿಮರದ ಕೊಂಬೆಯ ಮೇಲಿರುವಾಗ, ನನ್ನ ದೇಶವಾಸಿಗಳ ಪೂರ್ಣ ತಲೆ ಕಾಣುತ್ತದೆ. ಭೂಮಿಯ ಮೇಲಿರುವವರು ಯಾರು? ಜೊತೆಯಲ್ಲಿ ಬಂದು ಈ ಆಕಾಶಗಳಲ್ಲಿರುವವರು ಯಾರು? ಎಂದೆಲ್ಲಾ ಲೆಕ್ಕಾಚಾರ ಮಾಡಬಹುದು.

'ದೊಡ್ಡಜ್ಜ....'

ಹಿಂತಿರುಗಿ ನೋಡುವಾಗ, ಇದು ಸಂದೀಪನ ಶಬ್ದವಲ್ಲ. ದೇವನದೋ? ದಾಸನದೋ ಆಗಿರಬಹುದೇ? ಮಜ್ಜಿಗೆಯವ ಚಾತು ನಾಯರದ್ದ? ಬೀಡಿಕಟ್ಟುವ ಕುಮಾರನದೇ?

'ದೊಡ್ಡಜ್ಜ.......

ದೊಡ್ಡಜ್ಜ........

ದೊಡ್ಡಜ್ಜ.......'

ಒಂದು ಬಿಸಿಲ್ಗಾಳಿ, ಹತ್ತಿಸಿ ಹಿಡಿದುಕೊಂಡ ಗರಿಯೊಂದಿಗೆ ಮರದ ರೆಂಬೆ ಕೊಂಬೆಗಳ ನಡುವಿನಿಂದ ಓಡಿಹೋಗುತ್ತಿದೆ. ಉರಿದು ಹರಡುತ್ತಿರುವುದೇನೆಂದು ಹಿಂತಿರುಗಿ ನೋಡುತ್ತಿಲ್ಲ. ಹಿಂದೆ ಇದೇ ಗಾಳಿಯ ಕೈಯಲ್ಲಿ ದಡಾರರೋಗದ

ಬೀಜಗಳಿದ್ದವು. ವಿಷಮ ಜ್ವರದ ನೊಣಗಳೂ ಮಲೇರಿಯಾದ ಸೊಳ್ಳೆಗಳೂ ಇದ್ದವು.

ಆಕಾಶವನ್ನೂ ಭೂಮಿಯನ್ನೂ ನಡುಗಿಸುವ ಒಂದು ಶಬ್ದದೊಂದಿಗೆ 'ಕಾಲದ ಗಾಳಿ' ಮುನ್ನುಗ್ಗಿ ಹೋಗುತ್ತಿದೆ.

ಧ್ವಜಗಳೂ 'ತಾಲಪ್ಪೊಲಿ'ಯೊಂದಿಗೆ 'ಬರವು'ಗಳು ನಾಲ್ಕು ಭಾಗಗಳಿಂದಲೂ ಹರಿದು ಬಂದು ಸೇರುತ್ತಿದೆ. ಮನುಜರಿಗೆಲ್ಲಾ ಕೋರೆಹಲ್ಲು ಹುಟ್ಟಿಕೊಂಡಿವೆ. ನಾನು ನಡುಗಿ ಹೋದೆ. ಸುಮ್ಮನೆ ಅಲ್ಲ, ಗಾಳಿಯು ಸಹ ಭಯದಿಂದ ನಡುಗಿ ಓಡಿಹೋಗುತ್ತಾ ಇರುವುದು!

ದೇವ:

ಮದುವೆ ಮುಗಿದ ಮಾರನೆಯ ದಿನ ದೇವಿಯ ದೇವಸ್ಥಾನದಲ್ಲಿ ಮಿಂದು ದೇವಿಗೆ ವಂದಿಸಬೇಕೆಂದು ಮುತ್ತಜ್ಜ ಮುತ್ತಜ್ಜಿ ಹೇಳಿದ್ದರು. ಅಮ್ಮನೂ ಹೇಳಿದರು, 'ಹೋಗು ದೇವಾ, ಗುರುವಾಯೂರು ದೇವಸ್ಥಾನಕ್ಕೆ ಹೋಗಿ ಮದುವೆ ಮುಗಿಸಿ ಬಂದು, ಮನೆತನದ ಭಗವತಿಯನ್ನು ವಂದಿಸದಿದ್ದರೆ ಹೇಗೆ?'

ಪಕ್ಷದ ಸಮಿತಿ ಸೇರೋದಿಕ್ಕೆ ಕಾವಿಲ್ ತೋಟಕ್ಕೆ ಹೋಗುವ ಪರಿಪಾಠ ಇತ್ತು. ಮಾವಿನ ತೋಟದಡಿಯಲ್ಲಿ ಲಾಟೀನಿನ ಬೆಳಕನ್ನೂ ಸದಸ್ಯರ ವಾಗ್ವಾದವನ್ನೂ ನೋಡಿದ ದೇವಿ, ಕಾವಿಲ್‌ನಲ್ಲಿ ಮೌನವಾಗಿ ಅಲುಗಾಡದೇ ಕೋಪಿಸಿಕೊಂಡು ಕುಳಿತಿದ್ದಾಳೆ.

ಮತ್ತೆ ಆಲೋಚನೆ ಮಾಡಿದೆವು, ಸುಮ್ಮನೆ ನಾವ್ಯಾಕೆ ಈ ಮಂಜು ತುಂಬಿದ ಈ ಕೊಂಪೆಯಲ್ಲಿ ಮುದುರಿ ಕುಳಿತುಕೊಳ್ಳಬೇಕು. ದೇವಸ್ಥಾನದಲ್ಲಿ ಬೇಕಾದಷ್ಟು ಸ್ಥಳವಿದೆ. ಸಾಕಷ್ಟು ಅರಳಿದ ದರ್ಭೆಹುಲ್ಲು ಹುಲುಸಾಗಿ ಬೆಳೆದಿದೆ. ರಾತ್ರಿಯಲ್ಲೂ ಅರಳುವ ಸಂಪಿಗೆ ಹೂವಿನ ಪರಿಮಳವೂ ಸಿಗುತ್ತದೆ.

ಯಾರೋ ಒಬ್ಬರು ಪ್ರತಿಷ್ಠೆಯ ಮರೆಯಲ್ಲಿ ಅಡಗಿಸಿಟ್ಟಿದ್ದ ಸಾರಾಯಿ ಬಾಟಲಿಯನ್ನು ತೆಗೆದುಕೊಂಡು ಬಂದರು.

ಆಯುಧವನ್ನು ಸುರಕ್ಷಿತವಾಗಿ ಕಾಪಾಡಲು ಇದಕ್ಕಿಂತ ಸುರಕ್ಷಿತ ಸ್ಥಳ ಬೇರೆ ಎಲ್ಲಿದೆ!

"ಲೆಕ್ಕಾಚಾರ ಮಾಡಿ ನೋಡುವಾಗ ಈಗಲೂ ಲಾಭ ನಮಗೇನೆ!" ಸೆಕ್ರೆಟರಿ ಹೇಳಿದ.

"ದೊಡ್ಡ ರಾರುಮೂಪ್ಪರ್‌ರನ್ನು ಅವರು ತಗೊಂಡಾಗ, ಲೆಕ್ಕ ಸರಿಯಾಯಿತಲ್ಲವೇ?" ಅಮಲೇರಿದ ತಲೆಗೆ ಅಂಗೈ ತಾಗಿಸಿ ಮೊಣಕಾಲಿನ ನಡುವೆ ಬಗ್ಗಿ ಕುಳಿತಿದ್ದ ಕುಂಜ್ಞಿ ಕಣ್ಣಣ್ಣ ಕೇಳಿದ:

"ಉತ್ತಮನನ್ನು ಯಾರೂ ತೆಗೆದುಕೊಂಡದ್ದಲ್ಲವಲ್ಲ? ಆತ ಊರು ಬಿಟ್ಟು ಹೋಗಿದ್ದಲ್ಲವೇ?"

"ಸಹಿಸಿಕೊಳ್ಳಲು ಆಗದೆ ಇದ್ದಿದ್ದಕ್ಕೆ!" ಕುಂಜ್ಞಿ ಕಣ್ಣಣ್ಣ ಒದ್ದೆಯಲ್ಲೆ ಮುದುರಿಕೊಂಡ.

"ಕುಂಜ್ಞಿ ಕಣ್ಣಣ್ಣ , ಅದೋ ನೋಡಿ, ಆ ಮರದ ಕೆಳಗೆ ಮೈಚಾಚಿಕೊಂಡು ಮಲಗಿ ನಿದ್ರೆಮಾಡಿ! ನಾಳೆ ಸಮ್ಮೇಳನವಿಲ್ಲವೇ?"

ಕುಂಜ್ಞಿ ಕಣ್ಣಣ್ಣನ ಸೊಂಟ ಮತ್ತೂ ಬಾಗಿತು. ನೀರಿಲ್ಲದ ನೇಂದ್ರಬಾಳೆಗಿಡದಂತೆ ಆತನ ಸೊಂಟ ಕುಸಿಯಿತು. ಹಾಗೆಯೇ ನೆಲಕ್ಕೆ ಬಿದ್ದ. ಬಿದ್ದ ತಕ್ಷಣ ನಿದ್ರೆ ಆವರಿಸಿಕೊಂಡಿತು.

"ದೇವಾ, ಹುಷಾರಾಗಿರಬೇಕು. ಅವರು ನಿನ್ನನ್ನೇ ಗುರಿಮಾಡಿಕೊಂಡಿರುವುದು. ಈಗಿನ ನಮ್ಮ ಪರಿಸ್ಥಿತಿ ಹೇಗೆ ಅಂದರೆ, ಹನ್ನೊಂದರಲ್ಲಿ ಹತ್ತೂ ನಮ್ಮದೇ."

ನನಗೆ ಗಂಟಲು ಕಟ್ಟಿತು. ಶಾಲಿನಿ ನಿನ್ನೆ ಹೇಳಿದ್ದಳು: "ಸಾಧ್ಯವಿಲ್ಲ, ಇನ್ನೂ ಕಾದುಕೊಂಡಿರುವುದಕ್ಕೆ ಆಗಲ್ಲ!"

ರಾಜಕೀಯದಲ್ಲಿರುವವನನ್ನು ಪ್ರೀತಿಸಲು ಆರಂಭಿಸಿದಾಗಲೇ ಆಲೋಚನೆ ಮಾಡಬೇಕಿತ್ತು.

"ನನಗೆ ಅರ್ಥವಾಗುತ್ತಾ ಇಲ್ಲ ದೇವಣ್ಣ--ನಾನು ಸಾಯ್ತಿನಿ."

"ಬೇಡ ಶಾಲಿನಿ ಪುಟ್ಟಿ. ಅದರಿಂದ ಏನನ್ನೂ ಸಾಧಿಸುವುದಕ್ಕೆ ಆಗುವುದಿಲ್ಲ. ಮುಂದಿನ ಚುನಾವಣೆಗೆ ಒಂದು ವೋಟು ಕಡಿಮೆಯಾಗುತ್ತೆ. ಅಷ್ಟೆ!"

"ಕಾಜ್ಞಿರಾಟ್ಟೆ ಭಗವತಿಯಾಣೆ, ಇನ್ನೂ ನಮ್ಮ ಮದುವೆ ಮುಂದೂಡಿಕೊಂಡು ಹೋದರೆ, ಗುಡ್ಡದ ಗೇರು ಮರದ ಕೊಂಬೆಗೆ........."

ಕೆಲವೊಮ್ಮೆ ಈ ಶಾಲಿನಿ ಹೇಳೋದು 'ಒಳಗಡೆಗೆ ಒಂದು ಮುಳ್ಳಿನಿಂದ ಚುಚ್ಚಿ ಒಳಗಿರುವುದನ್ನು ತೋಡಿ ತೆಗೆದಷ್ಟೆ' ಸರಳವೆಂಬಂತೆ. ಮಾತುಗಳಿಂದಲೆ ಕೊಕ್ಕೆ ಹಾಕಿ ಎಳೆದು ಹೊರತೆಗೆಯುತ್ತಾಳೆ.

"ಮಗನೇ ದೇವಾ," ಅಮ್ಮನ ಮಾತು: " ಇನ್ನು ಎಡ-ಬಲ ನೋಡಬೇಡ! ಇಬ್ಬರು ಸ್ನೇಹಿತರನ್ನು ಕರಕೊಂಡು ರಾತ್ರಿ ಗಾಡಿಗೆ ಗುರುವಾಯೂರಿಗೆ ಹೋಗೋಣ".

"ಅಮ್ಮ, ಅದಕ್ಕೆ ಈಗ, ದೊಡ್ಡಜ್ಜ ಬಡಗುಕಾವಿಲಿಂದ ಬರಬೇಡವೇ?

"ಬೇಡ, ದೊಡ್ಡಜ್ಜ ಎಷ್ಟು ಮದುವೆ ಮಾಡಿಕೊಟ್ಟಿದ್ದಾರೆ?"

"ಎಷ್ಟು ಮಕ್ಕಳನ್ನು ಹೆತ್ತು ಹೊತ್ತು ನೋಡಿದ್ದಾರೆ! ಇಷ್ಟು ದಿವಸ ನೋಡಿದ್ದು ಅನುಭವಿಸಿದ್ದು ಸಾಕು. ದೊಡ್ಡಜ್ಜ ಕೊಟ್ಟಿಯೂರು ಭಗವತಿಯನ್ನು ವಂದಿಸಿ ಇನ್ನು ಯಾವಾಗ ಬರೋದು?

"ನಾನು ಹೇಳಿಬಿಟ್ಟು ಹೋಗ್ತೀನಿ."

ಮದುವೆ ಮುಗಿಸಿ ಆಲದ ಮರದ ಕೆಳಗೆ ಗಾಡಿಯಿಂದ ಇಳಿದಾಗ, ರಸ್ತೆಯಲ್ಲಿ ಪೋಲಿಸ್ ಪಡೆ !

ಬಸ್ಸಿನಿಂದ ಇಳಿದದ್ದೇ ತಡ ಶಾಲಿನಿ ಸೊಂಟ ಅದುಮಿಡಿದಳು. ಎರಡು ದಿವಸ ಗುರುವಾಯೂರಿನಲ್ಲಿದ್ದುಕೊಂಡು ಬಂದಿದ್ರೆ ಸಾಕಾಗಿತ್ತು.

ಹೃದಯದಲ್ಲಿ ಸಿಡಿಲ ಖಡ್ಗವೊಂದು ಎರಗಿ ಮಿಂಚಿ ಹಾದು ಹೋದರೂ ನಾನು ಅವಳಲ್ಲಿ ಹೇಳಿದೆ:

"ನೀನು ಇಲ್ಲೇ ಹುಟ್ಟಿ ಬೆಳೆದವಳಲ್ಲವೇ, ಸಮಯ ಬಂದರೆ ಖಡ್ಗ ಹಿಡಿಯುವ ಉಣ್ಣಿಯಾರ್ಚಳ ನಾಡಿನವಳಲ್ಲವೆ?

"ದೇವಣ್ಣ, ಕಥೆ ಹೇಳ್ಕೊಂಡು ಕತ್ತಲೆ ಮಾಡುವ ಸಂದರ್ಭವಲ್ಲವಿದು."

ಬಯೊನೆಟ್ಟ್ ತೋರಿಸಿ, ಖಾಕಿ ವೇಷದಾರಿ ಕೇಳಿದ:

"ಯಾರೂ? ಎಲ್ಲಿಂದ? ಇಷ್ಟೊತ್ತಲ್ಲಿ? ಕರ್ಫ್ಯೂ ಇರುವುದು ಗೊತ್ತಿಲ್ಲವಾ?"

"ಮದುವೆ ಮುಗಿಸಿಕೊಂಡು ಗುರುವಾಯೂರಿನಿಂದ ಬರ್ತಾ ಇದೀವಿ. ಪೇಪರ್ ಓದಿಲ್ಲಾ. ನ್ಯೂಸ್ ಕೇಳಲಿಲ್ಲ."

"ಮುಚ್ಚು ಬಾಯಿ. ಮುಠ್ಠಾಳನ್ ತಂದು"

ಮತ್ತೊಂದು ವೇಷ, ಕೈಯಲ್ಲಿದ್ದ ಸಿಗರೇಟ್ ತುಂಡನ್ನು ರಸ್ತೆಗೆಸೆದು ಶಾಲಿನಿಯ ಮುಂದೆ ಬಂದು ನಿಂತಿತು.

ನಾನು ಅವಳ ಕುತ್ತಿಗೆಯಲ್ಲಿದ್ದ ತಾಳಿಯನ್ನು ಎತ್ತಿ ತೋರಿಸಿದೆ.

"ಅದನ್ನು ನೀನೇ ಕಟ್ಟಿದ್ದು ಎನ್ನುವುದಕ್ಕೆ ಏನಿದೆ ಪುರಾವೆ"

"ಪುರಾವೇನಾ?"

ಚೂಪಾದ ಉಗುರಿನಿಂದ ತಾಳಿಯನ್ನು ತುಂಡುಮಾಡಿ ತೆಗೆದು ಆತ ಹೇಳಿದ:

"ಅನಿಷ್ಟಗಳು! ಮೊದಲು ತೊಲಗಿ ಇಲ್ಲಿಂದ!"

ನನ್ನ ನರಗಳಲ್ಲಿ ಬೆಂಕಿ ಹರಿಯಿತು.

ಶಾಲಿನಿ ನನ್ನ ಅಂಗಿಯ ತುದಿ ಹಿಡಿದು ಎಳೆದುಕೊಂಡು ಓಟ ಕಿತ್ತಳು:

"ದೇವಣ್ಣ, ಸಾಕು, ಸಾಕು, ನಾವು ಹೋಗೋಣ"

ಬೆವರಿನಿಂದ ಸ್ನಾನಮಾಡಿ ಮನೆ ಮುಂದೆ ಬಂದು ನಿಂತಾಗ, ಅಮ್ಮ, ಸ್ಮಶಾನದ ಗೇಟಿನ ಕಡೆಗೆ ಬೆರಳು ತೋರಿಸಿದಳು.

"ದೊಡ್ಡಜ್ಜನನ್ನು ಅವರು!....."

"ಯಾವಾಗ?"

"ನಿನ್ನೆ ರಾತ್ರಿ ತಲೆ ಕಡಿದು ಬೇರ್ಪಡಿಸಿದ್ದರೂ ತುಟಿಯ ಮೇಲಿನ ನಗು ಸ್ವಲ್ಪವೂ ಮಾಸಿರಲಿಲ್ಲ."

"ಇರು, ಅದನ್ನ ಅವರಿಗೆ ತೋರಿಸಿ ಕೊಡ್ತಿನಿ!....."

ಶಾಲಿನಿ ನನ್ನ ಬಾಯಿ ಮುಚ್ಚಿದಳು. ಅವಳು ಬಿದಿರನ್ನು ಸೀಳುವಂತೆ ಜೋರಾಗಿ ಅತ್ತಳು. ಅಮ್ಮ ಮನೆ ಮಧ್ಯದ ಕೋಣೆ ಬಾಗಿಲನ್ನು ದೊಡ್ಡಶಬ್ದದೊಂದಿಗೆ ಅತಿಶಕ್ತವಾಗಿ ಮುಚ್ಚಿದರು. ಅತಿ ಪುರಾತನವಾದ ಅಳುವೊಂದು ರಾತ್ರಿಯನ್ನು ನಡುಗಿಸಿತು.

ಮಹಾ ಪಾಪಿಗಳು! ಮಹಾಪಾಪಿಗಳು! ಪಡುವಣದ ಕತ್ತಲಿನಿಂದ ಕುಟುಂಬ ಭಗವತಿ ನುಡಿಯಿತು.

"ನಾನಿದಕ್ಕೆ ಪ್ರತೀಕಾರ ತೀರಿಸದೇ ಇರಲಾರೆ"

ನನ್ನ ಎಡಭಾಗದಲ್ಲಿದ್ದ ಸೆಕ್ರೆಟರಿ ನಾರಾಯಣಣ್ಣ ಹೇಳಿದ: "ದೇವಾ, ತಕ್ಕಡಿಯ ತೂಕ ಈಗ ಆ ಕಡೆಯಿದೆ, ನೆನಪಿದೆಯಲ್ಲ!"

"ತಕ್ಕಡಿ ಒಳಗೂ ಹೊರಗೂ ಅಡಿಮೇಲಾದರೂ ನಾನಿದಕ್ಕೆ ಪ್ರತೀಕಾರ ತೀರಿಸಿಯೇ ಬಿಡುತ್ತೇನೆ!"

ಪುರಾತನವಾದ ಅರಗಿನ ವಾಸನೆಯಿರುವ ಗಟ್ಟಿಹಾಸಿಗೆಯಲ್ಲಿ ಮುಖ ಮುಚ್ಚಿ ಶಾಲಿನಿ ಬಿಕ್ಕಿಬಿಕ್ಕಿ ಅಳುತ್ತಿದ್ದಳು. ಇಲ್ಲದಿದ್ದರೆ......

ಎರಡು ಹಗಲೂ ಒಂದು ರಾತ್ರಿಯೂ ಬಾಗಿಲು ಮುಚ್ಚಿ ಬೀಗ ಹಾಕಿ ಕೋಣೆಯಲ್ಲಿ ಇರಬೇಕಾಯಿತು. ಅಮ್ಮ ದೇವರ ಕೋಣೆಯ ಮುಂದೆ ಎನ್ನುವಂತೆ ದೇವಸ್ಥಾನದ ಮುಂದೆ ಕಾವಲಿದ್ದರು.

ಮತ್ತೊಂದು ರಾತ್ರಿಯು ಕಳೆಯಿತು. ಶಾಲಿನಿ ಹೇಳಿದಳು:

"ಇದರೊಳಗಿದ್ದು ಬೆಂದು ಸುಟ್ಟು ಹೋಗುತ್ತಿದ್ದೇನೆ. ನಾನು ಬಹುಶಃ ಉಸಿರು ಕಟ್ಟಿ ಸಾಯುತ್ತೇನೆ."

ನಾನೇನು ಮಾತನಾಡಲು ಹೋಗಲಿಲ್ಲ.

ಮೂರನೆಯ ಬೆಳಗಿನ ಜಾವಕ್ಕೆ ನಾನು ಅಮ್ಮನಲ್ಲಿ ಹೇಳಿದೆ:

"ನನಗೂ ಶಾಲಿನಿಗೂ ಕಾವಿಲಿನಲ್ಲಿ ಮಿಂದು ವಂದಿಸಬೇಕು!"

"ನಿನಗೇನು ಮತಿಭ್ರಮಣೆಯಾಗಿದೆಯಾ?'

"ಮತಿಭ್ರಮಣೆಯಲ್ಲ"

"ಕಾವಿಲಿನಲ್ಲಿ ಬಾಂಬಿರಬಹುದು!"

ನನಗೆ ನಗು ಬಂತು. ಅದನ್ನು ನೋಡಿದ ಅಮ್ಮ ನಡುಗಿ ತತ್ತರಿಸಿ ಎರಡಡಿ ಹಿಂದೆ ಸರಿದರು. ಅಮ್ಮನನ್ನು ಹಿಡಿದು ಬೇರೆ ಕಡೆ ಕೊಂಡೊಯ್ದರು. ನಾನು ಮಿಂದು ಬಂದೆ. ಶಾಲಿನಿ ಗುರುವಾಯೂರಿನಲ್ಲಿ ಖರೀದಿಸಿದ ಕುಸೂರಿಯ ರೇಷ್ಮೆ ಸೀರೆ ಸುತ್ತಿಕೊಂಡಳು. ಎಣ್ಣೆ ಹಚ್ಚಿಕೊಂಡು ಸ್ನಾನಮಾಡಿದ ತಲೆಕೂದಲು ಕುತ್ತಿಗೆಯಲ್ಲಿ ಹೆಡೆ ಮುದುರಿ ಮಲಗಿತು.

ದಾರಿಯಲ್ಲಿ ಒಬ್ಬ ಮನುಷ್ಯನೂ ಕಾಣಲಿಲ್ಲ. ಊರಿನ ಪೇಟೆ, ಕೆಂಡ ತುಳಿವಾಟ ಮುಗಿದ ಬಯಲಿನಂತಿತ್ತು.

ಕರ್ಫ್ಯೂ ಮುಗಿದಿತ್ತು.

ಹಳದಿಮಿಶ್ರಿತ ಗಂಧ ಪ್ರಸಾದ ಹಾರಿ ಮೆಟ್ಟಿಲ ಮೇಲೆ ಬಿತ್ತು. ಪುರೋಹಿತರು ಮ್ಲಾನವದನರಾಗಿ ನಗು ತಂದುಕೊಂಡು ಕೇಳಿದರು:

"ಮದುವೆಗೆ ಗುರುವಾಯೂರಿಗೆ ಹೋಗಿದ್ರಿ, ಅಲ್ಲವೇ? ಒಳ್ಳೆಯದಾಯಿತು."

ದೇವಸ್ಥಾನದ ಅಂಗಳದಲ್ಲಿ ಕಾಡುಸಂಪಿಗೆ ಹೂಗಳು ಬಿದ್ದುಕೊಂಡು ಉಸಿರಾಡುತ್ತಲಿವೆ. ಕಾವಿನ ಎಡಭಾಗ ಬಲಭಾಗಗಳು ನಾನೊ ನೀನೊ ಎನ್ನುವ ಮಟ್ಟಿಗೆ ಎರಡು ಹೊಸ ಕಾಂಕ್ರಿಟ್ ಮನೆಗಳು. ಅವುಗಳ ಹಿಂಭಾಗದಲ್ಲಿ ಹಳೆ ಕಾಲವನ್ನು ನೆನಪಿಸುವ ಅವಶೇಷಗಳಾದ ಹಂಚು ಮಾಡಿನ ಅಡುಗೆಮನೆಯ ಭಾಗಗಳು ಬಾಗಿ ಎರಡೂ ಕೈಗಳನ್ನು ಸೇರಿಸಿ ನಮಿಸುತ್ತಿವೆ. ಎರಡೂ ಕಣ್ಣಿಟ್ಟು ನೋಡುವಾಗ ಆ ಕಡೆಯ ಈ ಕಡೆಯ ಮನೆಗಳಿಂದ ಇಬ್ಬರು ದಾಂಡಿಗರು ಇಳಿದು ಬರುತ್ತಿದ್ದಾರೆ. ಅಣ್ಣನೂ ತಮ್ಮನೂ. ಕಣ್ಣಣ್ಣನೂ ಗೋವಿಂದಣ್ಣನೂ. ಹೆಚ್ಚು ಕಡಿಮೆ ಒಂದೇ ತರಹದ ಮುಖ. ಕಣ್ಣಣ್ಣನೇ ಹಿರಿಯವನು. ನನಗೆ ಗೊತ್ತಿದೆ. ಅವರಿಬ್ಬರೂ ಯುದ್ಧಕ್ಕೆ ಎನ್ನುವಂತೆ ಕೋಳಿಹುಂಜದಂತೆ ಕಿವಿಯ ಮೇಲ್ಭಾಗ ಕೆಂಪುಗೊಳಿಸಿ ಮುಖಾಮುಖಿ ನೋಡುತ್ತಾ ನಿಂತರು. ಎಡಕಣ್ಣು ಬಲಕಣ್ಣು ದೇವಸ್ಥಾನದ ಮುಂದೆ ನಿಂತಿರುವ ನನ್ನ ಹಾಗೂ ಶಾಲಿನಿಯ ಮೇಲೆ.

ಜ್.....ಖ್.....ಕ್.......ಊಂ ಎಡಕ್ಕಿರುವವನು ಒಣಗಿಸೋತು ಬಿದ್ದುಕೊಂಡ.

ಜ್.....ಹುಂ....ಊಂ ಬಲಕ್ಕಿರುವವನು ಸೋಲೊಪ್ಪಿ ಸೊರಗಿಬಿದ್ದ.

ಗರ್ಭಗುಡಿಯ ಮುಂದೆ, ಅರಿಸಿನಮಿಶ್ರಿತ ಗಂಧ ಪ್ರಸಾದದ ಎಲೆಯೂ ಹೂವೂ ನೀಡುವಾಗ, ಕಣ್ಣುರೆಪ್ಪೆಯನ್ನು ತುಟಿಯನ್ನು ಅಲುಗಾಡಿಸದೆ, ಪುರೋಹಿತರು ಮನದಲ್ಲೇ ಪ್ರಾರ್ಥಿಸಿದರು.

"ಎರಡು ಕಡೆಯವರೂ ಕಣ್ಣಿಟ್ಟಿದ್ದಾರೆ. ಬೇಗ ಇಲ್ಲಿಂದ ಹೊರಡಿ."

"ಬಾ, ಶಾಲಿನಿ." ನಾನು ಸ್ವಲ್ಪ ಜೋರಾಗಿಯೆ ಹೇಳಿದೆ:

"ನಾನ್ಯಾರಿಗೆ ಹೆದರಬೇಕು?"

ಶಾಲಿನಿಯ ಅಂಗೈ ಅದುರಿತು. ಅರಿಸಿನಮಿಶ್ರಿತ ಗಂಧ ಪ್ರಸಾದ ಕೆಳಗೆ ಬಿತ್ತು. ಖಾಲಿ ಬಾಳೆ ಎಲೆ ಸೀಳುಗಳನ್ನು ಗಾಳಿ ಕೊಂಡೊಯ್ದಿತು.

ದೇವಸ್ಥಾನದಲ್ಲಿ ಸಾಷ್ಟಾಂಗ ವಂದಿಸಿ ಶಾಲಿನಿ ಅತ್ತಳು.

"ತಾಯಿ, ಭಗವತಿ ಕಾಪಾಡು ತಾಯಿ!"

ಪುರೋಹಿತರು ನಿಶ್ಚಲರಾಗಿ ನೋಡುತ್ತಾ ನಿಂತರು. ಕಣ್ಣಣ್ಣನೂ ಗೋವಿಂದಣ್ಣನೂ ಗಡಿಯಲ್ಲಿ ಬಿಸಿಲಿನಿಂದ ಕಾದಿದ್ದ ಜೆಲ್ಲಿ ಕಲ್ಲನ್ನು ತುಳಿದು ನಿಂತರು.

ಕಾವಿಲಿನ ಮೆಟ್ಟಲಿನಲ್ಲಿ ಶೂಲವನ್ನು ಚುಚ್ಚಿದರು. ಅವರ ದೃಷ್ಟಿಗಳ ತೀಕ್ಷ್ಣತೆ ನನಗೆ ಗೊತ್ತು.

ಪುರೋಹಿತರು ನಿಂತಲ್ಲೇ ಸ್ವಲ್ಪ ಕದಲಿದರು. ಕಾವಿನೊಳಗೆ ಸೋರುತ್ತಿದ್ದ ನಾಲಿಗೆ ಚಾಚುವ ಭಗವತಿ ಒಮ್ಮೆ ನರಳಿತು.

'ಮಗಳೇ, ಎದ್ದುಹೋಗು. ಹೋಗು.'

ನಿಂತಲ್ಲಿಂದ ಕೈಯನ್ನು ಹೊರಕ್ಕೆ ಚಾಚಿದರು ಪುರೋಹಿತರು. ದೇವಿಯ ಗರ್ಭಗುಡಿ ಬಾಗಿಲನ್ನು ಶಬ್ದವಿಲ್ಲದೆ ಮುಚ್ಚಿದರು. ಹಿಂತಿರುಗಿ ನೋಡದೆ, ಖಾಲಿಯಾಗಿದ್ದ ತೀರ್ಥದ ಬಟ್ಟಲನ್ನು ತೆಗೆದುಕೊಂಡು ದೇವಸ್ಥಾನದಿಂದ ಇಳಿದು ಅಂಗಳ ದಾಟಿ, ಮೆಟ್ಟಿಲಿಳಿದು ಗುಂಡಿಗಳ ದಾರಿಯಲ್ಲಿ ಮರೆಯಾದರು.

ನಾನು ಶಾಲಿನಿಯ ಕೈಹಿಡಿದೆ?

"ಗುರುವಾಯೂರಿನ ಮದುವೆ ಜೋರಾಗಿತ್ತಾ?" ಕಣ್ಣಣ್ಣ ಒಂದು ಹೆಜ್ಜೆ ಮುಂದಿಟ್ಟ.

ಒಂದೆ ನಿಮಿಷ ನಾನು ಆತನ ಮುಖದ ಕಡೆ ನೋಡಿದೆ.

ಆಗ ಭೂತಲ ಒಮ್ಮೆಗೆ ಮೇಲೆದ್ದಿತು. ಆಕಾಶದ ಬಾಗಿಲುಗಳು ಇಬ್ಭಾಗವಾಯಿತು. ಗುಡುಗೂ ಮಿಂಚುಗಳೂ ಹಿಂಭಾಲಿಸಿದ ಶಾಲಿನಿಯ ಆರ್ತನಾದವೂ ಒಡೆದು ಹೋಯಿತು. ಪ್ರಳಯದಿಂದ ನನ್ನನ್ನು ಎತ್ತಿ ತೆಗೆಯಲು ಶಾಲಿನಿಯ ನಡುಗುವ ಕೈಬೆರಳುಗಳು ನನ್ನ ಅಂಗಿ ತುದಿಯನ್ನು ಎಳೆದು ಹಿಡಿದುಕೊಂಡಿತು. ಹಾಗೆ ಎಳೆದು ತುಂಡರಿಸಿದಾಗ ಅಂಗಿಯ ತುದಿಯೋ ಆ ಹೆಣ್ಣಿನ ಬೆರಳುಗಳೋ ಕೆಳಗೆ ಬಿದ್ದದ್ದು! ಮರದ ತುಂಡೋ ಬಿದ್ದದ್ದು!

ಶಾಲಿನಿ :

ಇಲ್ಲಿಯ ಪೂರಂನ್ನು ಕಂಡಿಲ್ಲ. ಮಾವಿನ ಮರದ ಎತ್ತರದ ಕೊಂಬೆಯಲ್ಲಿ ನನಗೋಸ್ಕರವೂ ಒಂದು ಧ್ವಜ. ಅದಕ್ಕೂ ಮೇಲೆತ್ತರದಲ್ಲಿ ಒಂದು ಸುಂದರಿಯ ಚಿತ್ರ ಬಿಡಿಸಿರುವ ಆ ಪ್ರತಿಭಾವಂತ ಯಾರು? ಕೆಳಗೆ ಶಾಲಿನಿ. ಇಪ್ಪತ್ತು ವರ್ಷ. ಇವರಿಗೆ ಹೇಗೆ ಗೊತ್ತು ನನ್ನ ವಯಸ್ಸು? ಇಲ್ಲಿ ಹಾಗೆನೇ. ಒಬ್ಬೊಬ್ಬರಿಗೂ ಊರಿನವರ, ಕುಲ, ಜಾತಿ ಚರಿತ್ರೆ ಎಲ್ಲಾ ಗೊತ್ತಿದೆಯಂತೆ! ಬಹುಶಃ ಎಲ್ಲಾ ವಿಚಾರವೂ! ಒಬ್ಬ ಮನೆ ಬಿಟ್ಟರೆ ಎಲ್ಲಿಗೆ ಹೋಗುತ್ತಾನೆ? ಹೋದ ಕಡೆಯೆಲ್ಲ ಏನೇನು ಮಾಡಿದ? ಯಾರನ್ನೆಲ್ಲಾ ನೋಡಿದ? ಆಶ್ಚರ್ಯ ಅನಿಸುತ್ತೆ, ಬಸ್ಸಿನಿಂದ ಇಳಿದು ಊರಿನ ರಸ್ತೆಯಲ್ಲಿ ನಡೆದುಕೊಂಡು ಹೋಗುವ ಒಬ್ಬೊಬ್ಬ ಗಂಡಸಿಗೂ ಹೆಂಗಸಿಗೂ ಹಿಂಬಾಲಿಸುವ ಕಣ್ಣುಗಳು. ಬೇಸಿಗೆ ರಜೆಗೆ ನಾನು ತ್ರಿಶೂರಿನಿಂದ ನನ್ನ ಸೋದರಮಾವನ ಮನೆಗೆ

ಬರ್ತಾ ಇದ್ದೆ. ಐದು ವರ್ಷ ಹಾಸ್ಟೆಲಿನಲ್ಲಿದ್ದುಕೊಂಡು ಓದಿಕೊಂಡಿದ್ದರಿಂದ, ಹಗಲಿನ ಸಮಯದಲ್ಲಿ ಒಬ್ಬಂಟಿಯಾಗಿ ಪ್ರಯಾಣ ಮಾಡಲು ನನಗೆ ಅನುಮತಿ ಸಿಕ್ಕಿದೆ.

ಅಮ್ಮ ಹೇಳಿದಳು:

"ಗಂಡಸಿನ ಸಹಾಯ ಇಲ್ಲದವರು ಜೀವಿಸುವುದು ಬೇಡವೇ?"

"ಅಮ್ಮ ಒಂದು ದಿವಸ ವಜ್ರದ ಕಲ್ಲನ್ನು ಒರೆಯಲು ಹೋಗದಿದ್ದರೆ ಅಂದಿನ ಕೂಲಿ ನಷ್ಟವೇ! ನನಗೆ ಹೋಗಬೇಕು ವಜ್ರವನ್ನು ಒರೆಯಲು. ಒಂದು ಬಿ.ಎಸ್.ಸಿ ಪದವಿ ಗಳಿಸಿದ್ದೇನೆ ಎಂದು, ಅದಕ್ಕೆ ಕೊಟ್ಟ ಬೆಲೆ, ಅಮ್ಮನ ಯೌವ್ವನ ಕಾಲದ ಐದು ವರ್ಷದ ಬೆವರು ಮತ್ತು ಆರೋಗ್ಯ.

"ಹೋಗಿ ಹೇಳಿ ನೋಡು ಮಗಳೇ, ದೊಡ್ಡ ಮಾಮ ನಿನಗೆ ಒಂದು ಕೆಲಸ ಕೊಡಿಸಲು ಸಾಮರ್ಥ್ಯವಿರುವವರೇ."

ದೊಡ್ಡಮಾಮ ಈ ನಡುವೆ ತೃಶೂರಿನಲ್ಲಿಳಿದು ಮನೆಗೂ ಬಂದಿದ್ದರು. ವಾರಕ್ಕೊಮ್ಮೆ ತಿರುವನಂತಪುರಕ್ಕೆ ಹೋಗುವ ದಾರಿಯಲ್ಲಿ . ನಮ್ಮ ಮನೆಗೆ ಹಂಚು ಹಾಕಿಸುವಾಗ ಅವರ ಸಹಾಯವೂ ನಮಗೆ ಸಿಕ್ಕಿತ್ತು.

" ನೀನು ಹೋಗುವಾಗ ದೊಡ್ಡ ಮಾಮನಿಗೆ ತೋರಿಸುವುದಕ್ಕಾಗಿ ನಿನ್ನ ಅಂಕಪಟ್ಟಿ , ಪದವಿ ಸರ್ಟಿಫಿಕೇಟ್ ಎಲ್ಲಾ ಜೊತೆಗೆ ತೆಗೆದುಕೊಂಡು ಹೋಗು."

ನಾನು ತಗೊಂಡು ಹೋಗಲಿಲ್ಲ. ಸಂಕೋಚ! ಬೇಕೂ ಅಂದಾಗ ತೋರಿಸಿದರಾಯಿತು. ಈಗ ನಾನು ಬೇಸಿಗೆ ರಜೆಯನ್ನು ಆನಂದಿಸಲೂ ಊರಿನ 'ತೆಯ್ಯಕೋಲಂ' ನೋಡುವುದಕ್ಕಾಗಿಯೂ ಹೋಗುತ್ತಾ ಇರುವುದು.

ಬಸ್ ಇಳಿಯುವಾಗ ಗಂಟೆ ಮೂರು ನಲವತ್ತು. ಒಂದುವರೆ ಕಿಲೋಮೀಟರ್ ನಡೆಯಬೇಕು. ಬೇಕಿದ್ರೆ ಆಟೊ ಸಿಗುತ್ತಂತೆ! ಬೇ..ಡ. ಸುಮ್ಮನೆ ಹಣ ಹಾಳು. ಕೆಂಪುಹೂಗಳು ಉತ್ಸವವನ್ನು ಆಚರಿಸುವ, ದಾರಿಯುದ್ದಕ್ಕೂ ಚೆಲ್ಲಿದ ನೆರಳಿನೊಂದಿಗೆ ನಡೆಯುವಾಗ ಸಾಕಷ್ಟು ಬೆವರಿದೆ. ನೆರಳುಗಳಿಗೂ ಬಿಸಿ. ಜನಗಳು ನನ್ನನ್ನು ದಾಟಿ ಹೋಗುತ್ತಿದ್ದಾರೆ.

ಯಾವುದೋ ಮದುವೆ ಮನೆಗೆ ಬೇಕಾಗಿರುವ ಹೊಸ ತರಹದ ಬಟ್ಟೆಯ ಚಪ್ಪರಗಳೂ ಪ್ಲಾಸ್ಟಿಕ್ ಕುರ್ಚಿಗಳೂ ಜೊಡಿಸಿದ ಒಂದು ಮಿನಿ ಲಾರಿ ನನ್ನನ್ನು ಮುಟ್ಟಿತೋ ಮುಟ್ಟಿಲ್ಲವೋ ಎನ್ನುವಂತೆ ಹಾರಿ ಕುಪ್ಪಳಿಸಿ ಹೋಯಿತು. ಕಾಲಿಗೆ ಒಂದು ಮುಳ್ಳು ಹೊಕ್ಕಿತು. ಬಗ್ಗಿ ನಿಂತು ಸೀರೆಯಿಂದ ಬೇರ್ಪಡಿಸುತ್ತಿರುವಾಗ ಯಾರೋ ಮುಂದೆ ಇರುವಂತೆ ಅನ್ನಿಸಿತು.

ಆತ ಕೇಳಿದ:

"ಎಲ್ಲಿಂದ?"

"ಎಲ್ಲಿಗೆ?"

"ಯಾರ ಮನೆಗೆ?"

ಅಪರಿಚಿತರ ಪ್ರಶ್ನೆಗಳಿಗೆ ಉತ್ತರಿಸುವುದು ಬೇಡ.

ಹಿಂದೆ ಮತ್ತೊಂದು ಕಾಲಿನ ಸಪ್ಪಳ. ಯಾವುದೇ ಪ್ರಶ್ನೆ ಬರಲಿಲ್ಲ. ಅದೃಷ್ಟ. ಆದರೆ ನೋಟವೆಲ್ಲ ಪ್ರಶ್ನೆಯಿಂದ ಕೂಡಿತ್ತು. ನಾನೇನನ್ನೂ ನೋಡಲಿಲ್ಲಾಂತ ನಟಿಸಿದೆ.

ಪ್ರಶ್ನೆ ಕೇಳಿದವನು ಮುಂದೆಯೂ ಕೇಳದ ಪ್ರಶ್ನೆಗಳೊಂದಿಗೆ ಅವನು ಹಿಂದೆಯೂ, ನನ್ನ ಅನುಮತಿಯನ್ನು ಕೇಳದೇ ನನಗೆ ಅಂಗರಕ್ಷಕ ಸೇವೆಯನ್ನು ನೀಡಿದರು. ಒಳ್ಳೆಯದಲ್ಲವೇ! ಮನುಷ್ಯರಲ್ಲವೇ! ಅವರ ಕೈಯಲ್ಲಿ ಯಾವುದೇ ಆಯುಧವಿರಲಿಲ್ಲ. ಒಬ್ಬರ ಕೈಯಲ್ಲಿ ಅರ್ಧ ಉರಿದು ಹೋದ ಬೀಡಿ ಹೊಗೆಯಾಡುತ್ತಿರುವುದು ನನಗೆ ಕಾಣುತ್ತಿದೆ. ಬೀಡಿ ಹಿಡಿದ ಕೈ ಹಿಂಭಾಗ ಕಟ್ಟಿಕೊಂಡು ಆತ ನಡೆಯುತ್ತಿದ್ದಾನೆ.

ಹಿಂದಿನಿಂದ ನಡೆಯುತ್ತಿದ್ದವನ ಕೈಗಳಲ್ಲಿ ಬೀಡಿಯಿದೆಯೇ? ಗೊತ್ತಿಲ್ಲ.

ದಾರಿ ಮೂರಾಗಿ ಬೇರ್ಪಡುವಾಗ ನಾನು ನಿಂತೆ. ಅಮ್ಮ ಹೇಳಿದ್ದರು.

ಎಣ್ಣೆ ಮಿಲ್ಲು ಸಿಕ್ಕರೆ, ಅದರ ಎಡ ಭಾಗದಲ್ಲಿ ಮಾಲಿಂಗ ಮಣಿಯಾಣಿ ಮನೆ ಇದೆ. ಮಿಲ್ಲನ್ನು ಸುತ್ತಿ ಬಲಗಡೆಯ ದಾರಿಯಲ್ಲಿ ಹೊರಟರೆ ಸುಲಭವಾಗುತ್ತೆ.

ಮಾಲಿಂಗ ಮಣಿಯಾಣಿಯ ಖಾಲಿ ಮಾಡಿದ ಮನೆ, ಯಾವೊತ್ತೋ ನಿಂತುಹೋದ ಎಣ್ಣೆ ಮಿಲ್ಲು ಇವುಗಳೆನ್ನೆಲ್ಲಾ ಬಿಟ್ಟು ಮುಂದಕ್ಕೆ ನಡೆದೆ. ಇಳಿಜಾರೂ ಏರೂ ಇರುವ ಇಕ್ಕಟ್ಟಾದ ದಾರಿ. ಮಣ್ಣಿನ ಬೇಲಿಯ ಎತ್ತರಕ್ಕೆ ಕೆಂಪುಕಲ್ಲು ಕಟ್ಟಿ, ಅಂಚಿನಲ್ಲಿ ಸಿಮೆಂಟಿನಿಂದ ಗಿಲಾಯಿ ಮಾಡಿದ ಅಚ್ಚುಕಟ್ಟಾದ ಬಾಗಿಲಿನ ಮೆಟ್ಟಿಲುಗಳು. ಮೇಲೆ ಹಲವು ತರಹದ ಬಣ್ಣದ ಗಿಡಗಳು ಸಂಜೆಯ ಇಳಿಬಿಸಿಲಿನಲ್ಲಿ ಪ್ರಜ್ವಲಿಸುತ್ತಿದೆ. ನೆನಪಿನಲ್ಲಿದ್ದ ಮೆಟ್ಟಿಲುಗಳನ್ನು ಹತ್ತಿದೆ. ಅಂಗಳದಲ್ಲಿ ಎಲ್ಲಿಗೋ ಹೋಗುವುದಕ್ಕೆ ತಯಾರಿಯಲ್ಲಿದ್ದರು ದೊಡ್ಡ ಮಾಮ. ಅಂಗರಕ್ಷಕರಾಗಿದ್ದವರು ನಡೆದು ದೂರಾದುದುದನ್ನು ನೋಡಿದ ದೊಡ್ಡ ಮಾಮ ಕುಳ್ಳಿರಿಸಿ ನುಡಿದರು. “ದಾರಿಯಲ್ಲಿ ಯಾವುದೆ ಅಸೌಕರ್ಯ ಉಂಟಾಗಲಿಲ್ಲವಲ್ಲ?”

"ಹೂಂ... ಹೂಂ.." ನಾನು ಆ ಅಂಗರಕ್ಷಕರು ನನ್ನ ದೃಷ್ಟಿಯಿಂದ ಮಾಸಿ ಹೋಗುತ್ತಿರುವುದನ್ನು ನೋಡುತ್ತಾ ನಿಂತಿದ್ದೆ.

“ಪರವಾಗಿಲ್ಲ, ಏನೂ ಭಯ ಪಡಬೇಕಾಗಿಲ್ಲ. ಒಬ್ಬರೆ ಬರುವಾಗ ಜೊತೆಯಲ್ಲಿ ಮತ್ತೊಬ್ಬರು ನಡೆಯುತ್ತಾ ಬರುವುದರಲ್ಲಿ ಯಾವುದೇ ತಪ್ಪಿಲ್ಲ.”

ಅತ್ತೆ ಬಂದು ಕರೆದರು:

“ಮಾತನಾಡೋದೆಲ್ಲಾ ಆಮೇಲಾಗಲಿ! ಈಗ ಒಳಗೆ ಬಂದು ಕೈಕಾಲು ಮುಖ ತೊಳೆದು ಏನಾದರು ಹೊಟ್ಟೆಗೆ ತಗೋ”

ಹಿಂದಿನಿಂದ ಅಂಗರಕ್ಷಕನಾಗಿದ್ದ ಮರ್ಯಾದಸ್ತನನ್ನು ಮತ್ತೊಮ್ಮೆ ಕಾವಿಲಿಗಿರುವ ದಾರಿಯಲ್ಲೂ ‘ತೆಯ್ಯಂಕೋಲ’ದ ಸಂರಕ್ಷಣೆಯ ಧ್ವಜವನ್ನು ಹಿಡಿಯುವ ಜಾಥಾದ ನೇತಾರನನ್ನೂ ನೋಡಿದೆ. ನನಗೆ ಇಷ್ಟವಾಯಿತು.

ದೊಡ್ಡಮಾಮ ಹೇಳಿದರು: “ಒಳ್ಳೆಯವನೇ. ಸ್ವಜಾತಿಯೂ ಹೌದು.......”

142 ಪಲಿಗುರುಪುಷ್ಪದ ಜೇನು

ಕೇಳಿದಾಗ ನನ್ನ ಚಿಕ್ಕಪ್ಪ ಹೇಳಿದರು:

"ಬಡಗಿನ ಕಡೆ. ಬೇಡ ಮಗೂ. ಯಾವತ್ತೂ ಸಮಾಧಾನ ಅನ್ನೋದು ಇರೋದಿಲ್ಲ...."

ಅಮ್ಮ ಹೇಳಿದರು: "ನನ್ನಣ್ಣನ ಸ್ನೇಹಿತನ ಮಗನಂತೆ! ಹೋರಾಟಗಾರ,"

ಚಿಕ್ಕಪ್ಪ ಮಾತನಾಡಲಿಲ್ಲ. ಆದರೆ ಮುಖ ಊದಿಕೊಂಡಿತ್ತು. ವಿರುದ್ಧ ನಿಲ್ಲುವುದಿಲ್ಲ. ಪಾಲಾಗಿದ್ದರೂ ಚಿಕ್ಕಪ್ಪ ನಮಗೆ ಒಂದು ಕೈನೀಡಿ ಸಹಾಯ ಮಾಡಲು ಆರ್ಥಿಕ ಶಕ್ತಿ ಇಲ್ಲ. ಅವರು ನಡೆಸುತ್ತಿದ್ದ ಪಾರಲೆಲ್ ಕಾಲೇಜು ಸರಿಯಾಗಿ ನಡೆಯದೇ ಇದೀಗ ಮುಚ್ಚುತ್ತಾರಂತೆ!

ಗುರುವಾಯೂರ್ ದೇವಸ್ಥಾನದ ಹತ್ತಿರ ಬಸ್ ಹತ್ತುವಾಗ ದೇವಣ್ಣ ಕೇಳಿದರು:

"ಹೆದರಿಕೆ ಇದೆಯಾ?"

"ಯಾತಕ್ಕೆ"

"ನನ್ನ ಊರಿನ ಬಗ್ಗೆ ಎಲ್ಲರಿಗೂ ಭಯವೆ"

"ಇಲ್ಲ..."

ಅತ್ತೆಯಮ್ಮ ಕೈಹಿಡಿದು ಪಡುವಣದ ಕಡೆಯ ಕೋಣೆಗೆ ಕರೆದುಕೊಳ್ಳುವಾಗ ಹೇಳಿದರು:

"ಬಲಗಾಲನ್ನು ಇಟ್ಟು......'

ಯಾವುದು ನನ್ನ ಬಲಗಾಲು? ಆತಂಕದ ಗೊಂದಲದಿಂದ ಹೊಸಲಿನ ಮೇಲೆ ಇಟ್ಟಿದ್ದು ಬಲ ಕಾಲೋ, ಎಡ ಕಾಲೋ?

ಎಡಕಾಲಾಗಿರಬೇಕು! ಅಲ್ಲದಿದ್ರೆ ಒಂದು ವಾರ ಕಳೆಯುವುದಕ್ಕೂ ಮೊದಲು.......

ದೇವಣ್ಣನ ಅಮ್ಮನದು ಒಳ್ಳೆ ಎತ್ತರವಿರುವ ದೇಹ. ಅವರ ಕೂದಲಿಗೆ ಎಣ್ಣೆ ಹಚ್ಚುವುದರಿಂದ ಬಾಗಿಲಿನ ಮೇಲಿನ ಮೆಟ್ಟಲೆಲ್ಲ ಎಣ್ಣೆಮಯ. ದುಂಡನೆಯ ಕೈಗಳು. ದುಂಡನೆಯ ಉದ್ದದ ಕುತ್ತಿಗೆಯಲ್ಲಿ ಪುರಾತನ ಕಾಲದ ಒಂದು ಗಟ್ಟಿ ಆಭರಣ. ಕರಿದಾರದಲ್ಲಿ ಪೋಣಿಸಿ, ಸಾಮಾನ್ಯವಾಗಿ ದಪ್ಪವಿರುವ ಚೌಕಾಕಾರದ ಚಿನ್ನದ ಪದಕ. ಕೆತ್ತನೆಯ ಕುಸುರಿ ಕೆಲಸ ಈಗ ಸವೆದು ಹೋಗಿದೆ. ಗಂಡಿಗೂ ಹೆಣ್ಣಿಗೂ ಸಾಮರಸ್ಯ ಚೆನ್ನಾಗಿದೆ. ಕೈಯಲ್ಲಿ ಗಟ್ಟಿ ಬಳೆ. ಬೆರಳುಗಳಿಗೆ ಪೂರ್ಣ ದುಂಡನೆಯ ಉಂಗುರಗಳು.

ನನ್ನ ಕಣ್ಣುಗಳು ನಾಣ್ಯದ ಸರದಲ್ಲಿ ಹುದುಗಿತ್ತು. ಕುತ್ತಿಗೆಯ ಆಭರಣಗಳನ್ನು ಮುಟ್ಟಿ ತಡವಿದ ಅಮ್ಮ ಹೇಳಿದರು:

"ಇದು ನನ್ನ ಮುತ್ತಜ್ಜಿ ನನಗೆ ಕೊಟ್ಟ ಒಡವೆಗಳು. ಹಳೆಕಾಲದ ಚಿನ್ನ. ಒಳ್ಳೆ ಚಿನ್ನ! ಚಿನ್ನದನಾಣ್ಯದ ಸರ."

ಅಮ್ಮ ಚಿನ್ನದ ಬಗ್ಗೆ ಹೇಳಲು ಪ್ರಾರಂಭಿಸಿದಾಗ, ದೇವಣ್ಣ ಅಂಗಳದಲ್ಲಿ

ಫಲಹಾರದ ಸಮಾರಂಭದಲ್ಲಿದ್ದ ಸ್ನೇಹಿತರನ್ನು ಮಾತನಾಡಿಸಲು ಅವರ ಹತ್ತಿರಕ್ಕೆ ಹೋದರು.

"ಬೆಳಿಗ್ಗೆ ಬೆಳಕು ಹರಿಯುವಷ್ಟರಲ್ಲಿ ಚಪ್ಪರದಲ್ಲಿ ಬಾಕಿ ಯಾವುದೇ ವಸ್ತುಗಳು ಈ ಅಂಗಳದಲ್ಲಿ ಕಾಣಬಾರದು."

ಅಮ್ಮ ಮಗನನ್ನು ನೆನಪಿಸಿದರು.

ನನ್ನನ್ನು ಹಾಸಿಗೆಯಲ್ಲಿ ಹಿಡಿದು ಕೂರಿಸಿ ಅಮ್ಮ ಹೇಳಿದರು:

"ನನ್ನ ಮದುವೆಯ ದಿನ ರಕ್ತದ ಹೊಳೆ ಹರಿಯಬೇಕಿತ್ತು"

ನಾನೊಮ್ಮೆ ನಡುಗಿದೆ.

"ಮದುವೆ ದಿವಸಾನೋ!"

"ಭಾವನನ್ನು ತಟ್ಟಿ ಬೀಳಿಸಿದ ನಂತರವಲ್ಲವೇ ನನ್ನ ಹಿರಿಯರು ನನ್ನನ್ನು ಕೊಟ್ಟಿದ್ದು. ಹತ್ತು ಜನ ಗೂಂಡಗಳೊಂದಿಗಲ್ಲವೇ ಆ ಜನರು ಬಂದದ್ದು. ಮೆಟ್ಟಲು ಇಳಿದುದಷ್ಟೆ."

"ಆಮೇಲೇನಾಯಿತು?"

ಹೊಡೆತ! ಯಾವ್ ತರಹದ ಹೊಡೆತ! ನೋಡೋಕ್ಕಾಗೊಲ್ಲ. ನಾನು ಕಣ್ಮುಣ್ಣುಮುಚ್ಚಿಕೊಂಡುಬಿಟ್ಟಿದ್ದೆ. ಯಾರೋ ನನ್ನ ಕೈಹಿಡಿದು ಮುಂದಕ್ಕೆ ದಾರಿ ತೋರಿಸಿದರು. ಇಲ್ಲಿಗೆ ಮುಟ್ಟಿದಾಗಲೆ ನಾನು ಕಣ್ಣು ತೆರೆದು ನೋಡಿದ್ದು, ದೇವನ ಅಪ್ಪನ ಮುಖವನ್ನು.

ನನ್ನ ಜನರೂ ಒಳ್ಳೆ ಹೋರಾಟಗಾರರೇ. ಜ್ಞಾಪಕವಿಟ್ಟುಕೊ! ಅವನು ಮುಂಗಡ ಹಣ ಕೇಳ್ತಾ ಇದಾನೆ! ಏಯ್.....ನಾನೇನೂ ಹೇಳೊದಿಲ್ಲ....."

"ಇನ್ನೀಗ ಹೇಳಿದೆ, ಅಥವಾ ಹೇಳಲಿಲ್ಲ. ನನಗೇನು!"

ನನ್ನ ಅತ್ತೆಯಮ್ಮ ಓರ್ವ ರಸಿಕತೆ ಇರುವರೂ ಮತ್ತೆ ಸ್ವಲ್ಪ ಅಹಂ ಇರುವವರೂ!

ನನ್ನ ಭಯ ಸ್ವಲ್ಪ ಕಡಿಮೆಯಾಯಿತೇನೋ, ಎಂದನ್ನಿಸಿತು.

ನಾನು ಮೆಲ್ಲಗೆ ಕಣ್ಣು ತೆರೆದು ನೋಡಿದೆ. ಮೇಲೆ ಆಕಾಶ. ಕೆಂಪು ಆಕಾಶ. ಈಗೆಷ್ಟಾಯಿತು ಸಮಯ? ಒಂದು ಮರಣದ ಈ ಕಡೆ ತೀರವನ್ನು ತಲುಪಲು ನಾನೆಷ್ಟು ಹೊತ್ತು ಪರಿಶ್ರಮಿಸಿದೆ? ಪಡುವಣದ ಗಾಳಿ ಹೆಪ್ಪುಗಟ್ಟಿದ ರಕ್ತದ ವಾಸನೆಯೊಂದಿಗೆ – ಕಾವಿಲಿನ ಅಂಗಳದಿಂದ ಜನ ಬಿಟ್ಟು ಬೇರೆ ಕಡೆ ಹೋದರು! ಅಲುಗಾಟವಿಲ್ಲ. ದೂರದಲ್ಲಿ ಪೋಲಿಸ್ ಗಾಡಿಯ ಶಬ್ದ ಜೋರಾಗಿಯೇ ಇತ್ತು. ಶವದೊಂದಿಗೆ ಅವರು ನನ್ನನ್ನೂ ಆಸ್ಪತ್ರೆಗೆ ಕೊಂಡೊಯ್ದರು.

ಯಾವುದು ಜಡ ವಸ್ತು, ಯಾವುದು ಜೀವವಿರುವ ವಸ್ತು, ಎಂದು ತೀರ್ಮಾನಿಸಲು ಅಲ್ಲಿ ಸೇರಿದ್ದ ಜನರು ತಯಾರಾಗಿರಲಿಲ್ಲ. ಮಾರನೆಯ ದಿನ ಸಾಯಂಕಾಲ ಆಸ್ಪತ್ರೆಯಿಂದ ಹಿಂತಿರುಗಿ ಬರುವಾಗ ನಾನೂ ದೇವಣ್ಣನೂ ಬೇರೆ

ಬೇರೆ ಗಾಡಿಯಲ್ಲಿದ್ದೆವು. ನನಗೆ ಜೀವ ಇರುವುದಾಗಿಯೂ ದೇವಣ್ಣನು ಮರಣ ಹೊಂದಿದನೆಂದೂ ಅವರು ದೃಢಪಡಿಸಿಯಾಗಿತ್ತು. ನನ್ನನ್ನು ಅವರು ಏನು ಮಾಡುವರೆಂದು ನಾನು ಚಕಿತಳಾಗಿದ್ದೆ. ದೇವಣ್ಣನ ದೇಹದಿಂದ ಹರಿದ ರಕ್ತದಂತೆ ನನ್ನ ಕಣ್ಣೀರು ಸಹ ಬತ್ತಿ ಹೋಗಿ ಹೆಪ್ಪುಗಟ್ಟಿತ್ತು........

ವಜ್ರದ ಕಲ್ಲನ್ನು ಒರೆಹಚ್ಚಿ ಹಚ್ಚಿ ಒರಟಾಗಿದ್ದ ಕೈಬೆರಳುಗಳಿಂದ ಅಮ್ಮ ನನ್ನನ್ನು ತಡವುತ್ತಿದ್ದರು. ಅಮ್ಮ ತಡವುತ್ತಿರಲಿಲ್ಲ, ಆಲೋಚಿಸುತ್ತಿದ್ದರು. ಎರಡು ದಿವಸದ ದಾಂಪತ್ಯಕ್ಕಾಗಿ ಮಗಳು ನೀಡಿದ ಬೆಲೆಯ ಕುರಿತಾಗಿರಬಹುದೆ.......

ಮರಣದ ಮನೆಗೆ ಶಂಕೆಯಿಂದಲೇ ಬಂದು ಸೇರಿದ ನಿದ್ರೆ, ಕೋಣೆಗಳಲ್ಲೂ ಅಂಗಳದಲ್ಲೂ ಬಿದ್ದು ಗುಡಾರ ಹಾಕಿತು. ನಾನು ಮೆಲ್ಲನೆ ನಿದ್ರೆಯ ಗುಡಾರದಿಂದ ಹೊರಕ್ಕೆ ಬಂದೆ. ಒಳದಾರಿ ಮೂಲಕ ಗೇರುಮರದ ತೋಪನ್ನು ತಲುಪಿದೆ. ಗೇರುಹಣ್ಣಿನ ವಾಸನೆಯ ಗಾಳಿ ಬೀಸುತ್ತಿದೆ. ಗಾಳಿಯಲ್ಲಿ ಹಳೆಯ ಪರಂಗಿ ಸೈನಿಕರ ತೀಕ್ಷ್ಣವಾದ ಗಂಧ ಹರಡುತ್ತಿದೆಯೆಂದು ನನಗನ್ನಿಸಿತು.

ಮೇಲೆದ್ದು ಬಂದ ಬೆಳದಿಂಗಳಿನ ಎದೆಯೊಳಗಿನಿಂದ ಗೇರುಮರದ ಒಂದು ಕೊಂಬು ಹಾದು ಓಡುತ್ತಿದೆ. ಒಂದು ಕಾಟನ್ ಸೀರೆಯ ಗುಣಗಳು ಏನೇನು ಎಂದು ಸತ್ಯವಾಗಿಯೂ ನನಗೆ ಆಗಲೆ ಮನದಟ್ಟಾದದ್ದು.

ಬಂಧನಗಳಿಗೇನು ಹಳೆತನ! ಏನು ನಿರ್ಬಂಧ!

ನಾನು ಅಮ್ಮನನ್ನು ನೆನೆಯಲಿಲ್ಲ. ದೇವಣ್ಣನನ್ನೂ ದೇವಣ್ಣನ ಅಮ್ಮನನ್ನೂ ನೆನೆಯಲಿಲ್ಲ. ಪ್ರಮುಖ ರಸ್ತೆಯ ಮುಖಾಂತರ ಭಯ ಹುಟ್ಟಿಸುವ ಶೂನ್ಯತೆಯ ಕಡೆಗೆ, ಕಾಲು ನೆಲವನ್ನು ಸ್ಪರ್ಶಿಸದೆ, ಗೇರುಮರದ ತೋಪಿನಲ್ಲಿ ನಿರಂತರವಾಗಿ ಆಕ್ರೋಶ ವ್ಯಕ್ತವಾಗುತ್ತಿರುವ, ಮನುಷ್ಯರಿಗೆ ಸೇರಿಲ್ಲದ ಒಂದು ಲೋಕದೆಡೆಗೆ...... ಮಾರನೆಯದಿನ ನಾನು ಮತ್ತೊಮ್ಮೆ ಆಸ್ಪತ್ರೆಗೆ. ಗಾಡಿಯಲ್ಲಿ ಕುಳಿತ್ತಿದ್ದ ಇಬ್ಬರು ರಹಸ್ಯದ ಮಾತುಕತೆಯಲ್ಲಿ ತೊಡಗಿದ್ದರು. ಅವರು ಕೆಲವು ಲೆಕ್ಕಾಚಾರಗಳನ್ನು ಉದ್ಧರಿಸುತ್ತಿದ್ದರು.

ಎಲ್ಲಾ ಮುಗಿದ ಮೇಲೆ ವಾಗ್ವಾದ ಆರಂಭಗೊಂಡಿತ್ತು. ಗುಂಪುಗಳಾಗಿ ನಡೆದ ಯುದ್ಧ. ಶವವನ್ನು ಯಾರು ತೆಗೆದರು? ಮಾಲಿಕತ್ವ ಯಾರಿಗೆ? ಚಿಕ್ಕಪ್ಪನ ಕ್ಷೀಣವಾದ ಧ್ವನಿಯು ಉಳಿದವರ ಧ್ವನಿಯ ಅಬ್ಬರದಲ್ಲಿ ಮುಳುಗಿ ಸತ್ತೇ ಹೋಯಿತು. ಗುದ್ದಾಡಿ ಸೋರಿ ಹೋಯಿತು.

ಗ್ರಾಮದ ಮೊದಲ ಜಂಕ್ಷನ್ ದಾಟಿ ಬಂದೆವು.

ಹಿಂದು ಮುಂದು ಅಜ್ಞಾತರಾದ ಅಂಗರಕ್ಷಕರಿಲ್ಲ. ರಾರುಮುಪ್ಪರವರ ಮನೆತನದ ಮನೆಗೆ ಮದುವೆ ಮಾಡಿಕೊಂಡು ಬಂದವಳ ವಾರಸುದಾರರು. ಊರಿನವರು. ಆದರೆ, ನನ್ನನ್ನು ಬಂಧಿಸಿಡುವುದಕ್ಕೆ ಇನ್ನು ಅವರಿಗೆ ಸಾಧ್ಯವಿಲ್ಲ. ನಾನೀಗ ಸ್ವರ್ಗದಲ್ಲಿರುವ ಒಂದು ಆತ್ಮವಾಗಿದ್ದೇನೆ. ಕೆಳಗಡೆ ಉತ್ಸವ ವಿಜೃಂಭಣೆಯಿಂದ ನಡೆಯುತ್ತಿದೆ.

ಉಳಿದ ಅನೇಕ ಧ್ವಜಗಳ ಸಮೂಹದಲ್ಲಿ, ಅವರು ನನಗಾಗಿಯೂ ಒಂದು ಧ್ವಜವನ್ನು ಹೊಲಿಸಿಟ್ಟಿದ್ದಾರೆ. ಉತ್ತಮಣ್ಣ ಜಂಕ್ಷನ್ನಿಗೆ ಹಿಂತಿರುಗಿ ಬಂದರೇನೊ? ಧ್ವಜಗಳು ಬರುವ ಮುಂದಿನ ದಿನಗಳಿಗೂ ಬೇಕಾಗಬಹುದು. ಊರಿನ ಬಯಲಿನಲ್ಲಿರುವ ಮರದಕೊಂಬೆಗಳಲ್ಲೆಲ್ಲಾ ಅವು ಗಾಳಿಯಲ್ಲಿ ನೃತ್ಯ ಮಾಡುತ್ತವೆ. ಉತ್ತಮಣ್ಣನಿಲ್ಲದಿದ್ದರೆ ಮತ್ತೊಬ್ಬ ಉತ್ತಮಣ್ಣ, ಮನಸ್ಸಿನಲ್ಲಿ ಯಾವುದೇ ಹೊಯ್ದಾಟ ಇಲ್ಲದವ, ಜಂಕ್ಷನ್ನಿನಲ್ಲಿ ಒಂದು ಪೆಟ್ಟಿಗೆ ಅಂಗಡಿಯನ್ನು ತೆರೆದು ಹೊಲಿಗೆ ಯಂತ್ರವನ್ನು ಸ್ಥಾಪಿಸುತ್ತಾನೆ. ಆದರೆ ನಾನೂ ನನ್ನ ದೇವಣ್ಣನೂ ದೊಡ್ಡ ರಾರುಮುತ್ತಜ್ಜನೂ ಸಂದೀಪನೂ ಹಾಗೆ ಅನೇಕ ಜನರು. ಮರದ ಕೊಂಬೆಗಳು ಧ್ವಜಗಳಿಗೆ ಪಕ್ವತೆಗೊಂಡು ಮತ್ತೆ ಚಿಗುರುವುದೋ?

ಎತ್ತರದಲ್ಲೆಲ್ಲೋ ಒಂದು ಅಟ್ಟಹಾಸ!

ಒಂದು ಭಾರಿ ನಗು

ಒಂದು ಬಿಕ್ಕಳಿಕೆ

ಒಂದು ದೀರ್ಘಶ್ವಾಸ

ಬಿಸಿಲಗಾಳಿ ಮತ್ತೂ ಬೀಸುತ್ತಿದೆ.

* * *

ಕೆಲವು ಮಲಯಾಳಂ ಪದಗಳ ಅರ್ಥವಿವರಣೆ:

1. 'ಪೂರಂ'......................ಒಂದು ದೊಡ್ಡ ಉತ್ಸವ ಅಥವಾ ಜಾತ್ರೆ (ಉದಾ: ತ್ರಿಶೂರ್ ಪೂರಂ, ದಸರಾ ಉತ್ಸವ)
2. 'ಕಾವ್', 'ಕಾವಿಲ್'......ಕೇರಳದ ಪ್ರಾಚೀನದೇವತೆಗಳಾದ ಕಾಳಿ, ಅಯ್ಯಪ್ಪ, ನಾಗ ಮುಂತಾದವರನ್ನು ಒಟ್ಟುಗೂಡಿಸಿ ಕಾಡು ಅಥವಾ ದಟ್ಟವಾಗಿ ಬೆಳೆಸಿದ ಮರಗಳ ಸಮೂಹದೊಳಗೆ ಪ್ರತಿಷ್ಠಾಪಿಸಿದ ಪವಿತ್ರಸ್ಥಳ.
3. 'ಬರುವು'......................ಧ್ವಜಮೆರವಣಿಗೆಯೊಂದಿಗೆ ದೇವತೆಗಳ ಆಗಮನ.
4. 'ಪೆರುಮಾಳ್'.................ದೇವರು.
5. 'ಗಂಜಿಪುರ'.................ಊರಿಂದ ಊರುಗಳಿಗೆ ಹೋಗುವಾಗ ದಾರಿಪಕ್ಕಗಳಲ್ಲಿ ಸ್ಥಾಪಿಸಿರವ ಸಣ್ಣಗುಡಿ ಹಾಗೂ ಆಶ್ರಯಸ್ಥಾನ.
6. 'ತಾಲಪೊಲಿ'...................ದೀಪದಾರತಿ ಹಿಡಿದುಕೊಂಡು ಸ್ವಾಗತಿಸುವ ಹೆಣ್ಣುಮಕ್ಕಳ ಗುಂಪು.
7. ಉಣ್ಣಿಯಾರ್ಚ..................ಮಲಬಾರುಕೇರಳಪ್ರದೇಶದ ರಾಜವಂಶದ ಓರ್ವ ಶೂರಸ್ತ್ರೀ. ಜಾನಪದಪದ್ಯದಲ್ಲಿ ಬರುವ ಒಂದು ಚಾರಿತ್ರಿಕ ಪಾತ್ರ.

8) 'ತೆಯ್ಯೊಂಕೋಲ'............ಕೇರಳದ ಉತ್ತರಭಾಗದ(ಮಲಬಾರ್‌ಪ್ರದೇಶ)ಒಂದು ಜಾನಪದಕಲಾ ಪ್ರಕಾರ. ಹೆಚ್ಚಾಗಿ ದೇವಿಯ ಆರಾದನೆಯ ಒಂದು ಭಾಗ.

9. 'ಪ್ರಾಕೂಳಮ...................ಕೇರಳದ ಕೊಟ್ಟಿಯೂರಿನ ದೇವಸ್ಥಾನದ ಒಂದು ಆಚರಣೆ.

ಅಂದು ಸುಗ್ಗಿಸಂಭ್ರಮದ ಆಚರಣೆಯಾಗಿ ಅಕ್ಕಿ, ಭತ್ತ, ಮತ್ತು ಅವಲಕ್ಕಿ ಅಳೆಯುವ ದಿವಸವೆಂದು ಆಚರಿಸಿ ಸಂಭ್ರಮಿಸುತ್ತಾರೆ.

10 ವಿಷುಪಕ್ಷಿ........................ಕೇರಳದಲ್ಲಿ ವಿಷುಹಬ್ಬ(ಸೌರಮಾನ ಉಗಾದಿ, ವರ್ಷಾರಂಭ) ಹತ್ತಿರ ಬರುತ್ತಿದ್ದಂತೆ ಈ ಪಕ್ಷಿ ಗೋಚರಿಸುವುದಾಗಿ ನಂಬಿದ್ದು, ವಿಷುಹಬ್ಬ ಕಳೆದ ನಂತರ ಭೂಮಿಯನ್ನು ಊಳಲು ತೊಡಗಿ ಬೀಜವನ್ನು ಬಿತ್ತುವ ಸಮಯದಬಗ್ಗೆ ಈ ಪಕ್ಷಿ ಹಾಡುವ ಮೂಲಕ ರೈತಾಪಿ ಜನರಿಗೆ ಸೂಚನೆ ನೀಡುತ್ತದೆ ಎನ್ನುವುದೆ ಅಲ್ಲಿಯವರ ನಂಬಿಕೆ.

(ಟಿಪ್ಪಣಿ: ಮರಣಹೊಂದಿದವರ ಹೆಸರಿನಲ್ಲಿ ಕಾವಿಲಿನ ಉತ್ಸವ ಸಮಯದಲ್ಲಿ 'ಧ್ವಜಸೇವೆ' ಒಂದು ಹಳೆಯ ಆಚಾರ.)

ಅಶೋಕನೂ 'ಆ ಅವರೂ'

ತೆರೆದಿಟ್ಟ ಗೇಟನ್ನು ದಾಟಿ ಗುಡ್ಡ ಇಳಿದುಬರುತ್ತಿರುವ ಆ ಅವರು, ಓರ್ವ ಸರ್ಕಾರಿ ನೌಕರ ಎಂದು ಯಾರೂ ಹೇಳುವಂತಿರಲಿಲ್ಲ. ನಾವು ಅವರನ್ನು ನಿರೀಕ್ಷಿಸುತ್ತಾ ಸ್ವಲ್ಪ ಸಮಯದಿಂದ ಕಾಯುತ್ತಾ ಇದ್ದೆವು. ಅದೆ, ಕರೆಂಟಾಫೀಸಿನ ನೌಕರರನ್ನು.

ನಿನ್ನೆ ಮಧ್ಯಾಹ್ನವಷ್ಟೇ ನಾವು ಇಲ್ಲಿ ಬಂದು ತಲುಪಿದ್ದು. ಅದೂ ಸುಮಾರು ಒಂದು ವರ್ಷದ ಬಿಡುವಿನ ನಂತರ. ಅಂದು "ಹೋಗುವಾಗ ಬೆಳಕಿರಲಿಲ್ಲ. ಈಗಲೂ ಬೆಳಕಿಲ್ಲ" ಬರುವ ದಾರಿಯಲ್ಲಿ ಊರಿನವರು ಹೇಳಿದರು.

"ನಿಮಗೆ ಈಗಲೂ ಕರೆಂಟು ಬಂದಿಲ್ಲವಲ್ಲ! ಕಳೆದ ಒಂದು ವಾರದಿಂದ ಎಲ್ಲರ ಸ್ಥಿತಿ ಇದೇ ಆಗಿತ್ತು. ಆದರೆ, ನಿನ್ನೆ ಸರಿಯಾಯಿತು. ಕಾಡಿನಲ್ಲಿ ಒಂದು ಮರ ಬುಡಸಮೇತ ಬಿದ್ದಿತ್ತು. ಲೈನುಗಳ ಮೇಲೆ! ನಿಮಗೆ ಮಾತ್ರ ಏನಾಯ್ತು? ಹೊರಗಡೆಯ ಬಲ್ಬಿಗೆ ಏನೂ ಸಮಸ್ಯೆ ಇಲ್ಲ. ಒಳಗಡೆಗೆ ಮಾತ್ರ ಸಮಸ್ಯೆ ಇರೋದು. ಅಲ್ಲೇ ತಾನೆ ಮೆಯಿನ್ ಸ್ವಿಚ್ಚ್." ಪಕ್ಕದ ಮನೆಯವನ ವಿವರಣೆಯೂ ಆತಂಕವೂ ವಿವರಣೆ ನೀಡುವಾಗಿನ ತವಕವೂ ಕೇಳಿ, ನಿನ್ನೆ ಮಧ್ಯಾಹ್ನ ಮನೆಗೆ ಬಂದು, ಬಾಗಿಲು ತೆಗೆದಾಗಲೇ ಸಮಸ್ಯೆಯ ನಿಜ ಸ್ವರೂಪ ಗಮನಕ್ಕೆ ಬಂದಿದ್ದು.

ಸ್ವಿಚ್ಚ್ ಬೋರ್ಡ್ ಹಾಗೂ ಗೋಡೆ ಎರಡನ್ನೂ ಸೇರಿಸಿ ಅವರು ಅರಗಿನಿಂದ ಸೀಲ್ ಮಾಡಿದ್ದಾರೆ. ನೋಡಿ ಆ ಜೇನುನೊಣಗಳು. ಆ ಚಿಕ್ಕಚಿಕ್ಕ ಜೇನ್ನೊಣಗಳಿಗೆ ಒಂದು ಸ್ವಲ್ಪನೂ ಸಂಕೋಚ ಭಯ ಆತಂಕ ಇಲ್ಲದೆ, ಒಳಗಡೆಗೂ ಹೊರಗಡೆಗೂ ಹಾರುತ್ತಲೇ ಇರುತ್ತವೆ. ಬಹುಶಃ ಇದು, ತಮ್ಮ ಮನೆಯೆಂತಲೇ ಅಂದುಕೊಂಡಿರಬೇಕು. ಹಾಗೂ ನಮ್ಮನ್ನು ನಿರಾಶ್ರಿತರೂಂತ ಅಂದುಕೊಂಡಿರಬೇಕು. ಈಗ ಮತ್ತಿನ್ನೇನು ಮಾಡೋದು? ನೀರೂ ಬೆಳಕೂ ಇಲ್ಲದೆ ಹೇಗೆ ಜೀವನ ಸಾಗಿಸೋದು? ಒಂದು ವಾರದ ಮಟ್ಟಿಗೆ ನಮ್ಮ ಅಭ್ಯಾಸಗಳನ್ನು ಬದಲಿಸಿಕೊಳ್ಳಲು ಸಾಧ್ಯವೇ? ಆಳ ಕಡಿಮೆ ಇರುವ ಬಾವಿಯಾದರೂ ಅದು ಇರುವುದು ಮನೆಯಿಂದ ಸುಮಾರು ದೂರದಲ್ಲಿ. ಬೇರೊಬ್ಬರ ಸಹಾಯವಿಲ್ಲದೇ ಸಾಧ್ಯವಿಲ್ಲ. ಆದರೂ ಟ್ಯಾಂಕ್ ತುಂಬಿಸುವುದು ಹೇಗೆ? ವಾಷ್‌ಬೇಸಿನ್ನಿಗೂ ಅಡಿಗೆಕೋಣೆಗೂ ಸಿಂಕಿಗೂ ನೀರು ಬಾರದಿದ್ದರೆ ಹೇಗೆ?

ನಾನು ಸ್ವಲ್ಪ ಆಲಸ್ಯದಿಂದಲೇ ಮನೆಯ ಮುಂದಿನ ಬಾಗಿಲಿನ ಹೊಸಲಿನ ಮೇಲೆ ಕುಳಿತು ಹೊರಗಡೆಗೆ ಕಣ್ಣು ಹಾಯಿಸಿದೆ. ಹಿಂದಿನ ನೋಟಗಳೆಲ್ಲ ಮಾಯವಾಗಿದೆ.

ಮುಂದಿನ ವಿಶಾಲವಾದ ಬಯಲಿನಲ್ಲಿ ಟೂರಿಸ್ಟ್ ರೆಸಾರ್ಟುಗಳ ಸಾಲುಗಳು. ಕಾಳಿಂದಿ ನದಿಯೊಂದಿಗೆ ಸೇರಲು ಹೋಗುತ್ತಿರುವ ಕಾಡುಝರಿಗಳ ಹಲ್ಲುಗಳನ್ನೆಲ್ಲ ಕಿತ್ತುಹಾಕಿ, ಕೃತಕ ದಂತಪಂಕ್ತಿಯನ್ನು ಹಾಕಿಕೊಡಲಾಗಿದೆ. ಬಿದಿರಿನ ರಾಶಿಗಳಿಲ್ಲ, ತೀರದ ಗಿಳಿಗಳೆಲ್ಲಾ ಜನ ಜಂಗುಳಿಯಿಲ್ಲದ ನಮ್ಮ ಸುತ್ತ ಮುತ್ತಲಿನಲ್ಲೇ ವಾಸಸ್ಥಾನವನ್ನು ಬದಲಿಸಿಕೊಂಡಿವೆ. ಬಹಳ ಸಂತೋಷ. ಎಲ್ಲ ತರಹದವರು ಇದ್ದಾರೆ. ಹಲವಾರು ತರಹದ ಗಿಳಿಗಳೂ, ಚುಕ್ಕಿ ಪಾರಿವಾಳಗಳೂ, ಹಸಿರು ಪಾರಿವಾಳಗಳೂ ಬೆಂಕಿ ಪಕ್ಷಿಗಳೂ, ದಾರಿತಪ್ಪಿ ಬಂದು ಇಲ್ಲಿ ಕಳೆದ ವರ್ಷ ನಿರ್ಲಕ್ಷ್ಯಕ್ಕೊಳಪಟ್ಟ ಎರಡು ಕಾಗೆ ಮರಿಗಳೂ ಮುಂತಾದವರೆಲ್ಲರೂ ಇದ್ದಾರೆ. ಅವುಗಳೀಗ ದೊಡ್ಡದಾಗಿವೆ. ಸಣ್ಣ ಗಿಡ ಪೊದೆಗಳಲ್ಲಿ ನಿಧಾನವಾಗಿ ಹಾರುವುದನ್ನು ಅಭ್ಯಾಸ ಮಾಡಿಕೊಳ್ಳುತ್ತಿವೆ. ಒಮ್ಮೆಯೂ ತಮ್ಮ ಪೂರ್ವಿಕರಂತೆ ಅವುಗಳಿಗೆ ಹೆಚ್ಚು ಎತ್ತರದ ತೆಂಗಿನ ಮರಗಳಿಂದ ತೆಂಗಿನ ಮರಗಳಿಗೆ, ದೊಡ್ಡ ದೊಡ್ಡ ಮರಗಳ ತುದಿಗಳಿಗೆ ಹಾರುವುದಕ್ಕೆ ಸಾಧ್ಯವಾಗುತಿಲ್ಲ. ಸುತ್ತಲೂ ಇರುವ ಗೋಡೆಗಳ ಬಿಲಗಳಲ್ಲಿ ಗೂಡು ಕಟ್ಟಿಕೊಂಡಿರುವ ಮೀನನ್ನು ಕೊಕ್ಕಿನಿಂದ ಕೊಕ್ಕಿ ಆಹಾರವನ್ನು ಎತ್ತಿಕೊಂಡು ಮರಿಗಳ ಹತ್ತಿರಕ್ಕೆ ಹೋಗುವ ಸಮಯದಲ್ಲಿ ನನ್ನನ್ನೊಮ್ಮೆ ಹಿಂತಿರುಗಿ ನೋಡಿತು. ತಂಪು ಸುರಿದ ಬಂಗಾರದ ಸಂಪಿಗೆ ಮರದಲ್ಲಿ ಒಂದೊಂದು ಮೊಳಕೆಯೊಡೆದ ಚಿಗುರುಗಳಲ್ಲಿ ಒಂದೋ ಎರಡೋ ಹೂವುಗಳು.

ಅಂಗಳದಲ್ಲಿ ಮುಖ ಕರಕಲಗೊಂಡ ಗುಲಾಬಿ ಮೊಗ್ಗುಗಳು. ಯಾರೂ ಮಾತನಾಡುತ್ತಿಲ್ಲ. ಎಲ್ಲರಿಗೂ ಎಲ್ಲರ ಮೇಲೆ ಕೋಪ. ಕರೆಂಟು ಬರಲಿ, ನೀರು ಬರಲಿ, ನಿಮಗೆಲ್ಲರಿಗೂ ಮೃಷ್ಟಾನ್ನ ಭೋಜನ. ಮಲ್ಲಿಗೆ ತಳದಿಂದ ತೆಳುವಾದ ಕೈಗಳು ಬೀಸುತ್ತಿವೆ.

ಹೀಗಿರುವಂತಹ ಸಮಯದಲ್ಲೇ ಅವನು ಅಲ್ಲ, ಅವರು, ಅದೇ, ಅಶೋಕ ಬರುತ್ತಿದ್ದಾರೆ. ನಿನ್ನೆ ಮಧ್ಯಾಹ್ನ ಅವರು ಪೋನಿನಲ್ಲಿ ಮಾತನಾಡಿದ್ದರು. ನಿರೀಕ್ಷೆಯಿಲ್ಲದಿದ್ದಾಗ, ಟೆಲಿಪೋನ್ ರೆಕ್ಕೆ ಬಡಿದುಕೊಂಡಿತು. ಅಸಹಾಯಕತೆಯ ಆಲಸ್ಯ ಕಡೆಗೆ ನಿರೀಕ್ಷೆಯ ರೆಕ್ಕೆಗಳ ಶಬ್ದ.

"ಯಾರದು?"

"ಬಂದಿದೀರಾ ಅಲ್ಲವೇ, ನಾನು ಅಶೋಕ. ಕರೆಂಟಾಫೀಸಿಗೆ ಹೊಸದಾಗಿ ಬಂದ ನೌಕರ. ನಿನ್ನೆಯು ಸಹ ನಾನು ನಿಮ್ಮ ಈ ಗ್ರಾಮಕ್ಕೆ ಬಂದಿದ್ದೆ. ನೀವು ಇವತ್ತು ಬರ್‍ತೀರಾಂತ ಗೊತ್ತಿತ್ತು. ಹಳೆಯ ಒಂದು ದೂರು ಬಾಕಿ ಇದೆಯಲ್ಲ!"

"ಹೌದು, ಇದೆ."

ಲೈನ್‌ಮ್ಯಾನಿನ ವೈಯಕ್ತಿಕ ಕೈಪುಸ್ತಕದಲ್ಲಿ, ಒಂದು ದೂರನ್ನು ದಾಖಲಿಸಿದ್ದೆ. ದೂರು ಪುಸ್ತಕವನ್ನು ಶಾಶ್ವತವಾಗಿ ಹಂದಿಮೂಲೆ ಎಂಬ ಸ್ಥಳದ ಒಂದು ಸಾರಾಯಿ ಅಂಗಡಿಯಲ್ಲಿ ಲೈನ್‌ಮ್ಯಾನ್ ಸುರಕ್ಷಿತವಾಗಿ ಕಾಪಾಡಿಟ್ಟುಕೊಂಡಿದ್ದಾನೆ. ಒಳ್ಳೆಯವನೇ. ಜನಗಳನ್ನು ಪಟ್ಟಣದಲ್ಲಿರುವ ದೂರು ಕಛೇರಿಗೆ ವಿನಾ ಕಾರಣ

ಅಲೆದಾಡಿಸುವ ಅವಶ್ಯಕತೆ ಇರುವುದಿಲ್ಲವಲ್ಲ. ಆತನನ್ನು ಯಾರೂ ನೇರವಾಗಿ ಹೋಗಿ ನೋಡುವುದಕ್ಕೆ ಆಗುವುದಿಲ್ಲ. ಆ ಲೈನ್‌ಮ್ಯಾನ್ ವರ್ಗವಾಗಿ ಹೋದ ಮೇಲೆ ಅವನ ಬದಲಿಗಾಗಿ ಬಂದವನು ಇವನೇನಾ, ಈ ಅಶೋಕ? ಕೇಳಲಿಲ್ಲ.

ವಾರಕ್ಕೊಮ್ಮೆಯಂತೆ ನಾನು ನಿಮ್ಮನ್ನು ಕರೆದು ವಿಚಾರಿಸುವ ಪ್ರಯತ್ನ ಮಾಡುತ್ತಿದ್ದೆ. ಮೈನ್ ಸ್ವಿಚ್ಚ್ ಮನೆಯ ಒಳಗಡೆಯಲ್ಲವೇ ಇರೋದು? ನೀವಿಲ್ಲಿಗೆ ಬಾರದೆ ನಾವು ಏನನ್ನೂ ಮಾಡುವುದಕ್ಕೆ ಆಗುತ್ತಿರಲಿಲ್ಲ. ಆದರೂ ಅದು ಈ ಜೇನುನೊಣಗಳು ಕೈವಶ ಮಾಡಿಕೊಂಡಿದ್ದವು."

ನಾನು ಹೇಳಿದೆ:

"ಯಾರು?:

"ಚಿಕ್ಕ ಜೇನ್ನೊಣಗಳು! ಅವು ವೈರನ್ನು ಕಡಿದು ತುಂಡು ಮಾಡಬಹುದಲ್ಲವೇ?"

"ಗೊತ್ತಿಲ್ಲ. ನನಗಷ್ಟು ಅನುಭವವಿಲ್ಲ. ಬಂದು ನೋಡಬಹುದಲ್ಲ."

"ಯಾವಾಗ?"

"ನಾಳೆ ಹನ್ನೊಂದುವರೆಗೆ. ಇನ್ನು ಇವತ್ತು ಅಲ್ಲಿಗೆ ಬಂದರೆ, ಹಿಂತಿರುಗಿ ಬರಲು ಯಾವುದೇ ಗಾಡಿ ಸಿಗೊದಿಲ್ಲ."

ನಮ್ಮ ವಾಹನದಲ್ಲಿ ಬೇಕಾದರೆ ಬಿಟ್ಟು ಬರಬಹುದೂಂತ ನಾನೇನೂ ಹೇಳಲಿಲ್ಲ. ಅಲ್ಲದೆ ಸಂಜೆ ಹೀಗೆ ಆನೆ ಕಾಡಿನ ಮುಖೇನ........

ಅಶೋಕ ಸರಿಯಾಗಿ ಹನ್ನೊಂದುವರೆಗೆ ಬಂದ. ಇದು ಇಲ್ಲಿ ನಿರೀಕ್ಷಿಸಲು ಸಾಧ್ಯವಿಲ್ಲದ ವಿಚಾರವಾಗಿತ್ತು. ನಡೆದೂ ನಡೆದೂ ಅವನು ಅಂಗಳಕ್ಕೆ ಬಂದು ಸೇರಿದ. ಅವನು ಬಂಗಾರದ ಸಂಪಿಗೆ ಮರದ ಎತ್ತರವನ್ನೊಮ್ಮೆ ನೋಡಿದ. ನಿಜವಾಗಿಯೂ ಇದೊಂದು ಸರ್ಕಾರಿ ನೌಕರನ ಮುಖವಾಗಿರಲಿಲ್ಲ. ಯಾವ ತರಹದ ಮುಖದೊಂದಿಗೆ ಇದು ಸಾಮ್ಯತೆ ಹೊಂದಿದೆ? ಅಷ್ಟೇನೂ ಎತ್ತರವಿಲ್ಲದ, ಬಣ್ಣದಲ್ಲಿ ಸ್ವಲ್ಪ ಮಬ್ಬು, ಯೌವ್ವನಾವಸ್ಥೆಯಿಂದ ಇಳಿಕೆ ಆರಂಭಿಸಿದ ತೆಳ್ಳಗಿನ ದೇಹದ ಓರ್ವ ಮನುಷ್ಯ. ಬಟ್ಟೆಗೆ ಇಸ್ತ್ರಿ ಹಾಕುವ ಅಭ್ಯಾಸ ಇದ್ದಂತೆ ಕಾಣಲಿಲ್ಲ. ಕಾಲುಗಳಿಗೆ ಅಚ್ಚುಕಟ್ಟಾದ ಚಪ್ಪಲಿ. ಕನ್ನಡಕ ಹಾಕದ ಕಣ್ಣುಗಳಿಗೆ ವಿಶೇಷತೆ ಇತ್ತು. ಒಂದು ಗುಹೆಯೊಳಗೆ ಸೌಮ್ಯವಾದರೂ ಚಂಚಲತೆಯಿಲ್ಲದ ಮಿನುಗುತ್ತಿರುವ ದೀಪದಂತೆ. ಶಿವರಾತ್ರಿಯಲ್ಲಿ ಗುಹೆಗಳಲ್ಲೂ ಹೊರಗಿನ ಕಾಡಿನಲ್ಲೂ ಇಂತಹ ನೇತ್ರಗಳ ಪ್ರಕಾಶವನ್ನು ನೋಡಿದ್ದೇನೆ.

"ಮಿ. ಅಶೋಕ ಅಲ್ಲವೇ?" ಹೌದು ಎನ್ನುವುದನ್ನು ಖಾತ್ರಿಮಾಡಿಕೊಳ್ಳಬೇಕಲ್ಲ.

"ಹೌದು!" ಆತ್ಮವಿಶ್ವಾಸವನ್ನು ಸ್ಥಿರೀಕರಿಸುವ ಉತ್ತರ.

ಗಂಡ ಆತನನ್ನು ಸ್ವಿಚ್‌ಬೋರ್ಡ್‌ನ ಹತ್ತಿರಕ್ಕೆ ಕರೆದುಕೊಂಡು ಹೋದರು.

"ಚಪ್ಪಲಿ ನಾಯಿ ಕಚ್ಚುವುದಿಲ್ಲವಲ್ಲ?" ಆತ ಬಾಗಿಲಿನ ನೇರಕ್ಕೆ ಹಿಂತಿರುಗಿ ನೋಡಿದ.

"ಇಲ್ಲ. ನಾಯಿ ಇಲ್ಲ. ನೀರೂ ಆಹಾರವೂ ತಯಾರಾದರೆ ಎಲ್ಲಿಂದಲೋ ಮೂರ್‍ನಾಲ್ಕು ಬರತ್ತೆ. ಯಾರಿಗೂ ತೊಂದರೆ ಕೊಡೋದಿಲ್ಲ."

ಸ್ವಿಚ್ಚ್ ಬೋರ್ಡ್‌ನ ಪೆಟ್ಟಿಗೆಯೊಳಗಿಂದ ಶಬ್ದ. ಸೌಮ್ಯವಾದ ಒಂದು ಒಳಸೆಳೆತದ ಹರಿವು, ಅದು ಜೀವನದ ದಣಿವಾಗದ ಶಬ್ದ. ಅದಕ್ಕೆ ಕಿವಿಗೊಟ್ಟು ಅಶೋಕ ಅಲ್ಲೇ ಹತ್ತಿರ ನಿಂತಿದ್ದ.

"ಹೇಗೆ ಇದಕ್ಕೆ ತೊಂದರೆ ಕೊಡೋದು?" ಆತ ಕೇಳಿದ.

"ನಾವೀಗ ಏನು ಮಾಡಬಹುದು?"

ಅದೇ ನನಗೂ ಗೊತ್ತಾಗ್ತಾ ಇಲ್ಲ. ಒಬ್ಬರಿಗೆ ತೊಂದರೆ ಕೊಡದೆ ಈ ಲೋಕದಲ್ಲಿ ಮತ್ತೊಬ್ಬರಿಗೆ ಜೀವಿಸುವುದಕ್ಕೆ ಆಗದ ಅವಸ್ಥೆ.

ಬಾಕ್ಸ್‌ನಿಂದ ಆತ ಉಪಕರಣಗಳನ್ನು ಒಂದೊಂದೇ ತೆಗೆದು ಬದಲಾಯಿಸುತ್ತಾ ಹೋದ.

ಇದೀಗ ತೆಗೆದಿದ್ದ ಬಾಗಿಲಿನಿಂದ ಜೇನ್ನೊಣಗಳು ಸ್ವಚ್ಛಂದವಾಗಿ ಹೋಗಿ ಬರುವ ಸಂಚಾರ ಆರಂಭವಾಗಿದೆ.

ಇಲ್ಲಿಯವರೆಗೂ ಅವುಗಳ ಸಂಚಾರ, ಒಳಗೆ ಟೊಳ್ಳಾದ ಇಟ್ಟಿಗೆಗಳ ನಡುವಿನಲ್ಲಿ ಯಾವುದೋ ಒಂದು ಸಣ್ಣ ರಂಧ್ರದ ಮೂಲಕವಾಗಿರಬೇಕು. ಬೋರ್ಡಿನಲ್ಲಿ ಉಪಕರಣದಿಂದ ಮುಟ್ಟಿದ್ದೆ ತಡ ಅವುಗಳ ಹೋಗಿಬರುವು ನಿಂತಿತು. ಎಲ್ಲವೂ ಸೇರಿ ಸುತ್ತುವರಿದು, ಮೇಲಿನಿಂದಲೂ ಕೆಳಗಿನಿಂದಲೂ ನಿಂತು ಪ್ರತಿಭಟನೆ ಮಾಡಲು ತೊಡಗಿದವು. ಕೂದಲಿನ ಸುರುಳಿಗಳೊಂದಿಗೆ ಆಕ್ರಮಣ ಮಾಡಿದವು. ಅಶೋಕನ ತುಟಿಯ ಮೇಲೆ ಮಾಯವಾಗದ ಒಂದು ಮುಗುಳು ನಗು ತೇಲಾಡುತ್ತಿತ್ತು.

ಕ್ಷಮಿಸಿ. ಇದುವರೆಗೂ ನೀವು ಆಡಿದ್ದೇ ಆಟ ಆಗಿತ್ತಲ್ಲವೇ? ಸರಿ ಹೇಳಿ, ತೋಟದಲ್ಲಿ ಎಷ್ಟು ಸ್ಥಳ ಇದೆ? ಹುತ್ತಗಳೂ ಬಿಲಗಳೂ ಇದ್ದಾವೆಯೇ? ಮನುಷ್ಯರು ವಾಸಿಸುವ ಮನೇನೇ ನಿಮಗೆ ಬೇಕೆ? ಅದೂ ಸರಿಯೇ? ಕೊನೆಗೂ ಸ್ಕ್ರೂಗಳು ಕಳಚಿಕೊಂಡವು. ಬೋರ್ಡು, ಆಚೆಯ ಲೋಕಕ್ಕಿರುವ ಒಂದು ಚಿಕ್ಕ ಕಿಟಕಿ ತರಹ ತೆರೆದು ಕೊಂಡಿತು. ಗೋಡೆಯಲ್ಲಿ ಚಿಕ್ಕ ಜೇನುನೊಣಗಳ ಪ್ರಾಣಜಲದ ಅಭಿಷೇಕ.

"ಮಹಾಪಾಪ!" ಅಶೋಕನ ಉದ್ಗಾರ: "ಇಂತಹ ಹಲವಾರು ಪಾಪ ಕೃತ್ಯಗಳನ್ನು ನಾವುಗಳು ಇಡೀ ಆಯಸ್ಸಿನ ನಡುವಿನಲ್ಲಿ ಮಾಡುತ್ತಲೇ ಬಂದಿದ್ದೇವೆ."

ನಾವು ಪಾಪಕೃತ್ಯ ಎಸಗಿದ ಅಪರಾಧಿಗಳಂತೆ ಮೌನವನ್ನು ಪಾಲಿಸಿದೆವು, ನಮಗಿದು ಯಾವಾಗಲಾದರೂ ಬಂದು ವಿಶ್ರಾಂತಿ ತೆಗೆದುಕೊಳ್ಳುವ ಸ್ಥಳ ಮಾತ್ರ. ಆದರೆ ಅವರಿಗೆ! ತಲ ತಲಾಂತರಗಳಿಂದ ಇದೊಂದು ಅಭಯ ಸ್ಥಾನ! ಆದರೂ ಈ ವ್ಯವಹಾರ ಇಲ್ಲೇ ಬೇಕಿತ್ತೆ?

ಉಪಕರಣಗಳನ್ನೆಲ್ಲ ತೆಗೆದಿಟ್ಟು, ನೆಮ್ಮದಿಯ ಶ್ವಾಸ ಬಿಟ್ಟು ಅಶೋಕ ಕುರ್ಚಿಯಲ್ಲಿ ಕುಳಿತ.

"ಚಹಾ?"

"ಬೇಡ. ಹಣ್ಣಿದ್ದರೆ ಆಗಬಹುದು."

ಇಲ್ಲಿ ಸಮೃದ್ಧವಾಗಿ ಸಿಗುವ ಏಕೈಕ ವಸ್ತುವೇ ಈ ಬಾಳೆಹಣ್ಣು.

ಒಳ್ಳೆಯ ಸುಂದರವಾಗಿರೋ ಗಿರಿಬಾಳೆಹಣ್ಣು, ಕಾಡುಬಾಳೆ ಅಂತಾನೂ ಹೇಳ್ತಾರೆ. ಎರಡು ಹಣ್ಣನ್ನು ಸಿಪ್ಪೆ ಸುಲಿದು ತಿಂದು ಅಶೋಕ ಎದ್ದ. ಬಾಗಿಲಿನ ಹತ್ತಿರ ಬಂದು ಹೊರಗಡೆಗೆ ನೋಡಿದ. ಚಪ್ಪಲಿ ಅಲ್ಲೇ ಇರುವುದರ ಬಗ್ಗೆ ಖಾತ್ರಿ ಮಾಡಿಕೊಂಡ.

ಒಂದೇ ಒಂದು ಬಸ್ಸಿರೋದು, ಸರಿಯಾಗಿ ಎರಡು ಗಂಟೆಗೆ.

"ಊಟ ಇಲ್ಲೇ ಮಾಡ್ಕೊಂಡು ಹೋಗಬಹುದು."

"ಅಭ್ಯಾಸವಿಲ್ಲ. ರಾತ್ರಿಯಲ್ಲಿ ಮಾತ್ರ ಆಹಾರ ಸೇವನೆ. ದೇವರ ಅನುಗ್ರಹದಿಂದ ಮಾತ್ರ ನಾನಿವತ್ತು ಬದುಕಿ ಇಲ್ಲಿರುವುದು."

"ನೀವಾಗಿ ಈ ಕಾಡಿನ ಕೊಂಪೆಗೆ ವರ್ಗಾವಣೆ ಕೋರಿ ಬಂದಿರೋದೆ?"

"ಹೌದು! 'ಆ ಮನುಷ್ಯ' ಇಲ್ಲೇ ಅಲ್ಲವೇ ಇರೋದು. ದಿನವೂ ದರ್ಶನ ಮಾಡಬಹುದು. ಹೇಳಬೇಕಾದುದೆಲ್ಲವನ್ನೂ ಹೇಳಿಕೊಳ್ಳಬಹುದು.

"ಯಾರು 'ಆ ಮನಷ್ಯ'?"

"ಭಗವಾನ್! ಎಂದಿಗೂ ನನ್ನನ್ನು ಕಾಪಾಡಿಕೊಂಡು ಬರುತ್ತಿರುವ ದೇವರು."

"ಸತ್ತೆ ಹೋಗಿದ್ದವನಲ್ಲವೇ, ಒಂದು ವರ್ಷದ ಹಿಂದೆ?"

"ಯಾರು ಭಗವಾನೇ?"

"ಅಲ್ಲ. ನಾನು" ಅಶೋಕ ಹೇಳಿದ.

ಏನು ಕಾರಣಾಂತ ನಾನು ಕೇಳುವುದಕ್ಕೆ ಹೋಗಲಿಲ್ಲ.

ಬೆತ್ತದ ಕುರ್ಚಿಯಲ್ಲಿ ಚಾಚಿಕೊಂಡು ಕುಳಿತು ಅಶೋಕ ಹೇಳಿದ:

"ನನಗಾಗ ಮೂರು ವಯಸ್ಸು. ಆಗ, ತಂದೆ 'ಆ ಮನುಷ್ಯ'ನನ್ನು ನನಗೆ ಪರಿಚಯ ಮಾಡಿಕೊಟ್ಟರು."

ಅಶೋಕನ ಕಥೆ ಕೇಳುವಂತಹ ಕಥೆಯೇ ಹೌದು. ಸದ್ಯ, ಊಟಕ್ಕೆ ಪಕ್ಕದ ಮನೆಯವರ ಆಹ್ವಾನವಿದೆ. ಓ! ಕರೆಂಟ್ ಬಂತಲ್ಲ. ಇನ್ನೀಗ ಇವತ್ತು ಏನನ್ನೂ ತಿನ್ನದಿದ್ದರೂ ಪರವಾಗಿಲ್ಲ. ಯಾವುದೆ ಕಿರಿಕಿರಿ ಇಲ್ಲದೆ ಸಮಾಧಾನದಿಂದ ಇರಬಹುದು. ಅಶೋಕನ ಕಥೆ ಕೇಳೋಣ. ಈ ಗ್ರಾಮದ ತುಂಬಾ ಕೇವಲ ಕಥೆಗಳೇ. ಇದೋ, ಇದೀಗ ಇಲ್ಲಿ ಕರೆಂಟ್ ಆಫೀಸ್ ನೌಕರನಾಗಿ ಇಲ್ಲಿಗೆ ಬಂದಿರುವ ಅಶೋಕನೂ ಓರ್ವ ಕಥಾ ಪುರುಷ.

ಅಶೋಕನು ಯಾವುದೇ ಚಂಚಲತೆ ಇಲ್ಲದ ಅತಿ ವಿಶ್ವಾಸದಿಂದ ಕೂಡಿದ ಓರ್ವ ದೈವಭಕ್ತನಾಗಿದ್ದಾನೆ. ಹತ್ತು ರೂಪಾಯಿ ಖರ್ಚು ಮಾಡಿದರೆ ತಲುಪಬಹುದಾದ ಆ

ಒಂದು ದೇವಸ್ಥಾನ, ಕೆಲಸ ಮಾಡುವ ಸ್ಥಳದ ಹತ್ತಿರವೇ ಇದೆ. ಜೀವನದಲ್ಲಿ ಹೆಚ್ಚಿನ ಯಾವುದೇ ಹಂಬಲಗಳಾಗಲಿ ಆಸೆಗಳಾಗಲಿ ಇರಲಿಲ್ಲ.

ಸಂಬಳದ ಪ್ಯಾಕೆಟ್ಟನ್ನು ಕಛೇರಿ ಸೆಲ್ಫ್‌ನಲ್ಲಿಟ್ಟು ಬೀಗ ಹಾಕಿ, ಇಪ್ಪತ್ತೈದು ರೂಪಾಯಿಯ ನೋಟುಗಳನ್ನು ತೆಗೆದು ಕಿಸೆಗೆ ಹಾಕಿ, ದೇವಸ್ಥಾನಕ್ಕೆ ಹೋಗಲು ಬಸ್ಸನ್ನು ಹತ್ತಿದ. ಸ್ನಾನ ಮಾಡಿ ದೇವರಿಗೆ ವಂದಿಸಿದ. ರಾಮಯ್ಯನ ಹೋಟೆಲಿನಲ್ಲಿ ಕಾಪಿಯನ್ನೂ ಪಾಮೋಲಿನ್ ಎಣ್ಣೆಯಲ್ಲಿ ಸ್ನಾನ ಮಾಡಿದ ಎರಡು ವಡೆಯೊಂದಿಗೆ ಸಲ್ಲಾಪ ನಡೆಸಿದ. ದೀಪಾರಾಧನೆ ಮುಗಿಯಿತು. ದೇವಸ್ಥಾನದ ಸುತ್ತಲೂ ಹಾಕಿರುವ ಮಾರ್ಬಲ್ಲಿನ ಹಾಸು ಕಲ್ಲಿನ ಮೇಲೆ ಶಯನ. ಬೆಳಿಗ್ಗೆ ಮತ್ತೊಮ್ಮೆ ದರ್ಶನ. ವಾಪಾಸ್ ಕೆಲಸವಿರುವ ಊರಿಗೆ. ನಂತರ ಆಫೀಸ್. ಸಂಜೆ ಅವಸರವಸರವಾಗಿ ಕೆಟ್ಟ ಕೋಪ ಸಿಡುಕು ತಿರಸ್ಕಾರಗಳನ್ನು ಗಂಟಲಲ್ಲಿ ಹಾಕಿಕೊಂಡಿರುವ, ಕಿರಿಕಿರಿಯಾಗಿರುವ ಹೆಂಡತಿ ದಮಯಂತಿಯ ಸಮೀಪಕ್ಕೆ.

ಒಂದನೆಯ ತಾರೀಖಿಗೆ ರಹಸ್ಯ ಸಮಾಗಮಗಳನ್ನು ದಮಯಂತಿ ತನ್ನದೇ ಆದ ವಿಶಿಷ್ಟ ಶೈಲಿಯಲ್ಲಿ ಎದುರುಗೊಳ್ಳುತ್ತಾಳೆ. ಬ್ಯಾಗನ್ನು ತೆರೆದು ನೋಡಿ ಕೊಳೆಯಾದ ಬಟ್ಟೆಗಳನ್ನು ಹೊರ ತೆಗೆದು ನೆಲಕ್ಕೆ ಬಡಿಯುವಳು. ಬ್ಯಾಗಿನ ಅಡಿಯಲ್ಲಿ ಸುರಕ್ಷಿತವಾಗಿಟ್ಟಿದ್ದ ಸಂಬಳದ ಪ್ಲಾಸ್ಟಿಕ್ ಕವರನ್ನು ತೆಗೆದುಕೊಂಡು ಒಳಕ್ಕೆ ಓಡಿ ಹೋಗುತ್ತಾಳೆ. ಕವರಿನಲ್ಲಿದ್ದ ಹಣವನ್ನು ಮಲಗುವ ಕೋಣೆಯಲ್ಲಿ ಕುಳಿತು ಎಣಿಸಿ ನೋಡುವ ಇವಳು, ಎಷ್ಟು ಕೆಳಮಟ್ಟದವಳೆನ್ನುವುದನ್ನು ಊಹಿಸಬಹುದಾಗಿದೆ. ಈ ಗಂಡನೆಂಬ ನರಾಧಮನೊಂದಿಗೆ ಸೇರಿ, ಮತ್ಯಾವುದೇ ಒಪ್ಪಿಕೊಳ್ಳುವಂತಹ ತೀರ್ಮಾನವೇ ಇಲ್ಲಾಂತ ತೀರ್ಮಾನಿಸಿದ್ದಾಳೆ. ಆದರೆ ಏನು ಮಾಡುವುದು? ಎರಡು ಮಕ್ಕಳಾಗಿ ಬಿಟ್ಟಿದ್ದಾವೆ. ಈ ಮನಷ್ಯನನ್ನು ಆರಿಸಿಕೊಟ್ಟ ನನ್ನ ತಂದೆ, ಈಗ ತೀರಿಕೊಂಡಿದ್ದಾರೆ. ಅಶೋಕನ ಮನಸ್ಸಿನಲ್ಲಿ ಒಂದಕ್ಕಿಂತ ಹೆಚ್ಚು ರಹಸ್ಯ ಬಾಗಿಲುಗಳಿವೆಯೆಂದೂ ಅವು ಮುಚ್ಚಿಕೊಂಡಿವೆಯೆಂದೂ ಅವಳಿಗೆ ಅನ್ನಿಸತೊಡಗಿದೆ. ಆದರೆ ಗಂಡನ ಮೌನದ ಕೋಟೆಯನ್ನು ಒಡೆದುರುಳಿಸಲು ಅವಳಿಗೆ ಒಮ್ಮೆಯೂ ಸಾಧ್ಯವಾಗಿಲ್ಲ.

ಕೆಸರೂ ಮರಳೂ ಸೇರಿ ಗಟ್ಟಿಗೊಂಡ ಮಣ್ಣು ಬೆಂಕಿ ಹೊಗೆಯಲ್ಲಿ ಸುಟ್ಟು ಕರಿ ಕಬ್ಬಿಣದಂತೆ ಗಟ್ಟಿಯಾದ ಒಂದು ಪುರಾತನ ಕೋಟೆಯೇ ಆತನ ಮೌನ ಕೋಟೆ. ಒಬ್ಬರಿಗೆ ಮಾತ್ರ ಪ್ರವೇಶವಿರುವ ಒಂದು ಕೋಣೆ. ಅದನ್ನು ಆರ್ದ್ರತೆಗೊಳಿಸಿ ಮೃದುತ್ವಕ್ಕೆ ತರಲು ಅವಳ ಕಣ್ಣೀರಿಗೆ ಇದುವರೆಗೂ ಸಾಧ್ಯವಾಗಿರುವುದಿಲ್ಲ. ಅದರಿಂದಾಗಿ ರಾತ್ರಿಯ ಊಟ ಮಾಡಿ ಏಳುವಾಗ ಗಂಡನಲ್ಲಿ ಅಕೆ ಕೇಳುತ್ತಿದ್ದಾಳೆ:

"ಯಾರವಳು?"

"ಅವಳಲ್ಲ. ಅವನು!"

"ಅವನೋ? ನಾಚಿಕೆ ಆಗೊದಿಲ್ಲವೇ ನಿಮಗೆ? ಎರಡು ಮಕ್ಕಳ ತಂದೆಯಾಗಿ ನೀವು ಏನೆಲ್ಲಾ ದುರಭ್ಯಾಸಗಳನ್ನು ಇಟ್ಟುಕೊಂಡಿದ್ದೀರಲ್ಲ!"

ಮೌನ.

"ಅವನನ್ನು ನೋಡುವುದಕ್ಕಾಗಿಯಲ್ಲವೇ, ಎಲ್ಲಾ ಸಂಬಳದ ದಿನಾನೂ ಅಲ್ಲಿಗೆ ಹೋಗುವುದು?"

"ದಮಯಂತಿ, ನಿನಗೆ ಅರ್ಥವಾಗುವುದಿಲ್ಲ! ನಿನಗಿದು ಒಮ್ಮೆಯೂ ಅದು ಅರ್ಥವಾಗುವುದಿಲ್ಲ. ದೇವರು, ನಂಬಿಕೆ ಒಂದೂ ಇಲ್ಲದ ಕುಟುಂಬದಲ್ಲಿ ಹುಟ್ಟಿ ಬೆಳೆದವಳಲ್ಲವೇ ನೀನು?"

"ನೀವು ನನ್ನ ಕುಟುಂಬದ ಬಗ್ಗೆ ಮಾತನಾಡಬೇಡಿ. ವರದಕ್ಷಿಣೆ ಬೇಡಾಂತ ಹೇಳಿ ಒಬ್ಬರು ಮದುವೆ ಮಾಡಿಕೊಳ್ಳೊದಿಕ್ಕೆ ಬರ್ತಾ ಇದಾರೇಂತ ಕೇಳಿದಾಗಲೇ, ಆಚೀಚೆ ಮನೆಯವರೂ ಊರಿನವರೂ ಹೇಳಿದ್ದರು."

"ಏನು ಹೇಳಿದ್ರು?"

"ಅವನಿಗೆ ಏನೋ ಬುದ್ಧಿಗೇಡು ಇರಬೇಕೂಂತ."

"ಓಹೋ! ಹಾಗೆ."

ಅವಳ ಸರಿ ತಪ್ಪುಗಳನ್ನು ಅಶೋಕನು ಒಮ್ಮೆಗೆ ಆಪೋಶನೆ ಮಾಡಿಕೊಂಡ. ಅದರ ನಂತರ 'ಆ ಮನುಷ್ಯ'ನನ್ನು ಶಾಶ್ವತವಾಗಿ ತನ್ನಲ್ಲಿ ಪ್ರತಿಷ್ಠಾಪಿಸಿಕೊಂಡು ಬಿಟ್ಟ. ಎರಡನೇ ತಾರೀಖಿನ ರಾತ್ರಿಗಳು ಶಿವರಾತ್ರಿಗಳೆಂದು ಸಂಕಲ್ಪಿಸಿ ಕೊಂಡಿದ್ದೂ ಆಯಿತು.

ಕತ್ತಲೆಯ ಗರ್ಭಗುಡಿಯ ಪ್ರಕಾಶ ಪೀಠದಲ್ಲಿ ಕುಳಿತಿದ್ದ ಭಗವಾನ್ ಮುಗುಳು ನಗುತಿದ್ದ.

ಅಶೋಕ, ಇವುಗಳೇ ಅಲ್ಲವೇ ಜೀವನ.

ಒಂದು ಶಿವರಾತ್ರಿ ಕಳೆದ ನಂತರ ಅಶೋಕ ಜ್ಞಾಪಿಸಿಕೊಂಡ, ಇವತ್ತು ನನ್ನ ಹುಟ್ಟಿದ ದಿವಸವಲ್ಲವೇ! ಹೆಂಡತಿಯನ್ನೂ ಮಕ್ಕಳನ್ನೂ ಕರೆದುಕೊಂಡು ಇಂದು ಭಗವಾನನ ಸಾನಿಧ್ಯಕ್ಕೆ, ಮಧ್ಯಾಹ್ನದ ಅಮೃತದ......"ಬೇಡ, ಬೇಡ." ಹೆಂಡತಿ ಆ ಕೂಡಲೇ ಹೇಳಿದಳು: "ನಾನೊಂದು ಕೋಳಿಯನ್ನು ಕೊಂಡ್ಕೊಂಡು ತಂದು ಫ್ರಿಡ್ಜಿನಲ್ಲಿಟ್ಟಿದ್ದೇನೆ."

"ಒಂದು ಒಳ್ಳೆ ದಿವಸವಾಗಿ..... ಹೋಗಲಿ, ನನ್ನ ಹುಟ್ಟಿದ ದಿನವನ್ನಾದ್ರು ನೀನು ಜ್ಞಾಪಿಸಿಕೊಂಡ್ಯ?"

"ನಾಳೆ ಮಗನನ್ನು ಕಾಲೇಜಿಗೆ ಸೇರಿಸಬೇಡವೇ?"

ಅಶೋಕ ಹೆಂಡತಿಯ ಮುಖವನ್ನು ನೋಡಿದ. ಎರಡು ಕಾಲೇಜುಗಳಿಂದ ಅಡ್‌ಮಿಷನ್ ಕಾರ್ಡ್ ಬಂದಿದೆ ಎಂದೂ, ಅವುಗಳಲ್ಲಿ ಒಂದು ಸರ್ಕಾರಿ ಕಾಲೇಜೆಂದೂ, ತನ್ನ ಮಗ ಓದಬೇಕಾಗಿರುವುದು ದೂರದ ಪಟ್ಟಣದ ಖಾಸಗಿ ಕಾಲೇಜಿನಲ್ಲೆಂದೂ, ಅದು ಕೇಂದ್ರ ಸ್ಥಾನದಲ್ಲಿದೆಯೆಂದೂ, ಕೇಂದ್ರ ಸ್ಥಾನದಲ್ಲಿ ಓದುವ ಮಕ್ಕಳಿಗೆ ಭವಿಷ್ಯದಲ್ಲಿ ಉತ್ತಮ ಹಾಗೂ ವಿಫುಲ ಅವಕಾಶಗಳು

ಸಿಗುತ್ತದೆಂದೂ ಅವಳು ದೀರ್ಘವಾದ ಪ್ರಸ್ತಾವನೆಯನ್ನೇ ಮಾಡಿದಳು. ಯಾರೋ ಪಾಠ ಹೇಳಿಕೊಟ್ಟಂತೆ ಇತ್ತು ಅವಳ ಮಾತಿನ ವರಸೆ. ಆದ್ದರಿಂದ ಇವತ್ತಿನ ಹುಟ್ಟು ಹಬ್ಬ ವಿಶೇಷವಾಗಿ ಆಚರಿಸಬೇಕು. ಮಕ್ಕಳನ್ನು ಹತ್ತಿರ ನೆಲದಲ್ಲಿ ಚಾಪೆ ಹಾಕಿ ಕೂರಿಸಿಕೊಂಡು....... ಯಾವಾಗಲೂ ಹೀಗೆ ಅಲ್ಲವೇ ಈ ದಮಯಂತಿಯ ನಿತ್ಯ ಕ್ರಮ! ನೆಲದ ಮೇಲೆ ಚಾಪೆ ಹಾಸಿದಳು. ಕುಡಿ ಬಾಳೆ ಎಲೆಯಲ್ಲಿ ಊಟ. ಹೊಟ್ಟೆ ಬೇಕಾದಕ್ಕಿಂತಲೂ ಹೆಚ್ಚೆ ತುಂಬಿತು. ಪಾಯಸಕ್ಕಂತು ಎರಡರಷ್ಟು ಸಿಹಿ. ಸಿಹಿಯೇ ತನ್ನ ಈ ಜೀವನ. ಆದರೆ ಶುಂಠಿನೀರನ್ನು ಕುಡಿಯಲು ಎಡಕೈ ಚಾಚಿದಾಗ,

ಭಗವಾನೇ.... ದೇವರೇ.......

ಕೈ ಮರಗಟ್ಟಿ ಹೋಗಿದೆ. ಇದುವರೆಗೂ ಅವನನ್ನು ತಿರಸ್ಕಾರಭಾವದಿಂದ ನೋಡಿದ್ದರ ಪ್ರತಿಭಟನೆಯೇ?

ಮಕ್ಕಳು ಎದ್ದುಹೋಗಿ ಕೈತೊಳೆದರು. ಟ.ವಿ.ಯ ಹತ್ತಿರಕ್ಕೆ ಓಡಿದರು. ಎಲೆಯ ಮೇಲಿನ ಊಟ ಅವರ ಮಧ್ಯಾಹ್ನದ ಕಾರ್ಯಕ್ರಮಕ್ಕೆ ಕಂಟಕವಾಗಿತ್ತು. ಎಲೆ ತೆಗೆಯಲು ಬಂದ ದಮಯಂತಿ ಕೇಳಿದಳು:

"ಏನು, ಸಾಕಾಗಲಿಲ್ಲವೇ?

"ಹೆಚ್ಚಾಯಿತು ಅಂತಾನೆ ಅನ್ನಿಸುತ್ತಾ ಇರೊದು."

"ನೀರಿನ ಬಿಸಿ ಕಡಿಮೆಯಾಗಿತ್ತಾ?"

"ನನ್ನ ಈ ಕೈಯನ್ನು ಸ್ವಲ್ಪ ಹಿಡಿ..."

ಒಂದು ಮುಗುಳುನಗುವಿನೊಂದಿಗೆ ಅವಳು ಗಂಡನ ಎಡಕೈ ಹಿಡಿದು ಎದ್ದೇಳಿಸಲು ಹೋದಾಗ, ಅವಳು ಕೈ ಹಿಡಿದದ್ದು ಮಾತ್ರ......... ಮತ್ತೆ ಜಾರಿ.... ಕೆಳಗೆ ಬಿದ್ದು.......

ಅಶೋಕ ಮುಂದುವರಿಸಿದ:

ಹೀಗೇನೆ ನಾನು ಆಸ್ಪತ್ರೆಯ ಒಳಗಡೆ ಮೊದಲ ಸಲ ಹೋದದ್ದೂ ನೋಡಿದ್ದೂ. ಸಣ್ಣವನಿರುವಾಗ ಮೈಮೇಲೆ ಕಜ್ಜಿ ಆಗಿತ್ತು. ನಾಟಿವೈದ್ಯರು ಅದನ್ನು ಗುಣಪಡಿಸಿದ್ದರು. ಇಲ್ಲ. ಭಗವಾನ್ ನನಗೆ ಸಹಾಯ ಮಾಡಿದರು!. ಈ ಅವಸ್ಥೆಯನ್ನೂ ಆವರು ನೋಡುತ್ತಲೇ ಇದ್ದಾರಲ್ಲ. ಅವರು ಎಲ್ಲವನ್ನೂ ಕಾಣುತ್ತಲೂ ಕೇಳುತ್ತಲೂ ಇದ್ದಾರೆ. ದಮಯಂತಿ ಫ್ರಿಡ್ಜಿನಲ್ಲಿ ಶವವನ್ನು ಸುರಕ್ಷಿತವಾಗಿ ಇಟ್ಟುಕೊಂಡು ಹುಟ್ಟು ಹಬ್ಬದ ದಿನವಾಗಿದ್ದರೂ ಅದರಲ್ಲಿ ಅಡಿಗೆ ಮಾಡಿ ಎಲ್ಲರಿಗೂ ತಿನ್ನಿಸಿದ್ದೂ ಅವರು ನೋಡುತ್ತಿದ್ದಾರಲ್ಲ! ದೇವಸ್ಥಾನಕ್ಕೆ ಹೋಗದೇ ಇದ್ದಿದ್ದೂ ದಮಯಂತಿ ದೂಷಣೆಯ ಮಾತುಗಳನ್ನು ಆಡಿದ್ದೂ ಕಠಿಣವಾದ ಪದ ಪ್ರಯೋಗಗಳಿಂದ ಕೆಟ್ಟ ಮಾತುಗಳನ್ನಾಡಿದ್ದೂ ಎಲ್ಲವನ್ನೂ ....

ಇಂಟೆನ್‌ಸೀವ್ ಕೇರ್ ವಾರ್ಡಿನಲ್ಲಿ ಸಾಲಾಗಿಟ್ಟ ಹಾಸಿಗೆಗಳ ಸುತ್ತಲೂ ಬಿಳಿ ಪರದೆಗಳು. ಪರದೆಯನ್ನು ಸರಿಸಿ ದಮಯಂತಿ ಇಣುಕಿ ನೋಡಿದಳು.

"ನಿದ್ರೆ ಮಾಡಲಿಲ್ಲವೇ?"

"ಹೂಂ."

ನಿದ್ರಿಸಲು ಒಂದು ಇಂಜೆಕ್ಷನ್ ಕೊಟ್ಟಿದ್ದಾರೆ. ಎಡಕೈ ಅಲುಗಾಡಿಸಲು ಪ್ರಯತ್ನಿಸಿದೆ. ಆಗಲಿಲ್ಲ.

ಅಪರಿಚಿತ ವೈದ್ಯ ಮುಖಗಳು. ಅವರಲ್ಲಿ ಹಿರಿಯರೊಬ್ಬರು ಹೇಳಿದರು:

"ಇಲ್ಲಿ ಅನುಕೂಲಗಳು ಕಡಿಮೆ. ಕೇಂದ್ರಸ್ಥಾನದ ದೊಡ್ಡಾಸ್ಪತ್ರೆಗೆ ಹೋಗಬೇಕು. ಒಂದು ವೇಳೆ ಆಪರೇಷನ್ ಬೇಕಾಗಬಹುದು. ನಾವು ರಿಸ್ಕ್ ತೆಗೆದುಕೊಳ್ಳಲು ಹೋಗುವುದಿಲ್ಲ" ನಗುತ್ತಲೇ ಡಾಕ್ಟರ್ ಹೇಳಿದರು. ಒಂದೊಂದು ಮಾತಿಗೂ ಒಂದೊಂದು ನಗು. ಎರಡು ಮಾತುಗಳ ನಡುವೆ ಕತ್ತಲೆಯ ಗುಂಡಿಗಳು.

"ಡೊಂಟ್ ವರಿ. ಯೂ ಆರ್ ಎನ್ ಎಜುಕೇಟೆಡ್ ಮ್ಯಾನ್!"

ನಿಮಗೂ ಅರ್ಥವಾಗುತ್ತದೆ. ಒಳ್ಳೆ ಟೆನ್‌ಷನ್ ಇರೋ ಕೆಲಸವಲ್ವೇ! ಇಲೆಕ್ಟ್ರಿಕಲ್ ಇಂಜಿನಿಯರ್‌ರವರ ಕೆಲಸ.

ಹೆಚ್ಚು ಜನಸಂಖ್ಯೆ ಇರುವ ಪಟ್ಟಣವಾದರೆ, ದಿನದಿಂದ ದಿನಕ್ಕೆ ಕಟ್ಟಡಗಳೂ ದೂರುಗಳೂ ಹೆಚ್ಚಾಗುತ್ತಾ ಹೋದರೆ.... ಜನಗಳು ಎಲ್ಲ ರಾತ್ರಿಗಳನ್ನೂ ಹಗಲಿನಂತೆ ಕಾಣಲು ಹಂಬಲಿಸಿದರೆ......

ಯಾತಕ್ಕಾಗಿ ಈ ಡಾಕ್ಟರ್ ಇಷ್ಟೊಂದು ಸಮಯ ತಗೊಂಡು.......

ಡಾಕ್ಟರ್ ಏನನ್ನೋ ನನ್ನಿಂದ ಮರೆಮಾಚುತ್ತಿದ್ದಾರೆ. ಸಾವು ಈಗಾಗಲೇ ಈ ಪರದೆಯಿಂದ ಆಚೆ ಬಂದು ನಿಂತಿರಬಹುದೇ?

ಡಾಕ್ಟರ್ ಆಗ ಅಶೋಕನಲ್ಲಿ ಸಮಾಧಾನಪಡಿಸಿದರು:

"ಭಯ ಪಡುವ ಅಗತ್ಯವಿಲ್ಲ. ಏನೂ ಆಗಲಾರದು."

ಸಂಜೆಗೆ ಬಂದ ಕೊಬ್ಬು ತೆಗೆದ ಹಾಲನ್ನು ಅಶೋಕ ಕುಡಿಯಲಿಲ್ಲ. ಸ್ವಲ್ಪ ಹೆಚ್ಚಾಗಿಯೇ ಕರುಣೆ ತುಂಬಿದ ಕಣ್ಣುಗಳಿಂದ ನರ್ಸು ಕೇಳಿದಳು:

"ಮನೆಗೆ ಹೋಗಲು ಅವಸರವಾಯಿತಲ್ಲವೇ?"

"ಇಲ್ಲ"

"ಮಗನನ್ನು ಕಾಲೇಜಿಗೆ ಸೇರಿಸಲು ನನ್ನ ತಮ್ಮ ಕರೆದುಕೊಂಡು ಹೋಗಿದ್ದಾನೆ" ದಮಯಂತಿ ಹೇಳಿದಳು.

"ಶ್, ಮೆಲ್ಲಗೆ ಮಾತನಾಡಿ! ಇದರೊಳಗೆ ಬೇರೆ ಯಾರನ್ನೂ ನೋಡಿಕೊಳ್ಳುವುದಕ್ಕೆ ಅನುಮತಿ ಇಲ್ಲ!" ದಮಯಂತಿ ಸಂತೋಷದಿಂದ ಪಕ್ಕದ ವಾರ್ಡಿನಲ್ಲಿ ಹೊಸದಾಗಿ ಬಂದವರೊಂದಿಗೆ ಮಾತನಾಡಲು ಹೋದಳು.

ಅಂದು ರಾತ್ರಿ 'ತಂದೆ' ಅಶೋಕನನ್ನು ನೋಡಲು ಬಂದರು.

"ಮಗನೇ, ಎಷ್ಟು ಕಾಲವಾಯ್ತಪ್ಪ ನಾನು ನಿನ್ನನ್ನು ಭೇಟಿಯಾಗಿ! ನಿನಗೆ

ಮಕ್ಕಳಾಗಿದ್ದನ್ನು ನೋಡುವ ಭಾಗ್ಯ ನನಗೆ ಬರಲಿಲ್ಲ. ನೀನು ನಮ್ಮ ಕಾವಿಲ್‌ನಲ್ಲಿ ದೀಪ ಹಚ್ಚುವ ಕ್ರಮವನ್ನು ಮರೆಯದೆ ಈಗಲೂ ಮಾಡ್ತಾ ಇದಿಯಲ್ಲ?

"ಹೌದಪ್ಪ"

"ಜನ್ಮನಕ್ಷತ್ರದ ದಿನ ಭಗವಾನನ್ನು ವಂದಿಸಲು ಹೋಗುವುದನ್ನು ತಪ್ಪಸಿಲ್ಲವಲ್ಲ?"

"ಇಲ್ಲ. ದಮಯಂತೀನೆ ಹೋಗೋದು! 'ಅವರಿಗೆ' ಎಲ್ಲ ದಿನಗಳೂ ಒಂದೆ ತರಹವಲ್ಲವೇ?"

"ಹೂಂ.... ದಮಯಂತಿನೂ ಮಕ್ಕಳೂ ಮನೆಯಲ್ಲಿದ್ದಾರಾ?"

"ಇಲ್ಲ. ದಮಯಂತಿ ಆಚೆಕಡೆ ಇದ್ದಾಳೆ"

'ತಂದೆ' ಮೇಘಗಳ ಮೆಟ್ಟಲಿಗಳನ್ನು ಹತ್ತಿ ಅಪ್ರತ್ಯಕ್ಷರಾಗುತ್ತಾರೆ.

ತಂದೆ ಈಗ ಹೆಜ್ಜೆಹೆಜ್ಜೆ ಹಾಕಿ ಅಲ್ಲ ನಡಿಯುತ್ತಿರುವುದು. ಸಂತೋಷ.

ನರ್ಸು ಪರದೆ ಸರಿಸಿ ಬಂದಳು.

"ಇನ್ನೂ ಮಲಗಿಲ್ಲ, ಅಲ್ಲವೇ?"

"ನಿದ್ರೆ ಮಾಡಿದ್ದೆ."

"ನಾಳೆ ಬೆಳಿಗ್ಗೆ ನಿಮ್ಮನ್ನು ಡಿಸ್‌ಚಾರ್ಜ್ ಮಾಡುತ್ತಾರೆ. ದೊಡ್ಡ ಆಸ್ಪತ್ರೆಗೆ ಹೋಗುವುದಕ್ಕೆ ಬೇಕಿರುವ ಪತ್ರವನ್ನು ತಯಾರು ಮಾಡಿ ನಿಮ್ಮ ಹೆಂಡತಿಯ ಹತ್ತಿರ ಕೊಟ್ಟಿದ್ದೇನೆ."

ಅಶೋಕನ ತುಟಿಗಳು ಚಲಿಸಲು ಹಂಬಲಿಸಿತು.

'ಭಗವಾನ್! ನನಗಿದು ನಂಬುವುದಕ್ಕೆ ಸಾಧ್ಯವಾಗುತ್ತಿಲ್ಲ. ನನ್ನ ಒಂದು ಕೈ ಅಲುಗಾಡಿಸಲು ಸಾಧ್ಯವಾಗದೆ ಇರುವುದನ್ನು ನೀನು ನೋಡುತ್ತಿರುವೆಯಲ್ಲವೇ. ಈ ಪ್ರಪಂಚದಲ್ಲಿ ಒಂದು ಎಲೆ ಅಲುಗಾಡುವುದೂ ಮತ್ತೊಂದು ದಣಿದು ಒಣಗಿ ಬೀಳುವುದೂ ಹೊಸ ಚಿಗುರು ಹುಟ್ಟುವುದೂ ನಿನಗೆ ಗೊತ್ತಾಗುತ್ತಲೇ ಇರುತ್ತದೆ. ನನ್ನ ಆಯಸ್ಸು ಮುಗಿಯುವುದಕ್ಕೆ ಇನ್ನು ಸಮಯವಾಗಿಲ್ಲ. ಕೊನೇ ಪಕ್ಷ ಓರ್ವ ಸುಪೆರಿಂಟೆಂಡಿಂಗ್ ಇಂಜಿನಿಯರ್ ಆಗಿ ಕೆಲಸದಿಂದ ವಿರಮಿಸುತ್ತೇನೆ. ಅಷ್ಟರಲ್ಲಿ ನನ್ನ ಮಕ್ಕಳ ವಿದ್ಯಾಭ್ಯಾಸವೂ ಮುಗಿಯುತ್ತದೆ. ನಿನ್ನ ಕೃಪೆಯಿಂದ ಇಬ್ಬರು ಮಕ್ಕಳು ಚೆನ್ನಾಗಿ ಓದುತ್ತಲೂ ಇದ್ದಾರೆ'.

'ನೀನ್ಯಾಕೆ ಹೀಗೆ ನನ್ನನ್ನು ಪರೀಕ್ಷಿಸುತ್ತಿದ್ದಿಯೇ! ನಿನ್ನ ಎದುರು ಕೇವಲ ನಾನೊಂದು ಕ್ರಿಮಿ, ಕೀಟ. ಅಲ್ಪನು ನಾನು. ಭೂಮಿಯಲ್ಲಿರುವ ಕೇವಲ ಒಂದು ಮಣ್ಣಿನ ಪುಡಿ. ಒಂದು ಗಾಳಿ ಬೀಸಿದರೆ ನಾನಿಲ್ಲ. ಹಾರಿ ಎಲ್ಲಾದರೂ ಹೋಗಿ ಬೀಳಬಹುದು'.

'ನನ್ನ ಈ ಕೈ ಒಮ್ಮೆ ಅಲುಗಾಡಿಸಲು ಸಾಧ್ಯವಾಗೋದಿಕ್ಕೆ ದೊಡ್ಡ ಆಸ್ಪತ್ರೆಯಲ್ಲಿರುವ ಡಾಕ್ಟರುಗಳು ಹಾಗೂ ಅವರ ಆಯುಧಗಳೇ ಬೇಕೆಂದು ಒತ್ತಾಯಿಸಿ

ಹಠ ಹಿಡಿಯುವುದು ನಿನಗೆ ಮಾನ ಹಾನಿಯಲ್ಲವೇ? ಮತ್ತೆ ನೀನ್ಯಾಕೆ ದೇವರೂಂತ ಹೇಳಿಕೊಂಡು ಊರೆಲ್ಲಾ ತಿರುಗಾಡುವುದು? ಭೂಮಿಯಲ್ಲಿ ಅನೇಕ ದೈವಗಳನ್ನು ಸೃಷ್ಟಿಸಿರುವುದು?'

'ಎಷ್ಟು ಕಾಲ ನಾನು ನಿನ್ನನ್ನು ಪ್ರೀತಿಸಿದೆ. ದಮಯಂತಿಯ ದೂರೂ ಅಹಂಕಾರಗಳನ್ನೂ ಲೆಕ್ಕಿಸದೆ ಎಲ್ಲಾ ತಿಂಗಳುಗಳಲ್ಲೂ ನಾನು ನಿನ್ನ ಸಾನಿಧ್ಯಕ್ಕೆ ಬರಲಿಲ್ಲವೇ? ಅದೂ ನಿನ್ನನ್ನು ನೋಡುವುದಕ್ಕಾಗಿ ಮಾತ್ರವಲ್ಲದೆ, ಬೇರೆ ಒಂದು ಪೈಸೆಯನ್ನೂ ನಾನು ದಮಯಂತಿಯ ಅನುಮತಿ ಇಲ್ಲದೆ ಖರ್ಚು ಮಾಡಿಲ್ಲ.'

'ನನ್ನ ಕರ್ಮವನ್ನು ನಾನು ಸರಿಯಾಗಿ ನಿಭಾಯಿಸಲಿಲ್ಲವೇ? ಸಂಬಳವನ್ನಲ್ಲದೆ ಬೇರೆ ರೀತಿಯ ಯಾವುದೇ ಆಮಿಷಗಳಿಗೆ ನಾನು ಬಲಿಯಾಗಿದ್ದೇನೆಯೇ? ಬೇಕೆಂದಿದ್ದರೆ ನನಗೆ ಲಕ್ಷಾಧೀಶ್ವರನಲ್ಲ ಕೋಟ್ಯಾಧೀಶ್ವರನೇ ಆಗಬಹುದಾಗಿತ್ತಲ್ಲವೇ? ತೋಮಚ್ಚ ಸಾಹುಕಾರರ ಮಗಳ ಮದುವೆಯ ದಿನದಂದು ಬೇರೆಲ್ಲಾ ಲೈನುಗಳನ್ನು ಕಟ್ಟುಮಾಡಿ ಮದುವೆ ಮಂಟಪಕ್ಕೂ ಮದುವೆ ಹಾಲುಗಳೂ ಬೆಳಗುವಂತೆ ಮಾಡಬಹುದಾಗಿತ್ತಲ್ಲವೇ? ಬೇಸಿಗೆಯಲ್ಲಿ ಕೃಷಿ ಭೂಮಿಗಳು ಒಣಗುವಾಗ ಕರೆಂಟನ್ನು ಕಟ್ಟು ಮಾಡಿ ಮೋಟಾರುಗಳು ಕಾರ್ಯ ನಿರ್ವಹಿಸದಂತೆ ಮಾಡಿ ರೈತರೆಲ್ಲಾ ನನ್ನ ಕಛೇರಿಗೆ ಬರುವಂತೆ ಮಾಡಿ, ಅವರುಗಳ ಗೋಳುಗಳನ್ನೆಲ್ಲ ಕೇಳಿ ಸಂತೋಷ ಪಡಬಹುದಾಗಿತ್ತು, ಮತ್ತೆ ಅವರೆಲ್ಲರ ದುಃಖೋಪಶಮನ ಮಾಡಿ.......... ಉಳಿದದ್ದು ನಾನು ಹೇಳುವುದಿಲ್ಲ. ನಿನಗೆಲ್ಲಾ ಗೊತ್ತಿದೆಯಲ್ಲ!'

'ನನಗಿಂತ ಕೆಳಗಿನ ನೌಕರರೆಲ್ಲಾ ಮಾರುತಿ ಕಾರು ಮುಂತಾದವುಗಳನ್ನೆಲ್ಲಾ ಖರೀದಿಸಿದ್ದಾರೆ. ನನ್ನ ಲೈನ್‌ಮ್ಯಾನ್‌ರವರೂ ಕಛೇರಿ ಜವಾನರೂ ಈಗಲೂ ತಮ್ಮ ಸ್ವಂತ ವಾಹನಗಳಲ್ಲೇ ಓಡಾಡುತ್ತಿರುವುದು. ನಾನಾದರೋ! ಓಡಿ ಹಿಡಿದು ಬಸ್‌ಹತ್ತಿ, ಕಂಬಿಯಲ್ಲಿ ನೇತಾಡಿಕೊಂಡು ಹೋಗಬೇಕು. ನಿನಗೆ ಗೊತ್ತೆ ಇದೆಯಲ್ಲ, ನನ್ನ ದೇಹದ ಎತ್ತರ ಕಡಿಮೆಯಲ್ಲವೇ! ಅಬ್ಬಬ್ಬಾ ಅಂದರೆ ಕಂಬಿಯನ್ನು ಮುಟ್ಟಬಹುದು. ಕಂಬಿಯನ್ನು ಗಟ್ಟಿಯಾಗಿ ಹಿಡಿದುಕೊಂಡರೆ ಕಾಲು ನೆಲ ಮುಟ್ಟೊದಿಲ್ಲ. ಇನ್ನು ನನ್ನ ಎಡಕೈ ಇಲ್ಲದೆ ಹೇಗೆ ತಾನೆ ನಿತ್ಯವೂ ನನ್ನ ಗ್ರಾಹಕರ ಆವಶ್ಯಕತೆಗಳಿಗೆ ಸ್ಪಂದಿಸಲು ನಾನು ಪ್ರಯಾಣ ಮಾಡುವುದು? ಇಲಾಖೆಯ ಜೀಪು ಹಾಳಾಗಿರುವ ವಿಚಾರ ನಿನಗೆ ಗೊತ್ತೆ ಇದೆಯಲ್ಲ. ಹಾಗೊಂದು ವೇಳೆ ಸರಿಯಾದರೂ ಅದರ ಡ್ರೈವರ್...

'ನಾನು ಮದ್ಯ ಸೇವನೆ ಮಾಡೊದಿಲ್ಲ. ಗಾಂಜ ಸೇದೋದಿಲ್ಲ, ರತಿ ಸಿನಿಮಾ ನೋಡುವುದಕ್ಕೆ ಹೋಗಲಿಲ್ಲ. ಹೆಂಗಸರನ್ನು ಕೈವಶ ಮಾಡಿಕೊಳ್ಳಲಿಲ್ಲ. ಯಾವುದೇ ಸಂತೋಷ ಪಡುವ ತಿರುಗಾಟವನ್ನು ಮಾಡಲಿಲ್ಲ. ಮದುವೆ ಆದಾಗ ಮಧುಚಂದ್ರಕ್ಕೂ......'

'ಬೇಡ. ನನಗೆ ನಿನ್ನನ್ನು ನೋಡುವುದು ಬೇಡವಾಗಿದೆ. ನೀನೊಬ್ಬ ವಂಚಕ. ನಂಬಿಕಸ್ತರನ್ನು ದ್ರೋಹಿಸುವವನು.

ಲಂಚ ಸ್ವೀಕರಿಸದ ನಾನು ಹೇಗೆ ಖಾಸಗಿಯವರ ಐಷಾರಾಮಿ ಆಸ್ಪತ್ರೆಗೆ

ಹೋಗಿ ನನ್ನ ಕೈಯನ್ನು ಸರಿಪಡಿಸಿಕೊಳ್ಳುವುದು?

ನಂತರ ಅಳು ಅಶೋಕನಿಂದ ತಡೆಯಲು ಸಾಧ್ಯವೇ ಆಗಲಿಲ್ಲ. ಹಾಸಿಗೆಯಲ್ಲಿ ಕೆಳಮುಖ ಮಾಡಿ ಮಲಗಿ ತಲೆದಿಂಬಿಗೆ ಮುಖವನ್ನು ಒತ್ತಿ ಹಿಡಿದ. ಇಂಟೆನ್‌ಸೀವ್‌ಕೇರ್ ವಾರ್ಡ್‌ನ ಅದರ ತೆಳುವಾದ ನೀಲಿ ಪ್ರಕಾಶವೂ ತಂಪೂ ಆಚೆ ಕಡೆಯ ವಾರ್ಡಿನಿಂದ ಯಾವಾಗಲಾದರು ಒಮ್ಮೊಮ್ಮೆ ಕಳಚಿ ಬೀಳುತ್ತಿದ್ದ ಅಳುವೂ ಮಾತುಗಳೂ ಅಶೋಕನ ಲೋಕದಿಂದ ಅಳಿಸಿ ಹೋಯಿತು. ಹಿಮವಿಸ್ತೃತಿಯೆಡೆಗೆ ಮಂಜಿನ ಶಲಾಕೆಗಳು ಹಾರಿ ಬೀಳುತ್ತಿವೆ. ಹಳೆಯ ನೆನಪುಗಳೆಲ್ಲ ಅಳಿಸಿ ಕಾಣಿಸದಾದವು. ಆಗಲೇ ಕಂಡದ್ದು ಮಿಂಚಿನಂತೆ ಆ ಬೆಳಕು!

'ಆ ಅವರು!'

ಪಕ್ಕಕ್ಕೆ ಮುಖ ಮಾಡಿ ಮಲಗಿದ್ದ ಅಶೋಕ ಯಾರ ಸಹಾಯವೂ ಇಲ್ಲದೆ ಮೇಲ್ ಮುಖ ಮಾಡಿ ಮಲಗಿದ. ಕಣ್ಣು ಮುಚ್ಚಿಯೂ ತೆಗೆದೂ, ಅವಿಶ್ವಸನೀಯವಾದ ಬೆಳಕಿನ ಪ್ರಭಾವಲಯವನ್ನು ನೋಡಿದ. ಮತ್ತೆ ಮಲಗಿರುವ ಶರೀರದೊಳಗಿನಿಂದ ಒಂದು ವಿದ್ಯುತ್ ಸಂಚಾರ ಆದ ಹಾಗೆ ಅನುಭವವಾಯಿತು. ಸಾಮನ್ಯವಾಗಿರುವುದಕ್ಕಿಂತಲೂ ಉದ್ದನೆಯ ಬೆರಳುಗಳುಳ್ಳ ಒಂದು ಅಂಗೈ ತಲೆಯಿಂದ ಹಿಡಿದು ಕೆನ್ನೆಗಳ ಮುಖಾಂತರ ಕುತ್ತಿಗೆಯಿಂದ ಎಡಕೈಯಿಯ ತಂಪಿನ ಅನುಭವದಂತೆ, ತುಸು ಬಿಸಿಯಾದ ಅಲೆಯಂತೆ ಎದೆಯ ಮೇಲೆ ಹಾದು, ಹೊಟ್ಟೆಯನ್ನು ತಡವಿ ಕಾಲಿನೆಡೆಗೆ, ಪಾದಗಳ ಕಡೆಗೆ.......

ಹಾಗೆ ಮೂರು ಸಲ.

ಅಶೋಕನ ದೇಹ ರೋಮಾಂಚನಗೊಂಡಿತು. ಅದೋ 'ಆ ಅವರು' ಕೈಯನ್ನು ಹಿಂಪಡೆಯುತ್ತಿದ್ದಾರೆ. ಸಣ್ಣನೆಯ ಮುಗುಳು ನಗುವಿನೊಂದಿಗೆ.

"ತಪ್ಪಾಯಿತು, ಕ್ಷಮಿಸಿ!" ಅಶೋಕ ಹಾರಿ ಎದ್ದ. ಬಲ ಕೈಯನ್ನು ಎತ್ತಿ ಹಿಡಿದ. ಎಡ ಕೈ ತನಗೆ ತಾನೇ ಎತ್ತಿಕೊಂಡು ಬಲ ಕೈಯೊಂದಿಗೆ ಸೇರಿತು. ಎರಡೂ ಕೈ ಜೋಡಿಸಿ ನಿಂತ.

'ಸಹಿಸಿಕೋ ಭಗವಾನ್! ದುಃಖವನ್ನು ತಡೆಯಲಾರದೆ ಚಿತ್ತಭ್ರಮೆಯಿಂದ ನಾನು ಏನೇನೋ ಹಲುಬಿದೆ!'

'ಆ ಅವರು' ಮತ್ತೆ ಮೈ ಕೊಡವಿ ನಿಮಿರಿ ನಿಂತರು. ಅಶೋಕ ಕ್ಷಣಮಾತ್ರದಲ್ಲಿ ಮಂಚದಿಂದ ಇಳಿದು 'ಆ ಅವರ' ಪಾದವನ್ನು ಮುಟ್ಟಿ ವಂದಿಸಿದ. ಒಮ್ಮೆ, ಎರಡು ಸಲ, ಮೂರನೆಯದೂ.

"ಓ...ದೇವರೇ, ಏನು ಇವರು ಮಾಡ್ತಾ ಇರೋದು?" ಎಂದು ಅಳುತ್ತಾ ಕೂಗಿಕೊಂಡು ದಮಯಂತಿ ವರಾಂಡದಿಂದ ಓಡಿಬಂದಳು. ತೆರೆದ ಬಾಗಿಲಿನಿಂದ ಗೊರಕೆಯ ಶಬ್ದ ಕೇಳಿಸುತ್ತಿದೆ. ಆದರೆ ಯಾರದ್ದೂ ನಿದ್ರೆ ಹಾಳಾಗಿಲ್ಲ.

ದಮಯಂತಿ, ನೆಲದಲ್ಲಿ ಬಗ್ಗಿ ಕುಳಿತಿದ್ದ ಗಂಡನನ್ನು ಹಿಡಿದುಕೊಂಡಳು.

ನಂತರ ಎಬ್ಬಿಸಿದಳು. ಅಶೋಕ ಹೆಂಡತಿಯ ಕೈಯಿಂದ ಬಿಡಿಸಿಕೊಂಡ. ತಾನೆ ಎದ್ದುನಿಂತ. ಅವಳನ್ನು ದಿಟ್ಟಿಸಿ ನೋಡಿದ.

"ಯಾರು ನಿನ್ನನ್ನು ಇಲ್ಲಿಗೆ ಬರಹೇಳಿದ್ದು?"

"ಇಲ್ಲಿ ಒಳಗಡೆ ಏನೋ ಶಬ್ದ ಕೇಳಿ ಓಡಿಬಂದೆ ನಾನು. ಅಲುಗಾಡಲೂ ಸಾಧ್ಯವಿಲ್ಲದೆ ಮಲಗಿದ್ದವರು, ಮಂಚದ ಮೇಲೆ ಕಾಣದೆ ಇರುವುದನ್ನು ಗಮನಿಸಿ ನಾನು ಅಳುತ್ತಾ ಕೂಗಾಡಿದೆ. ಬಾಯಿಂದ ಶಬ್ದ ಹೊರಬರುವುದಕ್ಕಿಂತ ಮೊದಲು ಕೆಳಗೆ ಕುಳಿತು ನಮಸ್ಕರಿಸುತ್ತಿದ್ದವರನ್ನು ನೋಡಿದೆ. ಹೇಗೆ ಎದ್ದಿರಿ?"

ಅಶೋಕ ಮಾತನಾಡಲಿಲ್ಲ. ಒಂದು ಸಣ್ಣ ಬೆವರಿನೊಂದಿಗೆ ಮಂಚ ಹತ್ತಿ ಕುಳಿತ. ಎರಡು ಕೈಗಳನ್ನೂ ಮಡಿಲಿನಲ್ಲಿ ಸೇರಿಸಿಟ್ಟುಕೊಂಡ. ಸತ್ತೇ ಹೋಯಿತು ಎಂದು ತಾನು ಅಂದುಕೊಂಡಿದ್ದ ಎಡಕೈ ಬಲಕೈಯೊಂದಿಗೆ ಸೇರಿಕೊಂಡು ತನ್ನನ್ನೇ ನೋಡುತ್ತಿದೆ.

ಈಗ ಹ್ಯಾಗೆ, ಏನಾಯ್ತು?

ಅಶೋಕ ಎಡಕೈ ಎತ್ತಿ, ಬಲಕೈಯ ಮೇಲೆ ಬಂದು ಕುಳಿತಿದ್ದ ಒಂದು ಸೊಳ್ಳೆಯನ್ನು ಓಡಿಸಿದ. ದಮಯಂತಿ ಗಂಡನ ಚಲನೆಗಳನ್ನು ದಿಟ್ಟಿಸಿ ನೋಡುತ್ತಲೇ ಇದ್ದಳು. ನಂತರ ಕೇಳಿದಳು:

"ಯಾರ ಹತ್ತಿರ ನೀವಿಲ್ಲಿ ಮಾತಾಡ್ತಾ ಇದ್ದಿದ್ದು?"

ಅಶೊಕ ಮೌನವನ್ನು ಪಾಲಿಸಿದ.

"ಯಾರು ಈಗ ಇಲ್ಲಿಗೆ ಬಂದು ಹೋಗಿದ್ದು?"

"ನೀನು ನೋಡಿದೆಯಾ?"

"ನೋಡಲಿಲ್ಲ. ಬೇರೊಬ್ಬರ ಸಹಾಯವಿಲ್ಲದೆ ನೀವು ಹೇಗೆ ಹಾಸಿಗೆಯಿಂದ ಕೆಳಗಿಳಿದು ಬಂದಿರಿ? ಯಾರಲ್ಲಿ ನೀವು ಕೈ ಮುಗಿಯುತ್ತಾ ವಿದಾಯ ಹೇಳುತ್ತಿದ್ದಿರಿ?"

"ಅವರಲ್ಲೇ"

"ಯಾವ ಅವರು?"

"ಅದೆ, ನಾನು ದರ್ಶನಕ್ಕೆ ಹೋಗುತ್ತಿರಲಿಲ್ಲವೇ......"

"ಓ! ನನ್ನ ದೇವರೇ, ಆ ಹಾಳಾದ್ದು ಇಲ್ಲಿಗೂ ಹುಡುಕ್ಕೊಂಡು ವಕ್ಕರಿಸ್ಕೊಂಡಿತ್ತಾ!"

"ನಾನಿರುವಲ್ಲೆಲ್ಲಾ, 'ಆ ಅವರು' ಬಂದೇ ಬರುತ್ತಾರೆ!"

ನಾಳೆ ದೊಡ್ಡ ಆಸ್ಪತ್ರೆಗೆ ಹೋಗುವ ಪ್ರಯಾಣ ಹಾಗೂ ಅಪರೇಷನ್ನಿನ ಬಗ್ಗೆಯ ಯೋಚನೆಯಲ್ಲೇ ಗಂಡನ ಮಾನಸಿಕಾವಸ್ಥೆ ಹದಗೆಟ್ಟಿದೆ ಎಂದೇ ದಮಯಂತಿ ಭಾವಿಸಿದಳು.

ಮಂಚದಮೇಲೆ ಬಂದು ಕುಳಿತಳು. ಅವಳು ಅಶೋಕನ ಎಡ ಕೈಯನ್ನು ತನ್ನ

ಕೈಗೆ ತೆಗೆದುಕೊಂಡಳು. ಅದನ್ನು ಬದಲಿಸಿ ಎರಡನೇ ಅಂಗೈಯನ್ನು ಮುಚ್ಚಿದಳು. ನಂಬಿಕೆ ಬಾರದೆ ಎರಡೂ ಕೈಗಳನ್ನು ಬದಲಿಸಿ ಬದಲಿಸಿ ಪರೀಕ್ಷಿಸಿದಳು.

"ನಿನಗೆ ನಂಬಿಕೆ ಬರುತ್ತಿಲ್ಲ, ಅಲ್ಲವೇ? 'ಆ ಅವರು' ನನ್ನ ರೋಗವನ್ನು ಗುಣಪಡಿಸಿದರು! ಇನ್ನು ನಾವು ನಾಳೆ ಮನೆಗೆ ಹೋಗಬಹುದು."

ಅದರ ಬಗ್ಗೆ ಮತ್ತೆ ಹೇಳುತ್ತೇನೆ. ದಮಯಂತಿ ಗಂಡನನ್ನು ಹಾಸಿಗೆಯಲ್ಲಿ ಹಿಡಿದು ಮಲಗಿಸಿದಳು. ಚೆನ್ನಾಗಿ ಹೊದಿಸಿದಳು. ಬಾಗಿಲು ಹಾಕಿಕೊಂಡು ಹೊರಬಂದಳು.

ಮಾರನೆಯ ದಿನ ಬೆಳಿಗ್ಗೆ ಮುಖ್ಯ ಡಾಕ್ಟರು ಬಂದರು. ಹಿಂದಿನಿಂದ ಸಹಾಯಕ ಡಾಕ್ಟರುಗಳು ಬಂದರು.

ನರ್ಸುಗಳು ಬಂದರು.

'ಹೇಳಿ ಕೇಳಿ ಮನುಷ್ಯನ ದೇಹ. ಆಶ್ಚರ್ಯಕರ ಘಟನೆಗಳು ನಡೆಯಬಹುದು. ಅದೂ ಯಾವುದೇ ನಿರೀಕ್ಷೆಗಳು ಇಲ್ಲದೆ ಇರುವ ಸಂದರ್ಭಗಳಲ್ಲಿ!'

ಅಶೋಕನು ಒಂದಕ್ಷರವನ್ನೂ ಮಾತನಾಡಲಾಗದೆ ಎಲ್ಲರೂ ಹೇಳುವುದನ್ನು ಕೇಳಿಸಿಕೊಳ್ಳುತ್ತಿದ್ದ.

ಇವತ್ತೇ ಡಿಸ್‌ಚಾರ್ಜ್‌ಮಾಡುವುದು ಬೇಡ. ಎರಡು ದಿನದ ಸೂಕ್ಷ್ಮ ಪರಿಶೀಲನೆಯ ನಂತರ, ತೀರ್ಮಾನ ತೆಗೆದು ಕೊಳ್ಳೋಣ. ಅವರಲ್ಲಿ ಕೆಲವರಾದರೂ ನನ್ನ ಕಾಯಿಲೆ ಮತ್ತೆ ಕಾಣಿಸಿಕೊಳ್ಳಲಿ ಎಂದು ಗುಪ್ತವಾಗಿಯಾದರೂ ಪ್ರಾರ್ಥಿಸುತ್ತಿರಬಹುದೆಂದು ಅಶೋಕನಿಗೆ ಅನ್ನಿಸಿತು. ವೇದದಲ್ಲಿ ತಪ್ಪು ಸಂಭವಿಸಬಹುದೇ?

ಒಂದೊಮ್ಮೆ 'ಆ ಅವರ' ಆಗಮನದ ಕುರಿತು ಇವರಲ್ಲಿ ಹೇಳಲೇ ಎಂದು ಆಲೋಚಿಸಿದೆ. ಬೇಡ, ಬೇಡ. ಇದು ನನ್ನ ರಹಸ್ಯ. ನನ್ನೊಳಗಿನ ರಹಸ್ಯ. ಇದರಲ್ಲಿ ಪಾಲ್ಗೊಳ್ಳಲು ಡಾಕ್ಟರುಗಳಿಗೆ ಮಾತ್ರವಲ್ಲ, ಹೆಂಡತಿ, ದಮಯಂತಿಗೂ ಅನುಮತಿ ಇಲ್ಲ.

ನಾಲ್ಕು ದಿವಸ ಕಳೆದ ನಂತರ ಎ.ಸಿ. ರೂಮಿನಿಂದ ಹೊರಕ್ಕೆ ಬಂದರು. ಸುಡುವ ಬಿಸಿಲು ತುಂಬಿದ ನಗರದ ಬೀದಿಗಳಲ್ಲಿ ಮುಳುಗಿ ಹೋದರು. ವರ್ಗಾವಣೆಗೆ ಒಂದು ಪ್ರಯತ್ನಮಾಡಿದೆ. ಅದೂ ದಮಯಂತಿಯ ಗಮನಕ್ಕೆ ಬಾರದೆ! ಸ್ವಲ್ಪ ದಿವಸ ಶಾಂತಿ ಸಮಾಧಾನದಿಂದ ಬದುಕಬೇಕು. ಅವಳಿಗೆ ಅರ್ಥವಾಗುವುದಿಲ್ಲ. ಯಾರಿಗೂ ಅರ್ಥವಾಗುವುದಿಲ್ಲ.......

ನನ್ನ ಹೆಣ್ತನದಿಂದಾಗಿ ನಾನು ಕೇಳಿದೆ: "ಹಾಗಾದರೆ ಊಟಕ್ಕೆ ಉಳಿದುಕೊಳ್ಳೊದಿಕ್ಕಲ್ಲಾ ಅನಾನುಕೂಲವಾಗಿ ಜೀವನ ಏರುಪೇರು ಆಗೋದಿಲ್ಲವೇ?"

"ಊಟನಾ? ಹಸಿವಾಗುವಾಗಲ್ಲವೇ? ಆಗ ಏನಾದರೂ ದಾರಿ ಹುಡುಕಿಕೊಳ್ಳಬಹುದು."

ಅಶೋಕನ ಹಣೆ-ಕಿವಿಯ ಸಂದಿಗಳಿಂದ ನೀರಿನ ಚಿಲುಮೆಗಳು ಒಡೆದು ಹರಿಯುತ್ತಿದೆ.

ಮಲಗಿ ನಿದ್ರಿಸುತ್ತಿದ್ದ ಫ್ಯಾನನ್ನು ಮುಟ್ಟಿ ಎಬ್ಬಿಸಿದೆ. ಗಾಳಿಯ ಬೆರಳುಗಳಲ್ಲಿ ಆತನ ಒದ್ದೆಯಾದ ಕೂದಲಿನ ಎಳೆಗಳು ರೆಕ್ಕೆಗಳನ್ನು ಅಲುಗಿಸಲು ಪ್ರಯತ್ನಿಸಿದವು. ಒಂದೇ ಉಸಿರಿಗೆ ಎರಡು ಗ್ಲಾಸ್ ತಂಪು ನೀರನ್ನು ಕುಡಿದು ಅಶೋಕ ಎದ್ದ.

"ಹೊರಡಬೇಕು! ಬಸ್ ಬರುವ ಸಮಯವಾಯಿತು. ಇನ್ನಿವತ್ತು ನೆಟ್ಟಗೆ ಮನೇಗೆ ಹೋಗೊದು."

ಹೊರಕ್ಕೆ ಬಂದು ಶ್ರದ್ಧೆಯಿಂದ ಚಪ್ಪಲಿಯನ್ನು ಹಾಕಿಕೊಂಡು ಆತ ಗುಡ್ಡ ಹತ್ತಲು ಆರಂಭಿಸಿದ. ತೆರೆದಿದ್ದ ಗೇಟನ್ನು ಮುಚ್ಚಿ ಕೈ ಬೀಸುತ್ತಾ ವಿದಾಯ ಹೇಳಿದೆ.

ಕಣ್ಣುಗಳಲ್ಲಿ ಅಸಾಧಾರಣವಾದ ಹೊಳಪು ಮುಖದಲ್ಲಿ ತೇಜಸ್ಸೂ ತುಡಿತವೂ ಬದಲಿಸಿ ಬದಲಿಸಿ ಬರುತ್ತಿರುವ ಅವಸ್ಥೆಯನ್ನು ಚಿಂತನೆಗಳಲ್ಲಿ ಉಳಿಯುವಂತೆ ಮಾಡಿ ಅಶೋಕ ದೃಷ್ಟಿಯಿಂದ ಮರೆಯಾದ.

ಅಶೋಕ ಬಸ್ ಸ್ಟಾಪಿಗೆ ಹೋಗಿ ಇನ್ನೂ ತಲುಪಿರಲಿಕ್ಕಿಲ್ಲ. ಬಹುಶಃ ಅರ್ಧದಾರಿಯಲ್ಲೇ 'ಆ ಅವರು' ಅಶೋಕನ ಎದುರಿಗೆ ಬಂದಿರಬೇಕು. ಒಂದು ಸಣ್ಣ ಮಂದಹಾಸದೊಂದಿಗೆ ಕೈ ಹಿಡಿದು ಕರೆದುಕೊಂಡು ಹೋಗಿರಬೇಕು. ಇನ್ನು ಇದನ್ನೆಲ್ಲಾ ಸಾಕುಮಾಡಿ ನನ್ನೊಂದಿಗೆ ಬಾ ಎಂದು ಹೇಳಿರಬೇಕು.

ಪಟ್ಟಣದಿಂದ ಬಂದಿದ್ದ ಒಂದು ಜೀಪಿನಲ್ಲಿ ಅಶೋಕನ ಶರೀರವನ್ನು ಎತ್ತಿ ಮಲಗಿಸಿ, ಊರಿನವರು ನಗರದ ಆಸ್ಪತ್ರೆಗೆ ಹಾರಿದರು, ಎಂದೇ, ಸಂಜೆ ನಾವು ಸುದ್ದಿಯಾಗಿ ಕೇಳಿದ್ದು.

ನಮ್ಮ ಪ್ರಕಟಣೆಗಳು
ಚರಿತ್ರೆ

ಪುರಾಣ ಮತ್ತು ವಾಸ್ತವ
ಲೇ: ಡಿ.ಡಿ.ಕೊಸಾಂಬಿ ಅನು: ಟಿ.ಎಸ್.ವೇಣುಗೋಪಾಲ ಮತ್ತು ಶೈಲಜಾ   ರೂ.150

ಕನ್ನಡದೊಳ್ ಭಾವಿಸಿದ ಜನಪದಂ
ಸಂ: ವಸು ಎಂ.ವಿ.   ರೂ.375

ಪ್ರಾಚೀನ ಭಾರತದ ಸಂಸ್ಕೃತಿ ಮತ್ತು ನಾಗರಿಕತೆ – ಚಾರಿತ್ರಿಕ ರೂಪರೇಷೆ
ಲೇ: ಡಿ.ಡಿ.ಕೊಸಾಂಬಿ ಅನು: ಟಿ.ಎಸ್.ವೇಣುಗೋಪಾಲ ಮತ್ತು ಶೈಲಜಾ   ರೂ.250

ದೇವದುರ್ಗ ಚಾರಿತ್ರಿಕ ಅಧ್ಯಯನ
ಲೇ:ಅಮರೇಶ ಆಲ್ಕೋಡ   ರೂ.125

ವಾಸ್ತವದ ಒಡಕುಗಳು ಇತಿಹಾಸದ ತೊಡಕುಗಳು
ಬಾರ್ಕೂರು ಉದಯ   ರೂ.200

ವಿಶ್ಲೇಷಣೆಗಳು

ಭಾರತದಲ್ಲಿ ಶಿಕ್ಷಣ ಸವಾಲು ಸಾಧ್ಯತೆ
ಲೇಖಕರು: ರೊಮಿಲಾ ಥಾಪರ್, ಇರ್ಫಾನ್ ಹಬೀಬ್, ಪ್ರಭಾತ್ ಪಟ್ನಾಯಕ್,
ಸಿ.ಪಿ.ಚಂದ್ರ ಶೇಖರ್, ಕೆ.ಎಂ. ಶ್ರೀಮಾಲಿ, ಶಮೀಮ್ ಅಖ್ತರ್, ಅರ್ಜುನ್ ದೇವ್,
ವಿಜೇಂದ್ರ ಶರ್ಮಾ, ಅನುಭೂತಿ ಮೌರ್ಯ; ಅನುವಾದ: ಆರ್. ಪಿ. ಹೆಗಡೆ ರೂ.60

ಪರಿಸರ ಸ್ನೇಹಿ ಕೃಷಿ ಕ್ಯೂಬಾ ಮಾದರಿ
ಲೇಖಕರು : ಜೈಕುಮಾರ್   ರೂ.20

ನೆಲದ ಪಿಸುಮಾತು
ಲೇಖಕರು: ನೀಲಾ ಕೆ   ರೂ.60

ಬಿತ್ತಿದ್ದೇರಿ... ಅದಕ್ಕೆ ಅಳುತ್ತೀರಿ..
ಲೇಖಕರು: ಪಿ.ಸಾಯಿನಾಥ್, ಅನುವಾದ: ಟಿಎಲ್.ಕೃಷ್ಣೇಗೌಡ   ರೂ.100

ಹೀಗೆಂದರು ಭಗತ್‌ಸಿಂಗ್ ಮತ್ತು ಚೆ ಗೆವಾರ
ಸಂಗ್ರಹ ಅನುವಾದ: ದೀಪ್ತಿ ಬಿ. ರೂ.20

Capt. Laxmi - Memoirs and Tributes
Capt.Laxmi and Subhashini Ali Rs.75

ಫೈಜ್‌ನಾಮಾ
ಹಸನ್ ನಯೀಂ ಸುರಕೋಡ ರೂ.190

ಸ್ಯಾಮ್ ಅಂಕಲ್‌ಗೆ ಪತ್ರಗಳು ಮತ್ತು ಇತರ ಕಿಡಿಗೇಡಿ ಬರಹಗಳು
ಸಾದತ್ ಹಸನ್ ಮಂಟೋ ಅನು:ಹಸನ್ ನಯೀಂ ಸುರಕೋಡ ರೂ.140

ಒಬ್ಬ ಕೈದಿಯ ಕತೆ
ಮೌಲಾನಾ ಹಸರತ್ ಮೊಹಾನಿ ಅನು:ಹಸನ್ ನಯೀಂ ಸುರಕೋಡ ರೂ.85

ಪುಸ್ತಕ ಮಾಲಿಕೆಗಳು

ಭಾರತದ ಜನ ಇತಿಹಾಸ

ಪೂರ್ವೇತಿಹಾಸ (ಭಾಜಇ – 1)
ಲೇ:ಇರ್ಫಾನ್ ಹಬೀಬ್, ಅನು:ಬಿ ಪ್ರದೀಪ್ ಬಿ ರೂ.90

ಸಿಂಧೂ ನಾಗರಿಕತೆ (ಭಾಜಇ – 2)
ಲೇ:ಇರ್ಫಾನ್ ಹಬೀಬ್,
ಅನು:ಬಿ ಪ್ರದೀಪ್ ಬಿ ಮತ್ತು ಎಚ್.ಎಸ್.ಜೈಕುಮಾರ್ ರೂ.135

ವೈದಿಕ ಯುಗ (ಭಾಜಇ – 3)
ಲೇ:ಇರ್ಫಾನ್ ಹಬೀಬ್, ವಿಜಯಕುಮಾರ್ ಠಾಕುರ್
ಅನು:ಸಿ ಚಂದ್ರಪ್ಪ ಮತ್ತು ಬಿ ಪ್ರದೀಪ್ ರೂ.100

ಕಬ್ಬಿಣದ ಯುಗ ಮತ್ತು ಧಾರ್ಮಿಕ ಕ್ರಾಂತಿ
(ಕ್ರಿ.ಪೂ.700–350) (ಭಾಜಇ – 4)
ಲೇ:ಕೃಷ್ಣ ಮೋಹನ್ ಶ್ರೀಮಾಲಿ ಅನು:ನಾ ದಿವಾಕರ ರೂ.140

ಮೌರ್ಯರ ಕಾಲದ ಭಾರತ (ಭಾಜಇ – 5)
ಲೇ:ಇರ್ಫಾನ್ ಹಬೀಬ್, ವಿವೇಕಾನಂದ ಝಾ ಅನು:ನಗರಗೆರೆ ರಮೇಶ್ ರೂ.160

ಭಾರತದ ಆರ್ಥಿಕತೆ 1858–1914 (ಭಾಜಇ – 28)
ಲೇ:ಇರ್ಫಾನ್ ಹಬೀಬ್, ಅನು:ಕೆ.ಎಮ್.ಲೋಕೇಶ್ ರೂ.180

ನಿಮಗೆ ತಿಳಿದಿರಲಿ

ಡಿಡಿ ಕೊಸಾಂಬಿ
ಸಂ: ವಸಂತರಾಜ ಎನ್. ಕೆ. ರೂ.85

ಆಧುನಿಕೋತ್ತರವಾದ (ಪೋಸ್ಟ್ ಮಾರ್ಡನಿಸಂ)
ಐಜ಼ಾಜ಼್ ಅಹ್ಮದ್ ಅನು: ಪ್ರಕಾಶ್ ಕೆ. ರೂ.75

ಗಲ್ಫ್ ಯುದ್ಧ : 1990–91 (ಸಾಮ್ರಾಜ್ಯಶಾಹಿಯ ಪುನರಾಗಮನ)
ಬಾರ್ಕೂರು ಉದಯ ರೂ.150

ಸೋವಿಯೆತ್ ಒಕ್ಕೂಟ
ವಸಂತರಾಜ ಎನ್.ಕೆ ರೂ.80

ಬಿಡುಗಡೆಗಾಗಿ ಶಿಕ್ಷಣ
ಡಾ.ಮಹಾಬಲೇಶ್ವರ ರಾವ್ ರೂ.110

ಪ್ಯಾಲೇಸ್ತೀನ್ ಪ್ರಶ್ನೆ
ಎಂ.ಇಕ್‌ಬಾಲ್ ಹುಸೇನ್, ವಸಂತರಾಜ ಎನ್.ಕೆ ರೂ.60

ಸ್ಯಾಂಪಲ್ ಓದು

ಕ್ಯೂಬಾ ಕ್ರಾಂತಿ ಮತ್ತು ಮನುಕುಲದ ಪ್ರಗತಿ– ಕ್ಯಾಸ್ಟ್ರೋ
ಮೂಲ: ಫೀಡೆಲ್ ಕ್ಯಾಸ್ಟ್ರೋ ಭಾಷಣ ಅನು: ರವಿಕುಮಾರ್ ಕೆ.ಎಸ್ ರೂ.20

ಕ್ಯೂಬಾದಲ್ಲಿ ಸಮಾಜವಾದ ಮತ್ತು ಮಾನವ – ಚೆ ಗವೆರಾ
ಮೂಲ: ಆರ್ನೆಸ್ಟೋ ಚೆ ಗುವೆರಾ, ಅನು: ಎಸ್. ಕೆ. ಗೀತಾ ರೂ.15

Socialism and Man in Cuba
Che Guevara *Rs.25*

Battle of Ideas
Fidel Castro *Rs.35*

ಮಾರ್ಕ್ಸ್ ಮತ್ತು ಎಂಗೆಲ್ಸ್ ಒಂದು ಜೀವನ ಚರಿತ್ರೆ – ಚೆ ಗವೆರಾ
ಮೂಲ: ಆರ್ನೆಸ್ಟೋ ಚೆ ಗುವೆರಾ, ಅನು: ವಿಶ್ವ ಕುಂದಾಪುರ ರೂ.30

ವಿಚಾರಗಳ ಸಮರ – ಕ್ಯಾಸ್ಟ್ರೋ
ಮೂಲ: ಫೀಡೆಲ್ ಕ್ಯಾಸ್ಟ್ರೋ, ಅನು: ಜಿ.ಎಸ್.ಮಣಿ ರೂ.40

ಅಂತರ್‌ರಾಷ್ಟ್ರೀಯ ಮಹಿಳಾ ದಿನ ಶತಮಾನೋತ್ಸವ ಮಾಲೆ

ಮಹಿಳಾ ವಿಮೋಚನೆಯ ಹೋರಾಟಗಳ ನೂರು ವರ್ಷಗಳು
ಲೇ: ಎಸ್.ಕೆ.ಗೀತಾ   ರೂ.70

ನೀನುಂಟು ನಿನ್ನ ರೆಕ್ಕೆಯುಂಟು – ಈ ದಶಕದ
ಮಹಿಳಾ ಸಂವೇದನೆಯ ಕವನಗಳು
ಸಂ: ಮಾಧವಿ ಭಂಡಾರಿ ಕೆರೆಕೋಣ   ರೂ.95

ವಿಶ್ವ ಮಹಿಳಾ ದಿನದ ರೂವಾರಿ ಕ್ಲಾರಾ ಝೆಟ್ಕಿನ್
ಲೇ: ಡಾ. ಎನ್. ಗಾಯತ್ರಿ   ರೂ.80

ರೋಸಾ ಲಕ್ಸಂಬರ್ಗ್
ಅ:ಭಾರತಿ ಗಾಂವ್ಕರ್   ರೂ.60

ದಶಕದ ಮಹಿಳಾ ಸಾಹಿತ್ಯದಲ್ಲಿ ಪ್ರತಿರೋಧದ ನೆಲೆಗಳು
ಸಂ:ಸಬೀಹಾ ಭೂಮಿಗೌಡ   ರೂ.70

ಮಹಿಳೆ

ಮನದ ಸೂತಕ ಹಿಂಗಿದೊಡೆ
ಲೇ: ಡಾ. ಮೀನಾಕ್ಷಿ ಬಾಳಿ   ರೂ.60

ಕತ್ತಲಂಚಿನ ಕಿಡಿಗಳು
ಲೇ: ಡಾ. ಮೀನಾಕ್ಷಿ ಬಾಳಿ   ರೂ.40

ಮಹಿಳಾ ಅಸಮಾನತೆ
ನ್ಯಾ. ಹೆಚ್.ಎನ್.ನಾಗಮೋಹನದಾಸ್   ರೂ.100

ಕಥೆ–ಕಾದಂಬರಿ–ಕವನ–ವಿಮರ್ಶೆ

ದಶರಥನ ವನವಾಸ
ಲೇ: ಚಿತ್ರಾ ಮುದ್ಗಲ್, ಅನು: ಆರ್.ಪಿ. ಹೆಗಡೆ   ರೂ.90

ಸೂಫಿ ಕಥಾಲೋಕ
ಕನ್ನಡಕ್ಕೆ: ಪ್ರೊ. ಬಿ. ಗಂಗಾಧರಮೂರ್ತಿ   ರೂ.140

ಬಿ ನೆಗೆಟಿವ್–ನೋವಿನೊಂದು ಮೂಟೆ
ಲೇ: ರವಿಕುಮಾರ್ ಕೆ ಎಸ್   ರೂ.20